ಸಣ್ಣ-ಪುಟ್ಟ ವಿಷಯಗಳ ಬಗ್ಗೆ ಚಿಂತಿಸದಿರಿ

ಹಾಗೂ ಎಲ್ಲವೂ ಸಣ್ಣ ವಿಷಯಗಳೇ

ಸಣ್ಣ-ಪುಟ್ಟ ವಿಷಯಗಳ ಬಗ್ಗೆ ಚಿಂತಿಸದಿರಿ

ಹಾಗೂ ಎಲ್ಲವೂ ಸಣ್ಣ ವಿಷಯಗಳೇ

ಲೇಖಕರು : ರಿಚರ್ಡ್ ಕಾರ್ಲ್‌ಸನ್

ಅನುವಾದಕರು : ಸುನಯನಾ ಮಾರ್ನಾಡು

Kannada translation of the English book '*Don't Sweat the Small Stuff*'.

ISBN: 978-93-47087-44-8
First Edition: December 2025
Publisher: WOW publishings Pvt. Ltd., Pune
Printer: Trinity Academy For Corporate Training Ltd, Pune, India

First English version published in Great Britian in 1998 by Hodder and Stoughton, An Hachette UK Company

No. of pages-182
Price: ₹ 225/-

Sanna-Putta Vishayagala bagge Chintisadiri

by Richard Carlson

ಈ ಪುಸ್ತಕವನ್ನು

ನನ್ನ ಪ್ರೀತಿಯ ಮಕ್ಕಳಾದ- ಜ್ಯಾಜಿ ಮತ್ತು ಕೆನ್ನಾ -ಗೆ

ಅರ್ಪಿಸುತ್ತಿದ್ದೇನೆ.

ಅವರು 'ಸಣ್ಣ-ಪುಟ್ಟ ವಿಷಯಗಳಿಗೆ ಚಿಂತೆ' ಮಾಡಬೇಕಾಗಿಲ್ಲ

ಎಂದು ದಿನವೂ ನೆನಪಿಸುತ್ತಾರೆ.

ನಾನು ನಿಮ್ಮಿಬ್ಬರನ್ನೂ ಅಪಾರವಾಗಿ ಪ್ರೀತಿಸುತ್ತೇನೆ.

ನಿಮ್ಮ ಸ್ವಭಾವವನ್ನು ಬದಲಿಸದೇ, ನಿಮ್ಮಂತೆಯೇ ಇದ್ದದ್ದಕ್ಕಾಗಿ

ಧನ್ಯವಾದಗಳು.

ಈ ಪುಸ್ತಕದ ಪ್ರಶಂಸೆಯಲ್ಲಿ

ರಿಚರ್ಡ್ ಕಾರ್ಲ್‌ಸನ್ ಅವರ ಈ ಪುಸ್ತಕ ಪ್ರಕಾಶಿತಗೊಂಡು ಹೆಚ್ಚು-ಕಡಿಮೆ ಎರಡು ದಶಕಗಳೇ ಕಳೆದವು. ಆದರೆ ಜೀವನದ ಅರ್ಥದ ವಿಷಯದಲ್ಲಿ ಅವರ ಅಂತರ್‌ದೃಷ್ಟಿ ಸಾಟಿಯಿಲ್ಲದ್ದಾಗಿದೆ. ಈ ಪುಸ್ತಕವು ನಮ್ಮನ್ನು ವರ್ತಮಾನದ ಮೇಲೆ ಕೇಂದ್ರಿತರಾಗಿ, ಸಂತೋಷದಿಂದ ಜೀವಿಸುತ್ತ ಸಮತೋಲನ ಸಾಧನೆಯನ್ನು ಕಲಿಸುತ್ತದೆ.

–ದೀಪಕ್ ಚೋಪಡಾ

ಈ ಪುಸ್ತಕದಲ್ಲಿ ನಮ್ಮ ವೈಯಕ್ತಿಕ ಮತ್ತು ಸಾಮೂಹಿಕ ಜೀವನವನ್ನು ಬದಲಿಸುವ ಶಕ್ತಿ ಇದೆ. ನಾನು ಡಾ. ರಿಚರ್ಡ್ ಕಾರ್ಲ್‌ಸನ್ ಮತ್ತು ಅವರ ಪ್ರಿಯ ಪತ್ನಿ ಶ್ರೀಮತಿ. ಕ್ರಿಸ್ಟೀನ್ ಕಾರ್ಲ್‌ಸನ್ ಅವರ ವಿವೇಕ ಮತ್ತು ಕರುಣೆಗೆ ಆಭಾ-ರಿಯಾಗಿದ್ದೇನೆ. ಅವರು ಲಕ್ಷಗಟ್ಟಲೇ ಓದುಗರಿಗೆ ರೂಪಾಂತರಣಗೊಳಿಸುವ ಅಭ್ಯಾಸ ಮತ್ತು ದೃಷ್ಟಿಕೋಣವನ್ನು ಪ್ರಸ್ತುತಪಡಿಸಿದರು.

– ಶೌನಾ ಶಪಿರೊ,

'ದ ಆರ್ಟ್ ಆಂಡ್ ಸೈನ್ಸ್ ಆಫ್ ಮೈಂಡ್‌ಫುಲ್‌ನೆಸ್'ನ ಲೇಖಕಿ

ರಿಚರ್ಡ್ ಕಾರ್ಲ್‌ಸನ್ ತಮ್ಮ 'ಡೋಂಟ್ ಸ್ವೆಟ್ ದ ಸ್ಮಾಲ್ ಸ್ಟಫ್' ಶೃಂಖಲೆಯ ಪುಸ್ತಕಗಳ ಮಾಧ್ಯಮದಿಂದ ನಮ್ಮ ಯೋಚನೆಯಲ್ಲಿ ಕ್ರಾಂತಿ ತರಲು ಸಫಲರಾಗಿದ್ದಾರೆ. ಅವರು ಒಂದು ಅರ್ಥದಲ್ಲಿ ಝೆನ್ ಸಾಧಕರಾಗಿದ್ದರು. ಅವರು ಸಂಸ್ಕೃತಿಯ ರೂಪಾಂತರಣದಲ್ಲಿ ಒಂದು ಪ್ರಭಾವಶಾಲಿ ಪಾತ್ರವನ್ನು ವಹಿಸಿದರು.

– ಮೌರಿಯನ್ ವಿಲಿಯಮ್‌ಸನ್,

'ದ ರಿಟರ್ನ್ ಟೂ ಲವ್'ನ ನ್ಯೂಯಾರ್ಕ್ ಟೈಮ್ಸ್ ಬೆಸ್ಟ್ ಸೆಲ್ಲಿಂಗ್ ಪುಸ್ತಕದ ಲೇಖಕಿ

ಪರಿವಿಡಿ

	ಪೀಠಿಕೆ	11
1	ಸಣ್ಣ-ಪುಟ್ಟ ವಿಷಯಗಳ ಬಗ್ಗೆ ಚಿಂತಿಸಬೇಡಿ	14
2	ಅಪೂರ್ಣತೆಯನ್ನು ಒಪ್ಪಿಕೊಳ್ಳಿ	15
3	ಸೌಮ್ಯವಾಗಿ ಮತ್ತು ನಿರಾಳವಾಗಿ ಇರುವವರೆಲ್ಲ ಸಾಧಕರಲ್ಲ ಎಂಬ ಧೋರಣೆ ಬೇಡ	16
4	ನಿಮ್ಮ ಯೋಚನೆಗಳ ಸ್ನೋಬಾಲ್ ಪರಿಣಾಮದ ಬಗ್ಗೆ ಹುಷಾರಾಗಿರಿ	17
5	ಅನುಕಂಪವನ್ನು ಬೆಳೆಸಿಕೊಳ್ಳಿ	19
6	ನಿಮ್ಮ ಮರಣಾನಂತರವೂ ನಿಮ್ಮ 'ಬುಟ್ಟಿಯಲ್ಲಿರುವ' ಮಾಡಬೇಕಾದ ಕೆಲಸಗಳು ಮುಗಿಯುವುದಿಲ್ಲ ಎಂಬುದನ್ನು ನೆನಪಿಡಿ	20
7	ಇತರರು ಮಾತನಾಡುವಾಗ ಅಡ್ಡಿ ಪಡಿಸದಿರಿ ಅಥವಾ ಅವರ ವಾಕ್ಯವನ್ನು ಪೂರ್ಣಗೊಳಿಸದಿರಿ	22
8	ಇನ್ನೊಬ್ಬರಿಗೆ ಒಳ್ಳೆಯದನ್ನು ಮಾಡಿ ಆದರೆ ಅದರ ಬಗ್ಗೆ ಯಾರಿಗೂ ಹೇಳಬೇಡಿ	23
9	ಇತರರೂ ಸಹ ಮೆಚ್ಚುಗೆಯನ್ನು/ ಪ್ರಶಂಸೆಯನ್ನು ಗಳಿಸಲು ಬಿಡಿ	24
10	ಪ್ರಸ್ತುತ ಕ್ಷಣದಲ್ಲಿ / ವರ್ತಮಾನದಲ್ಲಿ ಬದುಕಲು ಕಲಿಯಿರಿ	26
11	ನಿಮ್ಮನ್ನು ಹೊರತುಪಡಿಸಿ ಎಲ್ಲರೂ ಜ್ಞಾನಿಗಳೇ ಎಂದು ಕಲ್ಪಿಸಿಕೊಳ್ಳಿ	28
12	ಹೆಚ್ಚಿನ ಸಂದರ್ಭಗಳಲ್ಲಿ ಇತರರು 'ಸರಿ' ಆಗಿರಲಿ	30
13	ಇನ್ನಷ್ಟು ತಾಳ್ಮೆಯಿಂದಿರಿ	32
14	ತಾಳ್ಮೆಯನ್ನು ರೂಢಿಸಿಕೊಳ್ಳಲು ಅವಧಿಯನ್ನು ಮೀಸಲಿಡಿ	34

15 ಪ್ರೀತಿಯನ್ನು ನೀಡುವಲ್ಲಿ ನೀವೇ ಮೊದಲಿಗರಾಗಿರಿ 36

16 ಒಂದು ವರ್ಷದ ನಂತರ ಇದು ಅಷ್ಟೇ
ಮುಖ್ಯವಾಗಿರುತ್ತದೆಯೇ? ಎಂದೊಮ್ಮೆ ಯೋಚಿಸಿ 38

17 ಜೀವನವು ನ್ಯಾಯೋಚಿತವಾದುದಲ್ಲ ಎಂಬ
ಸತ್ಯಕ್ಕೆ ಶರಣಾಗಿ 39

18 ಕೆಲವೊಮ್ಮೆ ಬೇಸರ ಬಂದರೂ ಬರಲಿ ಬಿಡಿ 41

19 ಒತ್ತಡ ಸಹಿಸಿಕೊಳ್ಳುವುದನ್ನು ಕಡಿಮೆ ಮಾಡಿ 43

20 ವಾರಕ್ಕೊಮ್ಮೆ ಒಂದು ಹೃತ್ಪೂರ್ವಕವಾದ ಪತ್ರ
ಬರೆಯಿರಿ 45

21 ನಿಮ್ಮ ಅಂತ್ಯಕ್ರಿಯೆಯಲ್ಲಿ ನಿಮ್ಮನ್ನು ಕಲ್ಪಿಸಿಕೊಳ್ಳಿ 47

22 'ಜೀವನ ತುರ್ತು ಪರಿಸ್ಥಿತಿ ಅಲ್ಲ' ಎಂದು ಆಗಾಗ
ನೆನಪಿಸಿಕೊಳ್ಳಿ 48

23 ನಿಮ್ಮ ಸಣ್ಣ ಒಲೆಯನ್ನು ಉಪಯೋಗಿಸಿ 50

24 ನೀವು ಯಾರಿಗೆ ಧನ್ಯವಾದ ಹೇಳಬಹುದು
ಎಂದು ದಿನಕ್ಕೆ ಒಮ್ಮೆಯಾದರೂ ಯೋಚಿಸಿ 52

25 ಅಪರಿಚಿತರತ್ತ ನಗೆ ಬೀರಿ, ಅವರ
ಕಣ್ಣಲ್ಲಿ ಕಣ್ಣಿಟ್ಟು ಹಲೋ ಹೇಳಿ 54

26 ಪ್ರತಿದಿನ ಶಾಂತವಾಗಿ ಕುಳಿತುಕೊಳ್ಳಲು
ಸಮಯವನ್ನು ಮೀಸಲಿಡಿ 55

27 ನಿಮ್ಮ ಜೀವನದಲ್ಲಿ ಬರುವ ಜನರನ್ನು
ಚಿಕ್ಕ ಶಿಶುಗಳಂತೆ ಮತ್ತು ನೂರು ವರ್ಷ
ವಯಸ್ಸಾದವರಂತೆ ಕಲ್ಪಿಸಿಕೊಳ್ಳಿ 57

28 ಅರ್ಥಮಾಡಿಕೊಳ್ಳುವವರಲ್ಲಿ ಮೊದಲಿಗರಾಗಿರಿ 58

29 ಉತ್ತಮ ಕೇಳುಗರಾಗಿ 60

30 ನಿಮ್ಮ ಹೋರಾಟಗಳನ್ನು ಜಾಣ್ಮೆಯಿಂದ ಆರಿಸಿ 62

31 ನಿಮ್ಮ ಮನಸ್ಥಿತಿಯನ್ನು (mood) ತಿಳಿದುಕೊಳ್ಳಿ
ಮತ್ತು ಕೆಟ್ಟ ಮನಸ್ಥಿತಿಯಿಂದ ಮೋಸಹೋಗಬೇಡಿ 64

32	ಜೀವನ ಒಂದು ಪರೀಕ್ಷೆ, ಅದು ಕೇವಲ ಒಂದು ಪರೀಕ್ಷೆ ಮಾತ್ರ	66
33	ಪ್ರಶಂಸೆ ಮತ್ತು ದೂಷಣೆ ಎರಡೂ ಒಂದೇ	68
34	ಸ್ವಯಂಸ್ಫೂರ್ತಿಯಿಂದ ಸಹಾಯ ಮಾಡುವುದನ್ನು ರೂಢಿಸಿಕೊಳ್ಳಿ	70
35	ಇತರರ ವರ್ತನೆಯನ್ನು ಮೀರಿ ಅವಲೋಕಿಸಿ / ವರ್ತನೆಯ ಆಚೆ ನೋಡುವುದನ್ನು ರೂಢಿಸಿಕೊಳ್ಳಿ	72
36	ಮುಗ್ಧತೆಯನ್ನು ಕಾಣಿರಿ	73
37	'ಸರಿ'ಯಾಗಿ ಇರುವುದಕ್ಕಿಂತ ದಯಾಳು ಆಗಿರುವುದನ್ನು ಆಯ್ಕೆಮಾಡಿಕೊಳ್ಳಿ	75
38	ಇಂದೇ ಮೂರು ಜನರಿಗೆ ನೀವು ಅವರನ್ನು ತುಂಬಾ ಪ್ರೀತಿಸುತ್ತೀರಿ ಎಂದು ಹೇಳಿ	77
39	ವಿನಮ್ರತೆಯನ್ನು ರೂಢಿಸಿಕೊಳ್ಳಿ	78
40	ಇಂದು ಕಸ ಎತ್ತುವ ಸರದಿ ಯಾರದು ಎಂಬ ಸಂದೇಹವಿದ್ದರೆ, ನೀವೇ ಮುಂದುವರೆದು ಎತ್ತಿಹಾಕಿ	80
41	ಹವಾಮಾನ ನಿರೋಧಕದ ಬಳಕೆ ಬೇಡ	81
42	ಪ್ರತಿದಿನ ಕೆಲವು ಕ್ಷಣಗಳನ್ನು ನೀವು ಪ್ರೀತಿಸಬಹುದಾದ ವ್ಯಕ್ತಿಯ ಯೋಚನೆಯಲ್ಲಿ ಕಳೆಯಿರಿ	83
43	ಮಾನವಶಾಸ್ತ್ರಜ್ಞರಾಗಿ	85
44	ವಿಭಿನ್ನ ವಾಸ್ತವಗಳನ್ನು ಅರ್ಥಮಾಡಿಕೊಳ್ಳಿ	87
45	ಸಹಾಯ ಮಾಡುವ ನಿಮ್ಮದೇ ಸ್ವಂತ ವಿಧಾನವನ್ನು ಬೆಳೆಸಿಕೊಳ್ಳಿ	88
46	ಪ್ರತಿದಿನ, ಕನಿಷ್ಠ ಒಬ್ಬ ವ್ಯಕ್ತಿಗಾದರೂ ನೀವು ಅವರಲ್ಲಿ ಏನನ್ನು ಮೆಚ್ಚುತ್ತೀರಿ ಎಂದು ಹೇಳಿ	89
47	ನಿಮ್ಮ ನಿರ್ಬಂಧಗಳನ್ನು ಸಮರ್ಥಿಸಿಕೊಂಡರೆ, ಅವು ನಿಮ್ಮವೇ ಆಗುತ್ತವೆ	91
48	ನೆನಪಿಡಿ, ಪ್ರತಿಯೊಂದರ ಮೇಲೂ ದೇವರ ಮುದ್ರೆ ಇದೆ	93

49 ಟೀಕೆ ಮಾಡುವ ಪ್ರಲೋಭನೆಯನ್ನು ತಡೆದುಕೊಳ್ಳಿ 94

50 ನಿಮ್ಮ ಐದು ಮೊಂಡುತನದ ಅಭ್ಯಾಸಗಳನ್ನು ಬರೆದು ಅವುಗಳನ್ನು ಸ್ವಲ್ಪ ಮೃದುಗೊಳಿಸಬಹುದೇ ಎಂದು ನೋಡಿ 96

51 ಕೇವಲ ತಮಾಷೆಗಾಗಿಯಾದರೂ ನಿಮ್ಮ ಟೀಕೆಯನ್ನು ಸ್ವೀಕರಿಸಿ (ನಂತರ ಅದು ಹೋಗುವುದನ್ನು ನೋಡಿ) 97

52 ಇತರರ ಅಭಿಪ್ರಾಯಗಳಲ್ಲಿ ಅಡಗಿರುವ ಒಂದು ಕಣದಷ್ಟಾದರೂ ಸತ್ಯವನ್ನು ಹುಡುಕಿ 99

53 ಗ್ಲಾಸ್ ಈಗಾಗಲೇ ಒಡೆದು ಹೋಗಿದೆ (ಎಲ್ಲವೂ ಅಷ್ಟೇ) 100

54 'ನೀವು ಎಲ್ಲಿಗೆ ಹೋಗುತ್ತೀರೋ, ನೀವು ಅಲ್ಲಿಯೇ ಇರುತ್ತೀರಿ' ಎಂಬುದನ್ನು ಅರ್ಥಮಾಡಿಕೊಳ್ಳಿ 101

55 ಮಾತನಾಡುವ ಮುನ್ನ ಒಮ್ಮೆ ಉಸಿರೆಳೆದುಕೊಳ್ಳಿ 102

56 ಒಳ್ಳೆಯ ಮನಸ್ಥಿತಿಯಲ್ಲಿದ್ದಾಗ ಕೃತಜ್ಞತೆಯನ್ನು ತೋರಿಸಿ ಮತ್ತು ಕೆಟ್ಟ ಮನಸ್ಥಿತಿಯಲ್ಲಿದ್ದಾಗ ಘನತೆಯನ್ನು ಕಾಪಾಡಿಕೊಳ್ಳಿ 104

57 ಆಕ್ರಮಣಕಾರಿ ಚಾಲಕರಾಗಬೇಡಿ 106

58 ರಿಲ್ಯಾಕ್ಸ್ ಆಗಿರಿ (ನಿರಾಳವಾಗಿರಿ) 108

59 ಮೇಲ್ ಮೂಲಕ ಒಂದು ಮಗುವನ್ನು ದತ್ತು ತೆಗೆದುಕೊಳ್ಳಿ 110

60 ಅತಿರೇಕದ ನಾಟಕಗಳನ್ನು/ಮೆಲೋಡ್ರಾಮಾವನ್ನು ಭಾವ ಮಧುರ ನಾಟಕವಾಗಿ ಪರಿವರ್ತಿಸುವುದು 111

61 ನಿಮ್ಮ ಸ್ವಂತ ದೃಷ್ಟಿಕೋನದಿಂದ ಭಿನ್ನವಾದ ಲೇಖನಗಳು ಮತ್ತು ಪುಸ್ತಕಗಳನ್ನು ಓದಿ ಮತ್ತು ಏನನ್ನಾದರೂ ಕಲಿಯಲು ಪ್ರಯತ್ನಿಸಿ 112

62 ಒಮ್ಮೆ ಒಂದೇ ಕೆಲಸವನ್ನು ಮಾಡಿ 114

63 ಹತ್ತರವರೆಗೆ ಎಣಿಸಿ 116

64 ಬಿರುಗಾಳಿಯ ಕೇಂದ್ರದಲ್ಲಿರುವುದನ್ನು ಅಭ್ಯಾಸ ಮಾಡಿ 117

65 ನಿಮ್ಮ ಯೋಜನೆಗಳಲ್ಲಾಗುವ ಬದಲಾವಣೆಗಳಿಗೆ ಹೊಂದಿಕೊಳ್ಳಿ 118

66	ನಿಮಗೇನು ಬೇಕು ಎಂಬುದನ್ನು ಬಿಟ್ಟು ನಿಮ್ಮ ಬಳಿ ಇರುವುದರ ಬಗ್ಗೆ ಯೋಚಿಸಿ (ಇರುವುದೆಲ್ಲವ ಬಿಟ್ಟು ಇರದುದೆಡೆಗೆ ತುಡಿಯದಿರಿ)	120
67	ನಿಮ್ಮ ನಕಾರಾತ್ಮಕ ಯೋಚನೆಗಳನ್ನು ನಿರ್ಲಕ್ಷಿಸಿ	122
68	ನಿಮ್ಮ ಕುಟುಂಬ ಮತ್ತು ಸ್ನೇಹಿತರಿಂದ ಕಲಿಯಲು ಸಿದ್ಧರಾಗಿರಿ	124
69	ನೀವು ಎಲ್ಲಿರುವಿರೋ ಅಲ್ಲಿಯೇ ಸಂತೋಷವಾಗಿರಿ	125
70	ನೀವು ಯಾವುದನ್ನು ಹೆಚ್ಚು ಅಭ್ಯಸಿಸುತ್ತೀರೋ ನೀವು ಅದೇ ಆಗುತ್ತೀರಿ ಎನ್ನುವುದು ನೆನಪಿರಲಿ	126
71	ಮನಸ್ಸನ್ನು ಶಾಂತವಾಗಿಟ್ಟುಕೊಳ್ಳಿ	128
72	ಯೋಗಾಭ್ಯಾಸ ಮಾಡಿ	130
73	ಸೇವೆಯನ್ನು ನಿಮ್ಮ ಜೀವನದ ಅವಿಭಾಜ್ಯ ಅಂಗವನ್ನಾಗಿ ಮಾಡಿಕೊಳ್ಳಿ	132
74	ಸಹಾಯ ಮಾಡಿ, ಆದರೆ ಪ್ರತಿಯಾಗಿ ಏನನ್ನೂ ನಿರೀಕ್ಷಿಸಬೇಡಿ	134
75	ನಿಮ್ಮ ಸಮಸ್ಯೆಗಳನ್ನು ನಿಮ್ಮ ಗುರುವಿನಂತೆ ನೋಡಿ	136
76	ತಿಳಿಯದೇ ಇರುವುದರಲ್ಲಿಯೂ ನೆಮ್ಮದಿ ಕಾಣಿರಿ	138
77	ನಿಮ್ಮ ಅಸ್ತಿತ್ವವನ್ನು ಸಂಪೂರ್ಣವಾಗಿ ಒಪ್ಪಿಕೊಳ್ಳಿ	140
78	ನಿಮ್ಮ ಬಗ್ಗೆ ಸ್ವಲ್ಪ ಮೃದುವಾಗಿರಿ	142
79	ಇತರರನ್ನು ದೂಷಿಸುವುದನ್ನು ನಿಲ್ಲಿಸಿ	143
80	ಮುಂಜಾನೆ ಬೇಗ ಏಳಿ	145
81	ಸಹಾಯ ಮಾಡುವಾಗ ಸಣ್ಣ ವಿಷಯಗಳತ್ತ ಗಮನ ಹರಿಸಿ	147
82	ನೆನಪಿಡಿ– ನೂರು ವರ್ಷಗಳ ನಂತರ ಎಲ್ಲರೂ ಹೊಸ ಜನರೇ	148
83	ಹಗುರವಾಗಿರಿ	149
84	ಒಂದು ಗಿಡವನ್ನು ನೆಟ್ಟು ಪೋಷಿಸಿ	151

85 ಸಮಸ್ಯೆಗಳೊಂದಿಗೆ ನಿಮ್ಮ ಸಂಬಂಧವನ್ನು ಬದಲಿಸಿಕೊಳ್ಳಿ 153

86 ಮುಂದಿನ ಬಾರಿ ನೀವು ಯಾರೊಂದಿಗಾದರೂ ವಾದಕ್ಕಿಳಿದರೆ, ನಿಮ್ಮನ್ನು ಸಮರ್ಥಿಸಿಕೊಳ್ಳುವ ಬದಲು, ಅವರ ದೃಷ್ಟಿಕೋನವನ್ನು ಅರ್ಥಮಾಡಿಕೊಳ್ಳಲು ಪ್ರಯತ್ನಿಸಿ 154

87 'ಅರ್ಥಪೂರ್ಣ ಸಾಧನೆ' ಎನ್ನುವುದನ್ನು ಮರು ವ್ಯಾಖ್ಯಾನಿಸೋಣ 156

88 ನಿಮ್ಮ ಭಾವನೆಗಳನ್ನು ಆಲಿಸಿ (ಅವು ನಿಮಗೆ ಏನನ್ನೋ ಹೇಳಲು ಪ್ರಯತ್ನಿಸುತ್ತಿವೆ) 158

89 ಯಾರಾದರೂ ನಿಮ್ಮೆಡೆಗೆ ಚೆಂಡನ್ನು ಎಸೆದರೆ, ಅದನ್ನು ಹಿಡಿಯಲೇಬೇಕೆಂದೇನೂ ಇಲ್ಲ 160

90 ಮತ್ತೊಂದು ಸರಿದು ಹೋಗುವ ದೃಶ್ಯವಷ್ಟೇ 162

91 ನಿಮ್ಮ ಜೀವನವನ್ನು ಪ್ರೀತಿಯಿಂದ ತುಂಬಿಸಿಕೊಳ್ಳಿ 164

92 ನಿಮ್ಮ ಆಲೋಚನೆಗಳ ಶಕ್ತಿಯನ್ನು ಅರಿತುಕೊಳ್ಳಿ 165

93 'ಹೆಚ್ಚೇ ಒಳ್ಳೆಯದು' (more is better) ಎಂಬ ಆಲೋಚನೆಯನ್ನು ತೊರೆದುಬಿಡಿ 167

94 'ನಿಜವಾಗಿಯೂ ಮುಖ್ಯವಾದುದು ಯಾವುದು?' ಎಂದು ನಿಮ್ಮನ್ನು ನೀವು ಕೇಳಿಕೊಳ್ಳಿರಿ 169

95 ನಿಮ್ಮ ಹೃದಯದ ಮಾತು ಕೇಳಿ 170

96 'ಏನಿದೆಯೋ' ಅದನ್ನು ಸ್ವೀಕರಿಸಿ 172

97 ಬೇರೆಯವರ ವಿಷಯದಲ್ಲಿ ಮೂಗು ತೂರಿಸಬೇಡಿ ನಿಮ್ಮದೆಷ್ಟಿದೆಯೋ ಅಷ್ಟನ್ನು ಮಾತ್ರ ನೋಡಿಕೊಳ್ಳಿ 174

98 ಸಾಧಾರಣದಲ್ಲಿ ಅಸಾಧಾರಣವನ್ನು ಹುಡುಕಿ 176

99 ನಿಮ್ಮ ಅಂತರಂಗಕ್ಕಾಗಿ ಸಮಯವನ್ನು ಮೀಸಲಿಡಿ 177

100 ಈ ದಿನವನ್ನು ಕೊನೆಯ ದಿನವೆಂದುಕೊಂಡು ಬದುಕಿರಿ! 178

ಪೀಠಿಕೆ

"ನಮ್ಮ ಪೀಳಿಗೆಯ ಅತಿ ದೊಡ್ಡ ಅನ್ವೇಷಣೆಯೆಂದರೆ ಮನುಷ್ಯನು ತನ್ನ ಮನೋವೃತ್ತಿಯನ್ನು ಬದಲಾಯಿಸಿಕೊಳ್ಳುವ ಮೂಲಕ ತನ್ನ ಜೀವನವನ್ನು ಬದಲಾಯಿಸಿಕೊಳ್ಳಬಲ್ಲ ಎನ್ನುವುದು."

– ವಿಲಿಯಂ ಜೇಮ್ಸ್

ನಾವು ಯಾವುದಾದರೂ ಕೆಟ್ಟ ಸುದ್ದಿಯನ್ನು ಕೇಳಿದಾಗ, ಜಟಿಲ ವ್ಯಕ್ತಿಯನ್ನು ಅಥವಾ ಯಾವುದೇ ರೀತಿಯ ನಿರಾಶಾದಾಯಕ ಸನ್ನಿವೇಶವನ್ನು ಎದುರಿಸಿದಾಗಲೆಲ್ಲಾ, ಸಾಧಾರಣವಾಗಿ ನಾವು ಪ್ರಯೋಜನವಾಗುವ ರೀತಿಯಲ್ಲಿ ಪ್ರತಿಕ್ರಿಯಿಸುವುದಿಲ್ಲ. ಆ ಸಮಯದಲ್ಲಿ ನಾವು ಅತಿಯಾಗಿ ಪ್ರತಿಕ್ರಿಯಿಸುತ್ತೇವೆ, ಅತಿಯಾಗಿ ಯೋಚಿಸುತ್ತೇವೆ ಮತ್ತು ಜೀವನದ ನಕಾರಾತ್ಮಕ ಅಂಶಗಳನ್ನು ಮಾತ್ರ ಗಮನಿಸುತ್ತೇವೆ. ಈ ಸಣ್ಣ ಪುಟ್ಟ ವಿಷಯಗಳಿಂದ ನಾವು ಪ್ರಭಾವಿತರಾಗಿ, ಸುಲಭವಾಗಿ ಕಿರಿಕಿರಿಗೊಳ್ಳುತ್ತೇವೆ ಮತ್ತು ಬೇಜಾರು ಮಾಡಿಕೊಳ್ಳುತ್ತೇವೆ. ಅತಿಯಾದ ಆಲೋಚನೆಗಳಿಂದಾಗಿ ನಿರಾಶೆಗೊಳ್ಳುತ್ತೇವೆ. ಇವೆಲ್ಲವೂ ನಾವು ಬಯಸಿದ್ದನ್ನು ಪಡೆಯುವ ಹಾದಿಯಲ್ಲಿ ಅಡಚಣೆಯಾಗುತ್ತವೆ. ಜೀವನದ ಪೂರ್ಣ ಚಿತ್ರಣವನ್ನು ನೋಡದೇ ನಾವು ನಕಾರಾತ್ಮಕತೆಯ ಮೇಲೆ ಮಾತ್ರ ಗಮನಹರಿಸುತ್ತೇವೆ, ಅಷ್ಟೇ ಅಲ್ಲ ನಮಗೆ ಸಹಾಯ ಮಾಡಲು ಸಾಧ್ಯವಿರುವ ಜನರನ್ನು ಸಹ ದೂರವಿಡುತ್ತೇವೆ. ನಾವು ನಮ್ಮ ಜೀವನವನ್ನು ಏನೋ ಒಂದು ದೊಡ್ಡ ಆಪತ್ತಿನ ಪರಿಸ್ಥಿತಿಯೋ ಎನ್ನುವಂತೆ ಜೀವಿಸಲು ಆರಂಭಿಸುತ್ತೇವೆ. ನಾವು ಏನೋ ಬಿಡುವಿಲ್ಲದವರಂತೆ, ಸಮಸ್ಯೆಗಳನ್ನು ಪರಿಹರಿಸುತ್ತಿರುವಂತೆ ತೋರಬಹುದು, ಆದರೆ ವಾಸ್ತವದಲ್ಲಿ ನಾವು ಸಮಸ್ಯೆಗಳನ್ನು ಪರಿಹರಿಸುವ ಬದಲು ಅವುಗಳನ್ನು ಸೇರಿಸಿ ಒಟ್ಟು ಮಾಡುತ್ತಾ ಹೋಗುತ್ತಿರುತ್ತೇವೆ. ಏಕೆಂದರೆ ಪ್ರತಿಯೊಂದು ವಿಷಯವೂ ಒಂದು ದೊಡ್ಡ ಸಮಸ್ಯೆಯಂತೆ ಕಾಣುತ್ತದೆ ಮತ್ತು ನಮ್ಮ ಜೀವನವೆಲ್ಲಾ ಒಂದಾದ ನಂತರ ಒಂದರಂತೆ ಇದೇ ರೀತಿಯ ನಾಟಕದಲ್ಲಿಯೇ ಕಳೆದು ಹೋಗುತ್ತದೆ ಅಷ್ಟೇ.

ಹೀಗೆ ಮಾಡುತ್ತ ಹೋದಂತೆ, ಪ್ರತಿಯೊಂದು ವಿಷಯವೂ ದೊಡ್ಡ ಸಮಸ್ಯೆಯೇ ಎಂದು ನಂಬತೊಡಗುತ್ತೇವೆ. ನಮ್ಮ ಸಮಸ್ಯೆಗಳೊಡನೆ ನಮ್ಮ ಸಂಬಂಧವು ಹೇಗಿದೆ ಎಂಬುದು, ನಾವು ಅವುಗಳನ್ನು ಎಷ್ಟು ಬೇಗನೆ ಮತ್ತು ಪರಿಣಾಮಕಾರಿಯಾಗಿ ಪರಿಹರಿಸುತ್ತೇವೆ ಎನ್ನುವುದರ ಮೇಲೆ ಅವಲಂಬಿಸಿದೆ ಎಂದು ನಾವು ತಿಳಿದುಕೊಳ್ಳುವುದಿಲ್ಲ. ನಿಮ್ಮ ಬಾಳಿನಲ್ಲಿ ಇನ್ನಷ್ಟು ಸಮಾಧಾನವಾಗಿ ಪ್ರತಿಕ್ರಿಯಿಸುವ ರೂಢಿಯನ್ನು ಬೆಳಸಿಕೊಂಡಾಗ, 'ದುಸ್ತರ' ಎಂದು ತೋರುತ್ತಿದ್ದ ಸಮಸ್ಯೆಗಳೂ ಸಹ ನಿರ್ವಹಿಸಬಹುದಾದಂತಹವು ಎನ್ನುವಂತೆ ತೋರುತ್ತವೆ. ನೀವು ಇದನ್ನು ಶೀಘ್ರದಲ್ಲೇ ಕಂಡುಕೊಳ್ಳುವಿರಿ ಎನ್ನುವ ನಂಬಿಕೆ ನನಗಿದೆ.

ಜೀವನವನ್ನು ಪ್ರಸನ್ನವಾಗಿ ಜೀವಿಸುವ ಇನ್ನೊಂದು ಮಾರ್ಗವಿದೆ – ಈ ಸೌಮ್ಯವಾದ

ಮತ್ತು ಸರಳವಾದ ಮಾರ್ಗವು ನಿಮ್ಮ ಜೀವನವನ್ನು ಸುಲಭಗೊಳಿಸುತ್ತದೆ ಮತ್ತು ನಿಮ್ಮ ಸುತ್ತಲಿನ ಜನರನ್ನೂ ಸಹ ಸ್ನೇಹಪರವಾಗಿಸುತ್ತದೆ. ಈ 'ಹೊಸ ಮಾರ್ಗ'ದಲ್ಲಿ, ನೀವು ನಿಮ್ಮ 'ಪ್ರತಿಕ್ರಿಯಿಸುವ' ಹಳೆಯ ರೂಢಿಯನ್ನು ಬಿಟ್ಟು, 'ದೃಷ್ಟಿಕೋನವನ್ನು' ಬದಲಾಯಿಸಿಕೊಳ್ಳುವ ಹೊಸ ಅಭ್ಯಾಸವನ್ನು ಅಳವಡಿಸಿಕೊಳ್ಳಬೇಕು. ಈ ಹೊಸ ಅಭ್ಯಾಸವು ನಮ್ಮ ಜೀವನದಲ್ಲಿ ಇನ್ನಷ್ಟು ಸಮೃದ್ಧಿ ಮತ್ತು ಸಂತೃಪ್ತಿಯನ್ನು ತರುತ್ತದೆ.

ಹೃದಯಸ್ಪರ್ಶಿಯಾದ ನನ್ನದೇ ಆದ ಕಥೆಯನ್ನು ನಿಮ್ಮೊಂದಿಗೆ ಹಂಚಿಕೊಳ್ಳಲು ನಾನು ಬಯಸುತ್ತೇನೆ . ಈ ಕಥೆಯು ಈ ಪುಸ್ತಕದ ಮೂಲ ಉದ್ದೇಶವನ್ನು ನಿಮ್ಮ ಮುಂದೆ ಇಡುತ್ತದೆ. ಈ ಕಥೆಯಲ್ಲಿ ನಡೆದ ಘಟನೆಗಳು ನೀವು ಈಗ ಓದಲಿರುವ ಪುಸ್ತಕದ ಶೀರ್ಷಿಕೆಗೆ ನಾಂದಿ ಹಾಡಿದವು.

ಒಂದು ವರ್ಷದ ಹಿಂದೆ ವಿದೇಶಿ ಪ್ರಕಾಶಕರೊಬ್ಬರು ನನ್ನನ್ನು ಸಂಪರ್ಕಿಸಿದರು ಮತ್ತು ನನ್ನ ಪುಸ್ತಕ 'ಯೂ ಕ್ಯಾನ್ ಫೀಲ್ ಗುಡ್ ಎಗೇನ್'ನ ವಿದೇಶಿ ಆವೃತ್ತಿಗೆ ಜನಪ್ರಿಯ ಲೇಖಕ ಡಾ. ವೇಯ್ನ್ ಡೈಯರ್ ಅವರಿಂದ ಅನುಮೋದನೆ ಪಡೆಯಲು ಪ್ರಯತ್ನಿಸುವಂತೆ ನನ್ನನ್ನು ವಿನಂತಿಸಿದರು. ನನ್ನ ಹಿಂದಿನ ಪುಸ್ತಕಕ್ಕೆ ಡಾ.ಡಯರ್ ಈಗಾಗಲೇ ಅನುಮೋದನೆ ನೀಡಿದ್ದಾರೆ ಎಂದು ನಾನು ಅವರಿಗೆ ಹೇಳಿದೆ. ಹೀಗಾಗಿ ಈ ಸಾರಿ ಅವರು ಒಪ್ಪುತ್ತಾರೆಯೋ ಇಲ್ಲವೋ ಎಂದು ನಾನು ಹೇಳಲಾರೆ. ಆದರೂ ಕೂಡ ನಾನು ಪ್ರಯತ್ನಿಸಿ ನೋಡುತ್ತೇನೆ ಎಂದು ಹೇಳಿದೆ.

ಪ್ರಕಾಶನ ಪ್ರಪಂಚದ ರೂಢಿಯಂತೆ ನನ್ನ ಕಡೆಯಿಂದ ಅವರನ್ನು ಅನುಮೋದನೆಗಾಗಿ ವಿನಂತಿಸಿದೆ, ಆದರೆ ಅವರಿಂದ ಯಾವುದೇ ರೀತಿಯ ಪ್ರತಿಕ್ರಿಯೆ ಬರಲಿಲ್ಲ. ಸ್ವಲ್ಪ ಸಮಯ ನಿರೀಕ್ಷಿಸಿದೆ, ಡಾ. ವೇಯ್ನ್ ಡೈಯರ್ ಅವರಿಗೆ ಬಿಡುವಿಲ್ಲದ ಕೆಲಸಗಳಿರಬಹುದು ಅಥವಾ ಅವರಿಗೆ ಅನುಮೊದನೆ ನೀಡಲು ಇಷ್ಟವಿರಲಿಕ್ಕಿಲ್ಲ ಎಂದು ತೀರ್ಮಾನಿಸಿದೆ. ಅವರ ಈ ನಿರ್ಧಾರವನ್ನು ಗೌರವಿಸಿ, ಪುಸ್ತಕದ ಪ್ರಚಾರಕ್ಕೆ ಅವರ ಹೆಸರನ್ನು ಬಳಸಲು ಸಾಧ್ಯವಿಲ್ಲ ಎಂದು ನಾನು ನನ್ನ ಪ್ರಕಾಶಕರಿಗೆ ತಿಳಿಸಿದೆ. ನನ್ನ ಪ್ರಕಾರ ವಿಷಯ ಇಲ್ಲಿಗೆ ಮುಗಿಯಿತು.

ಆರು ತಿಂಗಳ ನಂತರ, ನಾನು ವಿದೇಶಿ ಆವೃತ್ತಿಯ ಪ್ರತಿಯನ್ನು ಪಡೆದುಕೊಂಡೆ ಮತ್ತು ಪ್ರಕಾಶಕರು ನನ್ನ ಹಿಂದಿನ ಪುಸ್ತಕದಲ್ಲಿದ್ದ ಡಾ. ವೇಯ್ನ್ ಡೈಯರ್ ಅವರ ಅನುಮೋದನೆಯನ್ನೇ ಮುಖಪುಟದಲ್ಲಿ ಬಳಸಿರುವುದನ್ನು ನೋಡಿ ನನಗೆ ಆಶ್ಚರ್ಯವಾಯಿತು. ನನ್ನ ಸ್ಪಷ್ಟ ಸೂಚನೆಗಳ ಹೊರತಾಗಿಯೂ, ವಿದೇಶಿ ಪ್ರಕಾಶಕರು ಅವರ ಹಿಂದಿನ ಉಲ್ಲೇಖವನ್ನು ಈ ಹೊಸ ಪುಸ್ತಕದಲ್ಲಿ ಬಳಸಿದ್ದರು. ಇದರಿಂದ ನನಗೆ ತುಂಬಾ ಅಸಮಾಧಾನವಾಯಿತು ಮತ್ತು ಇದರಿಂದಾಗಬಹುದಾದ ಪರಿಣಾಮಗಳ ಬಗ್ಗೆ ನನಗೆ ಚಿಂತೆಯಾಗತೊಡಗಿತು . ನಾನು ತಕ್ಷಣ ನನ್ನ ಏಜೆಂಟರಿಗೆ ಕರೆ ಮಾಡಿ, ಅವರ ಮೂಲಕ ಪ್ರಕಾಶಕರನ್ನು ಸಂಪರ್ಕಿಸಿ ಪುಸ್ತಕವನ್ನು ಮಾರುಕಟ್ಟೆಯಿಂದ ಹಿಂತೆಗೆದುಕೊಳ್ಳುವಂತೆ ಒತ್ತಾಯಿಸಿದೆ.

ಈ ನಡುವೆ ಡಾ.ವೇನ್ ಡೈಯರ್ ಅವರಿಗೆ ಪರಿಸ್ಥಿತಿಯನ್ನು ವಿವರಿಸಿ ಮತ್ತು ಈ ಎಲ್ಲ ಸಮಸ್ಯೆಯ ನಿವಾರಣೆಗೆ ಕ್ರಮ ಕೈಗೊಳ್ಳಲಾಗುತ್ತಿದೆ ಎಂದು ಕ್ಷಮಾಪಣೆ ಪತ್ರವನ್ನು ಬರೆದೆ. ಕೆಲವು ವಾರಗಳವರೆಗೆ ಅವರ ಉತ್ತರಕ್ಕಾಗಿ ಕಾಯುತ್ತಿದ್ದೆ, ಆ ನಂತರ ಅವರು ಇಮೇಲ್ ಒಂದನ್ನು ಕಳುಹಿಸಿದರು, ಅದರಲ್ಲಿ ಹೀಗೆ ಬರೆಯಲಾಗಿತ್ತು:

"ರಿಚರ್ಡ್, ಸಾಮರಸ್ಯದಿಂದ ಬದುಕಲು ಎರಡು ನಿಯಮಗಳಿವೆ 1) ಸಣ್ಣ-ಸಣ್ಣ

ವಿಷಯಗಳ ಬಗ್ಗೆ ಚಿಂತಿಸಬೇಡಿ 2) ಎಲ್ಲವೂ ಸಣ್ಣ ವಿಷಯಗಳೇ. ಇದಿಷ್ಟೇ ಸತ್ಯ.

– ಇಂತಿ ವೇಯ್ನ್".

ಆಯಿತು, ಇಷ್ಟೇ! ಒಣ ಉಪದೇಶವಿಲ್ಲ, ಬೆದರಿಕೆ ಇಲ್ಲ. ಯಾವುದೇ ದ್ವೇಷವಿಲ್ಲ ಅಥವಾ ವಾದವಿಲ್ಲ. ನಾನು ಅವರ ಜನಪ್ರಿಯತೆಯನ್ನು ಅನುಚಿತವಾಗಿ ಬಳಸಿದ್ದರೂ ಸಹ ಅವರು ತುಂಬಾ ಸಭ್ಯ ಮತ್ತು ವಿನಮ್ರವಾಗಿ ವರ್ತಿಸಿದ್ದರು. ಯಾರಿಗೂ ಯಾವುದೇ ರೀತಿಯ ಹಾನಿಯಾಗದಂತೆ. ಅವರ ಪ್ರತಿಕ್ರಿಯೆಯು, 'ಬಂದದ್ದನ್ನು ಬಂದಂತೆ ಸ್ವೀಕರಿಸು' ಎನ್ನುವಂತೆ ಇತ್ತು ಮತ್ತು ನಾವು ಜೀವನವನ್ನು ವಿಶಾಲ ಮನಸ್ಸಿನಿಂದ ಮತ್ತು ಸರಳವಾಗಿ ಒಪ್ಪಿಕೊಳ್ಳಬೇಕು ಎಂಬ ಪಾಠವೂ ಕೂಡ ಅದರಲ್ಲಿ ಅಡಗಿತ್ತು.

ಒಂದು ದಶಕಕ್ಕೂ ಹೆಚ್ಚು ಕಾಲದಿಂದಲೂ ನಾನು ನನ್ನ ಸಲಹಾರ್ಥಿಗಳಿಗೆ(clients) ಸಹಾಯ ಮಾಡುತ್ತಿದ್ದೇನೆ. ಜೀವನವನ್ನು ಹೇಗೆ ಒಪ್ಪಿಕೊಳ್ಳಬೇಕು ಮತ್ತು ಅಪ್ಪಿಕೊಳ್ಳಬೇಕು ಎನ್ನುವುದನ್ನು ಅವರಿಗೆ ಕಲಿಸುತ್ತಿದ್ದೇನೆ. ಕೆಲಸಕ್ಕೆ ಸಂಬಂಧಿಸಿದ ಸಮಸ್ಯೆಗಳು, ಸಂಬಂಧಗಳಲ್ಲಿ ಬರುವ ತೊಂದರೆಗಳು, ಒತ್ತಡ, ವ್ಯಸನ ಮತ್ತು ಹತಾಶೆ ಹೀಗೆ ಹತ್ತು ಹಲವು ಸಮಸ್ಯೆಗಳನ್ನು ಅವರು ಮತ್ತು ನಾನು ಒಟ್ಟಾಗಿ ಎದುರಿಸುತ್ತೇವೆ.

ಈ ಪುಸ್ತಕದಲ್ಲಿ ಜೀವನವನ್ನು ಸುಂದರವಾಗಿಸುವ ಕೆಲವು ನಿರ್ದಿಷ್ಟ ಕಾರ್ಯತಂತ್ರಗಳನ್ನು ನಾನು ನಿಮ್ಮೊಂದಿಗೆ ಹಂಚಿಕೊಳ್ಳಲಿದ್ದೇನೆ, ಅವುಗಳನ್ನು ನೀವು ಇಂದಿನಿಂದಲೇ ಪ್ರಯತ್ನಿಸಬಹುದು. ನನ್ನ ಸಲಹಾರ್ಥಿಗಳಿಂದ ಯಶಸ್ವಿಯಾಗಿ ಸಾಬೀತಾದ ಕಾರ್ಯತಂತ್ರಗಳನ್ನೇ ನಿಮ್ಮ ಮುಂದಿಡುತ್ತಿದ್ದೇನೆ. ನನ್ನ ಓದುಗರು ತುಂಬಾ ವರ್ಷಗಳಿಂದ ಇವುಗಳನ್ನು ಅಳವಡಿಸಿಕೊಳ್ಳುತ್ತಿದ್ದಾರೆ. ಇವು ಜೀವನದತ್ತ ನನ್ನ ದೃಷ್ಟಿಕೋನವನ್ನೂ ಪ್ರತಿಬಿಂಬಿಸುತ್ತವೆ, ಅದೇನೆಂದರೆ, ಆದಷ್ಟು ಕಡಿಮೆ ಪ್ರತಿರೋಧಿಸುವ ಮಾರ್ಗ. ಪ್ರತಿಯೊಂದು ಕಾರ್ಯತಂತ್ರವು ಸರಳವಾಗಿದೆ ಮತ್ತು ಶಕ್ತಿಯುತವಾಗಿದೆ ಮತ್ತು ಆದಷ್ಟು ಶಾಂತಿಯುತವಾದ ಜೀವನವನ್ನು ಹೇಗೆ ನಡೆಸಬೇಕೆಂಬುದನ್ನು ನಿಮಗೆ ಕಲಿಸುತ್ತದೆ. ಅವುಗಳನ್ನು ನೀವು ಯಾವುದೋ ಒಂದು ಸನ್ನಿವೇಶಕ್ಕಷ್ಟೇ ಅಲ್ಲ ಜೀವನದ ಕಷ್ಟಕರ ಸಮಸ್ಯೆಗಳನ್ನು ಪರಿಹರಿಸಲೂ ಸಹ ಅನ್ವಯಿಸಿಕೊಳ್ಳಬಹುದು.

ನೀವು 'ಸಣ್ಣ–ಪುಟ್ಟ ವಿಷಯಗಳ ಬಗ್ಗೆ ಚಿಂತಿಸದಿದ್ದರೆ', ನಿಮ್ಮ ಜೀವನವು ಪರಿಪೂರ್ಣವಾಗಿಬಿಡುವುದು ಎಂದಲ್ಲ, ಆದರೆ ನೀವು ಜೀವನದಲ್ಲಿ ಬಂದಿದ್ದನ್ನು ಬಂದಂತೆ, ಆದಷ್ಟು ಪ್ರತಿರೋಧಿಸದೇ ಸ್ವೀಕರಿಸಲು ಕಲಿಯುವಿರಿ. ಝೆನ್ ತತ್ವಶಾಸ್ತ್ರದಲ್ಲಿ ಹೇಳಿದಂತೆ, ನಿಮ್ಮ ಎಲ್ಲಾ ಬಲವನ್ನು ಪ್ರಯೋಗಿಸಿ ವಿರೋಧಿಸುವ ಬದಲು ಸಮಸ್ಯೆಗಳನ್ನು 'ಬಿಟ್ಟು ಬಿಡುವುದನ್ನು' ಕಲಿತಾಗ, ನಿಮ್ಮ ಜೀವನವು ಸರಾಗವಾಗುತ್ತದೆ. ಕೆಳಗಿನ ಪ್ರಾರ್ಥನೆಯಂತೆ ನಿಮ್ಮ ಜೀವನವನ್ನು ರೂಪಿಸಲು ನಿಮಗೆ ಸಾಧ್ಯವಾಗುತ್ತದೆ:

'ಬದಲಾಯಿಸಬಹುದಾದ ವಿಷಯಗಳನ್ನು ಬದಲಾಯಿಸೋಣ, ಸಾಧ್ಯವಿಲ್ಲದ್ದನ್ನು ಸ್ವೀಕರಿಸೋಣ ಹಾಗೂ ಇವೆರಡರ ನಡುವಿನ ವ್ಯತ್ಯಾಸವನ್ನು ತಿಳಿದುಕೊಳ್ಳುವ ಜಾಣ್ಮೆಯು ನಮ್ಮಲ್ಲಿರಲಿ'. ನೀವು ಈ ಕಾರ್ಯತಂತ್ರಗಳತ್ತ ಗಮನ ಕೊಟ್ಟರೆ, ಸಾಮರಸ್ಯದ ಎರಡೂ ನಿಯಮಗಳನ್ನು ಕಂಡುಕೊಳ್ಳುತ್ತೀರಿ ಎನ್ನುವ ವಿಶ್ವಾಸ ನನಗಿದೆ. 1) ಸಣ್ಣ–ಸಣ್ಣ ವಿಷಯಗಳ ಬಗ್ಗೆ ಚಿಂತಿಸಬೇಡಿ 2) ಎಲ್ಲವೂ ಸಣ್ಣ ವಿಷಯಗಳೇ. ಈ ವಿಚಾರಗಳನ್ನು ನಿಮ್ಮ ಜೀವನದಲ್ಲಿ ಅಳವಡಿಸಿಕೊಂಡಾಗ, ನೀವು ಹೆಚ್ಚು ಶಾಂತಿಯುತರೂ ಮತ್ತು ಪ್ರೀತಿಪಾತ್ರರೂ ಆಗುವಿರಿ.

1

ಸಣ್ಣ – ಪುಟ್ಟ ವಿಷಯಗಳ ಬಗ್ಗೆ ಚಿಂತಿಸಬೇಡಿ

ಸೂಕ್ಷ್ಮವಾಗಿ ಗಮನಿಸಲು ಹೋದರೆ ಸಾಮಾನ್ಯವಾಗಿ ನಾವು ಅಷ್ಟೊಂದು ಮುಖ್ಯವಲ್ಲದಂತಹ ತುಂಬಾ ಸಂಗತಿಗಳಿಂದ ಸುತ್ತುವರಿಯಲ್ಪಟ್ಟಿರುತ್ತೇವೆ. ಸಣ್ಣ ಸಮಸ್ಯೆಗಳು ಮತ್ತು ತೊಂದರೆಗಳ ಬಗ್ಗೆ ನಾವು ತುಂಬಾ ಚಿಂತಿಸುತ್ತೇವೆ, ಆದ್ದರಿಂದ ಅವುಗಳು ವಾಸ್ತವದಲ್ಲಿ ಇದ್ದುದಕ್ಕಿಂತ ದೊಡ್ಡದಾಗಿ ಕಾಣುತ್ತವೆ. ಉದಾಹರಣೆಗೆ, ಭಾರೀ ಟ್ರಾಫಿಕ್‌ನಲ್ಲಿ ಯಾರೋ ಅಪರಿಚಿತರು ನಮ್ಮ ದಾರಿಗೆ ಅಡ್ಡ ಬರುತ್ತಾರೆ ಎಂದಿಟ್ಟುಕೊಳ್ಳೋಣ. ವಿಷಯವನ್ನು ಅಲ್ಲಿಗೆ ಮುಗಿಸಿ, ನಮ್ಮ ದಿನವನ್ನು ಮುಂದುವರಿಸುವ ಬದಲು, ಆ ವ್ಯಕ್ತಿಯ ಮೇಲಿನ ನಮ್ಮ ಕೋಪವನ್ನು ಸಮರ್ಥಿಸಿಕೊಳ್ಳುತ್ತೇವೆ. ನಾವು ನಮ್ಮ ಮನಸ್ಸಿನಲ್ಲಿಯೇ ಅವನೊಡನೆ ವಾದಮಾಡಲು ಪ್ರಾರಂಭಿಸುತ್ತೇವೆ. ನಮ್ಮಲ್ಲಿ ಅನೇಕರು ಅದನ್ನು ಮರೆತುಬಿಡುವ ಬದಲು ಇತರರಿಗೆ ಆ ಘಟನೆಯನ್ನು ಮತ್ತೆ ಮತ್ತೆ ವಿವರಿಸುತ್ತ ಹೋಗಬಹುದು.

ಇದೆಲ್ಲದರ ಬದಲು ಆ ಡ್ರೈವರನ್ನು ಸುಮ್ಮನೆ ಅವನ ಪಾಡಿಗೆ ಬಿಟ್ಟು ಬಿಡಬಾರದೇಕೆ? ಅಲ್ಲದೇ ಈ ರೀತಿಯ ಅವಸರದ ಪರಿಸ್ಥಿತಿಯಲ್ಲಿರುವುದು ಎಷ್ಟು ಕಷ್ಟದಾಯಕ ಎಂಬುದನ್ನು ಅರಿತು, ಆ ವ್ಯಕ್ತಿಯ ಬಗ್ಗೆ ಸಹಾನುಭೂತಿಯನ್ನು ಬೆಳೆಸಿಕೊಳ್ಳಿ. ಹೀಗೆ, ಇತರರ ಸಮಸ್ಯೆಗಳನ್ನು ವೈಯಕ್ತಿಕವಾಗಿ ತೆಗೆದುಕೊಳ್ಳುವುದನ್ನು ನಿಲ್ಲಿಸಿ, ನಮ್ಮ ಸ್ವಂತ ಕ್ಷೇಮವನ್ನು ಕಾಪಾಡಿಕೊಳ್ಳಬಹುದು.

ಅದೇ ರೀತಿ, ಅನೇಕ 'ಸಣ್ಣ–ಪುಟ್ಟ ಘಟನೆಗಳು' ನಮ್ಮ ದೈನಂದಿನ ಜೀವನದಲ್ಲಿ ಸಂಭವಿಸಬಹುದು, ಉದಾಹರಣೆಗೆ ಸರತಿ ಸಾಲಿನಲ್ಲಿ ತುಂಬಾ ಹೊತ್ತು ಕಾಯಬೇಕಾಗಬಹುದು, ಬೇಡವಾದ ಟೀಕೆಗಳನ್ನು ಕೇಳಬೇಕಾಗಬಹುದು, ಅಥವಾ ಬೇರೆಯವರ ಕೆಲಸವನ್ನು ಮಾಡಬೇಕಾಗಬಹುದು. ಇಂತಹ ಚಿಕ್ಕ ಚಿಕ್ಕ ವಿಷಯಗಳ ಬಗ್ಗೆ ತಲೆ ಕೆಡಿಸಿಕೊಳ್ಳದೇ ಇದ್ದರೆ ಅದು ನಮಗೇ ಲಾಭದಾಯಕವಾಗಿರುತ್ತದೆ. ಅನೇಕ ಜನರು ತಮ್ಮ ಜೀವನದ ಶಕ್ತಿಯನ್ನು ಸಣ್ಣ ವಿಷಯಗಳಿಗೆ ವ್ಯಯಿಸುತ್ತಾರೆ, ಆದ್ದರಿಂದ ಅವರು ಜೀವನದ ಸೌಂದರ್ಯ ಮತ್ತು ಅದರ ಮೋಡಿಯಿಂದ/ಅದ್ಭುತಗಳಿಂದ ವಂಚಿತರಾಗುತ್ತಾರೆ. ಯಾವಾಗ ನೀವು ಈ ಗುರಿಯನ್ನು ತಲುಪಲು ಕೆಲಸ ಮಾಡುತ್ತೀರೋ, ಆಗ ನಿಮ್ಮಲ್ಲಿ ದಯೆ, ಸೌಮ್ಯತೆ ಮತ್ತು ಜೀವನ ಚೈತನ್ಯದ ಮಟ್ಟ ಹೆಚ್ಚಿನದಾಗಿರುತ್ತದೆ.

2

ಅಪೂರ್ಣತೆಯನ್ನು ಒಪ್ಪಿಕೊಳ್ಳಿ

ಜೀವನದಲ್ಲಿ ಮನಃಶಾಂತಿಯನ್ನು ಹೊಂದಿರುವ ಪರಿಪೂರ್ಣತಾವಾದಿಯನ್ನು (perfectionist) ನಾನು ಇಂದಿನ ತನಕ ನೋಡಿಲ್ಲ. ಪರಿಪೂರ್ಣತೆಯ ಅಗತ್ಯ ಮತ್ತು ಮನಃಶಾಂತಿಯನ್ನು ಪಡೆಯುವ ಬಯಕೆ ಯಾವಾಗಲೂ ಪರಸ್ಪರ ವಿರುದ್ಧವಾದವುಗಳು. ಈಗಾಗಲೇ ಇರುವುದನ್ನು, ಅದಕ್ಕಿಂತ ಉತ್ತಮವಾದ ರೀತಿಯಲ್ಲಿ ಇರಬೇಕೆಂದು ಬಯಸಿ, ಅದನ್ನು ಪಡೆಯಲು ಬೆನ್ನು ಹತ್ತಿದೆವೆಂದರೆ, ಆ ನಿಟ್ಟಿನಲ್ಲಿ ನಾವು ಅರ್ಧ ಸೋತಂತೆಯೇ. ನಾವು ಏನನ್ನು ಪಡೆದಿದ್ದೇವೆ ಅದಕ್ಕೆ ಕೃತಾರ್ಥರಾಗಿ ಮತ್ತು ತೃಪ್ತರಾಗಿ ಇರುವುದನ್ನು ಬಿಟ್ಟು, ಯಾವಾಗಲೂ ಏನು ಸರಿ ಇಲ್ಲವೋ ಅದರ ಮೇಲೆ ಮತ್ತು ಅದನ್ನು ಸರಿಪಡಿಸುವುದರ ಮೇಲೆಯೇ ಗಮನ ಹರಿಸುತ್ತೇವೆ. ತಪ್ಪಿರುವುದರ ಮೇಲೆಯೇ ಗಮನ ಹರಿಸುವುದೆಂದರೆ ನಾವು ಅತೃಪ್ತರು ಮತ್ತು ಅಸಮಾಧಾನದಿಂದ ಕೂಡಿರುವವರು ಎಂದಾಯ್ತು.

ಯಾವಾಗಲೂ ಅಪೂರ್ಣತೆಯನ್ನಷ್ಟೇ ಗಮನಿಸುವುದು, ನಾವು ದಯಾಳುವಾಗಿ ಮತ್ತು ಸೌಮ್ಯವಾಗಿ ಇರಬೇಕೆನ್ನುವ ಗುರಿಯಿಂದ ನಮ್ಮನ್ನು ದೂರವಿಡುತ್ತದೆ. ಉದಾಹರಣೆಗೆ ನಮ್ಮ ಸ್ವಂತ ವಿಷಯಕ್ಕೆ ಬಂದರೆ, ಅಸ್ತವ್ಯಸ್ತವಾದ ಬಟ್ಟೆಯ ಬೀರು, ನಮ್ಮ ಚೆಂದದ ಕಾರಿನ ಮೇಲೆ ಬಿದ್ದ ಗೀರು, ಅಪೂರ್ಣವಾದ ಸಾಧನೆಗಳು ಅಥವಾ ಇನ್ನೂ ಸ್ವಲ್ಪ ಇಳಿಸಲು ಬಯಸುವ ದೇಹದ ತೂಕ ಇತ್ಯಾದಿ, ಅಥವಾ ಬೇರೊಬ್ಬರ 'ಅಪೂರ್ಣತೆ' ಬಗ್ಗೆ ಅಂದರೆ, ಅವರು ನೋಡಲು ಹೇಗಿದ್ದಾರೆ, ಹೇಗೆ ವರ್ತಿಸುತ್ತಾರೆ ಅಥವಾ ಹೇಗೆ ಬದುಕುತ್ತಾರೆ ಮುಂತಾದವುಗಳು. ಆದರೆ ಇದೆಲ್ಲರ ಅರ್ಥ ನೀವು ಅತ್ಯುತ್ತಮವಾದದ್ದನ್ನು ಮಾಡುವುದು ನಿಲ್ಲಿಸಿಬಿಡಿ ಎಂದಲ್ಲ, ಬದಲಿಗೆ ಜೀವನದ ನ್ಯೂನತೆಗಳ ಮೇಲೆ ಹೆಚ್ಚು ಗಮನಹರಿಸದೇ ಅಥವಾ ಅವುಗಳಿಗೆ ಅತಿಯಾಗಿ ಅಂಟಿಕೊಳ್ಳದೇ ಇರುವುದು ಎಂದರ್ಥ. ಎಲ್ಲವನ್ನೂ ಉತ್ತಮವಾಗಿ ಮಾಡಲು ಒಂದು ಮಾರ್ಗವಿರುತ್ತದೆ, ಆದರೆ ಈಗಾಗಲೇ ಇರುವುದನ್ನು ಮೆಚ್ಚಿಕೊಳ್ಳಬಾರದು ಅಥವಾ ಆನಂದಿಸಬಾರದು, ಅಂತ ಏನೂ ಇಲ್ಲವಲ್ಲಾ.

ಯಾವಾಗ ನೀವು ವಿಷಯಗಳನ್ನು ವಾಸ್ತವದಲ್ಲಿರುವುದಕ್ಕಿಂತ ಬೇರೆಯಾಗಿರಬೇಕೆಂಬ ಪರಿಪಾಠಕ್ಕೆ ಕಟ್ಟುಬೀಳುತ್ತಿರೋ ಆಗ ನಿಮ್ಮನ್ನು ನೀವು ಅಲ್ಲೇ ತಡೆಹಿಡಿದು ನಿಲ್ಲಿಸಿಕೊಳ್ಳುವುದೇ ಇದಕ್ಕೆ ಪರಿಹಾರ. ಈಗ ಹೇಗಿದೆಯೋ ಹಾಗೆಯೇ ಜೀವನವು ಉತ್ತಮವಾಗಿಯೇ ಇದೆ ಎಂಬುದನ್ನು ನೆಮ್ಮದಿಯಿಂದ ನೆನಪಿಸಿಕೊಳ್ಳಿ, ನಿಮ್ಮ ವಿಮರ್ಶೆಗಳ, ಟೀಕೆ-ಟಿಪ್ಪಣಿಗಳ ಹೊರತಾಗಿಯೂ ಸಹ ಎಲ್ಲವೂ ಚೆನ್ನಾಗಿಯೇ ಇರುತ್ತದೆ. ಪ್ರತಿಯೊಂದು ಅಂಶದಲ್ಲೂ ಪರಿಪೂರ್ಣತೆಯನ್ನು ಕಾಣಬೇಕೆಂಬ ಹಂಬಲವನ್ನು ತೆಗೆದು ಹಾಕಿದಾಗ, ಜೀವನದಲ್ಲಿಯೇ ಪರಿಪೂರ್ಣತೆಯನ್ನು ಕಂಡುಕೊಳ್ಳುವಿರಿ.

3

ಸೌಮ್ಯವಾಗಿ ಮತ್ತು ನಿರಾಳವಾಗಿ ಇರುವವರೆಲ್ಲ ಸಾಧಕರಲ್ಲ ಎಂಬ ಧೋರಣೆ ಬೇಡ

ನಾವೆಲ್ಲ ಯಾವಾಗಲೂ ಅವಸರ, ಗಾಬರಿ, ಪೈಪೋಟಿಯಲ್ಲಿ ಮತ್ತು ಬಹು ದೊಡ್ಡ ತುರ್ತು ಪರಿಸ್ಥಿತಿಯಲ್ಲಿ ಇದ್ದಂತೆ ಬದುಕುವುದಕ್ಕೆ ಹಲವು ಕಾರಣಗಳಿವೆ. ಶಾಂತಚಿತ್ತರಾಗಿ ಮತ್ತು ಅಕ್ಕರೆಯಿಂದ ವರ್ತಿಸಿದರೆ ಗುರಿಯನ್ನು ಸಾಧಿಸುವುದರತ್ತ ನಮ್ಮ ಗಮನ ಕಡಿಮೆಯಾಗುತ್ತದೆ ಎನ್ನುವ ಭಯವೂ ಅದರಲ್ಲಿ ಒಂದು. ಅದರಿಂದ ನಾವು ಸೋಮಾರಿಗಳು ಮತ್ತು ನಿರುತ್ಸಾಹಿಗಳಾಗಬಹುದು ಎಂದುಕೊಳ್ಳುತ್ತೇವೆ.

ಈ ಭಯದಿಂದ ಹೊರಬನ್ನಿ, ಏಕೆಂದರೆ ವಾಸ್ತವದ ಸಂಗತಿ ಇದಕ್ಕೆ ವ್ಯತಿರಿಕ್ತವಾದುದು. ಭಯ ಮತ್ತು ಆತಂಕದಿಂದ ತುಂಬಿದ ಆಲೋಚನೆಯು ಸೃಜನಶೀಲತೆಯನ್ನು ಮತ್ತು ಸ್ಫೂರ್ತಿಯನ್ನು ಜೀವನದಿಂದ ತೆಗೆದುಹಾಕುತ್ತದೆ, ನಿಮ್ಮ ಶಕ್ತಿಯನ್ನು ಬಸಿದು ಬಿಡುತ್ತದೆ. ಭಯಭೀತರಾಗಿರುವಾಗ ಮತ್ತು ಆತಂಕದಲ್ಲಿರುವಾಗ, ನಿಮ್ಮ ಅತ್ಯುನ್ನತ ಸಾಮರ್ಥ್ಯವೂ ಸಹ ಕೆಲಸಕ್ಕೆ ಬಾರದ್ದಾಗುತ್ತದೆ, ಇಂತಹ ಸ್ಥಿತಿಯಲ್ಲಿ ಆನಂದವನ್ನು ಕಂಡುಕೊಳ್ಳುವುದನ್ನಂತೂ ಮರತೇ ಬಿಡಿ. ಇಲ್ಲಿಯವರೆಗೆ ನೀವು ಸಾಧಿಸಿದ ಯಾವುದೇ ರೀತಿಯ ಯಶಸ್ಸಾಗಿರಲಿ ಅದನ್ನು ನೀವು ಭಯದ ಹೊರತಾಗಿಯೇ ಸಾಧಿಸಿರುತ್ತೀರಿ.

ಶಾಂತ, ಪ್ರೀತಿಪರ ಮತ್ತು ಸಮಾಧಾನವಾಗಿ ಇರುವ ತುಂಬಾ ಜನರ ಸಂಪರ್ಕದಲ್ಲಿರುವ ಅದೃಷ್ಟ ನನ್ನದಾಗಿದೆ. ಇವರಲ್ಲಿ ಕೆಲವರು ಜನಪ್ರಿಯ ಲೇಖಕರು, ಒಳ್ಳೆಯ ಪಾಲಕರು, ಸಲಹೆಗಾರರು, ಕಂಪ್ಯೂಟರ್ ತಜ್ಞರು ಮತ್ತು ಕಾರ್ಯನಿರ್ವಾಹಕ ಅಧಿಕಾರಿಗಳು. ಇವರೆಲ್ಲರೂ ತಮ್ಮ ಕೆಲಸಗಳಲ್ಲಿ ಸಂತೃಪ್ತರು ಮತ್ತು ತಮ್ಮ ಕೌಶಲ್ಯಗಳಲ್ಲಿ ಪರಿಣಿತರಾಗಿದ್ದಾರೆ.

ಇಲ್ಲಿ ನಾನು ಕಲಿತ ಪ್ರಮುಖವಾದ ಪಾಠವೆಂದರೆ ನಿಮಗೆ ಬೇಕಾದದ್ದು ಸಿಕ್ಕಾಗ (ಅಂದರೆ ಮನಃಶಾಂತಿ), ನಿಮ್ಮ ಬೇಡಿಕೆಗಳು, ಅಗತ್ಯಗಳು, ಇಚ್ಛೆಗಳು ಮತ್ತು ಚಿಂತೆಗಳು ನಿಮ್ಮನ್ನು ವಿಚಲಿತಗೊಳಿಸಲಾರವು. ಆಗ, ನೀವು ನಿಮ್ಮ ಗುರಿಯ ಮೇಲೆ ಸುಲಭವಾಗಿ ಗಮನವನ್ನು ಕೇಂದ್ರೀಕರಿಸಬಹುದು ಮತ್ತು ಆ ಗುರಿಯನ್ನು ಸಾಧಿಸಿದ ನಂತರ, ಮರಳಿ ಇತರರಿಗೂ ಸಹಾಯ ಮಾಡಬಹುದು.

4

ನಿಮ್ಮ ಯೋಚನೆಗಳ ಸ್ನೋಬಾಲ್ ಪರಿಣಾಮದ ಬಗ್ಗೆ ಹುಷಾರಾಗಿರಿ

ನೀವು ಇನ್ನಷ್ಟು ನೆಮ್ಮದಿಯಾಗಿರಲು ಪರಿಣಾಮಕಾರಿಯಾದ ಉಪಾಯವೆಂದರೆ ನಿಮ್ಮ ನಕಾರಾತ್ಮಕ ಮತ್ತು ಅಭದ್ರತೆಯ ಭಾವನೆಯಿಂದ ನೀವು ಎಷ್ಟು ಬೇಗನೆ ಹೊರಬರುತ್ತೀರಿ ಎಂಬುದನ್ನು ಅರಿತುಕೊಳ್ಳುವುದಾಗಿದೆ. ನೀವು ಯೋಚನೆಗಳ ಸುಳಿಯಲ್ಲಿ ಸಿಕ್ಕಿಹಾಕಿಕೊಂಡಾಗ, ಎಷ್ಟೊಂದು ಒತ್ತಡದಲ್ಲಿ ಇರುತ್ತೀರಿ ಎನ್ನುವುದನ್ನು ಎಂದಾದರೂ ಗಮನಿಸಿದ್ದೀರಾ? ಈ ರೀತಿ ನೀವು ಚಿಂತೆಗಳಲ್ಲಿ ಸಿಕ್ಕಿಹಾಕಿಕೊಂಡಾಗ, ಯಾವ ವಿಷಯದ ಬಗ್ಗೆ ನೀವು ಅಸಮಾಧಾನಗೊಂಡು ಅತಿಯಾಗಿ ಯೋಚಿಸುತ್ತೀರೋ, ಅದನ್ನು ಯೋಚಿಸಿದಷ್ಟು ಅಸಮಾಧಾನ ಹೆಚ್ಚುತ್ತಲೇ ಹೋಗುತ್ತದೆ. ಒಂದು ಯೋಚನೆ ಇನ್ನೊಂದಕ್ಕೆ ದಾರಿ ಮಾಡಿಕೊಡುತ್ತದೆ ಹಾಗೂ ಅದು ಮತ್ತೊಂದಕ್ಕೆ, ಕೊನೆಗೆ ನೀವು ಅತಿಯಾಗಿ ಕಿರಿಕಿರಿಗೊಳ್ಳುವ ಹಂತಕ್ಕೆ ಬಂದು ತಲುಪುತ್ತೀರಿ.

ಉದಾಹರಣೆಗೆ, ನಿಮಗೆ ಮಧ್ಯರಾತ್ರಿಯಲ್ಲಿ ಇದ್ದಕ್ಕಿದ್ದಂತೆ ಎಚ್ಚರವಾಗಿ ಮರುದಿನ ಮಾಡಬೇಕಾದ ಒಂದು ಫೋನ್ ಕರೆಯ ಬಗ್ಗೆ ನೆನಪಾಗಬಹುದು. ಆಗ ನೀವು ನಾಳೆ ಮಾಡಬೇಕಾದ ಒಂದು ಮುಖ್ಯವಾದ ಕೆಲಸ ಈಗಲೇ ನೆನಪಾಯಿತಲ್ಲ ಬಿಡು ಎಂದು ನೆಮ್ಮದಿಯ ನಿಟ್ಟುಸಿರು ಬಿಡುವುದಿಲ್ಲ, ಅದರ ಬದಲಿಗೆ ನಾಳೆ ಮಾಡಬೇಕಾದ ಇತರ ಎಲ್ಲಾ ಕೆಲಸಗಳ ಬಗ್ಗೆ ಯೋಚಿಸಲು ಪ್ರಾರಂಭಿಸುತ್ತೀರಿ. ಮರುದಿನ ನಿಮ್ಮ ಬಾಸ್‌ನೊಂದಿಗೆ ಏನು ಮಾತನಾಡಬೇಕೆಂದು ಪೂರ್ವ ತಯಾರಿ ಮಾಡತೊಡಗುತ್ತೀರಿ, ಇದರಿಂದ ನಿಮ್ಮ ಚಿಂತೆ ಹೆಚ್ಚುತ್ತಾ ಹೋಗುತ್ತದೆ. ಆಗ ನೀವು "ನನಗೆ ಎಷ್ಟೊಂದು ಕೆಲಸವಿದೆಯಲ್ಲ, ಅದಕ್ಕೊಂದು ಮಿತಿಯೇ ಇಲ್ಲ, ದಿನವೊಂದಕ್ಕೆ ಏನಿಲ್ಲವೆಂದರೂ ಐವತ್ತು ಫೋನ್ ಕರೆಗಳನ್ನಾದರೂ ಮಾಡಬೇಕು, ಯಾರಿಗೆ ಬೇಕು ಇಂತಹ ಜೀವನ?" ಎಂದುಕೊಂಡು ನಿಮ್ಮ ಬಗ್ಗೆ ನೀವು ಮರುಕ ಪಡುವವರೆಗೆ ಈ ರೀತಿಯ ಆಲೋಚನೆ ಮುಂದುವರಿಯುತ್ತಲೇ ಇರುತ್ತದೆ. ತುಂಬಾ ಜನರ ಈ 'ಆಲೋಚನಾ ದಾಳಿ' ಎಷ್ಟು ದಿನ ಮುಂದುವರಿಯುತ್ತದೆ ಎಂಬುದಕ್ಕೆ ಮಿತಿಯೇ ಇಲ್ಲ. ಅನೇಕ ಬಾರಿ ನನ್ನ ಸಲಹಾರ್ಥಿಗಳು ಹಗಲು-ರಾತ್ರಿ ಇದೆ ರೀತಿಯ 'ಮಾನಸಿಕ ಪೂರ್ವ ತಯಾರಿಯಲ್ಲಿಯೇ' ಕಳೆಯುತ್ತೇವೆ ಎಂದು ನನಗೆ ಹೇಳುತ್ತಾರೆ. ನಿಮ್ಮ ಮನಸ್ಸು ಚಿಂತೆ ಮತ್ತು ಕಿರಿಕಿರಿಯಿಂದ ತುಂಬಿದ್ದರೆ, ನೀವು ಶಾಂತವಾಗಿರುವುದು ಅಸಾಧ್ಯ ಎಂದು ಪ್ರತ್ಯೇಕವಾಗಿ ಹೇಳಬೇಕಾಗಿಲ್ಲ, ಅಲ್ಲವೇ?

ಇದಕ್ಕೆ ಪರಿಹಾರವೆಂದರೆ, ನಿಮ್ಮ ಮನಸ್ಸಿನಲ್ಲಿ ಅಂತಹ ಚಂಡಮಾರುತವು ಉದ್ಭವಿಸಿದಾಗ, ಅದು ವೇಗವನ್ನು ಪಡೆಯುವ ಮೊದಲೇ ನೀವು ಅದನ್ನು ಗುರುತಿಸಬೇಕು. ನೀವು ಎಷ್ಟು ಬೇಗ ಈ ಯೋಚನೆಗಳ ಸ್ನೋಬಾಲ್ ರೂಪುಗೊಳ್ಳುವುದನ್ನು ಗಮನಿಸುತ್ತೀರೋ, ಅದನ್ನು ನಿಲ್ಲಿಸುವುದು ಅಷ್ಟೇ ಸುಲಭವಾಗುತ್ತದೆ. ಈ ಮೇಲಿನ ಉದಾಹರಣೆಯಲ್ಲಿ, ಮರುದಿನ ನೀವು ಮಾಡಬೇಕಾದ ಕೆಲಸಗಳ ಪಟ್ಟಿ ತಯಾರಿಸಲು ಆರಂಭಿಸಿದ ಕೂಡಲೇ, ನಿಮ್ಮ

ಯೋಚನೆಗಳ ಸ್ನೋಬಾಲ್‌ನ ನಿರ್ಮಾಣ ಆಗತೊಡಗಿದೆ ಎಂದು ನೀವು ಗಮನಿಸಬಹುದು. ಆಗ ಮುಂಬರುವ ದಿನದ ಬಗ್ಗೆ ತಲೆಕೆಡಿಸಿಕೊಳ್ಳುವ ಬದಲು, 'ಛೇ ನಾನು ಮತ್ತೆ ಹೀಗೆ ಯೋಚಿಸಲು ಪ್ರಾರಂಭಿಸಿದೆ' ಎಂದು ನಿಮಗೆ ನೀವೇ ಹೇಳಿಕೊಳ್ಳಿ ಮತ್ತು ಅದನ್ನು ಪ್ರಜ್ಞಾಪೂರ್ವಕವಾಗಿ ಕುಡಿಯಲ್ಲೇ ಚಿವುಟಿ ಹಾಕಿ. ನಿಮ್ಮ ಆಲೋಚನೆಗಳ ರೈಲು ವೇಗವನ್ನು ಪಡೆಯುವ ಮೊದಲೇ ಅದನ್ನು ನಿಲ್ಲಿಸಬೇಕು. ಆಗ, ಫೋನ್ ಕರೆ ಮಾಡಲು ನೆನಪಾಗಿದ್ದಕ್ಕೆ ನಿಮ್ಮನ್ನು ನೀವು ಹಳಿದುಕೊಳ್ಳುವುದಿಲ್ಲ, ಬದಲಿಗೆ ಅಭಿನಂದಿಸಿಕೊಳ್ಳುತ್ತೀರಿ. ಆಗ ಈ ವಿಷಯವು ನಿಮ್ಮ ಮನಸ್ಸಿನಲ್ಲಿ ಯಾವುದೇ ಅಶಾಂತಿಯನ್ನು ಉಂಟುಮಾಡುವುದಿಲ್ಲ. ನಿಮಗೆ ಯಾವುದೇ ಕೆಲಸ ನೆನಪಾಗಿ ಮಧ್ಯರಾತ್ರಿಯಲ್ಲಿ ಎಚ್ಚರವಾದರೆ, ಆ ಕೆಲಸವನ್ನು ಒಂದು ಕಡೆ ಬರೆದಿಟ್ಟು ಮರಳಿ ಮಲಗಿಕೊಳ್ಳಿ. ಬೇಕಾದರೆ, ಇಂತಹ ಸಮಯಕ್ಕಾಗಿಯೇ ನಿಮ್ಮ ಹಾಸಿಗೆಯ ಬಳಿ ಕಾಗದ ಮತ್ತು ಪೆನ್ನನ್ನು ಇಟ್ಟುಕೊಳ್ಳಬಹುದು.

ನೀವು ನಿಜವಾಗಿಯೂ ತುಂಬಾ ಬಿಡುವೇ ಇಲ್ಲದ ವ್ಯಕ್ತಿಯಾಗಿರಬಹುದು, ಆದರೆ ಇದೆಲ್ಲದರಲ್ಲಿ ನೀವು ಎಷ್ಟೊಂದು ಮುಳುಗಿದ್ದೀರಿ ಎನ್ನುವುದರ ಬಗ್ಗೆ ನಿಮ್ಮ ತಲೆ ಕೆಡಿಸಿಕೊಂಡರೆ ನಿಮ್ಮ ಸಮಸ್ಯೆ ಇನ್ನೂ ಉಲ್ಬಣಗೊಳ್ಳುತ್ತದೆ. ಮತ್ತು ನೀವು ಈಗಾಗಲೇ ಇದ್ದಿದ್ದಕ್ಕಿಂತ ಹೆಚ್ಚಿನ ಒತ್ತಡವನ್ನು ಅನುಭವಿಸುವಿರಿ ಎಂಬುದನ್ನು ನೆನಪಿಡಿ. ಮುಂದಿನ ಬಾರಿ ನಿಮ್ಮ ಬಿಡುವಿಲ್ಲದ ದಿನಚರಿಯ ಬಗ್ಗೆ ಆತಂಕದ ಅನುಭವವಾಗಲು ಪ್ರಾರಂಭವಾದಾಗ ಈ ಮೇಲೆ ತಿಳಿಸಿದ ಸರಳವಾದ ಸಣ್ಣ ಪರಿಹಾರವನ್ನು ಪ್ರಯತ್ನಿಸಿ. ಇದು ಎಷ್ಟು ಪರಿಣಾಮಕಾರಿ ಎಂದು ನೀವೇ ಆಶ್ಚರ್ಯಚಕಿತರಾಗುವಿರಿ.

5

ಅನುಕಂಪವನ್ನು ಬೆಳೆಸಿಕೊಳ್ಳಿ

ಇತರರ ಬಗ್ಗೆ ಅನುಕಂಪವನ್ನು ಬೆಳೆಸಿಕೊಳ್ಳುವುದು ನಮ್ಮ ದೃಷ್ಟಿಕೋನವನ್ನು ವಿಸ್ತರಿಸಿಕೊಳ್ಳಲು ಸಹಾಯ ಮಾಡುತ್ತದೆ. ಅನುಕಂಪವು ಒಂದು ಸಹಾನುಭೂತಿಯ ಭಾವನೆ. ಇದರಲ್ಲಿ ನಿಮ್ಮನ್ನು ನೀವು ಎದುರಿನ ವ್ಯಕ್ತಿಯ ಸ್ಥಾನದಲ್ಲಿ ಇಟ್ಟುಕೊಂಡು ನೋಡುತ್ತೀರಿ. ನಿಮ್ಮ ಗಮನವನ್ನು ನಿಮ್ಮ ಮೇಲಿಂದ ಸರಿಸಿ ಇನ್ನೊಬ್ಬ ವ್ಯಕ್ತಿಯ ಮನಸ್ಸಿನಲ್ಲಿ ಏನು ನಡೆಯುತ್ತಿದೆ ಎಂಬುದರ ಕುರಿತು ಯೋಚಿಸುತ್ತೀರಿ ಮತ್ತು ಇದರಿಂದ ನಿಮ್ಮ ಮನಸ್ಸಿನಲ್ಲಿ ಇನ್ನೊಬ್ಬ ವ್ಯಕ್ತಿಯ ಬಗ್ಗೆ ಪ್ರೀತಿಯ ಭಾವನೆಯೂ ಉಂಟಾಗುತ್ತದೆ. ನಿಮ್ಮ ಸ್ವಂತ ಸಮಸ್ಯೆಗಳು ಮತ್ತು ಸಂಕಟಗಳನ್ನು ನೀವು ಅರ್ಥಮಾಡಿಕೊಳ್ಳುವ ರೀತಿಯಲ್ಲಿಯೇ ಇತರರ ಸಮಸ್ಯೆಗಳು, ನೋವು ಮತ್ತು ಹತಾಶೆಗಳನ್ನು ಅರ್ಥಮಾಡಿಕೊಳ್ಳುತ್ತೀರಿ. ಈ ವಾಸ್ತವದ ಬಗ್ಗೆ ತಿಳುವಳಿಕೆ ಮತ್ತು ಅವರಿಗೆ ಸಹಾಯ ಮಾಡುವ ಬಯಕೆ, ಇವು ನಮ್ಮ ಹೃದಯದ ವೈಶಾಲ್ಯತೆ ಮತ್ತು ನಮ್ಮಲ್ಲಿ ಧನ್ಯತೆಯ ಭಾವನೆಯನ್ನು ಇನ್ನಷ್ಟು ಹೆಚ್ಚಿಸುತ್ತವೆ.

ಅನುಕಂಪವನ್ನು ಅಭ್ಯಾಸದ ಮೂಲಕ ಕ್ರಮೇಣ ಅಭಿವೃದ್ಧಿಪಡಿಸಿಕೊಳ್ಳಬಹುದಾಗಿದೆ. ಇದು ಎರಡು ವಿಷಯಗಳನ್ನು ಒಳಗೊಂಡಿದೆ: ಉದ್ದೇಶ ಮತ್ತು ಕ್ರಿಯೆ. ಇಲ್ಲಿ ಉದ್ದೇಶವೆಂದರೆ, ನಿಮ್ಮನ್ನು ಹೊರತುಪಡಿಸಿದರೆ, ಯಾವುದು ಮತ್ತು ಯಾರು ಮುಖ್ಯವಾಗಬಹುದೋ ಆ ಎಲ್ಲಕ್ಕಾಗಿ ನಿಮ್ಮ ಹೃದಯದ ಬಾಗಿಲುಗಳನ್ನು ತೆರೆದಿಡುವುದು. ಕ್ರಿಯೆ ಎಂದರೆ ನೀವು ಈ ನಿಟ್ಟಿನಲ್ಲಿ ಏನು ಮಾಡಬಲ್ಲಿರಿ ಎನ್ನುವುದು. ನಿಮ್ಮ ಹೃದಯಕ್ಕೆ ಹತ್ತಿರವಾದ ಯಾವುದೇ ಸಾತ್ವಿಕ ಅಥವಾ ಸಮಾಜಮುಖಿ ಕಾರಣಕ್ಕೆ/ಕಾರ್ಯಕ್ಕೆ ನೀವು ಸಮಯ ಅಥವಾ ಹಣವನ್ನು (ಅಥವಾ ಎರಡನ್ನೂ) ದಾನ ಮಾಡಬಹುದು. ಅಥವಾ ಬೀದಿಯಲ್ಲಿ ಸಿಗುವವರತ್ತ ಬೀರುವ ಒಂದು ಮುಗುಳ್ನಗೆ ಅಥವಾ ನಿರ್ಮಲವಾದ ಮನಸ್ಸಿನಿಂದ ಹೇಳಿದ ಒಂದು 'ಹಲೋ' ಕೂಡ ಆಗಬಹುದು. ನೀವು 'ಏನು ಮಾಡುತ್ತೀರಿ' ಎಂಬುದು ಮುಖ್ಯವಲ್ಲ, 'ಏನನ್ನಾದರೂ ಮಾಡಬೇಕು' ಎನ್ನುವುದು ಮುಖ್ಯವಾಗಿದೆ. ಮದರ್ ತೆರೇಸಾ ಅವರು ಹೇಳುವಂತೆ, "ಈ ಜಗತ್ತಿನಲ್ಲಿ ನಾವು ದೊಡ್ಡ ಕೆಲಸಗಳನ್ನು ಮಾಡಲು ಸಾಧ್ಯವಿಲ್ಲ. ನಾವು ಸಣ್ಣ-ಸಣ್ಣ ಕೆಲಸಗಳನ್ನು ಅಪಾರವಾದ ಪ್ರೀತಿಯಿಂದ ಮಾಡಬಹುದು".

ಸಹಾನುಭೂತಿಯು ನಿಮ್ಮ ಗಮನವನ್ನು ನೀವು ತುಂಬಾ ಗಂಭೀರವೆಂದುಕೊಂಡ ಸಣ್ಣ ಸಣ್ಣ ವಿಷಯಗಳಿಂದ ಸರಿಸಿ ಜೀವನದತ್ತ ಕೃತಾರ್ಥ ಭಾವನೆಯೆಡೆಗೆ ಸೆಳೆಯುತ್ತದೆ. ಸ್ವಲ್ಪ ಬಿಡುವು ಮಾಡಿಕೊಂಡು ಜೀವನದ ಅದ್ಭುತಗಳತ್ತ ಗಮನ ಹರಿಸಿ- ಅದು ನೀವೀಗ ಈ ಪುಸ್ತಕವನ್ನು ಓದುತ್ತಿರುವ ಅದ್ಭುತವಾದ ಅನುಭವವೇ ಇರಬಹುದು- ದೃಷ್ಟಿಯೆಂಬ ಉಡುಗೊರೆ, ಪ್ರೀತಿಯೆಂಬ ಉಡುಗೊರೆಯ ಅದ್ಭುತ ಇತ್ಯಾದಿ. ನೀವು ಹೀಗೆ ನೋಡತೊಡಗಿದಾಗ ಚಿಂತಿಸಬೇಕಾದ 'ದೊಡ್ಡ ವಿಷಯಗಳು' ಎಂದು ಭಾವಿಸುವ ಸಂಗತಿಗಳು ನಿಜವಾಗಿ ಚಿಂತಿಸಬೇಕಾಗಿಲ್ಲದ 'ಚಿಕ್ಕ ವಿಷಯಗಳು' ಎಂಬುದನ್ನು ಮನಗಾಣುತ್ತೀರಿ.

6

ನಿಮ್ಮ ಮರಣಾನಂತರವೂ ನಿಮ್ಮ 'ಬುಟ್ಟಿಯಲ್ಲಿರುವ' ಮಾಡಬೇಕಾದ ಕೆಲಸಗಳು ಮುಗಿಯುವುದಿಲ್ಲ ಎಂಬುದನ್ನು ನೆನಪಿಡಿ

ನಮ್ಮಲ್ಲಿ ಹೆಚ್ಚಿನವರು, ಎಲ್ಲ ಕೆಲಸಗಳನ್ನೂ ಮಾಡಿ ಮುಗಿಸುವುದೇ ತಮ್ಮ ಜೀವನದಲ್ಲಿ ಗುಪ್ತ ಉದ್ದೇಶ ಎಂಬುವಂತೆ ಬದುಕುತ್ತಾರೆ. ನಾವು ರಾತ್ರಿ ತಡವಾಗಿ ಮಲಗುತ್ತೇವೆ, ಬೆಳಿಗ್ಗೆ ಬೇಗನೆ ಏಳುತ್ತೇವೆ, ಯಾವುದೇ ರೀತಿಯ ಮೋಜನ್ನು ಮಾಡುವುದಿಲ್ಲ, ಮತ್ತು ನಮ್ಮ ಪ್ರೀತಿಪಾತ್ರರನ್ನು ನಮ್ಮ ಸಲುವಾಗಿ ಕಾಯುವಂತೆ ಮಾಡುತ್ತೇವೆ. ದುಃಖಕರ ವಿಷಯವೆಂದರೆ, ನಾನು, ತಾವು ಪ್ರೀತಿಸುವವರನ್ನು ದೂರವಿಡುವ ಎಷ್ಟೋಂದು ಜನರನ್ನು ನೋಡಿದ್ದೇನೆ ಎಂದರೆ ಕೊನೆಗೆ ಅವರ ಪ್ರೀತಿಪಾತ್ರರು ಸಂಬಂಧದಲ್ಲಿ ಆಸಕ್ತಿಯನ್ನೇ ಕಳೆದುಕೊಳ್ಳುತ್ತಾರೆ. ನಾನೇ ಇದನ್ನು ಮಾಡುತ್ತಿದ್ದೆ. ನಾವು ಅಂದುಕೊಳ್ಳುವುದೇನೆಂದರೆ 'ಮಾಡಬೇಕಾದ ಕೆಲಸಗಳ' ಬುಟ್ಟಿಯೊಂದಿಗಿನ ನಮ್ಮ ಗೀಳು ತಾತ್ಕಾಲಿಕವಾದದ್ದು, ಒಮ್ಮೆ ನಾವು ಈ ಬುಟ್ಟಿಯಲ್ಲಿರುವ ಕೆಲಸಗಳನ್ನು ಮುಗಿಸಿದೆವೆಂದರೆ ಆಗ ನಾವು ಆರಾಮಾಗಿರಬಹುದು ಮತ್ತು ನಿರಾಳವಾಗಬಹುದು ಎಂದು. ಆದರೆ ನಿಜ ಹೇಳಬೇಕೆಂದರೆ, ಅವು ಎಂದಿಗೂ ಮುಗಿಯುವುದಿಲ್ಲ. ಆ ಕೆಲಸಗಳು ಮುಗಿದವೋ ತಕ್ಷಣ, ಹೊಸ ಕೆಲಸಗಳು ಅವುಗಳ ಜಾಗದಲ್ಲಿ ಬಂದು ನಿಲ್ಲುತ್ತವೆ.

ನಿಮ್ಮ ಈ ಬುಟ್ಟಿಯು ನೀವು ಮಾಡಬೇಕಾದ ಕೆಲಸಗಳನ್ನು ಒಳಗೊಂಡಿರುತ್ತದೆ, ಆದರೆ ನೀವು ಈ ಬುಟ್ಟಿಯನ್ನು ಖಾಲಿ ಮಾಡಲೇಬೇಕು ಎಂದೇನಿಲ್ಲ. ಯಾವಾಗಲೂ ಉತ್ತರಿಸಬೇಕಾದ ಫೋನ್ ಕರೆಗಳು, ಪೂರ್ಣಗೊಳಿಸಬೇಕಾದ ಯೋಜನೆಗಳು ಮತ್ತು ಮಾಡಬೇಕಾದ ಕೆಲಸಗಳು ಇದ್ದೇ ಇರುತ್ತವೆ. ವಾಸ್ತವದಲ್ಲಿ, ಈ ರೀತಿಯ ತುಂಬಿದ ಪೆಟ್ಟಿಗೆಯೊಂದು ಯಶಸ್ಸಿಗೆ ಬೇಕೇಬೇಕು ಎಂದು ಕೂಡ ನಾವು ವಾದಿಸಬಹುದು. ಇದರರ್ಥ ನಿಮ್ಮ ಸಮಯಕ್ಕೆ ಬೇಡಿಕೆಯಿದೆ ಎಂದಾಯ್ತು!

ನೀವು ಯಾರೇ ಆಗಿರಲಿ ಮತ್ತು ನೀವು ಏನೇ ಮಾಡುತ್ತಿರಲಿ, ನಿಮ್ಮ ಮತ್ತು ನಿಮ್ಮ ಪ್ರೀತಿಪಾತ್ರರ ಸಂತೋಷ ಮತ್ತು ನಿಮ್ಮ ಮನಃಶಾಂತಿಗಿಂತ ಮುಖ್ಯವಾದದ್ದು ಯಾವುದು ಇಲ್ಲ ಎಂಬುದನ್ನು ನೆನಪಿಡಿ. ನೀವು ಎಲ್ಲವನ್ನು ಮಾಡಿಯೇ ಮುಗಿಸುತ್ತೇನೆ ಎಂಬ ಗೀಳಿಗೆ ಬಿದ್ದರೆ, ನೀವು ಎಂದಿಗೂ ಆರಾಮವಾಗಿ ಇರಲು ಸಾಧ್ಯವಿಲ್ಲ. ಹಾಗೆ ನೋಡಲು ಹೋದರೆ, ಹೆಚ್ಚು-ಕಡಿಮೆ ಎಲ್ಲ ಕೆಲಸಗಳನ್ನೂ ನಿಧಾನಿಸಬಹುದು. ನಮ್ಮ ಕೆಲಸದಲ್ಲಿ 'ತುರ್ತು' ಎನ್ನುವಂತಹವು ತುಂಬಾ ಕಡಿಮೆ ಇರುತ್ತವೆ. ಕೆಲಸದ ಮೇಲೆ ಪೂರ್ಣ ಗಮನ ಹರಿಸಿದರೆ, ಎಲ್ಲವೂ ಸಮಯಕ್ಕೆ ಸರಿಯಾಗಿ ಪೂರ್ಣಗೊಳ್ಳುತ್ತವೆ.

ಜೀವನದ ಉದ್ದೇಶವು ಎಲ್ಲವನ್ನೂ ನಿರಂತರವಾಗಿ ಸಾಧಿಸುತ್ತಾ ಹೋಗುವುದಲ್ಲ. ಎಲ್ಲಾ ಕೆಲಸಗಳನ್ನು ಮಾಡಿ ಮುಗಿಸುವುದೇ ಜೀವನದ ಪರಮ ಉದ್ದೇಶವಲ್ಲ, ಬದಲಾಗಿ ಈ ಜೀವನ ಪಯಣದ ಪ್ರತಿ ಹೆಜ್ಜೆಯನ್ನು ಆನಂದಿಸುವುದು ಮತ್ತು ಪ್ರೀತಿಯಿಂದ ತುಂಬಿದ

ಜೀವನವನ್ನು ನಡೆಸುವುದು ಎಂದು ನಾನು ಯಾವಾಗಲೂ ನೆನಪಿಸಿಕೊಳ್ಳುತ್ತಿರುತ್ತೇನೆ. ಇದರಿಂದ ನಾನು ಕೆಲಸವನ್ನು ಮುಗಿಸುವ ಗೀಳನ್ನು ಸುಲಭವಾಗಿ ನಿಯಂತ್ರಿಸಿಕೊಳ್ಳಬಲ್ಲೆ. ನೆನಪಿಡಿ, ನಿಮ್ಮ ಮರಣಾನಂತರವೂ, ಈ ಬುಟ್ಟಿಯಲ್ಲಿ ನೀವು ಇನ್ನೂ ಮಾಡಬೇಕಾದ ಕೆಲಸಗಳ ಪಟ್ಟಿ ಇದ್ದೇ ಇರುತ್ತದೆ, ಹಾಗೂ ಆ ಕೆಲಸಗಳನ್ನು ನಿಮ್ಮ ತರುವಾಯ ಬೇರೆ ಯಾರೋ ಮುಗಿಸುತ್ತಾರೆ. ಎಂದಿಗೂ ಪೂರ್ಣಗೊಳಿಸಲಾಗದ ಕೆಲಸಗಳಿಗಾಗಿ ನಿಮ್ಮ ಅಮೂಲ್ಯವಾದ ಜೀವನವನ್ನು ವ್ಯರ್ಥ ಮಾಡಿಕೊಳ್ಳಬೇಡಿ.

7

ಇತರರು ಮಾತನಾಡುವಾಗ ಅಡ್ಡಿ ಪಡಿಸದಿರಿ ಅಥವಾ ಅವರ ವಾಕ್ಯವನ್ನು ಪೂರ್ಣಗೊಳಿಸದಿರಿ

ಕೆಲವು ವರ್ಷಗಳ ಹಿಂದೆ, ಬೇರೆಯವರು ಮಾತನಾಡುವಾಗ ನಾನು ಎಷ್ಟೋ ಸಂದರ್ಭಗಳಲ್ಲಿ ಅಡ್ಡಿಪಡಿಸುತ್ತಿದ್ದೆ ಮತ್ತು/ಅಥವಾ ನಡುವೆ ಬಾಯಿಹಾಕಿ ಅವರ ವಾಕ್ಯವನ್ನು ಪೂರ್ಣಗೊಳಿಸುತ್ತಿದ್ದೆ ಎಂದು ನನಗೇ ತಿಳಿದಿರಲಿಲ್ಲ. ಆದರೆ ತುಂಬಾ ಬೇಗನೆ, ಈ ರೂಢಿಯು ಎಷ್ಟು ಹಾನಿಕಾರಕ ಎಂದು ನಾನು ಅರಿತುಕೊಂಡೆ. ಏಕೆಂದರೆ ಹೀಗೆ ಮಾಡುವುದರಿಂದ ಬೇರೊಬ್ಬರಿಂದ ಸಿಗುತ್ತಿದ್ದ ಪ್ರೀತಿ, ಗೌರವ ಕಡಿಮೆಯಾಗುವುದಷ್ಟೇ ಅಲ್ಲ, ಇಬ್ಬರ ಪಾಲಿನದನ್ನು ಯೋಚಿಸಿ ಸಾಕಷ್ಟು ಶಕ್ತಿಯನ್ನೂ ವ್ಯರ್ಥಮಾಡಿಕೊಳ್ಳಬೇಕಾಗುತ್ತದೆ. ಈ ಬಗ್ಗೆ ಒಂದು ಕ್ಷಣ ಯೋಚಿಸಿ. ನೀವು ಆತುರದಲ್ಲಿ ಯಾರನ್ನಾದರೂ ಅಡ್ಡಿಪಡಿಸಿದಾಗ ಅಥವಾ ಬೇರೊಬ್ಬರ ಅಪೂರ್ಣ ವಾಕ್ಯದ ಮಧ್ಯದಲ್ಲಿ ಬಾಯಿಹಾಕಿದಾಗ, ನಿಮ್ಮ ಸ್ವಂತ ಆಲೋಚನೆಗಳನ್ನಲ್ಲದೇ ನೀವು ಅಡ್ಡಿಪಡಿಸುವ ವ್ಯಕ್ತಿಯ ಆಲೋಚನೆಯ ಬಗ್ಗೆಯೂ ಗಮನ ಹರಿಸಬೇಕಾಗುತ್ತದೆ. ಈ ಪ್ರವೃತ್ತಿಯು (ಅವಿಶ್ರಾಂತ ವ್ಯಕ್ತಿಗಳಲ್ಲಿ ಇದು ತುಂಬಾ ಸಾಮಾನ್ಯವಾಗಿದೆ) ಎರಡೂ ಪಕ್ಷಗಳು ತಮ್ಮ ಪಾಲಿನ ಮಾತು ಮತ್ತು ಆಲೋಚನೆ ಎರಡನ್ನೂ ವೇಗಗೊಳಿಸುವಂತೆ ಮಾಡುತ್ತದೆ. ಇದು ಇಬ್ಬರಲ್ಲೂ ಮಾನಸಿಕ ಒತ್ತಡ, ಅಸಮಾಧಾನ, ಮತ್ತು ಕಿರಿಕಿರಿಯುಂಟುಮಾಡಬಹುದು. ಆಗ ಈ ಸಂಭಾಷಣೆಯು ತುಂಬಾ ನೀರಸವಾಗಿ ಮತ್ತು ಆಯಾಸದಾಯಕವಾಗುತ್ತದೆ. ಇದು ವಾದಕ್ಕೆ ಕೂಡ ಕಾರಣವಾಗಬಹುದು ಏಕೆಂದರೆ ಎದುರಿನ ವ್ಯಕ್ತಿಯು ತನ್ನ ಮಾತನ್ನು ಕೇಳುತ್ತಿಲ್ಲ ಎಂಬುವುದು ಕಿರಿಕಿರಿಯನ್ನುಂಟು ಮಾಡುತ್ತದೆ. ಮತ್ತು ನೀವೇ ಇನ್ನೊಬ್ಬರ ಪಾಲಿನದನ್ನೂ ಮಾತನಾಡುತ್ತಾ ಇದ್ದರೆ ಅವರ ಮಾತನ್ನು ಕೇಳಿಸಿಕೊಳ್ಳಲು ಸಾಧ್ಯವೇ?

ನಿಮಗೆ ಇತರರನ್ನು ಅಡ್ಡಿಪಡಿಸುವ ರೂಢಿಯಿದೆ ಎಂದು ನೀವು ಒಮ್ಮೆ ಅರಿತುಕೊಂಡ ನಂತರ, ಈ ಪ್ರವೃತ್ತಿಯು ನಿಮಗೆ ತಿಳಿಯದಂತೆ ನಿಮ್ಮಲ್ಲಿ ಬೆರೆತುಹೋದ ಸಾಮಾನ್ಯವಾದ ರೂಢಿಯಷ್ಟೇ ಎಂದು ನಿಮಗೇ ಗೊತ್ತಾಗುತ್ತದೆ. ಇಲ್ಲಿ ಖುಷಿಯ ವಿಚಾರವೆಂದರೆ, ನೀವು ಈಗ ಮಾಡಬೇಕಾಗಿರುವುದು ಇಷ್ಟೇ, ಯಾವಾಗ ನೀವು ಯಾರನ್ನಾದರೂ ಅಡ್ಡಿಪಡಿಸುತ್ತಿದ್ದೀರೆಂದು ಕಂಡುಕೊಳ್ಳುತ್ತೀರೋ ಆಗ ಅವರ ಮಾತು ಮುಗಿಯುವವರೆಗೆ ಸಹನೆಯಿಂದ ಕಾಯಬೇಕು (ಇದು ಸಂಭಾಷಣೆಯು ಆರಂಭವಾಗುವ ಮೊದಲೇ ಆದರೆ ಒಳ್ಳೆಯದು) ಎಂಬುದನ್ನು ನೆನಪಿಸಿಕೊಳ್ಳಿ. ಇನ್ನೊಬ್ಬರ ಮಾತು ಮುಗಿದ ನಂತರವೇ ಮಾತನಾಡುವೆ ಎಂದು ನಿಮಗೆ ನೀವೇ ಹೇಳಿಕೊಳ್ಳಿ. ಈ ಬದಲಾವಣೆಯನ್ನು ಮಾಡಿದ ತಕ್ಷಣ ನಿಮ್ಮ ಜೀವನದಲ್ಲಿ ಸಂಬಂಧಗಳು ಎಷ್ಟೊಂದು ಸುಧಾರಿಸುತ್ತವೆ ಎಂಬುದನ್ನು ನೀವೇ ಗಮನಿಸುವಿರಿ. ನಿಮ್ಮೊಡನೆ ಮಾತನಾಡಿದವರಿಗೆಲ್ಲ ತುಂಬಾ ನಿರಾಳವೆನಿಸುತ್ತದೆ, ಏಕೆಂದರೆ ನೀವು ಸಂಪೂರ್ಣವಾಗಿ ಗಮನವಿಟ್ಟು ಅವರನ್ನು ಆಲಿಸುತ್ತೀರಿ. ನಿಮ್ಮ ಹೃದಯ ಮತ್ತು ನಾಡಿ ಮಿಡಿತಗಳು ನಿಧಾನಗೊಳ್ಳುವವು, ಮತ್ತು ಧಾವಂತದ ಬದಲು ನೀವು ಸಮಾಧಾನವಾಗಿ ಮಾತುಕತೆಯನ್ನು ಆನಂದಿಸುವಿರಿ. ಇದು ಶಾಂತ ಮತ್ತು ಪ್ರೀತಿಪರ ವ್ಯಕ್ತಿಯಾಗಲು ಸರಳವಾದ ಮಾರ್ಗವಾಗಿದೆ.

8

ಇನ್ನೊಬ್ಬರಿಗೆ ಒಳ್ಳೆಯದನ್ನು ಮಾಡಿ ಆದರೆ ಅದರ ಬಗ್ಗೆ ಯಾರಿಗೂ ಹೇಳಬೇಡಿ

ನಾವೆಲ್ಲರೂ ಇತರರಿಗೆ ಆಗಾಗ್ಗೆ ಏನನ್ನಾದರೂ ಒಳ್ಳೆಯದನ್ನು ಮಾಡುತ್ತಿರುತ್ತೇವೆ, ಆದರೆ ನಮ್ಮ ಈ ದಯಾಳು ಗುಣದ ಬಗ್ಗೆ ಬೇರೆಯವರ ಹತ್ತಿರ ಹೇಳಿಕೊಳ್ಳುತ್ತೇವೆ. ಇದರರ್ಥವೆಂದರೆ ನಾವು ಗುಟ್ಟಾಗಿ ಒಳಗೊಳಗೇ ನಮ್ಮ ಕೆಲಸಕ್ಕೆ ಅನುಮೋದನೆಯನ್ನು ಬಯಸುತ್ತೇವೆ.

ನಮ್ಮ ಒಳ್ಳೆಯತನ ಅಥವಾ ಔದಾರ್ಯವನ್ನು ಬೇರೆಯವರೊಂದಿಗೆ ಹಂಚಿಕೊಂಡಾಗ, ನಮ್ಮನ್ನು ನಾವು ತುಂಬಾ ಚಿಂತನಾಶೀಲ ವ್ಯಕ್ತಿಗಳು ಎಂದುಕೊಳ್ಳುತ್ತೇವೆ. ಅಷ್ಟೇ ಅಲ್ಲ ನಾವು ಎಷ್ಟು ಒಳ್ಳೆಯವರು ಮತ್ತು ಬೇರೆಯವರ ಕರುಣೆಗೆ ನಾವು ಎಷ್ಟು ಅರ್ಹರು ಎಂದು ನೆನಪಿಸಿಕೊಳ್ಳುತ್ತೇವೆ.

ದಯಪೂರ್ಣವಾದ ಕಾರ್ಯಗಳೆಲ್ಲವೂ ಮೂಲತಃ ಅದ್ಭುತವಾದವುಗಳೇ, ಆದರೆ ಯಾರೊಂದಿಗೂ ಅವುಗಳ ಬಗ್ಗೆ ಹೇಳದೇ ಮಾಡಿದಾಗ ಅವು ಪವಾಡ ಸದೃಶವಾಗುತ್ತವೆ. ಇತರರಿಗೆ ಏನನ್ನಾದರೂ ನೀಡುವುದು ನಿಮಗೆ ಕೂಡ ಸಂತೋಷವನ್ನೇ ಕೊಡುತ್ತದೆ. ನೀವು ಮಾಡಿದ ಒಳ್ಳೆಯ ಕೆಲಸದ ಬಗ್ಗೆ ಇತರರಿಗೆ ಹೇಳಿ ಅದರಿಂದ ಸಿಗುವ ಸಕಾರಾತ್ಮಕ ಭಾವನೆಗಳನ್ನು ಕಡಿಮೆಮಾಡಿಕೊಳ್ಳುವ ಬದಲು, ಅದನ್ನು ನಿಮ್ಮಲ್ಲಿಯೇ ಇರಿಸಿಕೊಂಡಿರುವುದು ಇನ್ನೂ ಉತ್ತಮವಾದುದು.

ವಾಸ್ತವವೆಂದರೆ ಒಬ್ಬ ವ್ಯಕ್ತಿಯು ಏನನ್ನೂ ಪಡೆಯುವ ನಿರೀಕ್ಷೆಯಿಲ್ಲದೆ, ಕೇವಲ ಕೊಡುವ ಸಲುವಾಗಿ ಮಾತ್ರ ನೀಡಬೇಕು. ಸ್ಪಷ್ಟವಾಗಿ ಹೇಳಬೇಕೆಂದರೆ ಇತರರಿಗೆ ತಿಳಿಸದೇ ಯಾವ ದಯಾಪರ ಕೆಲಸಗಳನ್ನು ಮಾಡಿದ್ದೀರೋ – ಇನ್ನೊಬ್ಬರಿಗೆ ಏನನ್ನಾದರೂ ನೀಡಿದಾಗ ಸಿಗುವ ಬೆಚ್ಚಗಿನ ಅನುಭೂತಿಯೇ ಅದರ ಉಡುಗೊರೆಯಾಗಿದೆ. ಮುಂದಿನ ಸಾರಿ ನೀವು ಇನ್ನೊಬ್ಬರಿಗಾಗಿ ಒಳ್ಳೆಯದನ್ನು ಮಾಡಿದಾಗ, ಅದನ್ನು ನಿಮ್ಮಲ್ಲಿಯೇ ಇಟ್ಟುಕೊಳ್ಳಿ ಹಾಗೂ ಅದು ನೀಡುವ ಅಪಾರ ಸಂತೋಷದಲ್ಲಿ ಮುಳುಗಿ.

9

ಇತರರೂ ಸಹ ಮೆಚ್ಚುಗೆಯನ್ನು/ ಪ್ರಶಂಸೆಯನ್ನು ಗಳಿಸಲು ಬಿಡಿ

ನಿಮ್ಮತ್ತ ಹರಿದು ಬರುವ ಪ್ರಶಂಸೆಯ ಹೊಳೆಯನ್ನು ನೀವು ಇತರರತ್ತ ತಿರುಗಿಸಿ ಅವರೂ ಆನಂದವನ್ನು ಪಡೆಯಲಿ ಎಂದು ಬಿಟ್ಟು ಬಿಟ್ಟಾಗ, ನಿಮ್ಮ ಆಂತರ್ಯದಲ್ಲಿ ಪವಾಡಸದೃಶವಾದ ಪರಿಣಾಮವನ್ನು ಮತ್ತು ಮನಃಶಾಂತಿಯನ್ನು ಕಾಣುವಿರಿ.

ಇತರರ ಗಮನವನ್ನು ಸೆಳೆಯುವ ಅತಿಯಾದ ಬಯಕೆಯು ನಮ್ಮೊಳಗಿನ ಅಹಂ ಕೇಂದ್ರಿತವಾದ ಭಾಗವಾಗಿದೆ, ಅದು "ನನ್ನನ್ನು ನೋಡು, ನಾನೊಬ್ಬ ವಿಶೇಷವಾದ ವ್ಯಕ್ತಿ. ನಿಮ್ಮ ಕಥೆಗಿಂತ ನನ್ನ ಕಥೆ ತುಂಬಾ ಆಸಕ್ತಿದಾಯಕವಾಗಿದೆ" ಎಂದು ಹೇಳುತ್ತಿರುತ್ತದೆ. ನಮ್ಮೊಳಗಿನ ಈ ಧ್ವನಿಯು ಆ ಕ್ಷಣಕ್ಕೆ ಹೊರಬಂದು ಹೇಳದೇ ಇರಬಹುದು ಅದರೂ, 'ನಿಮ್ಮ ಸಾಧನೆಗಿಂತ ನನ್ನ ಸಾಧನೆ ಸ್ವಲ್ಪ ದೊಡ್ಡದೇ' ಎಂದು ನೀವು ನಂಬಬಯಸುವಿರಿ. ನಮ್ಮಲ್ಲಿರುವ ಅಹಂಕಾರವು ನನ್ನನ್ನು ಎಲ್ಲರೂ ನೋಡಲಿ, ಕೇಳಲಿ, ಗೌರವಿಸಲಿ, ವಿಶೇಷವೆಂದು ಪರಿಗಣಿಸಲಿ ಎಂದು ಬಯಸುತ್ತದೆ ಮತ್ತು ಕೆಲವೊಮ್ಮೆ ಇದನ್ನೆಲ್ಲ ಪಡೆಯಲು ನಾವು ಇತರರನ್ನು ಕಡೆಗಣಿಸಲೂ ಸಹ ಹಿಂಜರಿಯುವುದಿಲ್ಲ. ನಮ್ಮ ಈ ಭಾಗವು ಆಗಾಗ್ಗೆ ಇತರರು ತಮ್ಮದನ್ನು ಹೇಳುವಾಗ ಅಡ್ಡಿಪಡಿಸುತ್ತದೆ ಅಥವಾ ಇತರರು ಮಾತನಾಡುವಾಗ ಅಸಹನೆಯಿಂದ ತನ್ನ ಸರದಿಗಾಗಿ ಕಾಯುತ್ತದೆ, ಮತ್ತು ತಾನು ಮಾತನಾಡುವ ಮೂಲಕ ಎಲ್ಲರ ಗಮನವನ್ನು ಸೆಳೆಯಬಹುದು ಎಂದುಕೊಳ್ಳುತ್ತದೆ. ನಮ್ಮಲ್ಲಿ ಹೆಚ್ಚಿನವರು ಈ ಅಭ್ಯಾಸಕ್ಕೆ ಬಲಿಯಾಗುತ್ತಾರೆ ಮತ್ತು ತಮಗೆ ತಾವೇ ಹಾನಿ ಮಾಡಿಕೊಳ್ಳುತ್ತಾರೆ. ಒಬ್ಬರ ಸಂಭಾಷಣೆಯ ಮಧ್ಯದಲ್ಲಿಯೇ ಧುಮುಕಿ ಅವಸರದಲ್ಲಿ ಅದನ್ನು ನಿಮ್ಮ ಕಡೆಗೆ ತಿರುಗಿಸಿಕೊಂಡಾಗ, ನಿಮಗೆ ಏನನ್ನಾದರೂ ಹೇಳಬೇಕೆಂದಿರುವ ವ್ಯಕ್ತಿಯ ಸಂತೋಷವನ್ನು ನೀವು ಕಸಿದುಕೊಳ್ಳುತ್ತೀರಿ. ಹೀಗೆ ಮಾಡುವುದರಿಂದ, ನಿಮ್ಮ ಮತ್ತು ಇತರರ ನಡುವೆ ನೀವು ಅಂತರವನ್ನು ಸೃಷ್ಟಿಸುವಿರಿ. ಈ ರೀತಿಯಲ್ಲಿ ಎಲ್ಲರೂ ಕಳೆದುಕೊಳ್ಳುವಿರಿ.

ಮುಂದಿನ ಬಾರಿ ಯಾರಾದರೂ ತಮ್ಮ ಕಥೆಯನ್ನು ನಿಮಗೆ ಹೇಳುತ್ತಿದ್ದರೆ ಅಥವಾ ಅವರ ಸಾಧನೆಗಳನ್ನು ಹಂಚಿಕೊಳ್ಳುತ್ತಿದ್ದರೆ, ಅದಕ್ಕೆ ಪ್ರತಿಕ್ರಿಯೆಯಾಗಿ ನೀವು ನಿಮ್ಮ ಬಗ್ಗೆಯೇ ಏನನ್ನಾದರೂ ಹೇಳುವ ಪ್ರವೃತ್ತಿಯನ್ನು ಹೊಂದಿದ್ದಿರಾ ಎಂಬುದನ್ನು ಗಮನಿಸಿ.

ಇದು ಸುಲಭವಾಗಿ ಬಿಡಲಾಗದ ಅಭ್ಯಾಸವಾಗಿದೆಯಾದರೂ, ಗಮನ ಸೆಳೆಯಬೇಕೆಂಬ ನಿಮ್ಮ ಬಯಕೆಗೆ ಶರಣಾಗುವುದನ್ನು ಬಿಟ್ಟು ಬೇರೆಯವರ ವೈಭವದ ಸಂತೋಷದಲ್ಲಿ ಭಾಗಿಯಾಗುವುದು ಆನಂದ ನೀಡುವುದಷ್ಟೇ ಅಲ್ಲ, ಸಾಕಷ್ಟು ಆತ್ಮವಿಶ್ವಾಸವನ್ನು ಮತ್ತು ಮನಃಶಾಂತಿಯನ್ನೂ ನೀಡುತ್ತದೆ. ನೇರವಾಗಿ ಸಂಭಾಷಣೆಗೆ ಧುಮುಕಿ "ಅರೆ, ನಾನು ಅದೇ ಕೆಲಸವನ್ನು ಮಾಡಿದ್ದೆ" ಅಥವಾ "ಓಹ್, ಇಂದು ನಾನು ಏನು ಮಾಡಿದೆ ಎಂದು ನಿಮಗೆ ಗೊತ್ತೇ?" ಎಂದು ಮಧ್ಯದಲ್ಲಿ ಬಾಯಿ ಹಾಕುವ ಬದಲು. "ಅರೆ! ವಾಹ ಅದ್ಭುತ!",

"ಇನ್ನಷ್ಟು ವಿವರಿಸು" ಎಂದು ಹೇಳಿ ನೋಡಿ ಮತ್ತು ಅದನ್ನು ಅಲ್ಲಿಗೇ ಬಿಟ್ಟುಬಿಡಿ. ನೀವು ಮಾತನಾಡುತ್ತಿರುವ ವ್ಯಕ್ತಿಯು ನಿಮ್ಮೊಂದಿಗೆ ಮಾತನಾಡುವುದನ್ನು ಆನಂದಿಸುತ್ತಾರೆ ಏಕೆಂದರೆ ನೀವು ಅವರರೊಂದಿಗಿನ ಸಂಭಾಷಣೆಯಲ್ಲಿ ಸಂಪೂರ್ಣವಾಗಿ ಉಪಸ್ಥಿತರಿದ್ದೀರಿ, ಗಮನವಿಟ್ಟು ಕೇಳುತ್ತಿದ್ದೀರಿ ಮತ್ತು ಅವರೊಂದಿಗೆ ಸ್ಪರ್ಧಿಸುತ್ತಿಲ್ಲ. ಇದೆಲ್ಲದರ ಪರಿಣಾಮವಾಗಿ, ಆ ವ್ಯಕ್ತಿಯು ನಿಮ್ಮ ಜೊತೆ ನಿರಾಳವಾಗಿರುತ್ತಾನೆ. ಅವನಲ್ಲಿ ಆತ್ಮವಿಶ್ವಾಸ ಹೆಚ್ಚುತ್ತದೆ ಮತ್ತು ಇನ್ನಷ್ಟು ಆಸಕ್ತಿದಾಯಕವಾಗಿ ಮಾತನಾಡುತ್ತಾನೆ. ಈಗ ನಿಮ್ಮ ಸರದಿ ಬರುವವರೆಗೆ ನೀವು ಅಸಹನೆಯಿಂದ ಕಾಯುವುದಿಲ್ಲ. ಆದ್ದರಿಂದ ನೀವು ಸಹ ನಿರಾಳವಾಗಿರುತ್ತೀರಿ.

ನಿಸ್ಸಂಶಯವಾಗಿ, ಎಲ್ಲವನ್ನೂ ಬಿಟ್ಟು ಬಿಡುವುದರ ಬದಲು, ಆಗೊಮ್ಮೆ ಈಗೊಮ್ಮೆ ಸೂಕ್ತವಾದಾಗ ನಿಮ್ಮ ಸಾಧನೆಗಳ ಬಗ್ಗೆ ಜನರಿಗೆ ತಿಳಿಸುವುದು ಮತ್ತು ನಿಮ್ಮ ಅನುಭವದ ಬಗ್ಗೆ ಹಂಚಿಕೊಂಡು ಅವರ ಗಮನವನ್ನು ನಿಮ್ಮ ಕಡೆಗೆ ಸೆಳೆಯುವುದು ಅಗತ್ಯವಾಗಿರುತ್ತದೆ. ನಾನು ಹೇಳುತ್ತಿರುವುದು ಪ್ರತಿ ಬಾರಿ ಕೇವಲ ಗಮನವನ್ನು ಸೆಳೆಯುವುದಕೋಸ್ಕರ ಅನಗತ್ಯವಾಗಿ ಹೀಗೆ ಮಾಡುವುದು ಸೂಕ್ತವಲ್ಲವೆಂದು. ವಿಚಿತ್ರವೆಂದರೆ, ಈ ವೈಭವದ ಪಾಲನ್ನೆಲ್ಲಾ ನೀವೇ ಕಬಳಿಸುವ ನಿಮ್ಮ ಬಯಕೆಯನ್ನು ತ್ಯಜಿಸಿ ಅದನ್ನು ಇತರರಿಗೆ ನೀಡಿದಾಗ ಬೇರೆಯವರಿಂದ ಸಿಗಬೇಕಾದ ಲಕ್ಷ್ಯದ ಬದಲು ನೀವು ಶಾಂತ ಆಂತರಿಕ ಆತ್ಮವಿಶ್ವಾಸವನ್ನು ಪಡೆಯುವಿರಿ.

10

ಪ್ರಸ್ತುತ ಕ್ಷಣದಲ್ಲಿ / ವರ್ತಮಾನದಲ್ಲಿ ಬದುಕಲು ಕಲಿಯಿರಿ

ಹೆಚ್ಚಿನ ಸಂದರ್ಭದಲ್ಲಿ, ನಮ್ಮ ಮಾನಸಿಕ ಶಾಂತಿಯು ಎಷ್ಟರ ಮಟ್ಟಿಗೆ ನಾವು ವರ್ತಮಾನದಲ್ಲಿ ಬದುಕಬಲ್ಲೆವು ಎಂಬುದರ ಮೇಲೆ ಅವಲಂಬಿತವಾಗಿರುತ್ತದೆ. ನಿನ್ನೆ ಅಥವಾ ಕಳೆದ ವರ್ಷ ಏನಾಯಿತು ಮತ್ತು ನಾಳೆ ಏನಾಗಬಹುದು ಅಥವಾ ಏನು ಆಗದೇ ಇರಬಹುದು; ಎಂಬುದನ್ನು ಬದಿಗಿರಿಸಿ, ಪ್ರಸ್ತುತ ಕ್ಷಣದಲ್ಲಿ ನಾವು ಸದಾ ಇರಲು ಕಲಿಯಬೇಕು.

ನಮ್ಮಲ್ಲಿ ಹೆಚ್ಚಿನವರು ನಿಸ್ಸಂದೇಹವಾಗಿ ತಮ್ಮ ಜೀವನದ ಬಹುಪಾಲನ್ನು ಹಲವಾರು ವಿಷಯಗಳ ಬಗ್ಗೆ ಒಟ್ಟಿಗೇ ಚಿಂತಿಸುವ ಹುಚ್ಚು ಕಲೆಯನ್ನು ಕರಗತ ಮಾಡಿಕೊಂಡಿದ್ದಾರೆ. ಭೂತಕಾಲದ ಕಷ್ಟಗಳು ಮತ್ತು ಭವಿಷ್ಯದ ಚಿಂತೆಗಳು ಇವುಗಳು ನಮ್ಮ ಪ್ರಸ್ತುತ ಕ್ಷಣದ ಮೇಲೆ ಪ್ರಾಬಲ್ಯ ಸಾಧಿಸಲು ನಾವೇ ಅವಕಾಶ ಮಾಡಿಕೊಡುತ್ತೇವೆ. ಇದರಿಂದ ನಾವು ಆತಂಕ, ನಿರಾಶೆ ಮತ್ತು ಅಸಹಾಯಕತೆಯನ್ನು ಅನುಭವಿಸಲು ಪ್ರಾರಂಭಿಸುತ್ತೇವೆ. ಮತ್ತೊಂದೆಡೆ, ಮುಂದೆ ಇಂದಿಗಿಂತ ಉತ್ತಮವಾದ 'ಒಂದು ದಿನ' ಬರುತ್ತದೆ ಎಂದು ನಂಬಿ, ನಾವು ನಮ್ಮ ಸಂತೋಷ, ಆದ್ಯತೆಗಳು, ಮತ್ತು ತೃಪ್ತಿಯನ್ನು ಮುಂದೂಡುತ್ತಾ ಹೋಗುತ್ತೇವೆ. ದುರದೃಷ್ಟವಶಾತ್, ಈ ಮನೋಭಾವವು ಹಾಗೇ ಮುಂದುವರಿಯುತ್ತದೆ ಮತ್ತು ನಾವು ಅಂದುಕೊಂಡ ಆ ಉತ್ತಮವಾದ 'ಒಂದು ದಿನ' ಎಂದಿಗೂ ಬರುವುದಿಲ್ಲ. ಜಾನ್ ಲೆನ್ನನ್ ಹೇಳಿದಂತೆ, "ನಾವು ಇತರ ಯೋಜನೆಗಳಲ್ಲಿ ನಿರತರಾಗಿರುವಾಗ ಜೀವನವು ಸಾಗುತ್ತಲೇ ಇರುತ್ತದೆ. ನಾವು 'ಇತರ ಯೋಜನೆಗಳಲ್ಲಿ ನಿರತರಾಗಿರುವಾಗ, ನಮ್ಮ ಮಕ್ಕಳು ಬೆಳೆದು ದೊಡ್ಡವರಾಗುವರು, ನಮ್ಮ ಪ್ರೀತಿಪಾತ್ರರು ದೂರವಾಗುವರು ಮತ್ತು ಸಾವನ್ನಪ್ಪುವರು, ನಮ್ಮ ದೇಹವು ಸದೃಢತೆಯನ್ನು ಕಳೆದುಕೊಳ್ಳುವುದು ಮತ್ತು ನಮ್ಮ ಕನಸುಗಳು ಕಳೆಗುಂದುವವು. ಒಟ್ಟಿನಲ್ಲಿ, ನಾವು ಜೀವನವನ್ನು ಕಳೆದುಕೊಳ್ಳುತ್ತ ಹೋಗುತ್ತೇವೆ'.

ತುಂಬಾ ಜನರು ಮುಂದೆ ನಡೆಯುವ ಯಾವುದೋ ಒಂದು ಘಟನೆಯ ಪೂರ್ವಾಭ್ಯಾಸ ಎನ್ನುವಂತೆ ಬದುಕುತ್ತಿರುತ್ತಾರೆ ಆದರೆ ಜೀವನ ಹಾಗೆ ಇಲ್ಲ. ನಿಜ ಹೇಳಬೇಕೆಂದರೆ, ನಾಳೆ ಇಲ್ಲಿ ಇರುತ್ತೀವೋ ಇಲ್ಲವೋ ಬಲ್ಲವರಾರು. ಈಗ ಈ ಕ್ಷಣವೊಂದೇ ನಮ್ಮ ಹತ್ತಿರವಿರುವುದು, ಹಾಗೂ ಅದೊಂದೇ ನಮ್ಮ ಕೈಯಲ್ಲಿರುವುದು. ನಮ್ಮ ಸಂಪೂರ್ಣ ಗಮನವು ಪ್ರಸಕ್ತ ಕ್ಷಣದ ಮೇಲೆ ಇದ್ದಾಗ, ಭಯವು ನಮ್ಮ ಮನಸ್ಸಿನಿಂದ ದೂರ ಹೋಗುತ್ತದೆ. ಈ ಭಯವೆಂದರೆ ಮುಂದೆ ನಡೆಬಹುದಾದ ಘಟನೆಗಳ ಬಗ್ಗೆ ಚಿಂತಿಸುವುದು – ನಮ್ಮ ಬಳಿ ಸಾಕಷ್ಟು ಹಣವಿಲ್ಲ, ನಮ್ಮ ಮಕ್ಕಳಿಗೆ ಏನಾದರೂ ಕಷ್ಟ ಬಂದರೆ, ನಮಗೆ ವಯಸ್ಸಾಗುತ್ತಿದೆ ಮತ್ತು ನಾವು ಸಾವಿಗೆ ಹತ್ತಿರವಾಗುತ್ತಿದ್ದೇವೆ, ಇತ್ಯಾದಿ.

ಭಯವನ್ನು ಹೋಗಲಾಡಿಸಲು ಉತ್ತಮ ಉಪಾಯವೆಂದರೆ ನಿಮ್ಮ ಗಮನವನ್ನು ವರ್ತಮಾನದತ್ತ ಹೊರಳಿಸುವುದು. ಮಾರ್ಕ್ ಟ್ವೈನ್ ಹೇಳುವಂತೆ, "ನಾನು ನನ್ನ ಜೀವನದಲ್ಲಿ

ಹಲವಾರು ಭಯ ಹುಟ್ಟಿಸುವ ಸಂಗತಿಗಳನ್ನು ಎದುರಿಸಿದ್ದೇನೆ, ಅವುಗಳಲ್ಲಿ ಕೆಲವು ಮಾತ್ರ ನಿಜವಾಗಿಯೂ ಸಂಭವಿಸಿವೆ." ನಾನು ಇನ್ನೂ ಇದಕ್ಕಿಂತ ಉತ್ತಮವಾಗಿ ವಿವರಿಸಲು ಸಾಧ್ಯವಿಲ್ಲ ಎಂದುಕೊಳ್ಳುತ್ತೇನೆ. ಇಲ್ಲಿ ಮತ್ತು ಈ ಕ್ಷಣದ ಮೇಲೆ ನಿಮ್ಮ ಗಮನವನ್ನು ಕೇಂದ್ರೀಕರಿಸಲು ಅಭ್ಯಾಸ ಮಾಡಿ. ಆಗ ನಿಮ್ಮ ಪ್ರಯತ್ನಗಳು ಅಮೂಲ್ಯವಾದ ಫಲ ನೀಡುತ್ತವೆ.

11

ನಿಮ್ಮನ್ನು ಹೊರತುಪಡಿಸಿ ಎಲ್ಲರೂ ಜ್ಞಾನಿಗಳೇ ಎಂದು ಕಲ್ಪಿಸಿಕೊಳ್ಳಿ

ಈ ಕಾರ್ಯತಂತ್ರವು ನೀವು ಸಂಪೂರ್ಣವಾಗಿ ಒಪ್ಪಿಕೊಳ್ಳಲು ಬಯಸದ್ದನ್ನು ಅಳವಡಿಸಿಕೊಳ್ಳುವ ಅವಕಾಶವನ್ನು ನೀಡುತ್ತದೆ. ಆದರೂ, ನೀವು ಇದನ್ನು ಪ್ರಯತ್ನಿಸಿದರೆ, ಸ್ವಯಂ-ಸುಧಾರಣೆಗೆ ಇದೊಂದು ಅತ್ಯುತ್ತಮವಾದ ಅಭ್ಯಾಸವಾಗಿದೆ ಎಂಬುದನ್ನು ನೀವು ಕಂಡುಕೊಳ್ಳುವಿರಿ.

ಮೇಲಿನ ಶೀರ್ಷಿಕೆ ಸೂಚಿಸುವಂತೆ, ನಿಮ್ಮನ್ನು ಹೊರತುಪಡಿಸಿ ಪ್ರತಿಯೊಬ್ಬರೂ! ಅಂದರೆ ನಿಮಗೆ ಪರಿಚಯವಿರುವ ಅಥವಾ ನೀವು ಭೇಟಿಯಾಗುವ ಪ್ರತಿಯೊಬ್ಬರೂ ಸಂಪೂರ್ಣವಾಗಿ ಜ್ಞಾನಿಗಳು ಎಂದು ಕಲ್ಪಿಸಿಕೊಳ್ಳಿ. ನೀವು ಭೇಟಿಯಾಗುವ ಪ್ರತಿಯೊಬ್ಬರೂ ನಿಮಗೆ ಖಂಡಿತವಾಗಿ ಏನನ್ನಾದರೂ ಕಲಿಸುತ್ತಾರೆ. ಬಹುಶಃ ಕೆಟ್ಟದಾಗಿ ಡ್ರೈವ್ ಮಾಡುವ ಚಾಲಕರು ಅಥವಾ ಗೌರವ ನೀಡದ ಯುವಕರು ನಿಮಗೆ ತಾಳ್ಮೆಯ ಪಾಠವನ್ನು ಕಲಿಸಬಹುದು. ಪಂಕ್ ರಾಕರ್ಸ್ (ಪಂಕ್ ರಾಕ್ ಎಂಬುದು 1970 ರ ದಶಕದ ಮಧ್ಯಭಾಗದಲ್ಲಿ ಹೊರಹೊಮ್ಮಿದ ರಾಕ್ ಸಂಗೀತ ಪ್ರಕಾರವಾಗಿದೆ) ನಿಮಗೆ ಪೂರ್ವಾಗ್ರಹಪೀಡಿತವಾಗಿ ನಿರ್ಧರಿಸುವುದು ಸರಿಯಲ್ಲ ಎನ್ನುವುದನ್ನು ಕಲಿಸಬಹುದು.

ನಿಮ್ಮ ಜೀವನದಲ್ಲಿ ಬರುವ ಜನರು ನಿಮಗೆ ಯಾವ ಪಾಠಗಳನ್ನು ಕಲಿಸುತ್ತಿದ್ದಾರೆ ಎಂಬುದನ್ನು ನಿರ್ಧರಿಸುವುದು ನಿಮ್ಮ ಕೆಲಸ. ಇದನ್ನು ಮಾಡಲು ನಿಮಗೆ ಸಾಧ್ಯವಾದರೆ, ಇತರರ ಅಭ್ಯಾಸಗಳು ಮತ್ತು ಅವರ ಅಪೂರ್ಣತೆಗಳನ್ನು ಕಂಡು ನಿಮಗೆ ಬರುವ ಸಿಟ್ಟು, ಹತಾಶೆ ಅಥವಾ ಕಿರಿಕಿರಿ ಇವೆಲ್ಲವೂ ಕಡಿಮೆಯಾಗುತ್ತವೆ. ಈ ರೀತಿಯಲ್ಲಿ ಜೀವನವನ್ನು ಸ್ವೀಕರಿಸುವ ಅಭ್ಯಾಸವನ್ನು ಬೆಳೆಸಿಕೊಂಡು, ಅದರಂತೆ ನಡೆದರೆ ನೀವು ಸಂತೋಷವನ್ನು ಕಂಡುಕೊಳ್ಳುವಿರಿ. ಇತರರು ನಿಮಗೆ ಏನನ್ನಾದರೂ ಕಲಿಸಲು ಪ್ರಯತ್ನಿಸುತ್ತಿದ್ದಾರೆ ಎಂದುಕೊಳ್ಳಲು ಪ್ರಾರಂಭಿಸಿದರೆ, ನೀವು ಹತಾಶ ಭಾವನೆಯನ್ನು ಸುಲಭವಾಗಿ ಬಿಟ್ಟು ಬಿಡುವಿರಿ. ಉದಾಹರಣೆಗೆ, ನೀವು ಪೋಸ್ಟ್ ಆಫೀಸ್‌ನಲ್ಲಿದ್ದೀರಿ ಮತ್ತು ಪೋಸ್ಟಲ್ ಕ್ಲರ್ಕ್ ಉದ್ದೇಶಪೂರ್ವಕವಾಗಿ ನಿಧಾನವಾಗಿ ಕೆಲಸ ಮಾಡುತ್ತಿದ್ದಾನೆ ಎಂದುಕೊಳ್ಳೋಣ. ಅಂತಹ ಪರಿಸ್ಥಿತಿಯಲ್ಲಿ, ನಿರಾಶೆಗೊಳ್ಳುವ ಬದಲು, 'ಅವನು ನನಗೆ ಯಾವ ಪಾಠವನ್ನು ಕಲಿಸಲು ಬಯಸುತ್ತಿದ್ದಾನೆ?' ಎಂದು ನಿಮ್ಮನ್ನು ನೀವೇ ಕೇಳಿಕೊಳ್ಳಿ. ಬಹುಶಃ ಇಲ್ಲಿ ನೀವು ಸಹಾನುಭೂತಿಯ ಬಗ್ಗೆ ಕಲಿಯಬೇಕಾಗಬಹುದು– ಮಾಡಲು ಇಷ್ಟಪಡದ ಕೆಲಸಗಳನ್ನು ಮಾಡುವುದು ಎಷ್ಟು ಕಷ್ಟ, ಎನ್ನುವುದನ್ನು. ಅಥವಾ ನೀವು ಇನ್ನಷ್ಟು ತಾಳ್ಮೆಯನ್ನು ಕಲಿಯಬಹುದು. ಈ ಸರತಿಸಾಲಿನಲ್ಲಿ ನಿಲ್ಲುವುದು ಅಸಹನೆಯ ಅಭ್ಯಾಸವನ್ನು ತೊಡೆದುಹಾಕುವ ಉತ್ತಮ ಅವಕಾಶವಾಗುವುದು.

ಇದೆಲ್ಲವೂ ಎಷ್ಟು ತಮಾಷೆಯಾಗಿದೆ ಮತ್ತು ಸುಲಭವಾದದ್ದು ಎಂದು ನಿಮಗೆ ಆಶ್ಚರ್ಯವಾಗುವುದು. ನೀವು ಮಾಡಬೇಕಾಗಿದ್ದು ಏನೆಂದರೆ ನಿಮ್ಮ ದೃಷ್ಟಿಕೋನವನ್ನು

ಬದಲಾಯಿಸಿಕೊಳ್ಳುವುದು – 'ಇವರೇಕೆ ಹೀಗೆ ಮಾಡುತ್ತಿದ್ದಾರೆ?' ಎಂದುಕೊಳ್ಳುವುದರ ಬದಲು 'ಇವರು ನನಗೆ ಏನನ್ನು ಕಲಿಸಲು ಬಯಸುತ್ತಿದ್ದಾರೆ?' ಎಂದುಕೊಳ್ಳುವುದು. ಇಂದಿನಿಂದ, ನಿಮ್ಮ ಸುತ್ತಲೂ ನೀವು ಕಾಣುವ ಜ್ಞಾನಿಗಳತ್ತ ಗಮನ ಹರಿಸಲು ಪ್ರಾರಂಭಿಸಿ ಮತ್ತು ಅವರಿಂದ ಏನನ್ನಾದರೂ ಕಲಿಯಿರಿ.

12

ಹೆಚ್ಚಿನ ಸಂದರ್ಭಗಳಲ್ಲಿ ಇತರರು 'ಸರಿ' ಆಗಿರಲಿ

ಕೆಲವೊಮ್ಮೆ ಈ ಮುಖ್ಯವಾದ ಪ್ರಶ್ನೆಯನ್ನು ನಿಮಗೆ ನೀವೇ ಕೇಳಿಕೊಳ್ಳಬಹುದು, "ನಾನು ಯಾವಾಗಲೂ 'ಸರಿ' ಆಗಿರಲು ಬಯಸುವೆನೇ? ಅಥವಾ ನಾನು ಸಂತೋಷವಾಗಿರಲು ಬಯಸುವೆನೇ?" ಹೆಚ್ಚಿನ ಸಂದರ್ಭಗಳಲ್ಲಿ ಎರಡೂ ಪ್ರಶ್ನೆಗಳು ಒಂದೇ ಆಗಿರುವುದಿಲ್ಲ!

'ಸರಿ' ಆಗಿರುವುದಕ್ಕೆ ಮತ್ತು ನಮ್ಮ ಪಕ್ಷವನ್ನು ಸಮರ್ಥಿಸಿಕೊಳ್ಳುವುದಕ್ಕಾಗಿ ಸಾಕಷ್ಟು ಮಾನಸಿಕ ಶಕ್ತಿಯನ್ನು ವ್ಯಯಿಸಬೇಕಾಗುತ್ತದೆ ಮತ್ತು ಇದರಿಂದ ಜೀವನದಲ್ಲಿ ಇತರರು ನಮ್ಮಿಂದ ದೂರವಾಗುತ್ತಾರೆ. ನಾವೇ 'ಸರಿ' ಆಗಿರಬೇಕು ಅಥವಾ ಬೇರೊಬ್ಬರದು ತಪ್ಪಾಗಬೇಕು – ಎನ್ನುವುದು ಇತರರು ಕೂಡ ತಮ್ಮನ್ನು ತಾವು ಸಮರ್ಥಿಸಿಕೊಳ್ಳುವಂತೆ ಮಾಡುತ್ತದೆ ಮತ್ತು ನಮ್ಮ ಮೇಲೆ ಸಹ ಸದಾ ಸಮರ್ಥಿಸಿಕೊಳ್ಳುವ ಒತ್ತಡ ಬೀಳುತ್ತದೆ. ಆದರೂ, ನಮ್ಮಲ್ಲಿ ಅನೇಕರು (ನಾನೂ ಸಹ) ತಮ್ಮನ್ನು ಸರಿ ಎಂದು ರುಜುವಾತು ಪಡಿಸಿಕೊಳ್ಳಲು ಅಥವಾ ಇತರರನ್ನು ತಪ್ಪು ಎಂದು ತೋರಿಸಲು ತಮ್ಮ ಸಮಯ ಮತ್ತು ಶಕ್ತಿಯನ್ನು ಖರ್ಚು ಮಾಡುತ್ತಾರೆ. ಹೆಚ್ಚಿನವರು, ತಿಳಿದೋ ಅಥವಾ ತಿಳಿಯದೆಯೋ, ಇತರರ ನಿಲುವುಗಳು, ಹೇಳಿಕೆಗಳು ಮತ್ತು ವರ್ತನೆಗಳು ಅನುಚಿತವಾಗಿವೆಯೆಂದು ಅವರಿಗೆ ತೋರಿಸಿ ಕೊಡುವುದೇ ತಮ್ಮ ಕೆಲಸವೆಂದುಕೊಳ್ಳುತ್ತಾರೆ. ಅವರು ಈ ರೀತಿ ತಿದ್ದಿದ ವ್ಯಕ್ತಿಯು ಅವರನ್ನು ಮೆಚ್ಚಿಕೊಳ್ಳುತ್ತಾನೆ ಅಥವಾ ಅವರಿಂದ ಪಾಠವನ್ನು ಕಲಿಯುತ್ತಾನೆ ಎಂದು ನಂಬುತ್ತಾರೆ. ಆದರೆ ಇದು ಸಂಪೂರ್ಣವಾಗಿ ತಪ್ಪು.

ಒಮ್ಮೆ ಈ ರೀತಿ ಯೋಚಿಸಿ. ತನ್ನದೇ ಸರಿ ಎಂದುಕೊಂಡವರು ಯಾರಾದರೂ ನಿಮ್ಮನ್ನು ತಿದ್ದಿದಾರೆಯೇ? ಅಂತಹ ವ್ಯಕ್ತಿಗೆ ನೀವು ಎಂದಾದರೂ "ಧನ್ಯವಾದಗಳು, ನನ್ನದು ತಪ್ಪು ಮತ್ತು ನಿಮ್ಮದು ಸರಿ ಎಂದು ನೀವು ನನಗೆ ಸರಿಯಾದ ಮಾರ್ಗವನ್ನು ತೋರಿಸಿದ್ದೀರಿ, ನನಗೆ ಈಗ ಗೊತ್ತಾಯಿತು, ಗುರು! ನೀವು ನಿಜಕ್ಕೂ ಗ್ರೇಟ್" ಎಂದು ಧನ್ಯವಾದಗಳನ್ನು ಹೇಳಿದ್ದೀರಾ? ಅಥವಾ ನಿಮಗೆ ತಿಳಿದಿರುವ ಯಾರನ್ನಾದರೂ ತಿದ್ದಿದಾಗ, ನಿಮ್ಮದು ಸರಿ ಅವರದು ತಪ್ಪು ಎಂದು ಹೇಳಿದಾಗ ಯಾರಾದರೂ ನಿಮಗೆ ಧನ್ಯವಾದಗಳನ್ನು ಹೇಳಿದ್ದಾರೆಯೇ? (ಅಥವಾ ನಿಮ್ಮೊಂದಿಗೆ ಸಮ್ಮತಿಸಿದ್ದಾರೆಯೆ?). ನಿಜ ಹೇಳಬೇಕೆಂದರೆ, ನಾವೆಲ್ಲರೂ ಇತರರು ನಮ್ಮನ್ನು ಸರಿಪಡಿಸುವುದನ್ನು ಇಷ್ಟಪಡುವುದಿಲ್ಲ. ಇತರರು ನಮ್ಮನ್ನು ಗೌರವಿಸಬೇಕು, ನಮ್ಮನ್ನು ಅರ್ಥಮಾಡಿಕೊಳ್ಳಬೇಕೆಂದು ನಾವೆಲ್ಲರೂ ಬಯಸುತ್ತೇವೆ. ನಾವು ಹೇಳಿದ್ದನ್ನು ಇತರರು ಕೇಳಬೇಕು ಮತ್ತು ಆಲಿಸಬೇಕು ಎನ್ನುವುದು ಮನುಷ್ಯನ ಮನಸ್ಸಿನಲ್ಲಡಗಿದ ದೊಡ್ಡ ಬಯಕೆಯಾಗಿದೆ. ಯಾರು ಇತರರನ್ನು ಆಲಿಸುತ್ತಾರೋ ಅವರನ್ನು ಎಲ್ಲರೂ ಇಷ್ಟಪಡುತ್ತಾರೆ ಮತ್ತು ಗೌರವಿಸುತ್ತಾರೆ. ಯಾರು ಸದಾ ಇತರರನ್ನು ಸರಿಪಡಿಸಲು ಪ್ರಯತ್ನಿಸುತಾರೋ ಅಂಥವರಿಂದ ಪ್ರತಿಯೊಬ್ಬರೂ ಅಸಮಾಧಾನಗೊಳ್ಳುತ್ತಾರೆ ಮತ್ತು ಅವರಿಂದ ದೂರವಿರಲು ಪ್ರಯತ್ನಿಸುತ್ತಾರೆ.

ಅಂದರೆ, ಎಂದಿಗೂ 'ಸರಿ' ಆಗಿರಲೇಬಾರದು ಎಂದಲ್ಲ-ಕೆಲವೊಮ್ಮೆ ನೀವು ಪ್ರಾಮಾಣಿಕವಾಗಿ 'ಸರಿ' ಆಗಿರಲು ಬಯಸುತ್ತೀರಿ ಮತ್ತು ಹಾಗೆ ಇರಬೇಕಾಗುತ್ತದೆ ಕೂಡ. ಪ್ರಾಯಶಃ ನೀವು ರಾಜಿಯಾಗದ ಕೆಲವು ತಾತ್ವಿಕ ಸಿದ್ಧಾಂತಗಳಿರುತ್ತವೆ. ಉದಾಹರಣೆಗೆ ಜನಾಂಗೀಯ ಟೀಕೆಗಳನ್ನು ಕೇಳಿದಾಗ. ಇಲ್ಲಿ, ನಿಮ್ಮ ಮನಸ್ಸಿನಲ್ಲಿರುವುದನ್ನು ಹೇಳುವುದು ಮುಖ್ಯವಾಗುತ್ತದೆ. ಆದರೂ, ಸಾಮಾನ್ಯವಾಗಿ, 'ಸರಿ' ಆಗಿರಬೇಕೆಂಬ ನಿಮ್ಮ ಅಗತ್ಯ ಅಥವಾ ಬಯಕೆಯು ಕೇವಲ ನಿಮ್ಮ ಅಹಂಕಾರವಷ್ಟೆ, ಅದು ಶಾಂತಿಯುತವಾದ ಮಾತುಕತೆಯನ್ನು ಹಾಳುಮಾಡುತ್ತದೆ.

ಹೆಚ್ಚು ಶಾಂತವಾಗಿ ಮತ್ತು ಸಂತೋಷವಾಗಿರಲು ಅತ್ಯಂತ ಅದ್ಭುತವಾದ ಮತ್ತು ಪ್ರಾಮಾಣಿಕ ಮಾರ್ಗವೆಂದರೆ ಇತರರಿಗೆ ಅವರು 'ಸರಿ' ಎನ್ನುವ ಆನಂದವನ್ನು ನೀಡುವುದು – ಅವರನ್ನು ಪ್ರಶಂಸಿಸುವುದು. ಅವರನ್ನು ಸರಿಪಡಿಸುವುದನ್ನು ನಿಲ್ಲಿಸಿ. ಈ ಅಭ್ಯಾಸವನ್ನು ಬದಲಾಯಿಸುವುದು ನಿಮಗೆ ಕಷ್ಟಕರವೆಂದು ತೋರಬಹುದಾದರೂ, ಪ್ರಯತ್ನಿಸಿದರೆ ಇದೊಂದು ಅತ್ಯಂತ ಪರಿಣಾಮಕಾರಿಯಾದ ಅಭ್ಯಾಸವಾಗಿದೆ. ಯಾರಾದರೂ, "ಇದು ಮುಖ್ಯವಾದದ್ದು ಎಂದು ನಾನು ಭಾವಿಸುತ್ತೇನೆ" ಎಂದಾಗ ಆ ಸಮಯದಲ್ಲಿ ನಡುವೆ ಬಾಯಿಹಾಕಿ, "ಅಲ್ಲ, ನನ್ನ ಪ್ರಕಾರ ಅದಕ್ಕಿಂತ ಹೆಚ್ಚು ಮುಖ್ಯವಾದದ್ದು..." ಎಂದೋ ಅಥವಾ ಇನ್ನೂ ಬೇರೆ ರೀತಿಯಲ್ಲಿ ಅವರ ಮಾತಿಗೆ ಅಡ್ಡಿಪಡಿಸಬಹುದು. ಆದರೆ ಅದನ್ನೆಲ್ಲ ಮರೆತು ಇನ್ನೊಬ್ಬರು ಏನು ಹೇಳಬೇಕೆಂದಿದ್ದಾರೋ ಅದನ್ನು ಹೇಳಲಿ ಎಂದು ಬಿಟ್ಟು ಬಿಡಿ. ಇದರಿಂದ ನಿಮ್ಮ ಜೀವನದಲ್ಲಿ ಜನರು ನಿಮಗೆ ಎದುರು ನಿಲ್ಲದೇ ಮತ್ತು ನಿಮ್ಮನ್ನು ಹೆಚ್ಚು ಪ್ರೀತಿಸುತ್ತಾರೆ. ಏಕೆ ಎಂದು ಅವರಿಗೆ ಗೊತ್ತಿಲ್ಲದಿದ್ದರೂ ಕೂಡ, ನೀವು ಕನಸಿನಲ್ಲಿ ಎಣಿಸಿದ್ದಕ್ಕಿಂತ ಹೆಚ್ಚಾಗಿ ನಿಮ್ಮನ್ನು ಮೆಚ್ಚುತ್ತಾರೆ. ಇತರ ಜನರ ಸಂತೋಷವನ್ನು ಕಂಡು ಅದರಲ್ಲಿ ಭಾಗಿಯಾಗುವ ಅವಕಾಶವನ್ನು ಸಹ ನೀವು ಪಡೆಯುತ್ತೀರಿ, ಇದು ಅಹಂಕಾರಗಳ ಹಣಾಹಣಿಗಿಂತ ಉತ್ತಮವಾದುದು. ನಿಮ್ಮ ಗಹನವಾದ ತಾತ್ವಿಕ ಮೌಲ್ಯಗಳು ಮತ್ತು ಭಾವನಾತ್ಮಕ ಅಭಿಪ್ರಾಯಗಳನ್ನು ನೀವು ಬಿಟ್ಟುಕೊಡಬೇಕಾಗಿಲ್ಲ ಆದರೆ ಇಂದಿನಿಂದ, ಹೆಚ್ಚಿನ ಸಂದರ್ಭಗಳಲ್ಲಿ ಇತರರು 'ಸರಿ' ಆಗಿರಲಿ.

13

ಇನ್ನಷ್ಟು ತಾಳ್ಮೆಯಿಂದಿರಿ

ನಿಮ್ಮೊಳಗಿರುವ ತಾಳ್ಮೆಯ ಸಾಮರ್ಥ್ಯವು ನಿಮ್ಮನ್ನು ಇನ್ನಷ್ಟು ಶಾಂತಿಯುತವಾದ ಮತ್ತು ಪ್ರೇಮಮಯವಾದ ವ್ಯಕ್ತಿತ್ವವನ್ನು ಪಡೆಯುವತ್ತ ಕರೆದೊಯ್ಯುತ್ತದೆ. ನಿಮ್ಮಲ್ಲಿ ತಾಳ್ಮೆ ಇದ್ದಷ್ಟು, ಜೀವನವು ಹೇಗಿದೆಯೋ ಹಾಗೆ ಒಪ್ಪಿಕೊಳ್ಳುವಿರಿ ಮತ್ತು ಜೀವನವು ನಿಮಗೆ ಬೇಕಾದ ರೀತಿಯಲ್ಲೇ ಇರಬೇಕೆಂದು ಒತ್ತಾಯಿಸುವುದಿಲ್ಲ. ತಾಳ್ಮೆ ಇಲ್ಲದಿದ್ದರೆ ಜೀವನ ತುಂಬಾ ನಿರಾಶಾದಾಯಕವಾಗಿರುತ್ತದೆ. ನೀವು ತುಂಬಾ ಸುಲಭವಾಗಿ ಕೋಪಗೊಳ್ಳುವಿರಿ, ಬೇಸರಗೊಳ್ಳುವಿರಿ ಮತ್ತು ಕಿರಿಕಿರಿಗೊಳ್ಳುವಿರಿ. ತಾಳ್ಮೆಯು ನಿಮ್ಮ ಜೀವನದಲ್ಲಿ ಸಮಾಧಾನ ಮತ್ತು ಸ್ವೀಕಾರದ ಭಾವನೆಯ ಆಯಾಮಗಳನ್ನು ಸೇರಿಸುವುದು. ಮನಃಶಾಂತಿಗೂ ಇದು ಅವಶ್ಯಕವಾದುದು.

ಇನ್ನಷ್ಟು ತಾಳ್ಮೆಯಿಂದಿರುವುದರ ಅರ್ಥವೇನೆಂದರೆ, ನಿಮಗೆ ಇಷ್ಟವಿಲ್ಲದಿದ್ದರೂ ಪ್ರಸ್ತುತ ಕ್ಷಣವನ್ನು ಮುಕ್ತಮನಸ್ಸಿನಿಂದ ಒಪ್ಪಿಕೊಳ್ಳುವುದು. ಉದಾಹರಣೆಗೆ, ಟ್ರಾಫಿಕ್‌ನಲ್ಲಿ ಸಿಲುಕಿಹಾಕಿಕೊಂಡಿದ್ದರೆ, ಯಾರನ್ನೋ ಭೇಟಿಯಾಗಲು ನಿಮಗೆ ತಡವಾಗುತ್ತಿದ್ದರೆ, ಆ ಕ್ಷಣವನ್ನು ಒಪ್ಪಿಕೊಳ್ಳುವುದು ಎಂದರೆ, ನಿಮ್ಮ ಮನಸ್ಸಿನಲ್ಲಿ ನಿರ್ಮಾಣವಾಗುತ್ತಿರುವ ಚಿಂತೆಯ ಸ್ನೋಬಾಲ್ ಅನ್ನು ತಕ್ಷಣ ಗುರುತಿಸಿ ನಿಮ್ಮ ಯೋಚನೆಯು ಕೈಮೀರಿ ಹೋಗುವ ಮುಂಚೆ ನಿಮ್ಮ ಮನಸ್ಸನ್ನು ನಿರಾಳವಾಗಿಸಿಕೊಳ್ಳಲು ನೆನಪಿಸಿಕೊಳ್ಳುವುದು. ಈ ಕ್ಷಣವು ದೀರ್ಘವಾಗಿ ಉಸಿರಾಡಲು ಒಳ್ಳೆಯ ಸಮಯ ಮತ್ತು ದೊಡ್ಡ ಯೋಜನೆಗಳ ಮಧ್ಯೆ ಹೀಗೆ ತಡವಾಗಿರುವುದು ಒಂದು 'ಸಣ್ಣ ವಿಷಯ' ಅಷ್ಟೇ ಎಂಬುದನ್ನು ನೆನಪಿಸಿಕೊಳ್ಳುವ ಒಂದು ಅವಕಾಶವಾಗುತ್ತದೆ.

ಇತರರ ಮುಗ್ಧತೆಯನ್ನು ನೋಡುವುದು ಸಹ ತಾಳ್ಮೆಯೇ ಆಗಿದೆ. ನನ್ನ ಹೆಂಡತಿ, ಕ್ರಿಸ್ ಮತ್ತು ನನಗೆ ನಾಲ್ಕು ಮತ್ತು ಏಳು ವರ್ಷದ ಇಬ್ಬರು ಮಕ್ಕಳಿದ್ದಾರೆ. ಈ ಪುಸ್ತಕವನ್ನು ಬರೆಯುವಾಗ, ನನ್ನ ನಾಲ್ಕು ವರ್ಷದ ಮಗಳು ಅನೇಕ ಬಾರಿ ನನ್ನ ಕೋಣೆಗೆ ಬಂದು ಅಡ್ಡಿಯನ್ನುಂಟುಮಾಡುತ್ತಿದ್ದಳು, ಇದರಿಂದ ಒಬ್ಬ ಬರಹಗಾರನಿಗೆ ತುಂಬಾ ಅಡಚಣೆಯಾಗುತ್ತದೆ. ಇಲ್ಲಿ ನಾನು ಕಲಿತಿದ್ದು ಏನೆಂದರೆ (ತುಂಬಾ ಸಾರಿ) ಅವಳ ಅಡಚಣೆಯಿಂದ ಆಗಬಹುದಾದ ಪರಿಣಾಮಗಳ ಮೇಲೆ ಗಮನ ಕೊಡುವುದಕ್ಕಿಂತ ('ನನ್ನ ಕೆಲಸವನ್ನು ಪೂರ್ಣಗೊಳಿಸಲು ಸಾಧ್ಯವಾಗುತ್ತಿಲ್ಲ, ನನ್ನ ಆಲೋಚನಾ ಸರಣಿಗೆ ಅಡ್ಡಿಯಾಗುತ್ತಿದೆ, ಇಂದು ಬರೆಯಲು ಏಕೈಕ ಅವಕಾಶ ಸಿಕ್ಕಿದೆ', ಇತ್ಯಾದಿ) ಹೆಚ್ಚಾಗಿ ಅವಳ ನಡವಳಿಕೆಯಲ್ಲಿ ಮುಗ್ಧತೆಯನ್ನು ನೋಡುವುದು. 'ಅವಳು ಇಲ್ಲಿ ಏಕೆ ಬರುತ್ತಾಳೆ? – ನನ್ನನ್ನು ಪ್ರೀತಿಸುತ್ತಿರುವುದರಿಂದ ಬರುತ್ತಾಳಲ್ಲವೇ, ನನ್ನ ಕೆಲಸಕ್ಕೆ ಅಡ್ಡಿಯಾಗಬೇಕೆಂದು ಅಲ್ಲ' ಎಂದು ನೆನಪಿಸಿಕೊಳ್ಳುತ್ತೇನೆ. ಅವಳ ಮುಗ್ಧತೆಯ ಅರಿವಾದ ತಕ್ಷಣವೇ ನನ್ನೊಳಗೆ ತಾಳ್ಮೆಯ ಭಾವನೆಯನ್ನು ತಂದುಕೊಂಡು ನನ್ನ ಗಮನವೆಲ್ಲ ಆ ಪ್ರಸ್ತುತ ಕ್ಷಣದತ್ತ ಹೊರಳಿಸಿಕೊಳ್ಳುತ್ತಿದ್ದೆ. ಆ ಸಮಯದಲ್ಲಿ ಯಾವುದೇ ಕಿರಿಕಿರಿಯು

ಹುಟ್ಟಿಕೊಂಡಿದ್ದರೂ, ಅದು ತಕ್ಷಣವೇ ಮಾಯವಾಗುತ್ತಿತ್ತು ಮತ್ತು ಅಂತಹ ಸುಂದರವಾದ ಮಕ್ಕಳನ್ನು ಪಡೆದ ನಾನು ಎಷ್ಟು ಅದೃಷ್ಟಶಾಲಿ ಎಂದು ಮತ್ತೊಮ್ಮೆ ನೆನಪಿಸಿಕೊಳ್ಳುತ್ತಿದ್ದೆ. ನಾನು ಕಂಡುಕೊಂಡಿದ್ದೇನೆಂದರೆ ಸೂಕ್ಷ್ಮವಾಗಿ ಗಮನಿಸಿದರೆ, ನೀವು ಇತರರಲ್ಲಿ ಮತ್ತು ಸಂಭಾವ್ಯ ನಿರಾಶಾದಾಯಕ ಪರಿಸ್ಥಿತಿಗಳಲ್ಲಿ ಬಹುಮಟ್ಟಿಗೆ ಯಾವಾಗಲೂ ಮುಗ್ಧತೆಯನ್ನು ನೋಡಬಹುದು ಎಂದು.

ಈ ರೀತಿ ಮಾಡಿದಾಗ, ನೀವು ಇನ್ನಷ್ಟು ಸಹನಶೀಲ ಮತ್ತು ಶಾಂತಿಯುತ ವ್ಯಕ್ತಿಯಾಗುವಿರಿ ಮತ್ತು ವಿಚಿತ್ರವೆಂದರೆ ನಿಮಗೆ ಕಿರಿಕಿರಿಯನ್ನು ಉಂಟುಮಾಡಬಹುದಾಗಿದ್ದ ಹಲವಾರು ಅಂತಹ ಕ್ಷಣಗಳನ್ನು ನೀವು ಆನಂದಿಸಲು ಪ್ರಾರಂಭಿಸುವಿರಿ.

14

ತಾಳ್ಮೆಯನ್ನು ರೂಢಿಸಿಕೊಳ್ಳಲು ಅವಧಿಯನ್ನು ಮೀಸಲಿಡಿ

ತಾಳ್ಮೆಯು ಸತತ ಪ್ರಯತ್ನದಿಂದ ಇನ್ನಷ್ಟು ಸುಧಾರಿಸಿಕೊಳ್ಳಬಹುದಾದ ಹೃದಯದ ಗುಣವಾಗಿದೆ. ಇದಕ್ಕಾಗಿ ನಾನು ಕಂಡುಕೊಂಡ ಅತ್ಯಂತ ಪರಿಣಾಮಕಾರಿ ಮಾರ್ಗವೆಂದರೆ ತಾಳ್ಮೆಯನ್ನು ರೂಢಿಸಿಕೊಳ್ಳಲು ಸಮಯವನ್ನು ಮೀಸಲಿಡುವುದು – ಅಂದರೆ ತಾಳ್ಮೆಯ ಕಲೆಯನ್ನು ರೂಢಿಸಿಕೊಳ್ಳಲು ನಾನು ಮನಸ್ಸಿನಲ್ಲಿಯೇ ಒಂದು ಅವಧಿಯನ್ನು ನಿರ್ಧರಿಸಿಕೊಳ್ಳುತ್ತೇನೆ. ಆಗ ಜೀವನವೇ ಒಂದು ಪಾಠಶಾಲೆಯಾಗುತ್ತದೆ ಮತ್ತು ತಾಳ್ಮೆಯು ಅದರ ಪಠ್ಯಕ್ರಮವಾಗುತ್ತದೆ.

ನೀವು ಈ ಅಭ್ಯಾಸವನ್ನು ಕೇವಲ ಐದು ನಿಮಿಷದ ಅವಧಿಯಿಂದ ಪ್ರಾರಂಭಿಸಬಹುದು ಮತ್ತು ನಿಮ್ಮ ತಾಳ್ಮೆಯ ಸಾಮರ್ಥ್ಯಕ್ಕೆ ಅನುಗುಣವಾಗಿ ಅದನ್ನು ಹೆಚ್ಚಿಸುತ್ತಾ ಹೋಗಬಹುದು. ನಿಮಗೆ ನೀವೇ ಈ ರೀತಿ ಹೇಳಿಕೊಳ್ಳಲು ಪ್ರಾರಂಭಿಸಿ – 'ಸರಿ, ಇನ್ನು ಮುಂದಿನ ಐದು ನಿಮಿಷಗಳ ಕಾಲ ನಾನು ಯಾವುದರ ಬಗ್ಗೆಯೂ ತಲೆ ಕೆಡಿಸಿಕೊಳ್ಳುವುದಿಲ್ಲ, ತಾಳ್ಮೆಯಿಂದ ಇರುತ್ತೇನೆ'. ಆಗ ನಿಮಗೆ ತುಂಬಾ ಅದ್ಭುತವಾದ ಅನುಭೂತಿಯಾಗುವುದನ್ನು ಕಂಡುಕೊಳ್ಳುವಿರಿ. ಸ್ವಲ್ಪ ಸಮಯದವರೆಗೆ ಮಾತ್ರ ಶಾಂತವಾಗಿರುವುದು ನಿಮ್ಮ ಉದ್ದೇಶವಾಗಿರುವುದರಿಂದ ನಿಮ್ಮ ತಾಳ್ಮೆಯ ಸಾಮರ್ಥ್ಯವೂ ಕೂಡಾ ಹೆಚ್ಚುತ್ತದೆ. ತಾಳ್ಮೆಯು ತನ್ನನ್ನು ತಾನೇ ಪೋಷಿಸಿಕೊಳ್ಳುವಂತಹ ಗುಣವಾಗಿದೆ – ಇದರಲ್ಲಿ ಯಶಸ್ವಿಯಾದಷ್ಟೂ, ನೀವು ಹೆಚ್ಚು ತಾಳ್ಮೆಯಿಂದಿರುತ್ತೀರಿ. ಒಮ್ಮೆ ನೀವು ಈ ಸಣ್ಣ ಗುರಿಯನ್ನು ತಲುಪಿದರೆ– ಐದು ನಿಮಿಷಗಳ ಕಾಲ ಸಹನೆಯಿಂದಿರುವುದು – ಖಂಡಿತವಾಗಿಯೂ ನಿಮಗೆ ಇನ್ನೂ ಹೆಚ್ಚಿನ ಅವಧಿಯವರೆಗೆ ತಾಳ್ಮೆಯಿಂದಿರುವ ಸಾಮರ್ಥ್ಯವಿದೆ ಎಂದು ತಿಳಿದುಕೊಳ್ಳುವಿರಿ. ದಿನಗಳೆದಂತೆ ನೀವೊಬ್ಬ ಸಹನಶೀಲ ವ್ಯಕ್ತಿಯಾಗುವಿರಿ.

ನನ್ನ ಮನೆಯಲ್ಲಿ ಚಿಕ್ಕ ಮಕ್ಕಳಿದ್ದಾರೆ ಹೀಗಾಗಿ ತಾಳ್ಮೆಯನ್ನು ರೂಢಿಸಿಕೊಳ್ಳಲು ನನಗೆ ಸಾಕಷ್ಟು ಅವಕಾಶಗಳಿವೆ. ಉದಾಹರಣೆಗೆ, ಒಂದು ದಿನ ನಾನು ಕೆಲವು ಮುಖ್ಯವಾದ ಫೋನ್ ಕರೆಗಳನ್ನು ಮಾಡಲು ಪ್ರಯತ್ನಿಸುತ್ತಿರುವಾಗ ನನ್ನ ಇಬ್ಬರೂ ಹುಡುಗಿಯರು ನನ್ನ ಮೇಲೆ ಪ್ರಶ್ನೆಗಳ ಸುರಿಮಳೆಯನ್ನೇ ಸುರಿಸತೊಡಗಿದರು. ಆಗ ನನಗೆ ನಾನು ಹೇಳಿಕೊಂಡಿದ್ದೆನೆಂದರೆ, 'ಇದು ತಾಳ್ಮೆಯಿಂದಿರಲು ಉತ್ತಮ ಸಮಯ. ಮುಂದಿನ ಅರ್ಧ ಘಂಟೆಯವರೆಗೆ ನಾನು ಸಾಧ್ಯವಾದಷ್ಟು ತಾಳ್ಮೆಯಿಂದ ಇರುತ್ತೇನೆ (ನೋಡಿ, ನಾನು ಕಷ್ಟಪಟ್ಟು ಅಭ್ಯಾಸ ಮಾಡಿದ್ದೇನೆ, ಮೂವತ್ತು ನಿಮಿಷಗಳವರೆಗೆ ನಾನು ಶಾಂತವಾಗಿದ್ದೆ)!' ನಿಜಕ್ಕೂ ನಾನು ತಮಾಷೆ ಮಾಡುತ್ತಿಲ್ಲ, ಈ ವಿಧಾನವು ಪರಿಣಾಮಕಾರಿಯಾಗಿದೆ – ಈ ವಿಧಾನವು ನನ್ನ ಕುಟುಂಬದಲ್ಲಿ ನಿಜವಾಗಿಯೂ ಪರಿಣಾಮಕಾರಿಯಾಗಿ ಪರಿಣಮಿಸಿದೆ. ನಾನು ಕೋಪವನ್ನು ತೋರಿಸದೆ, ಶಾಂತವಾಗಿ ವರ್ತಿಸಿದರೆ, ನನ್ನ ಮಕ್ಕಳನ್ನು ಸಂಭಾಳಿಸುವುದು ಸುಲಭವಾಗುತ್ತದೆ. ಏಕೆಂದರೆ ಆಗ ನಾನು ಶಾಂತವಾಗಿರುತ್ತೇನೆ ಹಾಗೂ ಅಸಮಾಧಾನ ಅಥವಾ ಕಿರಿಕಿರಿಗೊಳ್ಳುವುದಿಲ್ಲ.

ನಾನು ಸಿಟ್ಟಿನಲ್ಲಿ ಅವಿವೇಕದಿಂದ ವರ್ತಿಸುವುದಕ್ಕಿಂತ ಶಾಂತವಾಗಿರುವುದರಿಂದ ನನ್ನ ಮಕ್ಕಳ ನಡವಳಿಕೆಯನ್ನು ಇನ್ನೂ ಹೆಚ್ಚು ಪರಿಣಾಮಕಾರಿಯಾಗಿ ಮತ್ತು ದೃಢವಾಗಿ ನಿರ್ದೇಶಿಸಬಲ್ಲೆ. ಈ ಹಿಂದೆ ನಡೆದ ಎಲ್ಲಾ ಘಟನೆಗಳ ಬಗ್ಗೆ ಯೋಚಿಸಿ ಅಸಮಾಧಾನಗೊಂಡು ಮತ್ತು ನಾನೇನೋ ಬಲಿಪಶು ಆಗಿಬಿಟ್ಟಿದ್ದೇನೆ ಎಂದುಕೊಳ್ಳುವುದಕ್ಕಿಂತ ತಾಳ್ಮೆಯತ್ತ ನನ್ನ ಮನಸ್ಸನ್ನು ಕೇಂದ್ರೀಕರಿಸುವುದು ಪ್ರಸ್ತುತ ಕ್ಷಣದಲ್ಲಿ ಉಳಿಯಲು ನನಗೆ ಸಹಾಯ ಮಾಡುತ್ತದೆ. ಎಲ್ಲಕ್ಕಿಂತ ಹೆಚ್ಚಾಗಿ, ನನ್ನ ತಾಳ್ಮೆಯ ಭಾವನೆಗಳು ನನ್ನಿಂದ ಇತರರಿಗೆ ಹರಡುತ್ತವೆ, ಇವು ಮಕ್ಕಳ ಮೇಲೆ ಕೂಡ ಪರಿಣಾಮಬೀರುತ್ತವೆ, ಅವರು ತಾವಾಗಿಯೇ 'ತಂದೆಗೆ ತೊಂದರೆ ಕೊಡುವುದು ಸರಿಯಲ್ಲ' ಎಂದುಕೊಳ್ಳುತ್ತಾರೆ.

ಶಾಂತವಾಗಿರುವುದರಿಂದ ನನ್ನ ದೃಷ್ಟಿಕೋನ ವಿಚಲಿತಗೊಳ್ಳುವುದಿಲ್ಲ. ಕಷ್ಟದ ಸಂದರ್ಭಗಳಲ್ಲಿಯೂ, ನನ್ನ ಮುಂದೆ ಏನಿದೆ ಅಂದರೆ ನನ್ನ ಸಧ್ಯದ ಸವಾಲುಗಳು – ಇವು ಜೀವನ್ಮರಣದ ಪ್ರಶ್ನೆಗಳಲ್ಲ ಆದರೆ ಸುಲಭವಾಗಿ ಜಯಿಸಬಹುದಾದ ಸಣ್ಣ ಅಡಚಣೆಯಾಗಿವೆ ಅಷ್ಟೇ ಎಂದು ನೆನಪಿಸಿಕೊಳ್ಳುತ್ತೇನೆ. ಒಂದುವೇಳೆ ತಾಳ್ಮೆಯಿಲ್ಲದಿದ್ದರೆ, ಅದೇ ಸನ್ನಿವೇಶವು ಕೂಗಾಟ, ಕೋಪ, ಹತಾಶೆ ಮತ್ತು ಅಧಿಕ ರಕ್ತದೊತ್ತಡದೊಂದಿಗೆ ಒಂದು ಆಪತ್ತಿನ ಪರಿಸ್ಥಿತಿಯಾಗಬಹುದಿತ್ತು. ನಿಮ್ಮ ಮಕ್ಕಳಿರಲಿ, ನಿಮ್ಮ ಬಾಸ್ ಇರಲಿ ಅಥವಾ ಯಾವುದೇ ಜಟಿಲವಾದ ವ್ಯಕ್ತಿ ಅಥವಾ ಪರಿಸ್ಥಿತಿಯಿರಲಿ, ಆ ಸಮಯದಲ್ಲಿ 'ಸಣ್ಣ–ಪುಟ್ಟ ವಿಷಯಗಳ ಬಗ್ಗೆ ಚಿಂತಿಸಲು ಬಯಸದಿದ್ದರೆ', ಇದಕ್ಕಾಗಿ ನಿಮ್ಮ ತಾಳ್ಮೆಯ ಮಟ್ಟವನ್ನು ಸುಧಾರಿಸಿಕೊಳ್ಳುವುದು ಒಂದು ಉತ್ತಮವಾದ ಆರಂಭವಾಗಿದೆ.

15

ಪ್ರೀತಿಯನ್ನು ನೀಡುವಲ್ಲಿ ನೀವೇ ಮೊದಲಿಗರಾಗಿರಿ

ನಮ್ಮಲ್ಲಿ ಅನೇಕರು ಯಾವುದೋ ವಾದದಿಂದ, ತಪ್ಪು ತಿಳುವಳಿಕೆಯಿಂದ, ಅವರು ಬೆಳೆದುಬಂದ ರೀತಿಯಿಂದ ಅಥವಾ ಆಘಾತಕಾರಿ ಘಟನೆಗಳ ಪರಿಣಾಮದಿಂದ ತಮ್ಮಲ್ಲಿ ಅಸಮಾಧಾನವನ್ನು ತುಂಬಿಕೊಂಡಿರುತ್ತಾರೆ. ಸಾಮಾನ್ಯವಾಗಿ ನಾವು ಎದುರಿನ ವ್ಯಕ್ತಿ ತಾನಾಗಿಯೇ ನಮ್ಮ ಬಳಿಗೆ ಬರಲಿ ಎಂದು ಹಠಮಾರಿತನದಿಂದ ಕಾಯುತ್ತೇವೆ, ಅಂದಾಗ ಮಾತ್ರ ನಾವು ಅವರನ್ನು ಕ್ಷಮಿಸಬಹುದು ಅಥವಾ ಸ್ನೇಹ ಅಥವಾ ಕೌಟುಂಬಿಕ ಬಂಧನವು ಪುನರುಜ್ಜೀವನಗೊಳ್ಳಬಹುದು ಎಂದುಕೊಳ್ಳುತ್ತೇವೆ.

ನನ್ನ ಪರಿಚಯದವರೊಬ್ಬರ ಆರೋಗ್ಯ ಚೆನ್ನಾಗಿರಲಿಲ್ಲ. ಕಳೆದ ಸುಮಾರು ಮೂರು ವರ್ಷಗಳಿಂದ ಆಕೆ ತಮ್ಮ ಮಗನ ಜೊತೆ ಮಾತನಾಡಿಲ್ಲ ಎಂದು ಹೇಳಿದರು. ಏಕೆ? ಎಂದು ನಾನು ಕೇಳಿದೆ. ತನ್ನ ಮತ್ತು ಮಗನ ನಡುವೆ ಅವನ ಹೆಂಡತಿಯ ವಿಚಾರವಾಗಿ ಭಿನ್ನಾಭಿಪ್ರಾಯ ಬಂದಿದೆ ಎಂದರು. ಮಗ ಫೋನ್ ಮಾಡಿ ಕ್ಷಮೆ ಕೇಳುವವರೆಗೂ ಅವನೊಡನೆ ಮಾತನಾಡುವುದಿಲ್ಲ ಎಂದರು. ನೀವೇ ಮುಂದುವರೆದು ಮಾತನಾಡಬಹುದಲ್ಲ ಎಂದು ನಾನು ಸಲಹೆ ನೀಡಿದಾಗ, "ಅದು ನನ್ನಿಂದ ಸಾಧ್ಯವಿಲ್ಲ. ಮೊದಲು ಅವನೇ ನನ್ನ ಬಳಿ ಕ್ಷಮೆ ಕೇಳಬೇಕು" ಎಂದರು. ಅವನನ್ನು ತಾನಾಗಿಯೇ ಮಾತನಾಡಿಸುವುದಕ್ಕಿಂತ ಸಾಯುವುದೇ ಮೇಲು ಎನ್ನುವಂತೆ ಇತ್ತು ಅವರ ಅಭಿಪ್ರಾಯ. ನಾನು ಸ್ವಲ್ಪ ಸೌಮ್ಯವಾಗಿ ಮನವೊಲಿಸಿದ ನಂತರ, ಅವರು ತನ್ನ ಮಗನಿಗೆ ಕರೆ ಮಾಡಲು ಒಪ್ಪಿಕೊಂಡರು. ನಂತರ, ಅವರಿಗೇ ಆಶ್ಚರ್ಯವಾಗುವಂತೆ, ಕರೆ ಮಾಡಿದ್ದಕ್ಕಾಗಿ ಮಗನು ಕೃತಜ್ಞನಾಗಿದ್ದನು ಮತ್ತು ತಾಯಿಯ ಬಳಿ ಕ್ಷಮೆಯನ್ನೂ ಕೇಳಿದನು. ಯಾವಾಗಲೂ ಹೀಗೆ ಆಗುವುದು, ಯಾರಾದರೂ ಒಬ್ಬರು ತಾವಾಗಿಯೇ ಮುಂದುವರೆದು ಕೈ ಚಾಚಿದಾಗ ಎಲ್ಲರೂ ಗೆಲ್ಲುತ್ತಾರೆ.

ನಮ್ಮ ಮನಸ್ಸಿನಲ್ಲಿ ಕೋಪಕ್ಕೆ ಜಾಗ ಕೊಟ್ಟಾಗಲೆಲ್ಲ 'ಸಣ್ಣ ವಿಷಯ'ವನ್ನು ನಾವು 'ದೊಡ್ಡ ವಿಷಯ'ವಾಗಿ ಪರಿವರ್ತಿಸುತ್ತೇವೆ. ನಮ್ಮ ಸಂತೋಷಕ್ಕಿಂತ ನಮ್ಮ ಸ್ಥಾನ–ಮಾನ ಮುಖ್ಯ ಎಂದು ನಾವು ನಂಬತೊಡಗುತ್ತೇವೆ. ಆದರೆ, ಅದು ಹಾಗೆ ಇಲ್ಲವೇ ಅಲ್ಲ. ನೀವು ಇನ್ನಷ್ಟು ಶಾಂತ ವ್ಯಕ್ತಿಯಾಗಬಯಸಿದರೆ, ಯಾವಾಗಲೂ ನೀವು 'ಸರಿ' ಆಗಿರುವುದಕ್ಕಿಂತ ಸಂತೋಷವಾಗಿರುವುದು ಮುಖ್ಯವಾಗಿದೆ ಎಂಬುದನ್ನು ತಿಳಿದುಕೊಳ್ಳಲೇಬೇಕು. ಸಂತೋಷವಾಗಿರಲು ದಾರಿಯೆಂದರೆ ಹಿಡದಿಟ್ಟುಕೊಳ್ಳದೇ ಬಿಟ್ಟು ಬಿಡುವುದು ಮತ್ತು ನೀವಾಗಿಯೇ ಮುಂದುವರೆದು ಕೈ ಚಾಚಿ ಇತರರನ್ನು ತಲುಪುವುದು. ಇದರರ್ಥ ಯಾವಾಗಲೂ ಇತರರು ಸರಿ, ನೀವೇ ತಪ್ಪು ಎಂದಲ್ಲ. ಎಲ್ಲವೂ ಸರಿಯಾಗುತ್ತದೆ. ನೀವು ಹಿಡಿದಿಟ್ಟುಕೊಳ್ಳದೇ ಬಿಟ್ಟು ಬಿಟ್ಟಾಗ ನೀವು ಅದರಿಂದ ಶಾಂತಿಯನ್ನು ಅನುಭವಿಸುವಿರಿ, ಅಲ್ಲದೇ ಇತರರಿಗೆ ಅವರು 'ಸರಿ' ಆಗಿರುವ ಸಂತೋಷವನ್ನು ನೀಡಲು ಸಹ ಸಾಧ್ಯವಾಗುತ್ತದೆ.

ನೀವಾಗಿಯೇ ಮುಂದೆ ಹೆಜ್ಜೆ ಇಟ್ಟು ಅವರೇ 'ಸರಿ' ಎನ್ನುವ ಅವಕಾಶ ನೀಡಿದಾಗ, ಅವರು ನಿಮ್ಮ ಹತ್ತಿರ ಹೆಚ್ಚು ಸುರಕ್ಷಿತತೆಯನ್ನು ಅನುಭವಿಸುವರು ಹಾಗೂ ಹೆಚ್ಚು ಪ್ರೀತಿಯಿಂದ ವರ್ತಿಸುವರು ಎಂಬುದನ್ನು ಗಮನಿಸಬಹುದು. ಮುಂದಿನ ಸಲ ಅವರು ಮೊದಲ ಹೆಜ್ಜೆ ಇಡುವ ಸಾಧ್ಯತೆಯಿದೆ, ಆದರೆ ಅವರು ಹಾಗೆ ಮಾಡದಿದ್ದರೂ ಪರವಾಗಿಲ್ಲ. ಪ್ರೀತಿ ತುಂಬಿದ ಲೋಕವನ್ನು ಸೃಷ್ಟಿಸಲು ನಿಮ್ಮ ಪಾಲಿನ ಕೆಲಸ ಮಾಡಿದ್ದೀರಿ ಎಂಬ ಆತ್ಮ ತೃಪ್ತಿಯನ್ನು ನೀವು ಅನುಭವಿಸುವಿರಿ ಮತ್ತು ನೀವು ಖಂಡಿತವಾಗಿಯೂ ಇದರಿಂದ ಹೆಚ್ಚು ಮನಃಶಾಂತಿಯನ್ನು ಪಡೆಯುವಿರಿ.

16

ಒಂದು ವರ್ಷದ ನಂತರ ಇದು ಅಷ್ಟೇ ಮುಖ್ಯವಾಗಿರುತ್ತದೆಯೇ? ಎಂದೊಮ್ಮೆ ಯೋಚಿಸಿ

ಪ್ರತಿದಿನ ನನ್ನೊಂದಿಗೆ ನಾನೇ ಒಂದು ಆಟವನ್ನು ಆಡುತ್ತೇನೆ, ಅದಕ್ಕೆ ನಾನು 'ಟೈಮ್ ರ್‍ಯಾಪ್' ಎಂದು ಕರೆಯುತ್ತೇನೆ. ನನ್ನ ಒಂದು ದೃಢವಾದ ತಪ್ಪು ನಂಬಿಕೆಗೆ ಪ್ರತಿಯಾಗಿ ಈ ಆಟವನ್ನು ಆಡಲು ಆರಂಭಿಸಿದೆ. ನನ್ನಲ್ಲಿದ್ದ ಆ ತಪ್ಪು ನಂಬಿಕೆ ಎಂದರೆ– ನಾನೀಗ ಇಷ್ಟೊಂದು ತಲೆ ಕೆಡಿಸಿಕೊಳ್ಳುತ್ತಿರುವ ವಿಷಯ ಅದು ನಿಜವಾಗಿಯೂ ಮುಖ್ಯವಾದುದು –ಎಂದು.

ಅದನ್ನು ಆಡಲು, ನೀವು ಮಾಡಬೇಕಾಗಿರುವುದು ಇಷ್ಟೇ ಈಗ ನೀವು ಯಾವ ಪರಿಸ್ಥಿತಿಯಲ್ಲಿದ್ದಿರೋ ಅದನ್ನು ಒಂದು ವರ್ಷದ ನಂತರ ಹೇಗೆ ನೋಡುವಿರಿ ಎಂದು ಕಲ್ಪಿಸಿಕೊಳ್ಳಿ. ನಂತರ ನಿಮ್ಮನ್ನು ನೀವೇ ಕೇಳಿಕೊಳ್ಳಿ, 'ಈ ಪರಿಸ್ಥಿತಿಯು ನಿಜವಾಗಿಯೂ ಗಂಭಿರವಾಗಿದೆಯೇ ಅಥವಾ ನಾನೇ ಹಾಗೆ ಅಂದುಕೊಳ್ಳುತ್ತಿದ್ದೇನೆಯೇ?' ಒಮ್ಮೆಮ್ಮೆ ಹಾಗೆ ಇರಬಹುದು ಕೂಡ – ಆದರೆ ತುಂಬಾ ಸಂದರ್ಭಗಳಲ್ಲಿ – ಹಾಗಿರುವುದೇ ಇಲ್ಲ.

ನಿಮ್ಮ ಸಂಗಾತಿಯೊಂದಿಗೆ, ಮಕ್ಕಳೊಂದಿಗೆ ಅಥವಾ ಬಾಸ್ ಜೊತೆಗೆ ಆದ ವಾದ–ವಿವಾದ, ಯಾವುದೊ ಒಂದು ತಪ್ಪು, ಕೈ ತಪ್ಪಿದ ಅವಕಾಶ, ನೀವು ಕಳೆದುಕೊಂಡ ಪರ್ಸ್, ನಿಮ್ಮ ಕೆಲಸಕ್ಕೆ ಸಿಕ್ಕ ನಿರಾಕರಣೆ ಅಥವಾ ಕಾಲಿನ ಉಳುಕು; ಇವೆಲ್ಲದರ ಬಗ್ಗೆ ಒಂದು ವರ್ಷದ ನಂತರ ನೀವು ಚಿಂತಿಸುವುದೇ ಇಲ್ಲ ಅಲ್ಲವೇ? ಆಗ ಇವೆಲ್ಲವೂ ನಿಮ್ಮ ಜೀವನದ ಅಪ್ರಸ್ತುತ ವಿಷಯಗಳಾಗುತ್ತವೆ. ಈ ಸರಳ ಆಟವು ನಿಮ್ಮ ಜೀವನದ ಯಾವುದೇ ಸಮಸ್ಯೆಯನ್ನು ಪರಿಹರಿಸುವುದಿಲ್ಲವಾದರೂ, ಇದು ನಿಮಗೆ ಬೇಕಾದ ಹೊಸ ದೃಷ್ಟಿಕೋನವನ್ನು ನೀಡುತ್ತದೆ. ನಾನು ತುಂಬಾ ಗಂಭೀರವಾಗಿ ಪರಿಗಣಿಸುತ್ತಿದ್ದ ಅನೇಕ ವಿಷಯಗಳನ್ನು ನೆನಸಿಕೊಂಡು ಈಗ ನಾನೇ ನಗುತ್ತೇನೆ. ಇಂತಹ ವಿಷಯಗಳ ಕುರಿತು ಚಿಂತಿಸಿ, ಕೋಪಗೊಂಡು ನನ್ನ ಶಕ್ತಿಯನ್ನು ವ್ಯರ್ಥ ಮಾಡಿಕೊಳ್ಳುವ ಬದಲು, ಅದೇ ಸಮಯವನ್ನು ನನ್ನ ಹೆಂಡತಿ ಮತ್ತು ಮಕ್ಕಳೊಂದಿಗೆ ಸಮಯವನ್ನು ಕಳೆಯಲು ಅಥವಾ ಸೃಜನಶೀಲ ಚಿಂತನೆಯಲ್ಲಿ ತೊಡಗಿಸಿಕೊಳ್ಳಲು ನಾನು ಬಳಸಬಹುದಲ್ಲವೆ?

17

ಜೀವನವು ನ್ಯಾಯೋಚಿತವಾದುದಲ್ಲ ಎಂಬ ಸತ್ಯಕ್ಕೆ ಶರಣಾಗಿ

ನಾನು ನನ್ನ ಸ್ನೇಹಿತೆಯೊಂದಿಗೆ ನಮ್ಮ ಜೀವನವು ಮಾಡುವ ಅನ್ಯಾಯದ ಬಗ್ಗೆ ಚರ್ಚಿಸುತ್ತಿದ್ದೆ, ಅವಳು, "ಜೀವನವು ನ್ಯಾಯೋಚಿತವಾಗಿದೆ ಅಥವಾ ಅದು ನ್ಯಾಯಯುತವಾಗಿರಲೇಬೇಕು ಎಂದು ಯಾರು ಹೇಳಿದರು?" ಎಂದು ಕೇಳಿದಳು. ಅವಳು ಒಳ್ಳೆಯ ಪ್ರಶ್ನೆಯನ್ನೇ ಕೇಳಿದ್ದಳು. ಅದನ್ನು ಕೇಳಿದಾಗ, ನಾನು ಯುವಕನಾಗಿದ್ದಾಗ ಕಲಿತಿದ್ದು ನೆನಪಿಗೆ ಬಂತು: ಜೀವನವು ನ್ಯಾಯೋಚಿತವಾದುದಲ್ಲ, ಅದು ಗೋಳಾಡಿಸುತ್ತದೆ. ಹಾಗೂ ಇದು ಸಂಪೂರ್ಣ ವಾಸ್ತವ. ವಿರೋಧಾಭಾಸವಾಗಿ, ಈ ಗಂಭೀರವಾದ ಸತ್ಯವನ್ನು ನೀವು ತಿಳಿದುಕೊಂಡರೆ ನಿರಾಳತೆಯನ್ನು ಮತ್ತು ಮನಃಶಾಂತಿಯನ್ನು ಅನುಭವಿಸುವಿರಿ.

ನಮ್ಮಲ್ಲಿ ಹೆಚ್ಚಿನವರು ಮಾಡುವ ತಪ್ಪು ಎಂದರೆ, ನಮ್ಮ ಬಗ್ಗೆ ಅಥವಾ ಇತರರ ಬಗ್ಗೆ ಚಿಂತಿಸುವಾಗ, ಜೀವನವು ನ್ಯಾಯ ಸಮ್ಮತವಾಗಿರಬೇಕು ಎಂದು ಬಯಸುತ್ತೇವೆ ಅಥವಾ ಮುಂದೆ ಒಂದು ದಿನ ಅದು ಆಗೇ ಆಗುತ್ತದೆ ಎಂದುಕೊಳ್ಳುತ್ತೇವೆ. ಆದರೆ ಇದು ಹಾಗಿರುವುದಿಲ್ಲ ಮತ್ತು ಆಗುವುದೂ ಇಲ್ಲ. ನಾವು ಈ ಮೇಲಿನ ತಪ್ಪು ಮಾಡಿದಾಗ, ನಮಗೆ ಜೀವನದಲ್ಲಿ ಏಕೆ ಅನ್ಯಾಯವಾಗುತ್ತಿದೆ ಎಂಬುದನ್ನು ಮತ್ತೆ-ಮತ್ತೆ ದೂರುತ್ತಾ ನಮ್ಮ ಸಮಯವನ್ನು ಹಾಳು ಮಾಡಿಕೊಳ್ಳುತ್ತೇವೆ. ನಾವು ಯಾವಾಗಲೂ ಇತರರೊಂದಿಗೆ ನಮ್ಮ ಜೀವನದಲ್ಲಿ ಆದ ಅನ್ಯಾಯಗಳ ಬಗ್ಗೆ ಮಾತನಾಡುತ್ತೇವೆ. 'ಇದು ನ್ಯಾಯ ಸಮ್ಮತವಾದುದಲ್ಲ' ಎಂದು ದೂರುತ್ತೇವೆ. ಈ ಜೀವನವು ಯಾವಾಗಲೂ ನ್ಯಾಯಯುತವಾಗಿರಬೇಕಿಲ್ಲ ಎಂಬುದನ್ನು ನಾವು ಮರೆಯುತ್ತೇವೆ. ಜೀವನವು ನ್ಯಾಯೋಚಿತವಲ್ಲ, ಎನ್ನುವ ಈ ಸತ್ಯವನ್ನು ಒಪ್ಪಿಕೊಂಡರೆ, ನಮ್ಮ ಬಗ್ಗೆ ನಾವು ವಿಷಾದಿಸುವುದಕ್ಕಿಂತ ನಮ್ಮ ಸೀಮಿತ ಸಂಪನ್ಮೂಲಗಳೊಂದಿಗೆ ನಾವು ಮಾಡಬಹುದಾದ ಅತ್ಯುತ್ತಮವಾದದನ್ನು ಮಾಡಲು ಮುಂದಾಗುತ್ತೇವೆ. ಎಲ್ಲವನ್ನೂ ಪರಿಪೂರ್ಣಗೊಳಿಸುವುದು ಜೀವನದ ಕೆಲಸವಲ್ಲ, ಅದು ನಮ್ಮ ಸವಾಲು ಅಷ್ಟೇ. ಈ ಸತ್ಯವನ್ನು ಒಪ್ಪಿಕೊಳ್ಳುವುದರಿಂದಾಗುವ ಇನ್ನೊಂದು ಪ್ರಯೋಜನವೆಂದರೆ ನಾವು ಇತರರ ಬಗ್ಗೆ ವಿಷಾದಿಸುವುದಿಲ್ಲ ಏಕೆಂದರೆ ಪ್ರತಿಯೊಬ್ಬರೂ ತಮ್ಮದೇ ಆದ ರೀತಿಯಲ್ಲಿ ಕೆಲಸ ಮಾಡುತ್ತಾರೆ, ಪ್ರತಿಯೊಬ್ಬರಿಗೂ ವಿಭಿನ್ನ ಸಾಮರ್ಥ್ಯಗಳಿವೆ ಮತ್ತು ಎಲ್ಲರ ಸವಾಲುಗಳು ಬೇರೆ ಎಂದು ಅರಿತುಕೊಳ್ಳುತ್ತೇವೆ. ಈ ಒಳನೋಟವು ನನ್ನ ಇಬ್ಬರು ಮಕ್ಕಳನ್ನು ಬೆಳೆಸುವಾಗ ಬಂದ ಸಮಸ್ಯೆಗಳನ್ನು ಎದುರಿಸಲು ಮತ್ತು ನಾನು ಯಾರಿಗೆ ಸಹಾಯ ಮಾಡಬೇಕು ಮತ್ತು ಯಾರಿಗೆ ಸಹಾಯ ಮಾಡಲಾಗದು ಎಂಬ ಕಠಿಣವಾದ ನಿರ್ಧಾರ ಮಾಡಲು ನನಗೆ ಸಹಕಾರಿಯಾಗಿದೆ. ಅಲ್ಲದೇ ನನಗೆ ಅನ್ಯಾಯವಾಗಿದೆ ಅಥವಾ ನನ್ನನ್ನು ಬಲಿಪಶು ಮಾಡಲಾಗಿದೆ ಎಂದು ನಾನು ಭಾವಿಸಿದಾಗ ನನ್ನ ವೈಯಕ್ತಿಕ ಹೋರಾಟಗಳನ್ನು ನಿಭಾಯಿಸಲು ಇದು ಸಹಾಯ ಮಾಡಿತು. ಹಾಗೂ ಇದು ನನ್ನನ್ನು ವಾಸ್ತವದ ನೆಲೆಗೆ ತರುವಲ್ಲಿ ಮಹತ್ವದ ಪಾತ್ರ ವಹಿಸಿದೆ.

ಜೀವನವು ನ್ಯಾಯಯುತವಾಗಿಲ್ಲದ ಕಾರಣ ನಾವು ನಮ್ಮ ಜೀವನವನ್ನು ಅಥವಾ ಜಗತ್ತನ್ನು ಸುಧಾರಿಸಲು ಪ್ರಯತ್ನಿಸಲೇಬಾರದು ಎಂದರ್ಥವಲ್ಲ. ಅದರ ಬದಲು, ನಾವು ಅದನ್ನೇ ಮಾಡಬೇಕು. ಜೀವನವು ನ್ಯಾಯಸಮ್ಮತವಲ್ಲ ಎಂದು ನಾವು ಗುರುತಿಸದೇ ಇದ್ದರೆ ಅಥವಾ ಅದನ್ನು ಒಪ್ಪಿಕೊಳ್ಳದೇ ಇದ್ದಾಗ ನಾವು ಸಾಮಾನ್ಯವಾಗಿ ಇತರರ ಬಗ್ಗೆ ಅಥವಾ ನಮ್ಮ ಬಗ್ಗೆ ಕನಿಕರ ಪಡುತ್ತೇವೆ. ಸಹಜವಾಗಿ, ಕನಿಕರ ಎಂಬುದು ಸ್ವಯಂ-ವಿನಾಶಕಾರಿ ಭಾವನೆಯಾಗಿದೆ. ಅದರಿಂದ ಯಾರಿಗೂ ಒಳ್ಳೆಯದಾಗುವುದಿಲ್ಲ. ಅದರಿಂದ ನಿಮಗೆ ಮೊದಲಿಗಿಂತ ಕೆಟ್ಟದಾದ ಅನುಭವವಾಗುತ್ತದೆ. ಜೀವನವು ನ್ಯಾಯಯುತವಾಗಿಲ್ಲ ಎಂಬ ಅಂಶವನ್ನು ನಾವು ಅರಿಯಲು ಪ್ರಾರಂಭಿಸಿದಾಗ ನಾವು ನಮ್ಮ ಬಗ್ಗೆ ಮತ್ತು ಇತರರ ಬಗ್ಗೆ ಸಹಾನುಭೂತಿ ಹೊಂದುತ್ತೇವೆ. ಸಹಾನುಭೂತಿಯು ಒಂದು ಆರೋಗ್ಯಕರ ಭಾವನೆಯಾಗಿದ್ದು ಅದು ತನ್ನ ಸಂಪರ್ಕಕ್ಕೆ ಬರುವ ಪ್ರತಿಯೊಬ್ಬರಿಗೂ ಪ್ರೀತಿ ಅಂತಃಕರಣವನ್ನು ನೀಡುತ್ತದೆ. ಮುಂದಿನ ಸಾರಿ ನೀವು ಈ ಪ್ರಪಂಚದ ಅನ್ಯಾಯಗಳ ಬಗ್ಗೆ ಯೋಚಿಸಿದಾಗ, ಈ ಮೂಲಭೂತ ಸತ್ಯವನ್ನು ನೆನಪಿಸಿಕೊಳ್ಳಿ. ಆಗ ನೀವು ಆತ್ಮಾನುಕಂಪದ ವಲಯದಿಂದ ಹೊರಬಂದು ಉಪಯೋಗವಾಗಬಲ್ಲ ಕೆಲಸದಲ್ಲಿ ತೊಡಗುವುದನ್ನು ಕಂಡು ನೀವೇ ಆಶ್ಚರ್ಯ ಪಡುವಿರಿ.

18

ಕೆಲವೊಮ್ಮೆ ಬೇಸರ ಬಂದರೂ ಬರಲಿ ಬಿಡಿ

ನಮ್ಮಲ್ಲಿ ಹೆಚ್ಚಿನವರಿಗೆ ಜೀವನದಲ್ಲಿ ಎಷ್ಟೊಂದು ಪ್ರಲೋಭನೆಗಳು, ಜವಾಬ್ದಾರಿಗಳು ಇರುತ್ತವೆ ಎಂದರೆ ಅವರು ಸಮಾಧಾನವಾಗಿ ಒಂದು ಸ್ಥಳದಲ್ಲಿ ಕೆಲವು ನಿಮಿಷಗಳ ಮಟ್ಟಿಗೆ ಕೂಡ ಕುಳಿತುಕೊಳ್ಳಲು ಸಾಧ್ಯವಾಗುವುದಿಲ್ಲ. ನನ್ನ ಸ್ನೇಹಿತರೊಬ್ಬರು ಹೇಳಿದಂತೆ, "ಮನುಷ್ಯರನ್ನು ಇನ್ನು ಮುಂದೆ ಹ್ಯೂಮನ್ ಬೀಯಿಂಗ್ಸ್ ಎನ್ನದೇ ಹ್ಯೂಮನ್ ಡುಯಿಂಗ್ಸ್ ಎಂದು ಕರೆಯಬೇಕು".

ನಾನು ಮೊದಲ ಬಾರಿಗೆ ವಾಷಿಂಗ್ಟನ್ ಲಾ ಕಾನರ್‌ನಲ್ಲಿ ಚಿಕಿತ್ಸಕರೊಂದಿಗೆ ಅಧ್ಯಯನವನ್ನು ನಡೆಸಿದಾಗ, ಆಗಾಗ ಬೇಸರವಾಗುವುದು (Boredom) ಒಳ್ಳೆಯದು ಎಂಬುದನ್ನು ಕಲಿತಿದ್ದೇನೆ. ಲಾ ಕಾನರ್ ಒಂದು ಸಣ್ಣ ಪಟ್ಟಣ, ಅಲ್ಲಿ 'ಮಾಡುವಂತಹುದು' ಸ್ವಲ್ಪವೇ ಇರುತ್ತದೆ. ಅಲ್ಲಿ ನಾವು ನಮ್ಮ ತರಬೇತುದಾರರನ್ನು ಕುರಿತು "ಇಂದು ರಾತ್ರಿ ನಗರದಲ್ಲಿ ನಾವು ಏನು ವಿಶೇಷವಾದದ್ದನ್ನು ಮಾಡಬಹುದು?" ಎಂದು ಕೇಳಿದೆವು. ಅವರು, "ಸ್ವಲ್ಪ ಸಮಯದವರೆಗೆ ನಿಮ್ಮನ್ನು ನೀವು ಬೇಸರಗೊಳ್ಳಲು ಬಿಡಿ ಮತ್ತು ಏನನ್ನೂ ಮಾಡಬೇಡಿ. ಇದು ನಿಮ್ಮ ತರಬೇತಿಯ ಭಾಗವಾಗಿದೆ" ಎಂದರು. ಮೊದಲಿಗೆ ಅವರು ತಮಾಷೆ ಮಾಡುತ್ತಿದ್ದಾರೆ ಎಂದು ನಾನು ಭಾವಿಸಿದೆ. "ಆದರೆ ನಾನೇಕೆ ಬೇಸರಗೊಳ್ಳಲು ಇಷ್ಟಪಡುವೆ?'" ನಾನು ಕೇಳಿದೆ. "ನೀವು ಒಂದು ಗಂಟೆ ಅಥವಾ ಅದಕ್ಕಿಂತ ಕಡಿಮೆ ಸಮಯದವರೆಗೆ ಬೇಸರವನ್ನು ಎದುರಿಸಿದರೆ ಹಾಗೂ ಆ ಬೇಸರದೊಂದಿಗೆ ನೀವು ಹೋರಾಡದಿದ್ದರೆ, ಆ ಭಾವನೆಗಳು ಶೀಘ್ರದಲ್ಲೇ ಶಾಂತಿಯುತ ಭಾವನೆಯಾಗಿ ಬದಲಾಗುತ್ತವೆ" ಎಂದವರು ವಿವರಿಸಿದರು.

"ಮತ್ತು ಸ್ವಲ್ಪ ಅಭ್ಯಾಸದ ನಂತರ ನಿಮಗೆ ನಿರಾಳವಾಗಿ ಇರುವುದು ಹೇಗೆ ಎಂಬುದು ಅರಿವಾಗುತ್ತದೆ".

ಅವರು ಹೇಳಿದ್ದು ಸಂಪೂರ್ಣವಾಗಿ ಸರಿಯಾಗಿತ್ತು ಎಂದು ನನಗೆ ಆಶ್ಚರ್ಯವಾಯಿತು. ಮೊದಮೊದಲು ಇದನ್ನೆಲ್ಲಾ ಸಹಿಸಿಕೊಳ್ಳುವುದು ನನಗೆ ಕಷ್ಟವಾಗಿತ್ತು. ನನಗೆ ಪ್ರತಿಕ್ಷಣವೂ ಏನಾದರೊಂದು ಮಾಡುವ ರೂಢಿ ಇತ್ತು, ಹಾಗಾಗಿ ನಿರಾಳವಾಗಿ ವಿಶ್ರಾಂತಿ ಪಡೆಯಲು ಹೆಣಗಾಡುತ್ತಿದ್ದೆ. ಆದರೆ ಸ್ವಲ್ಪ ಸಮಯದ ನಂತರ ನಿರಾಳತೆಯನ್ನು ರೂಢಿಸಿಕೊಂಡು ಮತ್ತು ಅದನ್ನು ಆನಂದಿಸಲು ಪ್ರಾರಂಭಿಸಿದೆ. ನಾನಿಲ್ಲಿ ಗಂಟೆಗಟ್ಟಲೆ ವ್ಯರ್ಥವಾಗಿ ಕಳೆಯುವ ಸೋಮಾರಿತನದ ಬಗ್ಗೆ ಮಾತನಾಡುತ್ತಿಲ್ಲ, ದಿನದಲ್ಲಿ ಕೆಲವು ನಿಮಿಷಗಳ ಕಾಲ ಏನನ್ನೋ 'ಮಾಡುತ್ತ' ಕಳೆಯುವ ಬದಲು 'ಹಾಗೆ ಸುಮ್ಮನೆ ಇರುವುದನ್ನು' ಅಥವಾ ಆರಾಮವಾಗಿ ಕುಳಿತುಕೊಳ್ಳುವ ಕಲೆಯನ್ನು ಕಲಿಯಬೇಕು. ನೀವು ಪ್ರಜ್ಞಾಪೂರ್ವಕವಾಗಿ ಏನನ್ನೂ ಮಾಡದೇ ಇರಲು ಬೇರೆ ಯಾವುದೇ ತಂತ್ರವಿಲ್ಲ. ಸುಮ್ಮನೆ ಕುಳಿತುಕೊಳ್ಳಿ, ಬೇಕಿದ್ದರೆ ಕಿಟಕಿಯಿಂದ ಹೊರಗೆ ನೋಡಿ ಮತ್ತು ನಿಮ್ಮ ಆಲೋಚನೆಗಳು ಮತ್ತು ಭಾವನೆಗಳತ್ತ ಗಮನ ಕೊಡಿ.

ನೀವು ಮೊದಲಿಗೆ ಸ್ವಲ್ಪ ವಿಚಲಿತರಾಗಬಹುದು, ಆದರೆ ಪ್ರತಿದಿನವೂ ಮಾಡುತ್ತಾ ಹೋದಂತೆ ಈ ಕೆಲಸವು ನಿಮಗೆ ಸುಲಭವಾಗುತ್ತದೆ. ಇದಕ್ಕೆ ಪ್ರತಿಯಾಗಿ ನೀವು ಗಮನಾರ್ಹವಾದ ಫಲಿತಾಂಶಗಳನ್ನು ಪಡೆಯುವಿರಿ.

ನಮ್ಮ ಹೆಚ್ಚಿನ ಆತಂಕ ಮತ್ತು ಆಂತರಿಕ ಘರ್ಷಣೆಯು ಬಿಡುವಿಲ್ಲದ, ಅತಿ ಚಟುವಟಿಕೆಯ ಮನಸ್ಥಿತಿಯಿಂದ ಬರುತ್ತದೆ. ನಮ್ಮ ಈ ಮನಸ್ಥಿತಿಗೆ ಯಾವಾಗಲೂ ರಂಜನೆಗಾಗಿ ಏನಾದರೂ ಬೇಕೆ ಬೇಕು, ಯಾವುದಾದರ ಮೇಲೆ ಗಮನವನ್ನು ಕೇಂದ್ರೀಕರಿಸಲೇ ಬೇಕು. ಒಂದು ಆದ ನಂತರ 'ಮುಂದೆ ಮತ್ತೇನು ಮಾಡುವುದು' ಎಂದು ಯೋಚಿಸುವುದು, ಊಟ ಮಾಡುವಾಗಲೂ ಸಹಿತ 'ಊಟದ ನಂತರ ಏನು ಸಿಹಿತಿಂಡಿ ಎನ್ನುವುದು' ಎಂಬ ಯೋಚನೆ. ಸಿಹಿತಿಂಡಿಗಳನ್ನು ತಿಂದ ನಂತರ, 'ಮುಂದೆ ಏನು ಮಾಡಬೇಕು' ಎಂಬ ಯೋಚನೆ. ಇನ್ನು ಆಯಿತು ಆ ಸಂಜೆ ಮುಗಿಯಿತು ಎನ್ನುವಷ್ಟರಲ್ಲಿ, 'ವಾರಾಂತ್ಯದಲ್ಲಿ ಏನು ಮಾಡಬೇಕು' ಎನ್ನುವ ಯೋಚನೆ. ಅದೇ ರೀತಿ, ನಾವು ಹೊರಗಿನಿಂದ ಮನೆಗೆ ಬಂದ ತಕ್ಷಣ, ಟಿವಿಯನ್ನು ಆನ್ ಮಾಡುತ್ತೇವೆ. ಫೋನ್ ಅಥವಾ ಪುಸ್ತಕವನ್ನು ಎತ್ತಿಕೊಳ್ಳುತ್ತೇವೆ ಅಥವಾ ಮನೆಯನ್ನು ಸ್ವಚ್ಛಗೊಳಿಸಲು ಪ್ರಾರಂಭಿಸುತ್ತೇವೆ. ಒಂದು ಕ್ಷಣವೂ ಕೂಡ ಏನನ್ನೂ ಮಾಡದಿರುವ ಯೋಚನೆಗೆ ನಾವು ಹೆದರುತ್ತೇವೆ ಎನ್ನುವಂತೆ ವರ್ತಿಸುತ್ತೇವೆ.

ಏನನ್ನೂ ಮಾಡದಿರುವ ಈ ಸೊಗಸಾದ ಅವಕಾಶವು ನಿಮ್ಮ ಮನಸ್ಸನ್ನು ನಿರಾಳ ಮತ್ತು ನಿರ್ಮಲವಾಗಿರಿಸಲು ಸಹಾಯ ಮಾಡುತ್ತದೆ. ಇದು ಸ್ವಲ್ಪ ಸಮಯದವರೆಗೆ ನಿಮ್ಮ ಮನಸ್ಸಿಗೆ 'ಗೊತ್ತಿಲ್ಲ' ಎನ್ನುವ ಸ್ವಾತಂತ್ರ್ಯವನ್ನು ನೀಡುತ್ತದೆ, ನಿಮ್ಮ ಮನಸ್ಸು ಮತ್ತು ದೇಹಕ್ಕೆ ಬೇಕಾಗಿರುವುದು ಅದರ ಒತ್ತಡದ ದಿನಚರಿಯಿಂದ ಸ್ವಲ್ಪ ಇದೇ ತರಹದ ಸ್ವಾತಂತ್ರ್ಯ. ಈ ವಿರಾಮದ ನಂತರ ನಿಮ್ಮ ಮನಸ್ಸು ಹಿಂತಿರುಗಿದಾಗ ಅದು ಹಿಂದೆಂದಿಗಿಂತಲೂ ಬಲಶಾಲಿ, ತೀಕ್ಷ್ಣ, ಕೇಂದ್ರೀಕೃತ ಮತ್ತು ಸೃಜನಶೀಲವಾಗಿರುತ್ತದೆ.

ನಿಮ್ಮನ್ನು ನೀವು ಬೇಸರಗೊಳ್ಳಲು ಅನುಮತಿಸಿಕೊಂಡಾಗ, ನಿಮ್ಮ ಮೇಲೆ ಪ್ರತಿದಿನ, ಪ್ರತಿ ಕ್ಷಣ ಏನನ್ನಾದರೂ ಮಾಡುತ್ತಲೇ ಇರಬೇಕೆಂಬ ಒತ್ತಡ ಕಡಿಮೆಯಾಗುತ್ತದೆ. ಈಗ ನನ್ನ ಮಕ್ಕಳಿಬ್ಬರಲ್ಲಿ ಯಾರಾದರೂ, "ಅಪ್ಪ, ನನಗೆ ಬೇಸರವಾಗಿದೆ". ಎಂದರೆ ನಾನು ಅವರಿಗೆ, "ವಾಹ್! ಸ್ವಲ್ಪ ಸಮಯದವರೆಗೆ ಬೇಸರ ಪಟ್ಟುಕೊಳ್ಳಿ, ಇದು ನಿಮಗೆ ಒಳ್ಳೆಯದೇ" ಎಂದು ಉತ್ತರಿಸುತ್ತೇನೆ. ನಾನು ಅವರಿಗೆ ಈ ಉತ್ತರವನ್ನು ನೀಡಿದಾಗ ಅವರು ನಾನು ಅವರ ಈ ಸಮಸ್ಯೆಯನ್ನು ಪರಿಹರಿಸುತ್ತೇನೆ ಎಂದು ನಿರೀಕ್ಷಿಸುವುದನ್ನು ನಿಲ್ಲಿಸುತ್ತಾರೆ. ಇದಕ್ಕೂ ಮೊದಲು ನಿಮಗೆ ಯಾರೂ ಬೇಜಾರು ಮಾಡಿಕೊಳ್ಳುವ ಸಲಹೆ ನೀಡಿರಲಿಕ್ಕಿಲ್ಲ ಅಲ್ಲವೇ, ಜೀವನದಲ್ಲಿ ಎಲ್ಲದಕ್ಕೂ ಮೊದಲ ಸಲ ಎನ್ನುವುದಿರುತ್ತದೆ ಅಲ್ಲವೇ!

19

ಒತ್ತಡ ಸಹಿಸಿಕೊಳ್ಳುವುದನ್ನು ಕಡಿಮೆ ಮಾಡಿ

ನಮ್ಮ ಸಮಾಜದಲ್ಲಿ ಒಂದು ತಪ್ಪು ಕಲ್ಪನೆ ಇದೆ ಎಂದು ತೋರುತ್ತದೆ. ಯಾವಾಗಲೂ ಒತ್ತಡದಲ್ಲಿರುವ, ಹೆಚ್ಚಿನ ಒತ್ತಡವನ್ನು ನಿಭಾಯಿಸಬಲ್ಲ ಮತ್ತು ಒತ್ತಡವನ್ನು ತಡೆದುಕೊಳ್ಳಬಲ್ಲ ವ್ಯಕ್ತಿಗಳನ್ನು ನಾವು ಗೌರವದಿಂದ ಕಾಣುತ್ತೇವೆ. ಯಾರಾದರೂ "ನಾನು ತುಂಬಾ ಕಷ್ಟಪಟ್ಟು ಕೆಲಸ ಮಾಡುತ್ತಿದ್ದೇನೆ" ಅಥವಾ, "ಒತ್ತಡದಿಂದ ನನ್ನ ಪರಿಸ್ಥಿತಿ ತುಂಬಾ ಹದಗೆಟ್ಟಿದೆ" ಎಂದು ಹೇಳಿದಾಗ, ಅವರ ಈ ವರ್ತನೆಯನ್ನು ಪ್ರಶಂಸಿಸಲು, ಅಷ್ಟೆ ಅಲ್ಲ, ಅವರ ಅನುಕರಣೆ ಮಾಡುವುದು ಒಳ್ಳೆಯದು ನಮಗೆ ಕಲಿಸಲಾಗಿದೆ. ಒತ್ತಡ ನಿರ್ವಹಣೆಯ ಸಲಹೆಗಾರನಾಗಿ ಕೆಲಸ ಮಾಡುವಾಗ, ಜನರು ಹೆಮ್ಮೆಯಿಂದ "ನಾನು ಎಷ್ಟು ಒತ್ತಡವನ್ನಾದರೂ ತಡೆದುಕೊಳ್ಳಬಲ್ಲೆ" ಎಂದು ಹೇಳುವುದನ್ನು ಸರಿಸುಮಾರಾಗಿ ಪ್ರತಿದಿನವೂ ಕೇಳುತ್ತೇನೆ. ಇಂತಹ ಒತ್ತಡಕ್ಕೊಳಗಾದ ಜನರು ನನ್ನ ಕಚೇರಿಗೆ ಬಂದಾಗ, ಒತ್ತಡವನ್ನು ಇನ್ನಷ್ಟು ಸಹಿಸಿಕೊಳ್ಳುವ ತಂತ್ರಗಳ ಬಗ್ಗೆ ಮಾಹಿತಿಯನ್ನು ನೀಡಬೇಕೆಂಬ ಆಶಯವನ್ನು ವ್ಯಕ್ತಪಡಿಸುವಲ್ಲಿ ಆಶ್ಚರ್ಯಪಡಬೇಕಿಲ್ಲ. ಏಕೆಂದರೆ ಇದರಿಂದಾಗಿ ಅವರು ಇನ್ನೂ ಹೆಚ್ಚಿನ ಒತ್ತಡವನ್ನು ನಿಭಾಯಿಸಬಹುದು ಎಂದುಕೊಳ್ಳುತ್ತಾರೆ.

ಅದೃಷ್ಟವಶಾತ್, ನಮ್ಮ ಭಾವನಾತ್ಮಕ ಪರಿಸರದಲ್ಲಿ ಈ ರೀತಿಯ ನಿಯಮವಿದೆ, ಅದೇನೆಂದರೆ: ನಮ್ಮ ಪ್ರಸ್ತುತ ಒತ್ತಡದ ಮಟ್ಟವು ಅದನ್ನು ಸಹಿಸಿಕೊಳ್ಳುವ ಮಟ್ಟದಷ್ಟು ಇರುತ್ತದೆ. "ನಾನು ಸಾಕಷ್ಟು ಒತ್ತಡವನ್ನು ನಿಭಾಯಿಸಬಲ್ಲೆ" ಎಂದು ಹೇಳುವವರನ್ನು ನೀವು ಗಮನಿಸಿರಬಹುದು. ಆ ಸಮಯದಲ್ಲಿ ಅವರು ತೀವ್ರ ಒತ್ತಡದಲ್ಲಿರುತ್ತಾರೆ. ಆದ್ದರಿಂದ ನೀವು ಒತ್ತಡಕ್ಕೆ ಸಹಿಷ್ಣುತೆಯನ್ನು ಹೆಚ್ಚಿಸಿಕೊಳ್ಳಲು ಜನರಿಗೆ ಕಲಿಸಿದರೆ, ಅವರು ಇನ್ನಷ್ಟು ಒತ್ತಡವನ್ನು ಹೇರಿಕೊಳ್ಳುತ್ತಾರೆ, ಅದು ಹಾಗೆಯೇ ಆಗುತ್ತದೆ. ಅವರ ಮೇಲೆ ಬೀಳುವ ಬಾಹ್ಯ ಒತ್ತಡದ ಮಟ್ಟವು, ಅದನ್ನು ಸಹಿಸಿಕೊಳ್ಳುವ ಅವರ ಮಟ್ಟಕ್ಕೆ ಹೊಂದಿಕೆಯಾಗುವವರೆಗೂ ಅವರು ಇನ್ನೂ ಹೆಚ್ಚಿನ ಗೊಂದಲ ಮತ್ತು ಜವಾಬ್ದಾರಿಯಲ್ಲಿ ಸಿಕ್ಕಿಹಾಕಿಕೊಳ್ಳುತ್ತಾರೆ. ಹೀಗೆ, ಸಾಮಾನ್ಯವಾಗಿ ಒತ್ತಡಕ್ಕೊಳಗಾದ ವ್ಯಕ್ತಿಯು ಯಾವುದೊ ಒಂದು ರೀತಿಯ ಬಿಕ್ಕಟ್ಟಿಗೊಳಗಾದಾಗ ಮಾತ್ರ ಅವರಿಗೆ ತಮ್ಮ ಈ ಒತ್ತಡದ ಸಮಸ್ಯೆಯ ಅರಿವಾಗುತ್ತದೆ– ಉದಾಹರಣೆಗೆ ಅವರ ಸಂಗಾತಿ ಅವರನ್ನು ತೊರೆಯುವುದೋ, ಆರೋಗ್ಯ ಸಂಬಂಧಿತ ಸಮಸ್ಯೆಗಳು ಉದ್ಭವಿಸುವುದೋ, ಕೆಲವು ಕೆಟ್ಟ ಚಟಕ್ಕೆ ಬಲಿಯಾಗುವುದೋ ಇತ್ಯಾದಿ. ಈ ತರಹದ ವಿಷಯಗಳು ಅವರನ್ನು ಒತ್ತಡದ ಸಮಸ್ಯೆಯನ್ನು ಪರಿಹರಿಸಲು ಹೊಸ ರೀತಿಯ ತಂತ್ರದ ಹುಡುಕಾಟಕ್ಕೆ ತೊಡಗಿಸುತ್ತವೆ.

ನಿಮಗೆ ವಿಚಿತ್ರವೆನ್ನಿಸಬಹುದುದಾದರೂ, ನೀವು ಒತ್ತಡ ನಿರ್ವಹಣಾ ಕಾರ್ಯಾಗಾರದಲ್ಲಿ ಸೇರಿಕೊಂಡರೆ, ನಿಮ್ಮ ಒತ್ತಡದ ಸಹಿಷ್ಣುತೆಯನ್ನು ಹೆಚ್ಚಿಸಿಕೊಳ್ಳಲು ಕಲಿಯಬಹುದು. ಆದರೆ

ಒತ್ತಡದ ನಿರ್ವಹಣಾ ಸಮಾಲೋಚನೆಯನ್ನು ನೀಡುವವರೇ ಒತ್ತಡಕ್ಕೆ ಬಲಿಯಾಗಿರುವಂತೆ ತೋರುತ್ತಾರೆ!

ಇಲ್ಲಿ ನೀವು ಮಾಡಬೇಕಾದುದೆನೆಂದರೆ ಕೈ ಮೀರಿ ಹೋಗುವ ಮುನ್ನವೇ ನಿಮ್ಮ ಒತ್ತಡವನ್ನು ಗುರುತಿಸಲು ಕಲಿಯಬೇಕು. ನಿಮ್ಮ ಮನಸ್ಸು ತುಂಬಾ ವೇಗವಾಗಿ ಓಡುತ್ತಿದೆ ಎಂದು ಯಾವಾಗ ಅನ್ನಿಸುತ್ತದೆಯೋ, ಆಗ ಒಂದು ಹೆಜ್ಜೆ ಹಿಂದೆ ಸರಿಯಿರಿ ಹಾಗೂ ಬ್ರೇಕ್ ಹಾಕಿ. ನಿಮ್ಮ ವೇಳಾಪಟ್ಟಿಯಂತೆ ಎಲ್ಲವೂ ಯಾವಾಗ ನಡೆಯುತ್ತಿಲ್ಲವೋ, ಆಗ ಇದು ಸ್ವಲ್ಪ ನಿಧಾನವಾಗಿ ಸಾಗುವ ಮತ್ತು ನಿಮ್ಮ ಪಟ್ಟಿಯಲ್ಲಿರುವ ಎಲ್ಲವನ್ನೂ ಪೂರ್ಣಗೊಳಿಸುವುದಕ್ಕಿಂತ, ಹೆಚ್ಚು ಮುಖ್ಯವಾದುದು ಯಾವುದು ಎನ್ನುವುದನ್ನು ಮರುಮೌಲ್ಯಮಾಪನ ಮಾಡಬೇಕಾದ ಸಮಯ ಎನ್ನುವುದರ ಸಂಕೇತವಾಗಿರುತ್ತದೆ. ಹತೋಟಿಯು ತಪ್ಪುತ್ತಿದೆ ಹಾಗೂ ಅಸಮಾಧಾನ ಎನಿಸಿದಾಗ ಮಾಡಬೇಕಾದ ಅತ್ಯುತ್ತಮ ಉಪಾಯವೆಂದರೆ ಎಲ್ಲವನ್ನೂ ಮಾಡಿಯೇ ಮುಗಿಸುತ್ತೇನೆ ಎಂದು ಟೊಂಕಕಟ್ಟಿ ನಿಲ್ಲುವ ಬದಲು, ದೀರ್ಘವಾಗಿ ಉಸಿರಾಡಿ, ವಿಶ್ರಾಂತಿ ತೆಗೆದುಕೊಳ್ಳಿ ಮತ್ತು ಸ್ವಲ್ಪ ಹೊರಗಡೆ ಸುತ್ತಾಡಿ ಬನ್ನಿ. ಒತ್ತಡವು ನಿಮ್ಮ ಕೈ ಮೀರಿ ಹೋಗುವ ಮೊದಲು, ನೀವು ಒತ್ತಡದಲ್ಲಿ ಇದ್ದೇನೆ ಎಂಬುದನ್ನು ಯಾವಾಗ ಕಂಡುಕೊಳ್ಳುತ್ತೀರೋ ಆ ಸಮಯದಲ್ಲಿ ಅದು ತುಂಬಾ ಚಿಕ್ಕದಾಗಿರುತ್ತದೆ, ಅದನ್ನು ನೀವು ಸುಲಭವಾಗಿ ನಿಯಂತ್ರಿಸಬಹುದು. ಒತ್ತಡವು, ಬೆಟ್ಟದಿಂದ ಕೆಳಗೆ ಬೀಳುವ ಸ್ನೋಬಾಲ್‌ನಂತೆ, ಅದು ವೇಗವನ್ನು ಪಡೆದುಕೊಂಡರೆ ಅದನ್ನು ನಿಲ್ಲಿಸಲು ನಿಮಗೆ ಕಷ್ಟವಷ್ಟೇ ಅಲ್ಲ ಅಸಾಧ್ಯವಾಗುತ್ತದೆ.

ಎಲ್ಲಾ ಕೆಲಸಗಳನ್ನು ಪೂರ್ಣಗೊಳಿಸಲು ನಿಮಗೆ ಸಾಧ್ಯವಾಗುವುದಿಲ್ಲ ಎಂದು ಚಿಂತಿಸಬೇಕಾಗಿಲ್ಲ. ನಿಮ್ಮ ಮನಸ್ಸು ಶಾಂತವಾಗಿ ಮತ್ತು ಸ್ಪಷ್ಟವಾಗಿದ್ದಾಗ ಮತ್ತು ನಿಮ್ಮ ಒತ್ತಡದ ಮಟ್ಟ ಕಡಿಮೆಯಾದಾಗ, ನಿಮ್ಮ ಕೆಲಸವನ್ನು ಹೆಚ್ಚು ಪರಿಣಾಮಕಾರಿ ಮತ್ತು ಆಸಕ್ತಿದಾಯಕ ರೀತಿಯಲ್ಲಿ ಮಾಡಲು ನಿಮಗೆ ಸಾಧ್ಯವಾಗುತ್ತದೆ. ನಿಮ್ಮ ಒತ್ತಡವನ್ನು ಸಹಿಸಿಕೊಳ್ಳುವುದನ್ನು ನೀವು ಕಡಿಮೆ ಮಾಡಿದಾಗ, ಕಡಿಮೆ ಒತ್ತಡವನ್ನು ಎದುರಿಸುತ್ತೀರಿ ಮತ್ತು ಒತ್ತಡವನ್ನು ನಿರ್ವಹಿಸಲು ಹೆಚ್ಚು ಸೃಜನಶೀಲ ಮಾರ್ಗಗಳನ್ನು ಕಂಡುಕೊಳ್ಳುತ್ತೀರಿ.

20

ವಾರಕ್ಕೊಮ್ಮೆ ಒಂದು ಹೃತ್ಪೂರ್ವಕವಾದ ಪತ್ರ ಬರೆಯಿರಿ

ಈ ಒಂದು ಅಭ್ಯಾಸವು ಅನೇಕ ಜೀವಗಳನ್ನು ಬದಲಾಯಿಸಲು ಸಹಾಯ ಮಾಡಿದೆ, ಜನರನ್ನು ಇನ್ನಷ್ಟು ಶಾಂತವಾಗಿ ಮತ್ತು ಪ್ರೀತಿಯಿಂದ ಬಾಳುವಂತೆ ಮಾಡಿದೆ. ಈ ಹೃತ್ಪೂರ್ವಕ ಪತ್ರವನ್ನು ಬರೆಯಲು ಪ್ರತಿ ವಾರ ನೀವು ಕೆಲವು ನಿಮಿಷಗಳನ್ನು ಮೀಸಲಿಟ್ಟರೆ, ಇದು ನಿಮಗೆ ತುಂಬಾ ರೀತಿಯಲ್ಲಿ ಸಹಕಾರಿಯಾಗಬಹುದು. ನೀವು ಪೆನ್ನಿಂದ ಬರೆಯುವಾಗ ಅಥವಾ ಟೈಪ್ ಮಾಡತೊಡಗಿದಾಗ, ನಿಮ್ಮ ಜೀವನದ ಅದ್ಭುತ ಜನರ ಬಗ್ಗೆ ಯೋಚಿಸುವ ಅವಕಾಶ ಸಿಗುತ್ತದೆ. ಹೀಗೆ ಅವರ ಬಗ್ಗೆ ಬರೆಯುವುದರಿಂದ ನಿಮ್ಮ ಜೀವನವು ಧನ್ಯತೆಯಿಂದ ತುಂಬಿ ಹೋಗುತ್ತದೆ.

ಒಮ್ಮೆ ನೀವು ಇದನ್ನು ಪ್ರಯತ್ನಿಸಲು ನಿರ್ಧರಿಸಿದರೆ, ನಿಮ್ಮ ಪಟ್ಟಿಯಲ್ಲಿ ಎಷ್ಟೊಂದು ಜನರು ಇದ್ದಕ್ಕಿದ್ದಂತೆ ಕಾಣಿಸಿಕೊಳ್ಳುತ್ತಾರೆ ಎಂದು ನಿಮಗೇ ಆಶ್ಚರ್ಯವಾಗಬಹುದು. ನನ್ನ ಸಲಹಾರ್ಥಿಗಳಲ್ಲಿ ಒಬ್ಬರು ಒಮ್ಮೆ ಹೇಳಿದರು, "ನನ್ನ ಪಟ್ಟಿಯಲ್ಲಿರುವ ಪ್ರತಿಯೊಬ್ಬರಿಗೂ ಪ್ರತಿ ವಾರ ನನ್ನ ಕೃತಜ್ಞತೆಯನ್ನು ವ್ಯಕ್ತಪಡಿಸಲು ನನ್ನ ಜೀವನದಲ್ಲಿ ಸಾಕಷ್ಟು ವಾರಗಳು ಉಳಿದಿಲ್ಲ". ಇದು ನಿಮ್ಮ ವಿಷಯದಲ್ಲಿ ನಿಜವಾಗಿರಬಹುದು ಅಥವಾ ಇಲ್ಲದಿರಬಹುದು ಆದರೆ ನಿಮ್ಮ ಜೀವನದಲ್ಲಿ ನಿಮ್ಮಿಂದ ಹೃತ್ಪೂರ್ವಕ ಪತ್ರಕ್ಕೆ ಅರ್ಹರಾಗಿರುವ ಜನರು ಮತ್ತು ಸ್ನೇಹಿತರು ಖಂಡಿತವಾಗಿಯೂ ಇದ್ದಾರೆ. ನಿಮ್ಮ ಜೀವನದಲ್ಲಿ ಅಂತಹ ಜನರು ಸಿಗದಿದ್ದರೂ, ನೀವು ಅಪರಿಚಿತರಿಗೆ ಪತ್ರ ಬರೆಯಬಹುದು – ಈಗ ಜೀವಂತವಾಗಿರದ ನಿಮ್ಮ ನೆಚ್ಚಿನ ಲೇಖಕರಿಗೆ ನೀವು ಪತ್ರ ಬರೆಯಬಹುದು. ಈ ಹಿಂದೆ ಆಗಿಹೋದ ಅಥವಾ ಪ್ರಸ್ತುತ ಶ್ರೇಷ್ಠ ಸಂಶೋಧಕರಿಗೆ ಅಥವಾ ಚಿಂತಕರಿಗೆ ಪತ್ರವನ್ನು ಬರೆಯಬಹುದು. ಪತ್ರದ ಮಹತ್ವದ ಸಾರವೆಂದರೆ ನಿಮ್ಮೊಳಗೆ ಕೃತಜ್ಞತೆಯನ್ನು ವ್ಯಕ್ತಪಡಿಸುವ ಆಲೋಚನೆಗಳನ್ನು ಬೆಳೆಸುವುದಾಗಿದೆ. ಈ ಪತ್ರವನ್ನು ಕಳಿಸದಿದ್ದರೂ ಸಹ ನಿಮ್ಮ ಕೆಲಸ ಆದಂತೆಯೇ.

ನಿಮ್ಮ ಪತ್ರದ ಉದ್ದೇಶ ಸರಳವಾಗಿದೆ: ನಿಮ್ಮ ಪ್ರೀತಿ ಮತ್ತು ಕೃತಜ್ಞತೆಯನ್ನು ವ್ಯಕ್ತಪಡಿಸುವುದು. ನಿಮಗೆ ಒಳ್ಳೆಯ ಪತ್ರ ಬರೆಯಲು ಬರುವುದಿಲ್ಲ ಎಂದುಕೊಂಡರೂ, ಚಿಂತಿಸಬೇಡಿ. ನೀವು ಈ ಉಡುಗೊರೆಯನ್ನು ನಿಮ್ಮ ಹೃದಯದಿಂದ ನೀಡಬೇಕಾಗಿದೆ, ನಿಮ್ಮ ಬುದ್ಧಿಯಿಂದ ಅಲ್ಲ. ನಿಮಗೆ ಹೆಚ್ಚು ಬರೆಯಲು ಸಾಧ್ಯವಾಗದಿದ್ದರೆ, ಸಣ್ಣ-ಸಣ್ಣ ಸಂದೇಶಗಳನ್ನು ಬರೆಯಿರಿ, "ಪ್ರೀತಿಯ ಜಾಸ್ಮಿನ್, ಇಂದು ಬೆಳಿಗ್ಗೆ ನಾನು, ನನ್ನ ಜೀವನದಲ್ಲಿ ನಿನ್ನಂತಹ ಅದ್ಭುತ ವ್ಯಕ್ತಿ ಇರುವಳಲ್ಲ ಎಂದು ಯೋಚಿಸುತ್ತಲೇ ಎದ್ದೆ. ನನ್ನ ಸ್ನೇಹಿತೆಯಾಗಿದ್ದಕ್ಕಾಗಿ ಧನ್ಯವಾದಗಳು. ನಿಜವಾಗಿಯೂ ನನಗೆ ಇದೊಂದು ವರ. ನಿನಗೆ ಜೀವನದಲ್ಲಿ ತುಂಬಾ ಸಂತೋಷ ಮತ್ತು ಸಮೃದ್ಧಿ ಸಿಗಲೆಂದು ಆಶಿಸುತ್ತೇನೆ." ನಿನ್ನ ಪ್ರೀತಿಯ – ರಿಚರ್ಡ್.

ಈ ರೀತಿಯಾದ ಸಂದೇಶವನ್ನು ಬರೆಯುವುದು ಮತ್ತು ಕಳುಹಿಸುವುದರಿಂದ ನೀವು ಜೀವನದಲ್ಲಿ ಯೋಗ್ಯವಾದುದರ ಮೇಲೆ ನಿಮ್ಮ ಗಮನವನ್ನು ಹರಿಸುತ್ತೀರಲ್ಲದೇ ಆ ಸಂದೇಶವು ಸ್ವೀಕರಿಸುವ ವ್ಯಕ್ತಿಯ ಮನಸ್ಸನ್ನು ತಟ್ಟುತ್ತದೆ ಮತ್ತು ಅವನಲ್ಲಿ ಧನ್ಯತೆಯನ್ನು ತುಂಬುತ್ತದೆ. ಸಾಮಾನ್ಯವಾಗಿ, ಈ ಸರಳ ಕ್ರಿಯೆಯು ಪ್ರೀತಿಯ ಸರಪಳಿಯನ್ನೇ ಪ್ರಾರಂಭಿಸುತ್ತದೆ, ನಿಮ್ಮ ಪತ್ರವನ್ನು ಸ್ವೀಕರಿಸುವ ವ್ಯಕ್ತಿಯು ಬೇರೆಯವರಿಗೆ ಅದೇ ರೀತಿಯ ಪತ್ರ ಬರೆಯಲು ನಿರ್ಧರಿಸಬಹುದು, ಅಥವಾ ಬಹುಶಃ ಬೇರೆಯರಿಗೆ ಹೆಚ್ಚು ಪ್ರೀತಿಯ ಅನುಭೂತಿಯನ್ನು ನೀಡಬಹುದು ಅಥವಾ ಹೆಚ್ಚು ಪ್ರೀತಿಯಿಂದ ನಡೆದುಕೊಳ್ಳಬಹುದು. ಈ ವಾರ ನಿಮ್ಮ ಮೊದಲ ಪತ್ರವನ್ನು ಬರೆಯಿರಿ. ಬರೆದಿದ್ದಕ್ಕಾಗಿ ನೀವು ಸಂತೋಷಪಡುವಿರಿ ಎಂಬುದು ನನ್ನ ಖಾತರಿ, ಏನಂತೀರಾ?

21

ನಿಮ್ಮ ಅಂತ್ಯಕ್ರಿಯೆಯಲ್ಲಿ ನಿಮ್ಮನ್ನು ಕಲ್ಪಿಸಿಕೊಳ್ಳಿ

ಈ ಉಪಾಯವು ಕೆಲವರಿಗೆ ಭಯಾನಕವೆನ್ನಿಸಬಹುದು. ಆದರೆ ಒಟ್ಟಿನಲ್ಲಿ, ನಮ್ಮ ಜೀವನದಲ್ಲಿ ಅತ್ಯಂತ ಮುಖ್ಯವಾದದ್ದು ಯಾವುದು? ಎಂಬುದನ್ನು ನೆನಪಿಸಲು ಇದು ಪರಿಣಾಮಕಾರಿಯಾಗಿದೆ.

ನಮ್ಮ ಜೀವನವನ್ನು ಹಿಂತಿರುಗಿ ನೋಡಿಕೊಂಡಾಗ, ನಮ್ಮಲ್ಲಿ ಎಷ್ಟು ಜನ ನಾವು ಎಷ್ಟು ಬಿಗುವಾಗಿ ಬದುಕಿದೆವು ಎಂದು ಸಂತೋಷಪಡುವರು? ಸಾಮಾನ್ಯವಾಗಿ, ಜನರು ಸಾಯುವ ಮೊದಲು ತಮ್ಮ ಜೀವನವನ್ನು ಹಿಂತಿರುಗಿ ನೋಡಿದಾಗ, ತಮ್ಮ ಆದ್ಯತೆಗಳು ಬೇರೆಯಾಗಿರಬೇಕಿತ್ತು ಎಂದೇ ಬಯಸುತ್ತಾರೆ. ಕೆಲವೊಂದು ಸಂದರ್ಭಗಳನ್ನು ಬಿಟ್ಟರೆ, ಅವರು 'ಸಣ್ಣ–ಸಣ್ಣ ವಿಷಯಗಳ ಬಗ್ಗೆ ಇಷ್ಟೊಂದು ಚಿಂತಿಸದಿದ್ದರೆ' ಎಷ್ಟು ಚೆನ್ನಾಗಿರುತ್ತಿತ್ತು ಎಂದುಕೊಳ್ಳುತ್ತಾರೆ. ಹತ್ತಿರದಿಂದ ಅವಲೋಕಿಸಿದಾಗ ಅಷ್ಟೊಂದು ಮುಖ್ಯವಲ್ಲದ ಜೀವನದ ವಿಷಯಗಳ ಬಗ್ಗೆ ಚಿಂತಿಸುವುದರಲ್ಲಿ ಕಡಿಮೆ ಸಮಯವನ್ನು ವ್ಯಯಿಸಬೇಕಿತ್ತು, ಅದರ ಬದಲಾಗಿ, ತಾವು ನಿಜವಾಗಿಯೂ ಇಷ್ಟಪಡುವ ಜನರೊಂದಿಗೆ ಮತ್ತು ಇಷ್ಟವಾಗುವ ಚಟುವಟಿಕೆಗಳಲ್ಲಿ ಹೆಚ್ಚು ಸಮಯ ಕಳೆಯಬಹುದಿತ್ತು ಎಂದು ಬಯಸುತ್ತಾರೆ. ನಿಮ್ಮ ಸ್ವಂತ ಅಂತ್ಯಕ್ರಿಯೆಯಲ್ಲಿ ನಿಮ್ಮನ್ನು ನೀವು ಕಲ್ಪಿಸಿಕೊಳ್ಳುವುದು, ನಿಮ್ಮ ಜೀವನದಲ್ಲಿ ಪ್ರಮುಖವಾದ ಬದಲಾವಣೆಗಳನ್ನು ಮಾಡಿಕೊಳ್ಳಲು ನಿಮಗೆ ಒಂದು ಅವಕಾಶವಾಗಬಹುದು.

ಇದು ಸ್ವಲ್ಪ ಭಯಾನಕ ಮತ್ತು ದುಃಖಕರವಾಗಿದ್ದರೂ, ನಿಮ್ಮ ಸ್ವಂತ ಸಾವಿನ ಬಗ್ಗೆ ಗಮನ ಹರಿಸುವ ಈ ಕ್ರಿಯೆಯಲ್ಲಿ ನಿಮ್ಮ ಜೀವನವನ್ನು ನೀವು ಅವಲೋಕಿಸಿಕೊಳ್ಳಲು ಸಾಧ್ಯವಾಗುತ್ತದೆ. ಹೀಗೆ ಮಾಡುವುದರಿಂದ ನೀವು ಯಾವ ರೀತಿಯ ವ್ಯಕ್ತಿಯಾಗಬೇಕೆಂದು ಬಯಸುತ್ತೀರಿ ಮತ್ತು ನಿಮಗೆ ಮುಖ್ಯವಾದ ಆದ್ಯತೆಗಳು ಯಾವುವು ಎಂಬುದನ್ನು ಅರ್ಥಮಾಡಿಕೊಳ್ಳಲು ಸಹಾಯವಾಗುತ್ತದೆ. ನೀವು ನನ್ನ ಹಾಗೆಯೇ ಇದ್ದಿರಾದರೆ, ನಿಮ್ಮೊಳಗಿಂದ ಒಂದು ಎಚ್ಚರಿಸುವ ಕರೆ ಬರುತ್ತದೆ ಅದೇ ನಿಮ್ಮ ಬದಲಾವಣೆಯ ಅಡಿಪಾಯವಾಗಬಹುದು.

22

'ಜೀವನ ತುರ್ತು ಪರಿಸ್ಥಿತಿ ಅಲ್ಲ' ಎಂದು ಆಗಾಗ ನೆನಪಿಸಿಕೊಳ್ಳಿ

ಕೆಲವು ರೀತಿಯಲ್ಲಿ, ಈ ಕಾರ್ಯ ತಂತ್ರವು ಈ ಪುಸ್ತಕದ ಅಗತ್ಯವಾದ ಸಂದೇಶವನ್ನು ಎತ್ತಿಹಿಡಿಯುತ್ತದೆ. ಹೆಚ್ಚಿನವರು ಬೇರೆ ರೀತಿಯಲ್ಲಿ ಯೋಚಿಸುತ್ತಾರೆಯಾದರೂ, ಜೀವನವು ತುರ್ತುಸ್ಥಿತಿಯಲ್ಲ ಎಂಬುದೇ ಸತ್ಯ.

ಜೀವನವು ಒಂದು ತುರ್ತುಸ್ಥಿತಿ ಅಥವಾ ಆಪತ್ತಿನ ಪರಿಸ್ಥಿತಿ ಎಂದು ನಂಬುತ್ತಾ, ತಮ್ಮ ಕುಟುಂಬವನ್ನಷ್ಟೇ ಅಲ್ಲ ತಮ್ಮ ಕನಸುಗಳನ್ನೂ ಸಹ ನಿರ್ಲಕ್ಷಿಸಿದ ನೂರಾರು ಸಲಹಾರ್ಥಿಗಳನ್ನು(clients) ನಾನು ಈ ಕೆಲವು ವರ್ಷಗಳಲ್ಲಿ ಭೇಟಿಯಾಗಿದ್ದೇನೆ. ವಾರಕ್ಕೆ ಎಂಭತ್ತು ಗಂಟೆ ಕೆಲಸ ಮಾಡದಿದ್ದರೆ ಎಲ್ಲವನ್ನೂ ಸಾಧಿಸಲು ಸಾಧ್ಯವಾಗುವುದಿಲ್ಲ ಎಂದು ಅವರು ತಮ್ಮ ಈ ಹುಚ್ಚು ನಡವಳಿಕೆಯನ್ನು ಸಮರ್ಥಿಸಿಕೊಳ್ಳುತ್ತಾರೆ. ಅವರ ಮರಣಾನಂತರವೂ ಸಹ ಅವರ ಕೆಲಸದ 'ಬುಟ್ಟಿ'ಯು ಖಾಲಿಯಾಗುವುದಿಲ್ಲ ಎಂದು ನಾನು ಅನೇಕ ಬಾರಿ ಅವರಿಗೆ ನೆನಪಿಸುತ್ತೇನೆ.

ಒಬ್ಬ ಸಲಹೆ–ಗ್ರಾಹಕಿ, ಗೃಹಿಣಿ ಮತ್ತು ಮೂರು ಮಕ್ಕಳ ತಾಯಿ ಇತ್ತೀಚೆಗೆ ನನಗೆ "ಪ್ರತಿದಿನ ಬೆಳಿಗ್ಗೆ ಎಲ್ಲರೂ ಹೊರಡುವ ಮೊದಲು ನಾನು ಬಯಸಿದಷ್ಟು ಮನೆಯನ್ನು ಸ್ವಚ್ಛಗೊಳಿಸಲು ಸಾಧ್ಯವಾಗುವುದಿಲ್ಲ" ಎಂದು ಹೇಳಿದಳು. ತನ್ನ ಅಪೂರ್ಣತೆಯ ಬಗ್ಗೆ ಅವಳು ಎಷ್ಟು ಅಸಮಾಧಾನಗೊಂಡಿದ್ದಳೆಂದರೆ, ಆಕೆಯ ವೈದ್ಯರು ಆತಂಕ ಕಡಿಮೆ ಮಾಡುವುದಕ್ಕಾಗಿ ಔಷಧಿಗಳನ್ನು ಶಿಫಾರಸು ಮಾಡಿದ್ದರು. ಪ್ರತಿ ಪಾತ್ರೆಯನ್ನು ತೊಳೆಯಬೇಕು ಅಥವಾ ಪ್ರತಿ ಟವೆಲ್ ಅನ್ನು ಅದರ ಸ್ಥಳದಲ್ಲಿ ಇಡಬೇಕು ಎಂದು ಯಾರೋ ತಲೆಗೆ ಬಂದೂಕು ಹಿಡಿದಂತೆ ಅವಳು ಬದುಕುತ್ತಿದ್ದಳು (ಹಾಗೆ ಭಾವಿಸುತ್ತಿದ್ದಳು). ಈ ಜೀವನ ತುರ್ತುಸ್ಥಿತಿ ಎಂಬುದು ಅವರ ನಂಬಿಕೆಯಾಗಿತ್ತು. ನಿಜ ಹೇಳಬೇಕೆಂದರೆ ಅವಳು ಅನುಭವಿಸುತ್ತಿದ್ದ ಒತ್ತಡವು ಸ್ವಯಂ ನಿರ್ಮಿತವಾಗಿತ್ತು.

ಸಣ್ಣ ವಿಷಯಗಳನ್ನು ದೊಡ್ಡ ಆಪತ್ತಿನ ಪರಿಸ್ಥಿತಿ ಎಂದುಕೊಳ್ಳದ ಯಾರನ್ನೂ (ನನ್ನನ್ನೂ ಒಳಗೊಂಡಂತೆ) ನಾನು ಈ ವರೆಗೂ ಭೇಟಿಯಾಗಿಲ್ಲ. ನಾವು ನಮ್ಮ ಗುರಿಗಳನ್ನು ಎಷ್ಟು ಗಂಭೀರವಾಗಿ ಪರಿಗಣಿಸುತ್ತೇವೆ ಎಂದರೆ ನಾವು ಜೀವನವನ್ನು ಆನಂದಿಸುವುದನ್ನು ನಿಲ್ಲಿಸುತ್ತೇವೆ ಮತ್ತು ಈ ಆಲೋಚನೆಯಿಂದ ನಮ್ಮನ್ನು ದೂರವಿಟ್ಟುಕೊಳ್ಳಲು ಸಾಧ್ಯವಾಗುವುದಿಲ್ಲ. ನಾವು ಸರಳವಾದ ಆದ್ಯತೆಗಳನ್ನು ತೆಗೆದುಕೊಂಡು ಅವುಗಳನ್ನು ನಮ್ಮ ಸ್ವಂತ ಸಂತೋಷಕ್ಕಾಗಿ ಪೂರ್ಣಗೊಳ್ಳಬೇಕಾದ ಷರತ್ತುಗಳನ್ನಾಗಿ ಪರಿವರ್ತಿಸುತ್ತೇವೆ. ನಾವು ಹೇರಿಕೊಂಡ ಗಡುವಿನಲ್ಲಿ ಪೂರೈಸಲು ಸಾಧ್ಯವಾಗದಿದ್ದರೆ, ನಮ್ಮನ್ನು ನಾವು ದೂಷಿಸಿಕೊಳ್ಳುತ್ತೇವೆ. ನೀವು ಇನ್ನಷ್ಟು ಶಾಂತ ವ್ಯಕ್ತಿಯಾಗುವತ್ತ ಮೊದಲ ಹೆಜ್ಜೆಯೆಂದರೆ, ಹೆಚ್ಚಿನ ಸಂದರ್ಭಗಳಲ್ಲಿ, ನೀವೇ ನಿಮಗಾಗಿ ತುರ್ತು ಪರಿಸ್ಥಿತಿಗಳನ್ನು ರಚಿಸಿಕೊಳ್ಳುತ್ತೀರಿ, ಎಂದು ಒಪ್ಪಿಕೊಳ್ಳುವ ವಿನಮ್ರತೆಯನ್ನು

ಹೊಂದಿರಬೇಕು. ಯೋಜನೆ ಪ್ರಕಾರ ನಡೆಯದಿದ್ದರೂ ಜೀವನ ಮುಂದುವರಿಯುತ್ತದೆ.

'ಜೀವನವು ತುರ್ತುಸ್ಥಿತಿಯಲ್ಲ' ಎಂಬ ಈ ವಾಕ್ಯವನ್ನು ನೆನಪಿಟ್ಟುಕೊಳ್ಳುವುದು ಮತ್ತು ಪುನರಾವರ್ತಿಸುವುದು ನಿಮಗೆ ಸಹಾಯಕವಾಗುತ್ತದೆ.

23

ನಿಮ್ಮ ಸಣ್ಣ ಒಲೆಯನ್ನು ಉಪಯೋಗಿಸಿ

ನಿಮ್ಮ ಒಲೆಯ ಬ್ಯಾಕ್ ಬರ್ನರ್(ಸಣ್ಣ ಒಲೆ) ಅಥವಾ ಸಣ್ಣ ಒಲೆ (ಮೂರು ಅಥವಾ ನಾಲ್ಕು ಬರ್ನರ‌ರನ ಒಲೆಯ ಹಿಂದಿನ ಭಾಗದ ಬರ್ನರ್) ಎಂಬುದು ಯಾವುದೇ ವಾಸ್ತವಾಂಶವನ್ನು ನೆನಪಿಗೆ ತಂದುಕೊಳ್ಳಲು ಅಥವಾ ಯಾವುದೇ ಒಳನೋಟ/ಅರಿವನ್ನು ಹೊರತರಲು ಉತ್ತಮವಾದ ಮಾರ್ಗವಾಗಿದೆ. ನೀವು ನಿಜವಾಗಿಯೂ ಒತ್ತಡವನ್ನು ಅನುಭವಿಸಲು ಪ್ರಾರಂಭಿಸಿದಾಗ ಇದು ನಿಮ್ಮ ಮನಸ್ಸನ್ನು ಸಲೀಸಾಗಿ ಮತ್ತು ಪರಿಣಾಮಕಾರಿ ಬಳಸುವ ಮಾರ್ಗವಾಗಿದೆ. ನಿಮ್ಮ ಸಣ್ಣ ಒಲೆಯನ್ನು ಬಳಸುವುದು ಎಂದರೆ ಸಧ್ಯದ ಕ್ಷಣದಲ್ಲಿ ಬೇರೆ ಯಾವುದನ್ನಾದರೂ ಮಾಡುವುದರಲ್ಲಿ ನಿರತರಾಗಿರುವಾಗ ಒಂದು ಸಮಸ್ಯೆಯನ್ನು ಪರಿಹರಿಸಲು ನಿಮ್ಮ ಮನಸ್ಸಿಗೆ ಅನುಮತಿಸುವುದು ಎಂದರ್ಥ.

ನಿಮ್ಮ ಮನಸ್ಸಿನ ಸಣ್ಣ ಒಲೆ ಎನ್ನುವುದು ನಿಮ್ಮ ಒಲೆಯ ಬ್ಯಾಕ್ ಬರ್ನರ್ ರೀತಿಯಲ್ಲಿಯೇ ಕಾರ್ಯನಿರ್ವಹಿಸುತ್ತದೆ. ಕಡಿಮೆ ಉರಿಯ ಮೇಲೆ, ಎಲ್ಲಾ ಪದಾರ್ಥಗಳು ನಿಧಾನವಾಗಿ ಮಿಶ್ರಣಗೊಂಡು, ಬೆಂದು, ರುಚಿಕರವಾದ ಭಕ್ಷ್ಯವೊಂದು ತಯಾರಾಗುತ್ತದೆ. ಇದನ್ನು ನೀವು ತಯಾರಿಸಿದ್ದು- ಎಲ್ಲ ಪದಾರ್ಥಗಳನ್ನು ಒಂದು ಪಾತ್ರೆಯಲ್ಲಿ ಒಟ್ಟಿಗೆ ಹಾಕಿ, ಅವುಗಳನ್ನು ಚೆನ್ನಾಗಿ ಮಿಶ್ರಣ ಮಾಡಿ ನಂತರ ಬೇಯಲು ಬಿಟ್ಟುಬಿಟ್ಟಿರಿ. ನೀವು ಎಷ್ಟು ಕಡಿಮೆ ಹಸ್ತಕ್ಷೇಪ ಮಾಡುತ್ತೀರೋ, ಅಷ್ಟು ಭಕ್ಷ್ಯವು ರುಚಿಯಾಗಿರುತ್ತದೆ.

ಅದೇ ರೀತಿ, ನಮ್ಮ ಸಮಸ್ಯೆಗಳು, ವಾಸ್ತವಾಂಶಗಳು ಮತ್ತು ಅಸ್ಥಿರ ಅಂಶಗಳ ಜೊತೆಗೆ ಅವುಗಳ ಸಂಭವನೀಯ ಪರಿಹಾರಗಳ ಪಟ್ಟಿಯನ್ನು ನಮ್ಮ ಮನಸ್ಸಿನ ಸಣ್ಣ ಒಲೆಯ ಮೇಲೆ ಇಟ್ಟುಬಿಟ್ಟರೆ ನಾವು ನಮ್ಮ ಜೀವನದ ಅನೇಕ ಸಮಸ್ಯೆಗಳನ್ನು (ಗಂಭೀರವಾದ ಮತ್ತು ಸರಳವಾದ) ಪರಿಹರಿಸಬಹುದು. ನಾವು ಸೂಪ್ ಅಥವಾ ಸಾಸ್ ತಯಾರಿಸುವಾಗ ಮಾಡುವಂತೆ, ನಮ್ಮ ಆಲೋಚನೆ ಅಥವಾ ಕಲ್ಪನೆಯನ್ನು ನಮ್ಮ ಮನಸ್ಸಿನ ಸಣ್ಣ ಒಲೆಯ ಮೇಲೆ ಸಣ್ಣ ಉರಿಯಲ್ಲಿ ಹದವಾಗಿ ಬೇಯಲು ಬಿಟ್ಟುಬಿಡಬೇಕು.

ನೀವು ಸಮಸ್ಯೆಯೊಂದನ್ನು ಪರಿಹರಿಸಲು ಹೆಣಗಾಡುತ್ತಿದ್ದರೆ ಅಥವಾ ವ್ಯಕ್ತಿಯೊಬ್ಬನ ಹೆಸರನ್ನು ನೆನಪಿಟ್ಟುಕೊಳ್ಳಲು ಸಾಧ್ಯವಾಗದಿದ್ದರೆ, ನಿಮ್ಮ ಸಣ್ಣ ಒಲೆ ನಿಮಗೆ ಸಹಾಯ ಮಾಡುತ್ತದೆ. ನಮಗೆ ಯಾವುದೇ ತಕ್ಷಣದ ಪರಿಹಾರವನ್ನು ಕಂಡುಕೊಳ್ಳಲು ಸಾಧ್ಯವಾಗದಂತಹ ಸಮಸ್ಯೆಗಳ ಬಗ್ಗೆಯೂ ಸಹ ಅನೇಕ ಬಾರಿ ಅದು ನಮಗೆ ಶಾಂತ, ಸೌಮ್ಯ ಮತ್ತು ಅತ್ಯಂತ ಬುದ್ಧಿವಂತ ಚಿಂತನೆಯನ್ನು ನೀಡುತ್ತದೆ. ಸಣ್ಣ ಒಲೆ ಎನ್ನುವುದು ಸಮಸ್ಯೆಯನ್ನು ನಿರಾಕರಿಸುವ ಅಥವಾ ಮುಂದೂಡುವ ಮಾರ್ಗವಲ್ಲ. ಇದನ್ನು ಬೇರೆ ರೀತಿಯಲ್ಲಿ ಹೇಳುವುದಾದರೆ, ಯಾವಾಗ ನೀವು ನಿಮ್ಮ ಸಮಸ್ಯೆಗಳನ್ನು ಸಣ್ಣ ಒಲೆಯ ಮೇಲೆ ಇರಿಸಲು ನಿರ್ಧರಿಸುತ್ತೀರೋ ಆಗ ನೀವು ಒಲೆಯನ್ನು ಆರಿಸಲು ಬಯಸುತ್ತಿಲ್ಲ ಎಂದರ್ಥ. ಅಂದರೆ ಸಮಸ್ಯೆಯನ್ನು

ಸಕ್ರಿಯವಾಗಿ ವಿಶ್ಲೇಷಿಸದೇ ನಿಮ್ಮ ಮನಸ್ಸಿನಲ್ಲಿ ಉಳಿಸಿಕೊಳ್ಳಲು ಬಯಸುತ್ತೀರಿ. ಈ ಸರಳ ತಂತ್ರವು ಅನೇಕ ಸಮಸ್ಯೆಗಳನ್ನು ಪರಿಹರಿಸಲು ನಿಮಗೆ ಅನುವು ಮಾಡಿಕೊಡುತ್ತದೆ ಮತ್ತು ನಿಮ್ಮ ಜೀವನದಿಂದ ಒತ್ತಡ ಮತ್ತು ಶ್ರಮವನ್ನು ಕಡಿಮೆ ಮಾಡಲು ಸಹಾಯಮಾಡುತ್ತದೆ.

24

ನೀವು ಯಾರಿಗೆ ಧನ್ಯವಾದ ಹೇಳಬಹುದು ಎಂದು ದಿನಕ್ಕೆ ಒಮ್ಮೆಯಾದರೂ ಯೋಚಿಸಿ

ಈ ಚಿಕ್ಕ ತಂತ್ರವನ್ನು ಕಾರ್ಯಗತಗೊಳಿಸಲು ನಿಮಗೆ ಕೆಲವೇ ಸೆಕೆಂಡುಗಳು ಹಿಡಿಯಬಹುದು, ಆದರೆ ಇದು, ನಾನು ಅಳವಡಿಸಿಕೊಂಡ ಪ್ರಮುಖ ಅಭ್ಯಾಸಗಳಲ್ಲಿ ಒಂದಾಗಿದೆ. ಇಂದು ನಾನು ಯಾರಿಗೆ ಧನ್ಯವಾದ ಹೇಳಬಹುದು? ಎಂದು ಯೋಚಿಸುತ್ತಾ ನನ್ನ ದಿನವನ್ನು ಪ್ರಾರಂಭಿಸಲು ಪ್ರಯತ್ನಿಸುತ್ತೇನೆ. ನನ್ನ ಮಟ್ಟಿಗೆ, ಕೃತಜ್ಞತೆ ಮತ್ತು ಮನಃಶಾಂತಿ ಜೊತೆಯಾಗಿಯೇ ಇರುತ್ತವೆ. ನನ್ನ ಈ ಜೀವನವೆಂಬ ಉಡುಗೊರೆಗಾಗಿ ನಾನು ಎಷ್ಟು ಮನಃಪೂರ್ವಕವಾಗಿ ಧನ್ಯತೆಯನ್ನು ವ್ಯಕ್ತಪಡಿಸುತ್ತೇನೆಯೋ, ಅಷ್ಟೇ ಹೆಚ್ಚಿನ ಮನಃಶಾಂತಿಯನ್ನು ಪಡೆಯುತ್ತೇನೆ. ಆದ್ದರಿಂದ ಕೃತಜ್ಞತೆಯು ಅಭ್ಯಾಸಕ್ಕೆ ಯೋಗ್ಯವಾದುದಾಗಿದೆ ಎನ್ನಬಹುದು.

ಬಹುಶಃ ನನ್ನಂತೆಯೇ, ನಿಮ್ಮ ಜೀವನದಲ್ಲಿಯೂ ಸಹ ನೀವು ಕೃತಾರ್ಥರಾಗಿರಲು ಕಾರಣವಾದ ಬಹಳಷ್ಟು ಜನರಿರಬಹುದು. ಅಂದರೆ ಸ್ನೇಹಿತರು, ಕುಟುಂಬದ ಸದಸ್ಯರು, ಹಳೆಯ ಪರಿಚಯಸ್ಥರು, ಶಿಕ್ಷಕರು, ಗುರುಗಳು, ಸಹೋದ್ಯೋಗಿಗಳು, ನಿಮಗೆ ಮೊದಲ ಅವಕಾಶ ನೀಡಿದವರು ಅಲ್ಲದೇ ಅಸಂಖ್ಯಾತ ಇತರರು. ಈ ಜೀವನವೆಂಬ ಉಡುಗೊರೆಗಾಗಿ ಅಥವಾ ಈ ಸುಂದರ ಪ್ರಕೃತಿಗಾಗಿ ಆ ಅನಂತ ಶಕ್ತಿಗೂ ಸಹ ನೀವು ಧನ್ಯವಾದ ಹೇಳಲು ಬಯಸಬಹುದು.

ನಾನು ಕೃತಾರ್ಥನಾಗಿರಬೇಕು ಎಂದು ನೀವು ಯೋಚಿಸಿದಾಗಲೆಲ್ಲಾ, ಅದು ಯಾರೇ ಆಗಿರಬಹುದು, ಟ್ರಾಫಿಕ್‌ನಲ್ಲಿ ನಿಮಗೆ ಮುಂದೆ ಹೋಗಲು ಅವಕಾಶ ನೀಡಿದವರಿರಬಹುದು, ನಿಮಗಾಗಿ ಬಾಗಿಲು ತೆರೆದವರಿರಬಹುದು ಅಥವಾ ನಿಮ್ಮ ಜೀವವನ್ನು ಉಳಿಸಿದ ವೈದ್ಯರಾಗಿರಬಹುದು. ಇಲ್ಲಿ ಅತ್ಯಂತ ಮುಖ್ಯವಾದುದೆಂದರೆ ನೀವು ಕೃತಜ್ಞತೆಯನ್ನು ವ್ಯಕ್ತಪಡಿಸುವತ್ತ ಗಮನ ಹರಿಸಬೇಕು. ಇದನ್ನು ಆದಷ್ಟು ನೀವು ಬೆಳಿಗ್ಗೆ ಎದ್ದ ಕೂಡಲೇ ಮಾಡಿದರೆ ಒಳ್ಳೆಯದು.

ನನ್ನ ಮನಸ್ಸನ್ನು ಅನೇಕ ರೀತಿಯ ನಕಾರಾತ್ಮಕತೆಯ ಕಡೆಗೆ ಜಾರಿಸುವುದು ತುಂಬಾ ಸುಲಭ ಎಂದು ನಾನು ಬಹಳ ಹಿಂದೆಯೇ ಕಂಡುಕೊಂಡಿದ್ದೇನೆ. ಹೀಗೆ ಆದಾಗಲೆಲ್ಲ, ಮೊಟ್ಟ ಮೊದಲು ನನ್ನನ್ನು ಬಿಟ್ಟು ಹೋಗುವುದೆಂದರೆ ಧನ್ಯತೆಯ ಭಾವ. ಆಗ ನಾನು ನನ್ನ ಸುತ್ತಮುತ್ತಲಿನವರನ್ನು ಲಘುವಾಗಿ ತೆಗೆದುಕೊಳ್ಳಲು ಪ್ರಾರಂಭಿಸುತ್ತೇನೆ ಮತ್ತು ನಾನು ಅವರತ್ತ ತೋರಿಸುವ ಪ್ರೀತಿಯು ದ್ವೇಷ ಮತ್ತು ಹತಾಶೆಯಾಗಿ ಬದಲಾಗುತ್ತದೆ. ಆ ಸಮಯದಲ್ಲಿ ಈ ಅಭ್ಯಾಸವು ನನಗೆ ಜೀವನದ ಒಳ್ಳೆಯ ವಿಷಯಗಳ ಮೇಲೆ ಗಮನಹರಿಸಲು ನೆನಪಿಸುತ್ತದೆ. ಧನ್ಯತೆಯನ್ನು ವ್ಯಕ್ತಪಡಿಸಬಹುದಾದ ಒಬ್ಬ ವ್ಯಕ್ತಿಯ ಬಗ್ಗೆ ನಾನು ಯೋಚಿಸಿದಾಗ, ಇನ್ನೊಬ್ಬ ವ್ಯಕ್ತಿ ನನ್ನ ಮನಸ್ಸಿಗೆ ಬರುತ್ತಾನೆ, ಮತ್ತು ಆನಂತರ ಮತ್ತೊಬ್ಬ, ಮಗದೊಬ್ಬ. ಕೂಡಲೇ ನಾನು ಜೀವನದಲ್ಲಿ ಇತರ ಕೃತಜ್ಞತಾಪೂರ್ವಕ ವಿಷಯಗಳ ಬಗ್ಗೆ ಯೋಚಿಸಲು ಪ್ರಾರಂಭಿಸುತ್ತೇನೆ:

ನನ್ನ ಆರೋಗ್ಯ, ನನ್ನ ಮಕ್ಕಳು, ನನ್ನ ಮನೆ, ನನ್ನ ವೃತ್ತಿಜೀವನ, ನನ್ನ ಪುಸ್ತಕಗಳ ಓದುಗರು, ನನ್ನ ಸ್ವಾತಂತ್ರ್ಯ ಮತ್ತು ಹೀಗೆ ಪಟ್ಟಿ ಮುಂದುವರೆಯುತ್ತಾ ಹೋಗುತ್ತದೆ.

ಈ ಸಲಹೆಯು ನಿಮಗೆ ಸ್ವಲ್ಪ ವಿಚಿತ್ರವಾಗಿ ಮತ್ತು ತುಂಬಾ ಸುಲಭವಾಗಿ ತೋರುತ್ತದೆಯಾದರೂ, ಇದು ನಿಜವಾಗಿಯೂ ಕೆಲಸ ಮಾಡುತ್ತದೆ! ಮನಸ್ಸಿನಲ್ಲಿ ಕೃತಜ್ಞತೆಯೊಂದಿಗೆ ಮುಂಜಾನೆ ಎದ್ದರೆ, ಶಾಂತಿಯ ಹೊರತಾಗಿ ಬೇರೇನನ್ನೂ ಅನುಭವಿಸುವುದು ಅಸಾಧ್ಯ.

25

ಅಪರಿಚಿತರತ್ತ ನಗೆ ಬೀರಿ, ಅವರ ಕಣ್ಣಲ್ಲಿ ಕಣ್ಣಿಟ್ಟು ಹಲೋ ಹೇಳಿ

ನಾವು ಅಪರಿಚಿತರ ಕಣ್ಣಲ್ಲಿ ನೇರವಾಗಿ ನೋಡುವದು ಎಷ್ಟು ಅಪರೂಪ ಎಂಬುದನ್ನು ನೀವು ಎಂದಾದರೂ ಗಮನಿಸಿದ್ದೀರಾ ಅಥವಾ ಇದರ ಬಗ್ಗೆ ಯೋಚಿಸಿದ್ದೀರಾ? ಹೀಗೇಕೆ? ನಾವು ಅವರಿಗೆ ಹೆದರುತ್ತೇವೆಯೇ? ಯಾವುದು ನಮ್ಮನ್ನು ಅಪರಿಚಿತರ ಜೊತೆ ತೆರೆದ ಮನಸ್ಸಿನಿಂದ ಬೆರೆಯದಂತೆ ತಡೆಹಿಡಿಯುತ್ತದೆ?

ಈ ಪ್ರಶ್ನೆಗಳಿಗೆ ಉತ್ತರಗಳು ನನಗೆ ನಿಜವಾಗಿಯೂ ಗೊತ್ತಿಲ್ಲ, ಆದರೆ ಅಪರಿಚಿತರ ಜೊತೆ ನಮ್ಮ ವರ್ತನೆ ಹಾಗೂ ನಮ್ಮ ಒಟ್ಟಾರೆ ಸಂತೋಷದ ಸ್ತರದ ನಡುವೆ ನೇರ ಸಂಬಂಧವಿದೆ ಎಂದು ನನಗೆ ಗೊತ್ತಿದೆ. ಇದನ್ನೇ ಬೇರೆ ರೀತಿಯಲ್ಲಿ ಹೇಳುವುದಾದರೆ, ತಲೆ ತಗ್ಗಿಸಿ, ಮುಖ ಗಂಟಿಕ್ಕಿ, ಜನರತ್ತ ನೋಟ ಬೀರದೇ, ಒಳಗಿನಿಂದ ಮಾತ್ರ ತುಂಬಾ ಶಾಂತವಾಗಿ ಮತ್ತು ಸಂತೋಷವಾಗಿರುವ ವ್ಯಕ್ತಿಯನ್ನು ಕಾಣುವುದು ಅಸಾಧ್ಯವಾದುದು.

ಅಂತರ್ಮುಖಿಯಾಗುವುದಕ್ಕಿಂತ ಬಹಿರ್ಮುಖಿಯಾಗಿರುವುದು ಉತ್ತಮ ಎಂದು ನಾನು ಹೇಳುತ್ತಿಲ್ಲ, ಇನ್ನೊಬ್ಬರ ಬಾಳನ್ನು ಬೆಳಗಿಸಲು ನೀವು ಟನ್‌ಗಟ್ಟಲೆ ಶಕ್ತಿಯನ್ನು ವ್ಯಯಿಸಬೇಕು ಅಥವಾ ನೀವು ಸ್ನೇಹಪರರಾಗಿ ನಟಿಸಬೇಕೆಂದು ಎಂದೂ ಕೂಡ ನಾನು ಹೇಳುತ್ತಿಲ್ಲ. ಅಪರಿಚಿತರನ್ನು ಸಹ ನಿಮ್ಮಂತೆಯೇ ಪರಿಗಣಿಸಿ ಮತ್ತು ಅವರನ್ನು ಕೇವಲ ದಯೆಯಿಂದ ಮಾತ್ರವಲ್ಲದೆ ಗೌರವದಿಂದಲೂ ಕಾಣಿರಿ, ಅವರ ಕಣ್ಣಗಳಲ್ಲಿ ಕಣ್ಣಿಟ್ಟು ಅವರತ್ತ ನಗೆ ಬಿರಿದರೆ, ನಿಮ್ಮಲ್ಲಿಯೂ ಸಹ ಕೆಲವು ಉತ್ತಮ ಬದಲಾವಣೆಗಳಾಗುವುದನ್ನು ಕಾಣುವಿರಿ ಎಂದು ನಾನು ಸೂಚಿಸುತ್ತಿದ್ದೇನೆ. ಅವರಲ್ಲಿ ಹೆಚ್ಚಿನವರು ನಮ್ಮನಿಮ್ಮಂತೆಯೇ ಇದ್ದಾರೆ– ಅವರಲ್ಲಿ ಹೆಚ್ಚಿನವರಿಗೆ ಕುಟುಂಬಗಳಿವೆ, ಪ್ರೀತಿಪಾತ್ರರಿದ್ದಾರೆ, ಅವರೂ ಸಹ ಸಮಸ್ಯೆಗಳು, ತೊಂದರೆಗಳು, ಇಷ್ಟಗಳು ಮತ್ತು ಇಷ್ಟಪಡದಿರುವಿಕೆಗಳನ್ನು ನಮ್ಮಂತೆಯೇ ಹೊಂದಿದ್ದಾರೆ ಎಂದು ನೀವು ಭಾವಿಸಲು ಪ್ರಾರಂಭಿಸುವಿರಿ. ನೀವು ಅವರತ್ತ ಮೊದಲ ಹೆಜ್ಜೆಯನ್ನು ಇಡಿ, ಆಗ ಜನರು ಎಷ್ಟು ಒಳ್ಳೆಯವರು ಮತ್ತು ನಾವು ಅದಕ್ಕಾಗಿ ಕೃತಾರ್ಥರಾಗಿರಬೇಕು ಎಂಬುದನ್ನು ಸಹ ಗಮನಿಸುವಿರಿ. ನಾವೆಲ್ಲರೂ ಎಷ್ಟು ಸಮಾನರು ಎಂದು ನೀವು ನೋಡಿದಾಗ, ಪ್ರತಿಯೊಬ್ಬರೊಳಗೆ ಅಡಗಿರುವ ಮುಗ್ಧತೆ ನಿಮಗೆ ಕಾಣಿಸಲು ಪ್ರಾರಂಭಿಸುತ್ತದೆ. ಇದನ್ನೇ ಬೇರೆ ರೀತಿಯಲ್ಲಿ ಹೇಳುವುದಾದರೆ, ಎಷ್ಟೇ ತೊಂದರೆಯಲ್ಲಿದ್ದರೂ ಸಹ ತಾವಿರುವ ಪರಿಸ್ಥಿತಿಗಳಿಗೆ ಅನುಗುಣವಾಗಿ ಎಲ್ಲವನ್ನೂ ಹೇಗೆ ನಿರ್ವಹಿಸಬೇಕೆಂದು ನಮ್ಮಲ್ಲಿ ಹೆಚ್ಚಿನವರಿಗೆ ತಿಳಿದಿದೆ. ಇತರರ ಮುಗ್ಧತೆಯನ್ನು ನೋಡಲು ಸಾಧ್ಯವಾದಾಗ, ನಾವು ಆಂತರಿಕ ಆನಂದದ ಅನುಭವವನ್ನು ಪಡೆಯುತ್ತೇವೆ.

26

ಪ್ರತಿದಿನ ಶಾಂತವಾಗಿ ಕುಳಿತುಕೊಳ್ಳಲು ಸಮಯವನ್ನು ಮೀಸಲಿಡಿ

ನಾನು ಈ ಕಾರ್ಯತಂತ್ರದ ಬಗ್ಗೆ ಬರೆಯುತ್ತಿರುವಾಗ, ಮುಂಜಾನೆಯ 4:30 ಆಗಿದೆ, ಇದು ದಿನದ ನನ್ನ ನೆಚ್ಚಿನ ಸಮಯ. ನನ್ನ ಹೆಂಡತಿ ಮತ್ತು ಮಕ್ಕಳು ಹಾಸಿಗೆಯಿಂದ ಏಳುವ ಅಥವಾ ನನ್ನ ಫೋನ್ ರಿಂಗ್ ಆಗುವ ಮೊದಲು ನನ್ನ ಬಳಿ ಇನ್ನೂ ಒಂದೂವರೆ ಗಂಟೆಯಷ್ಟು ಸಮಯವಿದೆ. ಯಾರಾದರೂ ನನಗೆ ಏನನ್ನಾದರೂ ಮಾಡೆಂದು ಕೇಳಲು ಇನ್ನೂ ಕನಿಷ್ಠ ಒಂದು ಗಂಟೆಯಾದರೂ ಬೇಕು. ಹೊರಗೆ ಸಂಪೂರ್ಣ ಶಾಂತವಾಗಿದೆ ಮತ್ತು ಈ ಸಮಯದಲ್ಲಿ ನಾನು ಸಂಪೂರ್ಣವಾಗಿ ಏಕಾಂಗಿಯಾಗಿದ್ದೇನೆ. ಏಕಾಂತವೆಂದರೆ ಪ್ರಶಾಂತವಾಗಿರುವುದು ಮತ್ತು ಪುನಶ್ಚೇತನಗೊಳಿಸಿಕೊಳ್ಳುವುದಾಗಿದೆ, ಹಾಗೂ ಇದು ಅವಲೋಕನ ಮಾಡಿಕೊಳ್ಳಲು, ಕೆಲಸ ಮಾಡಲು ಅಥವಾ ಸುಮ್ಮನೆ ಪ್ರಶಾಂತತೆಯನ್ನು ಆನಂದಿಸುವ ಸಮಯವಾಗಿದೆ.

ಕಳೆದ ಒಂದು ದಶಕದಿಂದ ನಾನು ಒತ್ತಡ ನಿರ್ವಹಣೆಯ ಕ್ಷೇತ್ರದಲ್ಲಿ ಕೆಲಸ ಮಾಡುತ್ತಿದ್ದೇನೆ. ಈ ಸಮಯದಲ್ಲಿ ನಾನು ಅನೇಕ ಅಸಾಧಾರಣ ವ್ಯಕ್ತಿಗಳನ್ನು ಭೇಟಿಯಾಗಿದ್ದೇನೆ. ಅವರಲ್ಲಿ ಪ್ರತಿದಿನ ಕನಿಷ್ಠ ಪಕ್ಷ ಸ್ವಲ್ಪ ಸಮಯವನ್ನಾದರೂ ಶಾಂತವಾಗಿ ಕಳೆಯದೇ, ಆಂತರಿಕವಾಗಿ ಶಾಂತವೆಂದು ಪರಿಗಣಿಸಲ್ಪಡುವ ಒಬ್ಬ ವ್ಯಕ್ತಿಯನ್ನೂ ಸಹ ನಾನು ಕಲ್ಪಿಸಿಕೊಳ್ಳಲು ಸಾಧ್ಯವಿಲ್ಲ. ಅದು ಹತ್ತು ನಿಮಿಷಗಳ ಧ್ಯಾನ ಅಥವಾ ಯೋಗ ಆಗಿರಬಹುದು, ಪ್ರಕೃತಿಯ ಜೊತೆ ಸ್ವಲ್ಪ ಸಮಯ ಕಳೆಯುವುದಾಗಿರಬಹುದು ಅಥವಾ ಬಾತ್ರೂಮ್ ಬಾಗಿಲನ್ನು ಹಾಕಿಕೊಂಡು ಹತ್ತು ನಿಮಿಷಗಳ ಕಾಲ ಸ್ನಾನ ಮಾಡುವುದೂ ಆಗಿರಬಹುದು, ಪ್ರಶಾಂತತೆಯು ಜೀವನದ ಪ್ರಮುಖ ಭಾಗವಾಗಿದೆ. ಏಕಾಂಗಿಯಾಗಿ ಸಮಯ ಕಳೆಯುವುದು, ನಮ್ಮ ದೈನಂದಿನ ಬದುಕಿನ ಸದ್ದುಗದ್ದಲ ಮತ್ತು ಗೊಂದಲಗಳನ್ನು ಸಮತೋಲನಗೊಳಿಸಲು ಸಹಾಯ ಮಾಡುತ್ತದೆ. ನಾನು ನನಗಾಗಿ ಸಮಯವನ್ನು ಮೀಸಲಿರಿಸಿಕೊಂಡಾಗ, ನನ್ನ ದಿನವನ್ನು ನಿರ್ವಹಿಸಿಕೊಳ್ಳುವುದು ಸುಲಭವಾಗುತ್ತದೆ. ಅದು ಸಾಧ್ಯವಾಗದಿದ್ದಾಗ, ನಾನು ಗಮನಾರ್ಹ ವ್ಯತ್ಯಾಸವನ್ನು ಕಾಣುತ್ತೇನೆ.

ನನ್ನದೊಂದು ಸಣ್ಣ ಅಭ್ಯಾಸವನ್ನು ನಾನು ನನ್ನ ಸ್ನೇಹಿತರೊಂದಿಗೆ ಹಂಚಿಕೊಂಡಿದ್ದೇನೆ. ಅದೇನೆಂದರೆ, ಪ್ರತಿದಿನ ಕಚೇರಿಗೆ ಹೆಚ್ಚಿನವರಂತೆ, ನಾನೂ ಸಹ ಕಾರಿನಲ್ಲಿ ಹೋಗುತ್ತೇನೆ. ನಾನು ಕೆಲಸದಿಂದ ಮನೆಗೆ ಹಿಂತಿರುವಾಗ, ಕಾರನ್ನು ಒಂದು ಸ್ಥಳದಲ್ಲಿ ನಿಲ್ಲಿಸುತ್ತೇನೆ. ಆ ಸುಂದರ ಸ್ಥಳದಲ್ಲಿ ಒಂದು ಅಥವಾ ಎರಡು ನಿಮಿಷಗಳ ಕಾಲ ನನ್ನ ಕಣ್ಣುಗಳನ್ನು ಮುಚ್ಚಿ ಆಳವಾದ ಉಸಿರನ್ನು ತೆಗೆದುಕೊಳ್ಳುತ್ತೇನೆ. ಇದು ನನಗೆ ಸಮಾಧಾನವನ್ನು, ಆಹ್ಲಾದತೆಯನ್ನು ಮತ್ತು ಧನ್ಯತೆ ಭಾವನೆಯನ್ನು ನೀಡುತ್ತದೆ. ಏಕಾಂಗಿಯಾಗಿರಲು ಸಮಯವಿಲ್ಲ ಎಂದು ದೂರುವ ತುಂಬಾ ಜನರೊಂದಿಗೆ ನಾನು ಈ ಸಲಹೆಯನ್ನು ಹಂಚಿಕೊಂಡಿದ್ದೇನೆ. ಮೊದಲು

ಅವರು ಕಿವಿಗಡಚಿಕ್ಕುವಂತೆ ಜೋರಾಗಿ ರೇಡಿಯೋ ಹಾಕಿಕೊಂಡು, ವೇಗವಾಗಿ ಕಾರನ್ನು ಓಡಿಸಿಕೊಂಡು ಮನೆ ತಲುಪುತ್ತಿದ್ದರು. ಆದರೆ ಈಗ, ಅವರ ನಡವಳಿಕೆಯಲ್ಲಿ ಆದ ಸಣ್ಣ ಬದಲಾವಣೆಯಿಂದ ಅವರು ಯಾವುದೇ ಒತ್ತಡವಿಲ್ಲದೇ ಆರಾಮವಾಗಿ ಮನೆಯನ್ನು ಸೇರುತ್ತಾರೆ.

27

ನಿಮ್ಮ ಜೀವನದಲ್ಲಿ ಬರುವ ಜನರನ್ನು ಚಿಕ್ಕ ಶಿಶುಗಳಂತೆ ಮತ್ತು ನೂರು ವರ್ಷ ವಯಸ್ಸಾದವರಂತೆ ಕಲ್ಪಿಸಿಕೊಳ್ಳಿ

ನಾನು ಈ ಕಾರ್ಯತಂತ್ರವನ್ನು ಸುಮಾರು ಇಪ್ಪತ್ತು ವರ್ಷಗಳ ಹಿಂದೆ ಕಲಿತಿದ್ದೇನೆ. ಜನರಿಂದ ಆಗುವ ಕಿರಿಕಿರಿಯನ್ನು ಹೋಗಲಾಡಿಸಿಕೊಳ್ಳಲು ಇದು ಅತ್ಯುತ್ತಮ ಮಾರ್ಗವೆಂದು ಸಾಬೀತಾಗಿದೆ.

ನಿಮ್ಮನ್ನು ತುಂಬಾ ಕೆರಳಿಸುವಂತೆ, ಕೋಪಗೊಳ್ಳುವಂತೆ ಮಾಡುವ ವ್ಯಕ್ತಿಯ ಬಗ್ಗೆ ಯೋಚಿಸಿ.

ಈಗ ನಿಮ್ಮ ಕಣ್ಣುಗಳನ್ನು ಮುಚ್ಚಿ ಆ ವ್ಯಕ್ತಿಯನ್ನು ಚಿಕ್ಕ ಮಗುವಿನಂತೆ ಕಲ್ಪಿಸಿಕೊಳ್ಳಿ. ಚಿಕ್ಕ ಮಗುವಿನ ಆ ಲಕ್ಷಣಗಳು ಮತ್ತು ಮುಗ್ಧ ಕಣ್ಣುಗಳನ್ನು ನೋಡಿ. ಮಕ್ಕಳು ತಪ್ಪು ಮಾಡದೇ ಇರಲಾರರು ಎಂದು ಗೊತ್ತು ತಾನೆ? ಒಂದು ಹಂತದಲ್ಲಿ ನಾವೆಲ್ಲರೂ ಕೂಡ ಹಾಗೆಯೇ ಇದ್ದೆವು. ಈಗ ಸಮಯವನ್ನು ನೂರು ವರ್ಷಗಳ ಕಾಲ ಮುಂದಕ್ಕೆ ಸರಿಸಿ. ಈಗ ಆ ವ್ಯಕ್ತಿಗೆ ತುಂಬಾ ವಯಸ್ಸಾಗಿದೆ, ಬಹುತೇಕ ಸಾವಿನ ಅಂಚಿನಲ್ಲಿರುವನು ಎಂದು ಊಹಿಸಿಕೊಳ್ಳಿ. ಆ ವ್ಯಕ್ತಿಯ ದಣಿದ ವಯಸ್ಸಾದ ಕಣ್ಣುಗಳು ಮತ್ತು ಮೃದುವಾದ ಮುಗುಳ್ನಗೆಯನ್ನು ಗಮನಿಸಿ, ಇದೆಲ್ಲವೂ ತಿಳುವಳಿಕೆಯ ಮತ್ತು ತಮ್ಮ ತಪ್ಪುಗಳನ್ನು ಒಪ್ಪಿಕೊಳ್ಳುವ ಇಚ್ಛೆಯನ್ನು ಸೂಚಿಸುತ್ತವೆ. ಹಲವು ದಶಕಗಳ ನಂತರ ಒಂದು ಹಂತದಲ್ಲಿ ನಾವೆಲ್ಲರೂ ಸಹ ನೂರು ವರ್ಷ ವಯಸ್ಸಿನವರಾಗುತ್ತೇವೆ, ಆಗ ನಾವು ಬದುಕಿರಬಹುದು ಅಥವಾ ಸತ್ತಿರಬಹುದು.

ಈ ಕಾರ್ಯತಂತ್ರದೊಂದಿಗೆ ನೀವು ಆಟವಾಡಬಹುದು ಮತ್ತು ಬೇರೆ ಬೇರೆ ರೀತಿಯಲ್ಲಿ ಬದಲಾಯಿಸಬಹುದು. ಈ ವಿಧಾನವು ಇದನ್ನು ಬಳಸುವವರಿಗೆ ಯಾವಾಗಲೂ ಬೇಕಾದ ಹೊಸ ದೃಷ್ಟಿಕೋನ ಮತ್ತು ಸಹಾನುಭೂತಿಯನ್ನು ನೀಡುತ್ತದೆ. ನಮ್ಮ ಗುರಿಯು ಇನ್ನಷ್ಟು ಶಾಂತಿಯುತವಾಗಿರುವುದು ಮತ್ತು ಪ್ರೀತಿಪರರಾಗಿರುವುದಾಗಿದ್ದರೆ, ನಾವು ಖಂಡಿತವಾಗಿಯೂ ಯಾರ ಬಗ್ಗೆಯೂ ನಕಾರಾತ್ಮಕತೆಯನ್ನು ಬೆಳೆಸಿಕೊಳ್ಳಲು ಬಯಸಲಾರೆವು.

28

ಅರ್ಥಮಾಡಿಕೊಳ್ಳುವವರಲ್ಲಿ ಮೊದಲಿಗರಾಗಿರಿ

ಇದನ್ನು ಸ್ಟೀಫನ್ ಕೋವಿಯವರ 'ಸೆವೆನ್ ಹ್ಯಾಬಿಟ್ಸ್ ಆಫ್ ಹೈಲಿ ಎಫೆಕ್ಟಿವ್ ಪೀಪಲ್' ಪುಸ್ತಕದಿಂದ ತೆಗೆದುಕೊಳ್ಳಲಾಗಿದೆ. ಈ ವಿಧಾನವು ನೀವು ಒಬ್ಬ ಸಂತೃಪ್ತ ವ್ಯಕ್ತಿಯಾಗಲು ಶಾರ್ಟ್‌ಕಟ್ ಆಗಿದೆ. (ಮತ್ತು ನೀವು ಖಂಡಿತವಾಗಿಯೂ ಹೆಚ್ಚು ಪ್ರಭಾವಶಾಲಿ ವ್ಯಕ್ತಿಯಾಗುವಿರಿ).

'ಅರ್ಥಮಾಡಿಕೊಳ್ಳುವವರಲ್ಲಿ ಮೊದಲಿಗರಾಗಿರಿ', ಎಂದರೆ ನಿಮ್ಮನ್ನು ಇತರರು ಅರ್ಥಮಾಡಿಕೊಳ್ಳಬೇಕು ಎನ್ನುವುದಕ್ಕಿಂತ ಹೆಚ್ಚಾಗಿ ನೀವು ಇತರರನ್ನು ಅರ್ಥಮಾಡಿಕೊಳ್ಳುವಲ್ಲಿ ಹೆಚ್ಚು ಆಸಕ್ತಿ ತೋರಿಸುತ್ತಿದ್ದೀರಿ ಎಂದು. ನಿಮಗೆ ಮತ್ತು ಇತರರಿಗೆ ಪ್ರಯೋಜನಕಾರಿಯಾಗುವಂತಹ ಗುಣಮಟ್ಟದ, ತೃಪ್ತಿಕರ ಸಂಭಾಷಣೆಯನ್ನು ಬಯಸುವಿರಾದರೆ ಮೊದಲು ಇತರರನ್ನು ಅರ್ಥಮಾಡಿಕೊಳ್ಳುವುದು ಮುಖ್ಯವಾಗುತ್ತದೆ. ಜನರು ಯಾವ ಹಿನ್ನಲೆಯಿಂದ ಬಂದಿದ್ದಾರೆ, ಅವರು ಏನನ್ನು ಹೇಳಲು ಬಯಸುತ್ತಿದ್ದಾರೆ, ಅವರಿಗೆ ಯಾವುದು ಮುಖ್ಯವಾಗಿದೆ ಹೀಗೆ ಇತ್ಯಾದಿಗಳನ್ನು ನೀವು ತಿಳಿದುಕೊಂಡಾಗ, ನೀವು ಅವರಿಗೆ ಅರ್ಥವಾಗುವುದು ಸಹಜವಾಗಿಯೇ ಆಗುತ್ತದೆ. ಈ ಪ್ರಕ್ರಿಯೆಯು ಯಾವುದೇ ಪ್ರಯತ್ನವಿಲ್ಲದೇ ಸ್ವಾಭಾವಿಕವಾಗಿ ನಡೆಯುತ್ತದೆ. ನೀವು ಈ ತಂತ್ರವನ್ನು ವ್ಯತಿರಿಕ್ತವಾಗಿ ಬಳಸಿದಾಗ (ನಮ್ಮಲ್ಲಿ ಹೆಚ್ಚಿನವರು ಹಾಗೆ ಮಾಡುತ್ತಾರೆ), ನಿಮ್ಮ ಗಾಡಿಯು ಹಿಮ್ಮುಖವಾಗಿ ಚಲಿಸುತ್ತಿದೆ ಎಂದರ್ಥ. ಯಾವಾಗ ನೀವು ಇತರರನ್ನು ಅರ್ಥಮಾಡಿಕೊಳ್ಳದೇ ಅವರೇ ಮೊದಲು ನಿಮ್ಮನ್ನು ಅರ್ಥಮಾಡಿಕೊಳ್ಳಬೇಕೆಂದು ನಿರೀಕ್ಷಿಸುತ್ತಿರೋ, ಆಗ ನಿಮ್ಮ ಈ ಪರದಾಟ ಆ ವ್ಯಕ್ತಿ ಮತ್ತು ನೀವು ಇಬ್ಬರಿಗೂ ಅನುಭವಕ್ಕೆ ಬರುತ್ತದೆ. ಈ ರೀತಿಯಾಗಿ ನಿಮ್ಮಿಬ್ಬರ ಸಂವಹನವು ಮುರಿದುಹೋಗುತ್ತದೆ ಮತ್ತು ನಿಮ್ಮಿಬ್ಬರ ಅಹಂನ ಘರ್ಷಣೆಯು ಮಾತ್ರ ಉಳಿದುಕೊಳ್ಳುತ್ತದೆ.

ತಮ್ಮ ದಾಂಪತ್ಯ ಜೀವನದ ಮೊದಲ ಹತ್ತು ವರ್ಷಗಳನ್ನು ನಿರಾಶೆಯಲ್ಲಿ ಮತ್ತು ಹಣಕಾಸಿನ ವಿಷಯದ ಜಗಳದಲ್ಲಿ ಕಳೆದುಕೊಂಡ ದಂಪತಿಗಳೊಂದಿಗೆ ನಾನು ಕೆಲಸ ಮಾಡಿದ್ದೆ. ತನ್ನ ಹೆಂಡತಿಯು ತಾನು ಗಳಿಸಿದ ಪ್ರತಿ ಪೈಸೆಯನ್ನು ಏಕೆ ಉಳಿಸಲು ಬಯಸುತ್ತಾಳೆಂದು ಆ ವ್ಯಕ್ತಿಗೆ ಅರ್ಥವಾಗುತ್ತಿರಲಿಲ್ಲ ಮತ್ತು ತನ್ನ ಗಂಡನು ಏಕೆ ದುಂದು ವೆಚ್ಚ ಮಾಡುತ್ತಾನೆಂದು ಅವನ ಹೆಂಡತಿಗೆ ಎಂದಿಗೂ ಅರ್ಥವಾಗುತ್ತಿರಲಿಲ್ಲ. ಅವರ ಹತಾಶೆಯಲ್ಲಿ ಯಾವುದೇ ರೀತಿಯ ತರ್ಕವು ಇಲ್ಲವಾಗಿತ್ತು. ಅನೇಕ ಸಮಸ್ಯೆಗಳು ಅವರಿಬ್ಬರ ಸಮಸ್ಯೆಗಿಂತ ಸಂಕೀರ್ಣವಾಗಿದ್ದರೂ ಅವುಗಳ ಪರಿಹಾರಗಳು ತುಲನಾತ್ಮಕವಾಗಿ ಸರಳವಾಗಿದ್ದವು. ಇಲ್ಲಿ ಸಮಸ್ಯೆ ಇದ್ದದ್ದು ಅವರಿಬ್ಬರೂ ತಮ್ಮನ್ನು ಅರ್ಥಮಾಡಿಕೊಳ್ಳಲಾಗಿಲ್ಲ ಎನ್ನುವುದಾಗಿತ್ತು. ಇಲ್ಲಿ ಅವರು ಒಬ್ಬರಿಗೊಬ್ಬರು ಅಡ್ಡಿಪಡಿಸುವುದನ್ನು ನಿಲ್ಲಿಸಿ, ಪರಸ್ಪರ ಎಚ್ಚರಿಕೆಯಿಂದ

ಆಲಿಸುವುದನ್ನು ಕಲಿಯಬೇಕಾಗಿತ್ತು. ತಮ್ಮ ಸ್ಥಾನವನ್ನು ಸಮರ್ಥಿಸಿಕೊಳ್ಳುವ ಬದಲು ಇನ್ನೊಬ್ಬರನ್ನು ಮೊದಲು ಅರ್ಥಮಾಡಿಕೊಳ್ಳಬೇಕಿತ್ತು. ನಾನು ಅವರಿಗೆ ಇದನ್ನೇ ಮಾಡಲು ಸಲಹೆ ನೀಡಿದೆ. ತನ್ನ ಹೆಂಡತಿಯು ತನ್ನ ಹೆತ್ತವರ ಆರ್ಥಿಕ ಬಿಕ್ಕಟ್ಟಿನ ಕಾರಣದಿಂದ ಹೆಚ್ಚು ಉಳಿತಾಯ ಮಾಡಬಯಸುತ್ತಾಳೆ ಎಂದು ಆ ವ್ಯಕ್ತಿಗೆ ತಿಳಿಯಿತು. ವಾಸ್ತವವಾಗಿ, ಅವಳು ತಾನು ದಿವಾಳಿಯಾಗುತ್ತೇನೆ ಎನ್ನುವ ಭಯದಲ್ಲಿದ್ದಳು. ಅದೇ ರೀತಿ ಅವಳಿಗೆ ತಿಳಿದು ಬಂದಿದ್ದೇನೆಂದರೆ, ತನ್ನ ತಂದೆಯು ತನ್ನ ತಾಯಿಯನ್ನು ನೋಡಿಕೊಂಡಂತೆ ಅವನು 'ಅವಳನ್ನು ನೋಡಿಕೊಳ್ಳಲು' ಸಾಧ್ಯವಾಗುತ್ತಿಲ್ಲ ಎಂದು ಪತಿಯು ಮುಜುಗರಕ್ಕೊಳಗಾಗುತ್ತಿದ್ದಾನೆ ಎಂದು. ವಾಸ್ತವವಾಗಿ, ಅವನು ತನ್ನ ಹೆಂಡತಿಯು ತನ್ನ ಬಗ್ಗೆ ಹೆಮ್ಮೆಪಡಬೇಕೆಂದು ಬಯಸುತ್ತಿದ್ದನು. ಇಬ್ಬರೂ ಪರಸ್ಪರ ಅರ್ಥ ಮಾಡಿಕೊಂಡ ನಂತರ ಅವರಿಬ್ಬರ ಹತಾಶೆಯು ಸಹನುಭೂತಿಯಾಗಿ ಬದಲಾಯಿತು. ಇಂದು ಅವರು ತಮ್ಮ ವೆಚ್ಚ ಮತ್ತು ಉಳಿತಾಯದ ಬಗ್ಗೆ ಉತ್ತಮವಾಗಿ ಸಮತೋಲನವನ್ನು ಕಾಪಾಡಿಕೊಂಡಿದ್ದಾರೆ.

ಅರ್ಥಮಾಡಿಕೊಳ್ಳುವವರಲ್ಲಿ ಮೊದಲಿಗರಾಗಿರಿ ಎಂದರೆ ಯಾರು ಸರಿ ಮತ್ತು ಯಾರು ತಪ್ಪು ಎಂದೆಣಿಸುವುದಲ್ಲ; ಇದು ಒಂದು ಪರಿಣಾಮಕಾರಿಯಾದ ಸಂವಹನೆಯ ತತ್ವವಾಗಿದೆ. ನೀವು ಈ ವಿಧಾನವನ್ನು ಬಳಸಿದಾಗ, ನಿಮ್ಮ ಜೊತೆ ಸಂಭಾಷಣೆ ನಡೆಸುವ ಜನರಿಗೆ ತಮ್ಮನ್ನು ಯಾರೋ ಆಲಿಸುತ್ತಿದ್ದಾರೆ, ತಮ್ಮನ್ನು ಗಮನಕೊಟ್ಟು ಕೇಳುತ್ತಿದ್ದಾರೆ, ಅವರನ್ನು ಅರ್ಥ ಮಾಡಿಕೊಳ್ಳುತ್ತಿದ್ದಾರೆ ಎಂದೆನಿಸುತ್ತದೆ. ಇದರಿಂದ ನಿಮ್ಮ ಸಂಬಂಧ ಇನ್ನಷ್ಟು ಉತ್ತಮಗೊಳ್ಳುತ್ತದೆ ಮತ್ತು ಹೆಚ್ಚು ಪ್ರೀತಿಯುಳ್ಳದ್ದಾಗುತ್ತದೆ.

29

ಉತ್ತಮ ಕೇಳುಗರಾಗಿ

ನಾನು ಉತ್ತಮ ಕೇಳುಗ ಎಂದು ನಂಬಿಕೊಂಡೇ ಬೆಳೆದೆ. ಹತ್ತು ವರ್ಷಗಳ ಹಿಂದೆ ನಾನು ಎಷ್ಟು ಒಳ್ಳೆಯ ಕೇಳುಗನಾಗಿದ್ದೆನೋ, ಈಗ ಅದಕ್ಕಿಂತ ಇನ್ನೂ ಉತ್ತಮ ಕೇಳುಗನಾಗಲು ಪ್ರಯತ್ನ ಮಾಡಬೇಕಾಗಿದೆ ಎಂದು ನಾನು ಒಪ್ಪಿಕೊಳ್ಳಲೇಬೇಕು.

ಪರಿಣಾಮಕಾರಿ ಆಲಿಸುವಿಕೆ ಎನ್ನುವುದು ಇತರರು ಮಾತನಾಡುವಾಗ ಅಡ್ಡಿಪಡಿಸುವ/ ಅಡ್ಡ ಬಾಯಿ ಹಾಕುವ ಅಥವಾ ಅವರ ವಾಕ್ಯಗಳನ್ನು ನಾವೇ ಪೂರ್ಣಗೊಳಿಸುವಂತಹ ಕೆಟ್ಟ ಅಭ್ಯಾಸವನ್ನು ಬಿಡುವುದಕ್ಕಿಂತಲೂ ಹೆಚ್ಚಿನದಾಗಿದೆ. ಅದು ಯಾರಾದರೂ ಮಾತನಾಡುತ್ತಿರುವಾಗ ಅವರ ಮಾತು ಬೇಗನೆ ಮುಗಿದು ಅದಕ್ಕೆ ಪ್ರತಿಕ್ರಿಯಿಸಲು ಅಸಹನೆಯಿಂದ ಕಾಯುವ ಬದಲು ಅವರ ಸಂಪೂರ್ಣ ವಿಚಾರಗಳನ್ನು ಆಲಿಸುವುದರಲ್ಲಿ ತೃಪ್ತರಾಗುವುದಾಗಿದೆ.

ಹಾಗೆ ನೋಡಲು ಹೋದರೆ, ನಾವು ಆಲಿಸಲು ವಿಫಲರಾಗುವ ರೀತಿಯು ನಮ್ಮ ಬದುಕುವ ವಿಧಾನದ ವೈಫಲ್ಯದ ಸಂಕೇತವಾಗಿದೆ. ಸಂಭಾಷಣೆ ಎನ್ನುವುದನ್ನು ನಾವು ಯಾವುದೋ ಓಟದ ಪಂದ್ಯವೇನೋ ಎಂಬಂತೆ ಪರಿಗಣಿಸುತ್ತೇವೆ. ತುಂಬಾ ಸಂದರ್ಭಗಳಲ್ಲಿ ಎದುರಿನ ವ್ಯಕ್ತಿಯು ಮಾತನಾಡುವುದನ್ನು ನಿಲ್ಲಿಸಿದ ತಕ್ಷಣವೇ ಸ್ವಲ್ಪವೂ ಸಮಯಾವಕಾಶ ನೀಡದೇ ನಾವು ಮಾತನಾಡಲು ಪ್ರಾರಂಭಿಸಬೇಕು ಎಂಬುದು ನಮ್ಮ ಗುರಿಯಾಗಿರುತ್ತದೆ. ಕೆಲವು ದಿನಗಳ ಹಿಂದೆ, ನಾನು ಮತ್ತು ನನ್ನ ಹೆಂಡತಿ ರೆಸ್ಟೋರೆಂಟ್‌ನಲ್ಲಿ ಊಟಕ್ಕೆ ಕುಳಿತಾಗ ಸುತ್ತಲೂ ಕುಳಿತವರ ಸಂಭಾಷಣೆಗಳನ್ನು ಕೇಳುತ್ತಿದ್ದೆವು. ಯಾರೂ ಒಬ್ಬರನೊಬ್ಬರು ಗಮನಕೊಟ್ಟು ಕೇಳುತ್ತಿರಲಿಲ್ಲ ಬದಲಾಗಿ ಎಲ್ಲರೂ ತಮ್ಮ ಅಭಿಪ್ರಾಯಗಳನ್ನು ವ್ಯಕ್ತಪಡಿಸಲು ಉತ್ಸುಕರಾಗಿದ್ದರು. ಆಗ ನಾನು ನನ್ನ ಹೆಂಡತಿಯನ್ನು, "ನಾನು ಅದೇ ರೀತಿ ಮಾಡುತ್ತೇನೆಯೇ?" ಎಂದು ಕೇಳಿದೆ. ಅವಳು ಮುಗುಳ್ನಕ್ಕು "ಕೆಲವೊಮ್ಮೆ ಮಾತ್ರ" ಎಂದುತ್ತರಿಸಿದಳು.

ನೀವು ಕೂಡಲೇ ಪ್ರತಿಕ್ರಿಯಿಸುವುದನ್ನು ನಿಧಾನಿಸುವುದರಿಂದ ಮತ್ತು ಒಳ್ಳೆಯ ಕೇಳುಗರಾಗುವುದರಿಂದ ನೀವು ಇನ್ನಷ್ಟು ಶಾಂತಿಯುತ ವ್ಯಕ್ತಿಯಾಗುವಿರಿ. ಇದರಿಂದ ನಿಮ್ಮ ಮೇಲೆ ಪ್ರತಿಕ್ರಿಯಿಸಬೇಕೆಂಬ ಒತ್ತಡ ಇಲ್ಲವಾಗುತ್ತದೆ. ಇದರ ಬಗ್ಗೆ ಒಮ್ಮೆ ಯೋಚಿಸಿ ನೋಡಿ, ನಿಮ್ಮೆದುರು ಕುಳಿತ (ಅಥವಾ ದೂರವಾಣಿಯಲ್ಲಿರುವ) ವ್ಯಕ್ತಿ ಏನು ಹೇಳಲಿದ್ದಾನೆಂದು ಊಹಿಸುತ್ತಾ ಅದಕ್ಕೆ ಎದುರಿಲ್ಲದಂತೆ ಉತ್ತರಿಸಲು ತುದಿಗಾಲಲ್ಲಿ ಕಾಯುವುದರಿಂದ ಅಪಾರ ಪ್ರಮಾಣದ ಶಕ್ತಿ ಮತ್ತು ತುಂಬಾ ಒತ್ತಡ ಉಂಟಾಗುತ್ತದೆ ಎಂದು ನೀವು ಗಮನಿಸಬಹುದು. ಆದರೆ ಅದೇ ರೀತಿ ನಿಮ್ಮೊಡನೆ ಮಾತನಾಡುತ್ತಿರುವ ವ್ಯಕ್ತಿಯು ತನ್ನ ಮಾತನ್ನು ಮುಗಿಸಲಿ ಎಂದುಕೊಂಡು ನೀವು ಅವರು ಹೇಳುವುದನ್ನು ಎಚ್ಚರಿಕೆಯಿಂದ ಆಲಿಸಿದಾಗ, ನಿಮ್ಮ ಮೇಲೆ ಯಾವುದೇ ರೀತಿಯ ಒತ್ತಡವಿರುವುದಿಲ್ಲವೆಂದು ಗಮನಿಸುವಿರಿ. ತಕ್ಷಣ ನೀವು ಮತ್ತು

ನಿಮ್ಮೊಡನೆ ಮಾತನಾಡುತ್ತಿರುವ ವ್ಯಕ್ತಿ, ಇಬ್ಬರೂ ನಿರಾಳವಾಗಿರುವಿರಿ.

ಅವರು ಮಾತನಾಡುವುದಕ್ಕಾಗಿ ನಿಮ್ಮೊಂದಿಗೆ ಸ್ಪರ್ಧಿಗಿಳಿಯಬೇಕಾಗಿಲ್ಲ ಎಂದಾಗ ಅವರಿಗೂ ಸಹ ತಮ್ಮ ಪ್ರತಿಕ್ರಿಯೆಗಳನ್ನು ನಿಧಾನಗೊಳಿಸುವುದು ಸುರಕ್ಷಿತವೆನಿಸುತ್ತದೆ. ಉತ್ತಮ ಕೇಳುಗರಾಗುವುದು ನಿಮ್ಮನ್ನು ಹೆಚ್ಚು ಸಹನಶೀಲ ವ್ಯಕ್ತಿಯನ್ನಾಗಿ ಮಾಡುವುದಲ್ಲದೆ, ನಿಮ್ಮ ಸಂಬಂಧಗಳನ್ನು ಇನ್ನಷ್ಟು ಉತ್ತಮಗೊಳಿಸುತ್ತದೆ. ತಾವು ಹೇಳುವುದನ್ನು ಗಮನವಿಟ್ಟು ಕೇಳುವ ವ್ಯಕ್ತಿಯೊಂದಿಗೆ ಮಾತನಾಡಲು ಎಲ್ಲರೂ ಇಷ್ಟಪಡುತ್ತಾರೆ ಅಲ್ಲವೇ?

30

ನಿಮ್ಮ ಹೋರಾಟಗಳನ್ನು ಜಾಣ್ಮೆಯಿಂದ ಆರಿಸಿ

'ಚೂಸ್ ಯುವರ್ ಬ್ಯಾಟಲ್ಸ್ ವೈಸ್ಲಿ' ಅಂದರೆ 'ನಿಮ್ಮ ಹೋರಾಟಗಳನ್ನು ಜಾಣ್ಮೆಯಿಂದ ಆರಿಸಿ' ಎಂಬುದು ಪೋಷಕರು ಅಥವಾ ಪಾಲಕರು ಬಳಸುವ ಪ್ರಸಿದ್ಧ ನುಡಿಗಟ್ಟಾಗಿದೆ ಅಲ್ಲದೇ ಇದು ಸಂತೃಪ್ತವಾದ ಜೀವನವನ್ನು ನಡೆಸುವುದಕ್ಕೂ ಸಹ ಉಪಯುಕ್ತವಾಗಿದೆ. ಇದು ಏನು ಹೇಳುತ್ತದೆ ಎಂದರೆ, ನಾವು ಯಾವುದಕ್ಕೆ ಮಹತ್ವ ಕೊಡಬೇಕು ಮತ್ತು ಯಾವುದನ್ನು ಬಿಟ್ಟುಬಿಡಬೇಕು ಎಂದು ನಿರ್ಧರಿಸುವ ಅನೇಕ ಅವಕಾಶಗಳು ನಮ್ಮೆದುರು ಬರುತ್ತವೆ. ಜೀವನದಲ್ಲಿ ಇವೆರಡರ ನಡುವೆ ಆಯ್ಕೆ ಮಾಡಿಕೊಳ್ಳಬೇಕು. ನಿಮ್ಮ ಹೋರಾಟಗಳನ್ನು ನೀವು ಬುದ್ಧಿವಂತಿಕೆಯಿಂದ ಆರಿಸಿದರೆ, ನಿಮ್ಮ ಜೀವನದ ಮುಖ್ಯವಾದ ಕಾರ್ಯಗಳನ್ನು ನೀವು ಸುಲಭವಾಗಿ ಜಯಿಸಬಹುದು.

ಕೆಲವೊಮ್ಮೆ ನೀವು ನಂಬುವ ವಿಷಯಕ್ಕಾಗಿ ಇತರರೊಂದಿಗೆ ವಾದಿಸಬೇಕಾದ, ಪ್ರತಿಭಟಿಸಬೇಕಾದ ಅಥವಾ ಜಗಳವನ್ನೇ ಮಾಡಬೇಕಾದ ಸಂದರ್ಭಗಳು ನಿಸ್ಸಂಶಯವಾಗಿ ಬರಬಹುದು. ಆದರೆ ಹಲವರು ಪ್ರತಿ ಸಣ್ಣ–ಪುಟ್ಟ ವಿಷಯಕ್ಕೂ ವಾದಿಸುತ್ತಾರೆ, ಪ್ರತಿಭಟಿಸುತ್ತಾರೆ ಮತ್ತು ಜಗಳವಾಡುತ್ತಾರೆ. ಇದರಿಂದ ಅವರ ಜೀವನವು 'ಕ್ಷುಲ್ಲಕ ವಿಷಯಗಳ' ಸಲುವಾಗಿ ಮಾಡುವ ಯುದ್ಧಗಳ ಸರಮಾಲೆಯಾಗುತ್ತದೆ ಈ ರೀತಿಯಾಗಿ ಬದುಕುವುದು ಹತಾಶೆಯಿಂದ ಕೂಡಿರುತ್ತದೆ ಅಲ್ಲದೇ ನಿಮಗೆ ಯಾವುದು ನಿಜವಾಗಿಯೂ ಪ್ರಸ್ತುತವಾದದ್ದು ಎಂಬುದನ್ನೇ ಮರೆಯುವಿರಿ.

ಪ್ರತಿಯೊಂದೂ ಕೂಡ ನಿಮ್ಮ ಇಚ್ಛೆಯಂತೆಯೇ ನಡೆಯಬೇಕೆಂಬುದು ನಿಮ್ಮ ಗುರಿಯಾಗಿದ್ದರೆ (ತಿಳಿದೋ ಅಥವಾ ತಿಳಿಯದೆಯೋ), ನಿಮ್ಮ ದಾರಿಯಲ್ಲಿ ಬರುವ ಸಣ್ಣಪುಟ್ಟ ಭಿನ್ನಾಭಿಪ್ರಾಯ ಅಥವಾ ಚಿಕ್ಕ ಲೋಪದೋಷಗಳನ್ನೂ ಸಹ ನೀವು ದೊಡ್ಡ ವಿಷಯವನ್ನಾಗಿಸಬಹುದು. ಆದರೆ ನನ್ನ ಲೆಕ್ಕದಲ್ಲಿ ಈ ವರ್ತನೆಯು ಅತೃಪ್ತಿ ಮತ್ತು ಹತಾಶೆಗೆ ನಾಂದಿಯಾಗಿದೆ ಅಷ್ಟೇ ಅದಕ್ಕಿಂತ ಹೆಚ್ಚೇನೂ ಅಲ್ಲ.

ವಾಸ್ತವವೆಂದರೆ, ಜೀವನವು ಎಂದಿಗೂ ನಾವು ಬಯಸಿದ ರೀತಿಯಲ್ಲಿ ಇರುವುದಿಲ್ಲ ಅಥವಾ ಇತರರು ನಾವು ಬಯಸಿದ ರೀತಿಯಲ್ಲಿ ವರ್ತಿಸುವುದಿಲ್ಲ. ಜೀವನದಲ್ಲಿ ಅಡಿಗಡಿಗೂ/ಹೆಜ್ಜೆಹೆಜ್ಜೆಗೂ ನಮಗೆ ಇಷ್ಟವಾಗುವ ಅಂಶಗಳು ಮತ್ತು ನಮಗೆ ಇಷ್ಟವಾಗದ ಕೆಲವು ಅಂಶಗಳು ಇದ್ದೇ ಇರುತ್ತವೆ. ನಿಮ್ಮೊಂದಿಗೆ ಭಿನ್ನಾಭಿಪ್ರಾಯ ಹೊಂದಿದ ಜನರು ಯಾವಾಗಲೂ ಇರುತ್ತಾರೆ, ಅವರು ನಿಮ್ಮಂತೆ ವರ್ತಿಸುವುದಿಲ್ಲ ಮತ್ತು ಅನೇಕ ವಿಷಯಗಳು ಸಹ ನಿಮ್ಮ ಪರವಾಗಿರುವುದಿಲ್ಲ. ಜೀವನದ ಈ ಸಾಮಾನ್ಯ ತತ್ವದ ವಿರುದ್ಧ ನೀವು ಹೋರಾಡಿದರೆ, ನಿಮ್ಮ ಉಳಿದ ಜೀವನವು ಹೋರಾಟವೇ ಆಗಿ ಹೋಗುತ್ತದೆ.

ಶಾಂತಿಯುತ ಜೀವನವನ್ನು ನಡೆಸಲು ನೀವು ಪ್ರಜ್ಞಾಪೂರ್ವಕವಾಗಿ ಯಾವ ಯುದ್ಧಗಳು ಹೋರಾಡಲು ಯೋಗ್ಯವಾಗಿವೆ ಮತ್ತು ಯಾವುದನ್ನು ಬಿಟ್ಟುಬಿಡುವುದು ಒಳ್ಳೆಯದು ಎಂಬುದನ್ನು ನಿರ್ಧರಿಸುವುದು ಅವಶ್ಯಕವಾಗಿದೆ. ನಿಮ್ಮ ಪ್ರಮುಖವಾದ ಗುರಿಯು ಎಲ್ಲದರಲ್ಲಿಯೂ ಪರಿಪೂರ್ಣತೆಯನ್ನು ಸಾಧಿಸುವುದಲ್ಲ ಬದಲಿಗೆ ಒತ್ತಡ-ಮುಕ್ತ ಜೀವನವನ್ನು ನಡೆಸುವುದಾಗಿದೆ. ಸಾಮಾನ್ಯವಾಗಿ ಜಗಳ ಅಥವಾ ದ್ವೇಷವು ಶಾಂತ ಭಾವನೆಗಳಿಂದ ನಿಮ್ಮನ್ನು ದೂರವಿಡುತ್ತದೆ ಎಂದು ನೀವೇ ಅರಿಯುವಿರಿ. ನಿಮ್ಮ ಜೀವನ ಸಂಗಾತಿಗೆ – 'ನೀನು ತಪ್ಪು ಮತ್ತು ನಾನೇ ಸರಿ' ಎಂದು ಸಾಬೀತುಪಡಿಸುವುದು ನಿಜವಾಗಿಯೂ ಮುಖ್ಯವಾದದ್ದೇ? ಅಥವಾ ಯಾರೋ ಮಾಡಿರಬಹುದಾದ ಸಣ್ಣ ತಪ್ಪಿಗೆ ಅವರೊಂದಿಗೆ ವಾದಕ್ಕೆ ಇಳಿಯುವುದು ನಿಜವಾಗಿಯೂ ಮುಖ್ಯವೇ? ಯಾವ ರೆಸ್ಟೋರೆಂಟ್ ಅಥವಾ ಚಲನಚಿತ್ರಕ್ಕೆ ಹೋಗಬೇಕು ಎನ್ನುವ ಚರ್ಚೆಯಲ್ಲಿ ನಿಮ್ಮ ಆಯ್ಕೆಯು ಮುಖ್ಯವಾಗಿರಬೇಕು ಎಂದು ವಾದಿಸಲೇಬೇಕಾ? ನಿಮ್ಮ ಕಾರಿನ ಮೇಲೆ ಬಿದ್ದ ಕೇವಲ ಒಂದು ಸಣ್ಣ ಗೀರಿಗಾಗಿ ಪರಿಹಾರವನ್ನು ಪಡೆಯಲು ಕೋರ್ಟಿನ ಕಟ್ಟೆ ಹತ್ತಲೇಬೇಕಾ? ನೆರೆಹೊರೆಯವರು ತಮ್ಮ ಕಾರನ್ನು ಬೀದಿಯಲ್ಲಿ ನಿಲ್ಲಿಸಬಾರದು ಎಂಬುದನ್ನು ನಿಮ್ಮ ಮನೆಮಂದಿಯ ಜೊತೆ ಊಟ ಮಾಡುತ್ತಿರುವಾಗ, ಚರ್ಚಿಸಬೇಕಾ? ಇಂತಹ ಸಾವಿರಾರು ಕ್ಷುಲ್ಲಕ ವಿಷಯಗಳಿಗಾಗಿ ಅನೇಕ ಜನರು ಜಗಳವಾಡುತ್ತಿದ್ದಾರೆ. ನಿಮ್ಮ ಪಟ್ಟಿಯನ್ನೊಮ್ಮೆ ನೋಡಿಕೊಳ್ಳಿ. ಒಂದು ಕಾಲದಲ್ಲಿ ನನ್ನ ಪಟ್ಟಿಯಿದ್ದಂತೆಯೇ ನಿಮ್ಮದೂ ಕೂಡ ಇಂಥಹ ಕ್ಷುಲ್ಲಕ ವಿಷಯಗಳ ಪಟ್ಟಿ ಇದ್ದರೆ, ನಿಮ್ಮ ಆದ್ಯತೆಗಳನ್ನು ನೀವು ಇನ್ನೊಮ್ಮೆ ಪರಿಶೀಲಿಸಿಕೊಳ್ಳಬೇಕು.

ನೀವು ಸಣ್ಣ-ಸಣ್ಣ ವಿಷಯಗಳ ಬಗ್ಗೆ ಚಿಂತಿಸಲು ಬಯಸದಿದ್ದರೆ, ನಿಮ್ಮ ಹೋರಾಟವನ್ನು ನೀವು ಬಹಳ ಎಚ್ಚರಿಕೆಯಿಂದ ಆರಿಸಬೇಕು. ಹೀಗೆ ಮಾಡಿದರೆ ಮುಂದೊಮ್ಮೆ ಜಗಳವನ್ನು ಮಾಡಬೇಕಾದ ಅಗತ್ಯವೇ ನಿಮಗೆ ಕಾಣುವುದಿಲ್ಲ.

31

ನಿಮ್ಮ ಮನಸ್ಥಿತಿಯನ್ನು (mood) ತಿಳಿದುಕೊಳ್ಳಿ ಮತ್ತು ಕೆಟ್ಟ ಮನಸ್ಥಿತಿಯಿಂದ ಮೋಸಹೋಗಬೇಡಿ

ನಿಮ್ಮ ಸ್ವಂತ ಮನಸ್ಥಿತಿಯೇ ನಿಮ್ಮನ್ನು ಮೊಸಗೊಳಿಸಬಹುದು. ಮತ್ತು ನಿಮ್ಮ ಜೀವನವು, ವಾಸ್ತವದಲ್ಲಿ ಇರುವುದಕ್ಕಿಂತ ಕೆಟ್ಟದಾಗಿದೆ ಎಂದು ನಂಬುವಂತೆ ಮಾಡಬಹುದು. ನೀವು ಒಳ್ಳೆಯ ಮನಸ್ಥಿತಿಯಲ್ಲಿದ್ದಾಗ, ಜೀವನ ಸುಂದರವಾಗಿದೆ ಎಂದು ನಿಮಗೆ ಅನಿಸುತ್ತದೆ. ಆಗ ನಿಮಗೆ ನಿಮ್ಮದೇ ಆದ ದೃಷ್ಟಿಕೋನ, ತಿಳುವಳಿಕೆ ಮತ್ತು ಬುದ್ಧಿವಂತಿಕೆ ಇರುತ್ತದೆ. ನೀವು ಒಳ್ಳೆಯ ಮನಸ್ಥಿತಿಯಲ್ಲಿರುವಾಗ, ಕೆಲಸಗಳು ಕಠಿಣವೆನಿಸುವುದಿಲ್ಲ, ಸಮಸ್ಯೆಗಳು ಅಷ್ಟೊಂದು ಹೆದರಿಸುವುದಿಲ್ಲ ಹಾಗೂ ಅವುಗಳನ್ನು ಪರಿಹರಿಸುವುದು ಸುಲಭವೆಂದು ತೋರುತ್ತದೆ. ನೀವು ಒಳ್ಳೆಯ ಮನಸ್ಥಿತಿಯಲ್ಲಿರುವಾಗ, ಸಂಬಂಧಗಳು ಕೂಡಾ ಉತ್ತಮವಾಗಿರುತ್ತವೆ ಮತ್ತು ಮಾತುಕತೆಗಳು ಸುಲಭವಾಗುತ್ತವೆ. ಯಾರಾದರೂ ನಿಮ್ಮನ್ನು ಟೀಕಿಸಿದರೆ, ನೀವು ಅದನ್ನು ತುಂಬಾ ಗಂಭೀರವಾಗಿ ತೆಗೆದುಕೊಳ್ಳುವುದಿಲ್ಲ.

ಇದಕ್ಕೆ ವ್ಯತಿರಿಕ್ತವಾಗಿ, ನೀವು ಉತ್ತಮ ಮನಸ್ಥಿತಿಯಲ್ಲಿಲ್ಲದಿದ್ದರೆ ಜೀವನವು ಅಸಹನೀಯವೆನ್ನಿಸುವಷ್ಟು ಗಂಭೀರ ಮತ್ತು ಕಷ್ಟಕರವೆಂದು ತೋರುತ್ತದೆ, ನಿಮ್ಮ ದೃಷ್ಟಿಕೋನವು ತುಂಬಾ ಸಂಕುಚಿತವಾಗುತ್ತದೆ. ನೀವು ವಿಷಯಗಳನ್ನು ವೈಯಕ್ತಿಕವಾಗಿ ತೆಗೆದುಕೊಳ್ಳಲು ಪ್ರಾರಂಭಿಸುವಿರಿ ಮತ್ತು ಪದೇಪದೇ ನಿಮ್ಮ ಸುತ್ತಲಿನವರ ಬಗ್ಗೆ ತಪ್ಪು ಕಲ್ಪನೆಯನ್ನು ಬೆಳೆಸಿಕೊಂಡು, ಅವರು ಮಾಡುವ ಪ್ರತಿಯೊಂದು ಕೆಲಸವೂ ನಿಮಗೆ ಒಂದು ಪಿತೂರಿಯಂತೆ ಕಾಣತೊಡಗುವುದು.

ಇದರ ಒಳಾರ್ಥ ಇಲ್ಲಿದೆ ನೋಡಿ: ಜನರಿಗೆ ತಮ್ಮ ಮನಸ್ಥಿತಿ ಅಥವಾ ಮೂಡ್ ಎನ್ನುವುದು ಕೈಗೆ ಸಿಗದೇ ಓಡುತ್ತಿರುತ್ತದೆ ಎಂಬ ಅರಿವು ಇರುವುದಿಲ್ಲ. ಇದರಿಂದಾಗಿ ಅವರು ತಮ್ಮ ಜೀವನವು ಇದ್ದಕ್ಕಿದ್ದಂತೆ ನಿನ್ನೆಗಿಂತ ಇಂದು, ಹಿಂದಿನ ಒಂದು ಗಂಟೆಗಿಂತ ಈಗ ಹೆಚ್ಚು ಕೆಡುಕಾಗಿದೆ ಎಂದೇ ಭಾವಿಸುತ್ತಾರೆ. ಆದ್ದರಿಂದ, ಬೆಳಿಗ್ಗೆ ಒಳ್ಳೆಯ ಮನಸ್ಥಿತಿಯಲ್ಲಿರುವ ವ್ಯಕ್ತಿ ತನ್ನ ಹೆಂಡತಿ, ತನ್ನ ಕೆಲಸ ಮತ್ತು ತನ್ನ ಕಾರನ್ನು ತುಂಬಾ ಪ್ರೀತಿಸುತ್ತಿರುತ್ತಾನೆ. ಬಹುಶಃ ಅವನು ತನ್ನ ಭವಿಷ್ಯದ ಬಗ್ಗೆ ಆಶಾವಾದಿಯೂ ಆಗಿರಬಹುದು ಮತ್ತು ತನ್ನ ಈವರೆಗಿನ ಜೀವನದ ಬಗ್ಗೆ ಕೃತಾರ್ಥನಾಗಿರಬಹುದು. ಆದರೆ ಮಧ್ಯಾಹ್ನದ ನಂತರ, ಅವನ ಮನಸ್ಥಿತಿ ಕೆಟ್ಟದಾಯಿತೆಂದರೆ, ಅವನು ತನ್ನ ಕೆಲಸವನ್ನು ದ್ವೇಷಿಸತೊಡಗುತ್ತಾನೆ, ತನ್ನ ಹೆಂಡತಿಯನ್ನು ತಲೆನೋವೆಂದುಕೊಳ್ಳುತ್ತಾನೆ, ಅವನಿಗೆ ತನ್ನ ಕಾರು ಗುಜರಿಯಂತೆ ಕಾಣುತ್ತದೆ ಮತ್ತು ಅವನು ತನ್ನ ವೃತ್ತಿಜೀವನವು ಇಲ್ಲಿಗೆ ಮುಗಿದೇ ಹೋಯಿತು ಎನ್ನುವ ಮನೋಭಾವವನ್ನು ಬೆಳಸಿಕೊಳ್ಳುತ್ತಾನೆ. ಅವನು ಕೆಟ್ಟ ಮನಸ್ಥಿತಿಯಲ್ಲಿದ್ದಾಗ ಅವನ ಬಾಲ್ಯದ ಬಗ್ಗೆ ಕೇಳಿ ನೋಡಿ, ಅವನು ತನ್ನ ಬಾಲ್ಯವು ಕಷ್ಟದಾಯಕವಾಗಿತ್ತು ಎಂದೇ ಹೇಳುತ್ತಾನೆ. ಅವನು ತನ್ನ ಈಗಿನ ಸ್ಥಿತಿಗಾಗಿ ತನ್ನ ಹೆತ್ತವರನ್ನು ಸಹ ದೂಷಿಸಬಹುದು.

ಇಷ್ಟು ಬೇಗನೇ ಇಷ್ಟೊಂದು ವ್ಯತಿರಿಕ್ತತೆಗಳು, ಅಸಂಬದ್ಧವಾಗಿ ಮತ್ತು ತಮಾಷೆಯಾಗಿ ಕಾಣುತ್ತವೆ, ಆದರೆ ನಮ್ಮೆಲ್ಲರೊಡನೆ ಹೀಗೆಯೇ ಆಗುತ್ತದೆ. ನಾವು ಕೆಟ್ಟ ಮನಸ್ಥಿತಿಯಲ್ಲಿದ್ದಾಗ, ನಮ್ಮ ಸರಿಯಾದ ದೃಷ್ಟಿಕೋನವನ್ನು ಮರೆತುಬಿಡುತ್ತೇವೆ ಮತ್ತು ನಮಗೆ ಎಲ್ಲವೂ ಒಂದು ರೀತಿಯ ಆಪತ್ತಿನ ಪರಿಸ್ಥಿತಿಯಂತೆ ತೋರುತ್ತದೆ. ಕಳೆದ ಒಂದೆರಡು ಗಂಟೆಗಳಲ್ಲಿ ನಮ್ಮ ಬದುಕೆಲ್ಲ ಛಿದ್ರ ಛಿದ್ರವಾಯಿತೆಂದೇ ನಂಬುತ್ತೇವೆ.

ವಾಸ್ತವವೆಂದರೆ, ಜೀವನವು ಎಂದಿಗೂ ನೀವು ಕೆಟ್ಟ ಮನಸ್ಥಿತಿಯಲ್ಲಿರುವಾಗ ಕಾಣುವಷ್ಟು ಕೆಟ್ಟದ್ದಾಗಿರುವುದಿಲ್ಲ. ಕೋಪದಲ್ಲಿದ್ದಾಗ ಜೀವನದ ವಾಸ್ತವಿಕತೆಯನ್ನು ನೋಡುತ್ತಿದ್ದೇನೆ ಎಂದುಕೊಳ್ಳುವ ಬದಲು, ನಿಮ್ಮ ಈ ತೀರ್ಮಾನವನ್ನು ಪ್ರಶ್ನಿಸಲು ಕಲಿಯಿರಿ. ನಿಮಗೆ ನೀವೇ, 'ನಾನು ಈಗ ಕೆಟ್ಟ ಮನಸ್ಥಿತಿಯಲ್ಲಿರುವುದರಿಂದ ಖಂಡಿತ ನನಗೆ ಕೋಪ, ಅಸುರಕ್ಷಿತತೆ, ಒತ್ತಡ ಅಥವಾ ಅಸಮಾಧಾನದ ಅನುಭವವಾಗುತ್ತಿದೆ. ನಾನು ಕೆಟ್ಟ ಮನಸ್ಥಿತಿಯಲ್ಲಿದ್ದಾಗ ನನಗೆ ಹೀಗೆ ನಕಾರಾತ್ಮಕ ಭಾವನೆಗಳು ಬರುತ್ತವೆ' ಎಂದೊಮ್ಮೆ ನೆನಪಿಸಿಕೊಳ್ಳಿ. ನೀವು ಕೆಟ್ಟ ಮನಸ್ಥಿತಿಯಲ್ಲಿರುವಾಗ, ಅದನ್ನು ಹಾಗೇ ಹೋಗಲು ಬಿಟ್ಟುಬಿಡಿ – ಇದು ತಪ್ಪಿಸಲು ಸಾಧ್ಯವಾಗದ ಪರಿಸ್ಥಿತಿ ಮತ್ತು ಕಾಲಾನಂತರದಲ್ಲಿ ಸರಿದು ಹೋಗುತ್ತದೆ ಎಂದುಕೊಳ್ಳಿ. ಅದನ್ನು ನೀವು ಹಾಗೆಯೇ ಬಿಡಬೇಕು. ನೀವು ಕೆಟ್ಟ ಮನಸ್ಥಿತಿಯಲ್ಲಿರುವಾಗ ನಿಮ್ಮ ಜೀವನವನ್ನು ವಿಶ್ಲೇಷಿಸಲು ಹೋಗಬೇಡಿ. ಒಂದು ವೇಳೆ ಹಾಗೆ ಮಾಡಲು ಹೋದರೆ, ಅದು ಭಾವನಾತ್ಮಕವಾಗಿ ಆತ್ಮಹತ್ಯೆ ಮಾಡಿಕೊಂಡಂತೆಯೇ ಸರಿ. ನಿಮ್ಮ ಯಾವುದೇ ಸಮಸ್ಯೆಗಳು ನಿಜವಾದದ್ದಾಗಿದ್ದರೆ, ನಿಮ್ಮ ಮನಸ್ಥಿತಿ ಸುಧಾರಿಸಿದಾಗಲೂ ಅವು ಹಾಗೆಯೇ ಇರುತ್ತವೆ. ನೀವು ಮಾಡಬೇಕಾಗಿರುವುದು ಇಷ್ಟೇ – ನೀವು ಒಳ್ಳೆಯ ಮನಸ್ಥಿತಿಯಲ್ಲಿದ್ದಾಗ ಕೃತಾರ್ಥರಾಗಿರಬೇಕು ಮತ್ತು ಕೆಟ್ಟ ಮನಸ್ಥಿತಿಯಲ್ಲಿದ್ದಾಗ ಸಮಾಧಾನವಾಗಿ ಇರಬೇಕು ಹಾಗೂ ಅದನ್ನು ತುಂಬಾ ಗಂಭೀರವಾಗಿ ಪರಿಗಣಿಸಬಾರದು. ಮುಂದಿನ ಬಾರಿ ನೀವು ಕೆಟ್ಟ ಮನಸ್ಥಿತಿಯಲ್ಲಿದ್ದಾಗ, ಕಾರಣ ಏನೇ ಇರಲಿ, 'ಈ ಸಮಯವೂ ಸಹ ಕಳೆದು ಹೋಗುತ್ತದೆ' ಎಂದು ನೆನಪಿಸಿಕೊಳ್ಳಿ ಮತ್ತು ಇದು ಖಂಡಿತವಾಗಿಯೂ ಕಳೆದು ಹೋಗುತ್ತದೆ ಕೂಡ.

32

ಜೀವನ ಒಂದು ಪರೀಕ್ಷೆ, ಅದು ಕೇವಲ ಒಂದು ಪರೀಕ್ಷೆ ಮಾತ್ರ

ನನ್ನ ನೆಚ್ಚಿನ ಒಂದು ಪೋಸ್ಟರ್ ಹೀಗೆನ್ನುತ್ತದೆ, 'ಜೀವನ ಒಂದು ಪರೀಕ್ಷೆ, ಅದು ಕೇವಲ ಒಂದು ಪರೀಕ್ಷೆ ಮಾತ್ರ. ಒಂದು ವೇಳೆ ಇದು ನಿಜ ಜೀವನವಾಗಿದ್ದರೆ, ಎಲ್ಲಿಗೆ ಹೋಗಬೇಕು ಮತ್ತು ಏನು ಮಾಡಬೇಕು ಎಂದು ನಿಮಗೆ ಸೂಚನೆ ನೀಡಲಾಗುತ್ತಿತ್ತು'. ಈ ತಮಾಷೆಯಾದ ಜಾಣ್ನುಡಿಯು ಜೀವನವನ್ನು ತುಂಬಾ ಗಂಭೀರವಾಗಿ ತೆಗೆದುಕೊಳ್ಳಬೇಕಾಗಿಲ್ಲ ಎಂಬುದನ್ನು ನನಗೆ ನೆನಪಿಸುತ್ತದೆ.

ನೀವು ಜೀವನ ಮತ್ತು ಅದರ ಸವಾಲುಗಳನ್ನು ಒಂದು ಪರೀಕ್ಷೆ ಅಥವಾ ಪರೀಕ್ಷೆಗಳ ಸರಣಿ ಎನ್ನುವಂತೆ ನೋಡಿದಾಗ, ನೀವು ಎದುರಿಸುವ ಪ್ರತಿ ಸಮಸ್ಯೆಯು ನಿಮಗೆ ಯಶಸ್ವಿಯಾಗಲು ಮತ್ತು ಜೀವನದ ಹೊಡೆತಗಳನ್ನು ಎದುರಿಸಿ ಗಟ್ಟಿಯಾಗಲು ಒಂದು ಅವಕಾಶವೆನ್ನುವಂತೆ ಕಾಣುತ್ತದೆ. ನಿಮ್ಮ ಮೇಲೆ ಸಮಸ್ಯೆಗಳ, ಜವಾಬ್ದಾರಿಗಳ ಅಥವಾ ದುಸ್ತರ ಅಡೆತಡೆಗಳ ಸುರಿಮಳೆಯಾದರೂ ಸಹ, ಅವುಗಳನ್ನು ನೀವು ಪರೀಕ್ಷೆಗಳಂತೆ ನೋಡುವುದರಿಂದ ನಿಮಗೆ ಯಶಸ್ವಿಯಾಗಲು ಅವಕಾಶವಿರುತ್ತದೆ, ಅಂದರೆ ಎದುರಾಗುವ ಸವಾಲುಗಳನ್ನು ಮೀರಿ ಮೇಲಕ್ಕೇರಲು ಅವಕಾಶ ಸಿಗುತ್ತದೆ. ಅದೇ ಒಂದು ವೇಳೆ ನೀವು ಪ್ರತಿಯೊಂದು ಸವಾಲನ್ನು ನಿಮ್ಮ ಉಳಿವಿಗಾಗಿ ಗೆಲ್ಲಲೇಬೇಕಾದ ಭೀಕರ ಯುದ್ಧವೆಂದು ನೋಡಿದರೆ, ಅದು ನಿಮಗೆ ಕಲ್ಲು ಮುಳ್ಳುಗಳ ಹಾದಿಯಂತಾಗಬಹುದು. ಅಂತಹ ಪರಿಸ್ಥಿತಿಯಲ್ಲಿ, ಎಲ್ಲವೂ ನೀವಂದುಕೊಂಡಂತೆ ಸರಿಯಾಗಿ ನಡೆದರೆ ಮಾತ್ರ ನೀವು ಸಂತೋಷವಾಗಿರುತ್ತೀರಿ. ಆದರೆ ಯಾವಾಗಲೂ ಹೀಗೆ ಆಗುವುದು ಎಷ್ಟರ ಮಟ್ಟಿಗೆ ಸಾಧ್ಯ ಎಂದು ನಮಗೆಲ್ಲರಿಗೂ ಗೊತ್ತು.

ಪ್ರಯೋಗಾರ್ಥವಾಗಿ, ನೀವು ಒತ್ತಾಯಪೂರ್ವಕವಾಗಿ ನಿಭಾಯಿಸಬೇಕಾದ ಯಾವುದಕ್ಕಾದರೂ ಈ ಉಪಾಯವನ್ನು ಅನ್ವಯಿಸಿಕೊಳ್ಳಬಹುದೇ ಎಂದು ನೋಡೋಣ. ಅದು ನಿಮಗೆ ತಲೆನೋವಾದ ನಿಮ್ಮ ಹದಿಹರೆಯದ ಮಗನಾಗಿರಬಹುದು ಅಥವಾ ಕಿರಿಕಿರಿ ಮಾಡುವ ನಿಮ್ಮ ಬಾಸ್ ಆಗಿರಬಹುದು. ಇದನ್ನು ನೀವು 'ಸಮಸ್ಯೆ' ಎಂದುಕೊಳ್ಳದೇ 'ಪರೀಕ್ಷೆ'ಯಾಗಿ ಪರಿಗಣಿಸಿ. ಈಗ ಈ ನಿಮ್ಮ ಸಮಸ್ಯೆಯನ್ನು ಪರಿಹರಿಸಲು ಹೆಣಗಾಡುವ ಬದಲು ಅದರಿಂದ ಬಹುಶಃ ಏನಾದರೂ ಕಲಿಯಬಹುದೇ ಎಂದು ನೋಡಿ. ನಿಮ್ಮನ್ನೊಮ್ಮೆ ಕೇಳಿಕೊಳ್ಳಿ, 'ನನ್ನ ಜೀವನದಲ್ಲಿ ಈ ಸಮಸ್ಯೆ ಏಕಿದೆ? ಇದರ ಅರ್ಥವೇನು ಮತ್ತು ಇದರಿಂದ ಹೊರಬರಲು ಏನು ಮಾಡಬಹುದು? ನಾನು ಈ ಸಮಸ್ಯೆಯ ಬಗ್ಗೆ ವಿಭಿನ್ನವಾಗಿ ಯೋಚಿಸಬಹುದೇ? ಇದನ್ನು ನಾನು ಒಂದು ರೀತಿಯ ಪರೀಕ್ಷೆಯಂತೆ ನೋಡಬಹುದೇ?'

ನೀವು ಈ ತಂತ್ರವನ್ನು ಅಳವಡಿಸಿಕೊಂಡರೆ, ನಿಮ್ಮ ಪ್ರತಿಕ್ರಿಯೆಯಲ್ಲಾಗುವ ಬದಲಾವಣೆಗಳನ್ನು ನೋಡಿ ನಿಮಗೇ ಆಶ್ಚರ್ಯವಾಗುತ್ತದೆ. ಉದಾಹರಣೆಗೆ, ನನ್ನ ಬಳಿ ಸಾಕಷ್ಟು ಸಮಯವಿಲ್ಲ ಎನ್ನುವುದು ನನ್ನ ವಿಚಾರವಾಗಿತ್ತು ಮತ್ತು ಅದಕ್ಕಾಗಿ ನಾನು

ತುಂಬಾ ಕಷ್ಟಪಡುತ್ತಿದ್ದೆ. ನನ್ನ ಎಲ್ಲಾ ಕೆಲಸಗಳನ್ನು ಮುಗಿಸುವುದಕ್ಕಾಗಿ ಪರದಾಡುತ್ತಿದ್ದೆ. ನನ್ನ ಈ ಅವಸ್ಥೆಗೆ ನನ್ನ ವೇಳಾಪಟ್ಟಿ, ನನ್ನ ಕುಟುಂಬದವರು, ನನ್ನ ಪರಿಸ್ಥಿತಿ ಅಥವಾ ಇನ್ನೂ ಏನೇನೋ, ಒಟ್ಟಿನಲ್ಲಿ ಸಿಕ್ಕಿದ್ದೆಲ್ಲವನ್ನೂ ನಾನು ದೂಷಿಸುತ್ತಿದ್ದೆ. ಆಗ ನನಗೆ ಒಮ್ಮೆಲೇ ಹೊಳೆಯಿತು. ನಾನು ಸಂತೋಷವಾಗಿರಬೇಕೆಂದರೆ, ನನಗೆ ಇನ್ನೂ ಹೆಚ್ಚಿಗೆ ಸಮಯ ಸಿಗುವಂತೆ ನನ್ನ ಜೀವನವನ್ನು ಪರಿಪೂರ್ಣವಾಗಿ ಸಂಘಟಿಸುವುದು ನನ್ನ ಗುರಿಯಾಗಬೇಕಿಲ್ಲ. ಅದರ ಬದಲಿಗೆ ನಾನು ಮಾಡಬೇಕೆಂದು ಭಾವಿಸಿದ ಎಲ್ಲವನ್ನೂ ಮಾಡಲು ಸಾಧ್ಯವಾಗದಿದ್ದರೂ ಪರವಾಗಿಲ್ಲ ಎಂದುಕೊಳ್ಳುವ ಹಂತಕ್ಕೆ ನಾನು ತಲುಪಬಹುದೇ ಎಂದು ನೋಡುವುದು ನನ್ನ ಗುರಿಯಾಗಬೇಕು. ಬೇರೆ ರೀತಿಯಲ್ಲಿ ಹೇಳುವುದಾದರೆ, ನನ್ನ ಹೋರಾಟವನ್ನು ಒಂದು ಪರೀಕ್ಷೆಯಾಗಿ ಪರಿಗಣಿಸುವುದು ನನ್ನ ನಿಜವಾದ ಸವಾಲಾಗಿತ್ತು. ಕೊನೆಗೆ, ಸಮಸ್ಯೆಯನ್ನು ಒಂದು ಪರೀಕ್ಷೆಯಾಗಿ ನೋಡುವುದರಿಂದ ನನ್ನ ಅತಿದೊಡ್ಡ ಹತಾಶೆಯನ್ನು ತೊಡೆದುಹಾಕಲು ಸಾಧ್ಯವಾಯಿತು. ನನ್ನ ಸಮಯದ ಕೊರತೆಯಿಂದಾಗಿ ನಾನು ಈಗಲೂ ಕೆಲವೊಮ್ಮೆ ಕಷ್ಟಪಡುತ್ತೇನೆ, ಆದರೆ ಅದು ಮೊದಲಿಗಿಂತ ಕಡಿಮೆಯಾಗಿದೆ. ಈಗ ವಿಷಯಗಳನ್ನು ಅವು ಇರುವಂತೆಯೇ ತೆಗೆದುಕೊಳ್ಳುವುದು ನನಗೆ ಹೆಚ್ಚು ಸ್ವೀಕಾರಾರ್ಹವಾಗಿದೆ.

33

ಪ್ರಶಂಸೆ ಮತ್ತು ದೂಷಣೆ ಎರಡೂ ಒಂದೇ

ನಾವು ಇತರರಿಂದ ಅಸಮ್ಮತಿಯನ್ನು ಎದುರಿಸಬೇಕಾಗುತ್ತದೆ ಎನ್ನುವುದು ನಾವು ಜೀವನದಲ್ಲಿ ಕಲಿಯುವ ಅನಿವಾರ್ಯವಾದ ಪಾಠವಾಗಿದೆ. ಪ್ರಶಂಸೆ ಮತ್ತು ದೂಷಣೆ ಎರಡೂ ಒಂದೇ, ಎಂಬುದು 'ನೀವು ಪ್ರತಿಯೊಬ್ಬರನ್ನು ಯಾವಾಗಲೂ ಮೆಚ್ಚಿಸಲು ಸಾಧ್ಯವಿಲ್ಲ' ಎಂಬ ಹಳೆಯ ನುಡಿಯನ್ನು ನೆನಪಿಸಿಕೊಳ್ಳುವ ಒಂದು ಹೊಸ ವಿಧಾನವಾಗಿದೆ. ಒಬ್ಬ ಅಭ್ಯರ್ಥಿಯು ಚುನಾವಣೆಯಲ್ಲಿ ಶೇಕಡಾ 55 ರಷ್ಟು ಮತಗಳೊಂದಿಗೆ ಭರ್ಜರಿ ಗೆಲುವು ಸಾಧಿಸಿದಾಗಲೂ ಸಹ, ಮತ್ತೊಬ್ಬ ಅಭ್ಯರ್ಥಿಯ ಗೆಲುವನ್ನು ನಿರೀಕ್ಷಿಸಿದ್ದ ಉಳಿದ ಶೇಕಡಾ 45 ರಷ್ಟು ಜನರ ಬೆಂಬಲ ಅವನಿಗಿರುವುದಿಲ್ಲ. ಇದು ನಮ್ಮನ್ನು ವಿನಮ್ರಗೊಳಿಸುವುದಿಲ್ಲವೇ?

ನಮ್ಮ ಕುಟುಂಬದ ಸದಸ್ಯರು, ಸ್ನೇಹಿತರು ಮತ್ತು ನಮ್ಮ ಜೊತೆ ಕೆಲಸ ಮಾಡುವವರು ನಮ್ಮ ಕೆಲಸವನ್ನು ತುಂಬಾ ಇಷ್ಟಪಡುವ ಸಾಧ್ಯತೆ ಕಡಿಮೆ. ವಾಸ್ತವವೆಂದರೆ ಪ್ರತಿಯೊಬ್ಬರೂ ಜೀವನವನ್ನು ಅರ್ಥಮಾಡಿಕೊಳ್ಳಲು ತಮ್ಮದೇ ಆದ ವಿಚಾರಗಳನ್ನು ಹೊಂದಿರುತ್ತಾರೆ ಮತ್ತು ನಮ್ಮ ವಿಚಾರಗಳು ಅವರ ವಿಚಾರಗಳೊಂದಿಗೆ ಹೊಂದಿಕೆಯಾಗದಿರಬಹುದು. ಆದಾಗ್ಯೂ, ನಮ್ಮಲ್ಲಿ ಹಲವರು ಕೆಲವು ಕಾರಣಗಳಿಂದಾಗಿ, ಈ ವಾಸ್ತವ ಸಂಗತಿಯ ವಿರುದ್ಧ ಹೋರಾಡುತ್ತೇವೆ ಮತ್ತು ಅದನ್ನು ಬದಲಾಯಿಸಲು ಪ್ರಯತ್ನಿಸುತ್ತೇವೆ. ಜನರು ನಮ್ಮ ವಿಚಾರಗಳನ್ನು ತಿರಸ್ಕರಿಸಿದಾಗ, 'ಇಲ್ಲ' ಎಂದು ಹೇಳಿದಾಗ ಅಥವಾ ಬೇರೆ ಯಾವುದೊ ರೀತಿಯಲ್ಲಿ ಭಿನ್ನಾಭಿಪ್ರಾಯವನ್ನು ವ್ಯಕ್ತಪಡಿಸಿದಾಗ ನಾವು ಕೋಪಗೊಳ್ಳುತ್ತೇವೆ, ದುಃಖಿಸುತ್ತೇವೆ ಅಥವಾ ನಿರಾಶೆಗೊಳ್ಳುತ್ತೇವೆ.

ನಮಗೆ ಜೀವನದಲ್ಲಿ ಭೇಟಿಯಾಗುವ ಪ್ರತಿಯೊಬ್ಬರ ನಿರೀಕ್ಷೆಗಳಿಗೆ ತಕ್ಕಂತೆ ಬದುಕಲು ಸಾಧ್ಯವಿಲ್ಲ, ಈ ಸತ್ಯವನ್ನು ನಾವು ಬೇಗ ಅರ್ಥಮಾಡಿಕೊಂಡಷ್ಟೂ ನಮ್ಮ ಜೀವನವು ಸರಳವಾಗುತ್ತದೆ. ಕೆಲವೊಮ್ಮೆ ನಿಮಗೆ ಅಸಮ್ಮತಿ ಸಿಗುವ ಸಾಧ್ಯತೆ ಇರುತ್ತದೆ ಎಂಬ ವಾಸ್ತವದ ಅರಿವು ನಿಮಗಾದಾಗ ಅದರೊಂದಿಗೆ ಹೋರಾಡುವ ಬದಲು ಸ್ವೀಕಾರಭಾವದಿಂದ ನೀವು ನಿಮ್ಮ ಜೀವನ ಪಯಣಕ್ಕೆ ಸಹಾಯವಾಗುವ ದೃಷ್ಟಿಕೋನವನ್ನು ಬೆಳೆಸಿಕೊಳ್ಳಲು ಪ್ರಾರಂಭಿಸುವಿರಿ. ಅಸಮ್ಮತಿ ಎದುರಾದಾಗ ತಿರಸ್ಕೃತ ಭಾವನೆಯಿಂದ ಎದೆಗುಂದುವ ಬದಲು, 'ಮತ್ತೆ ಬಂತು ನೋಡು, ಪರವಾಗಿಲ್ಲ' ಎಂದು ನೆನಪಿಸಿಕೊಳ್ಳಬಹುದು. ನೀವು ಆಹ್ಲಾದಕರ ಆಶ್ಚರ್ಯದ ಭಾವನೆಯೊಂದಿಗೆ ಬದುಕಲು ಕಲಿಯಬಹುದು. ಅಷ್ಟೇ ಅಲ್ಲ ನಿಮಗೆ ಬೇಕಾದ ಅನುಮೋದನೆ ಸಿಕ್ಕರೆ, ಅದಕ್ಕಾಗಿ ಕೃತಾರ್ಥರಾಗಿರಬಹುದು.

ತುಂಬಾ ಸಂದರ್ಭದಲ್ಲಿ ನಾನು ಪ್ರಶಂಸೆ ಮತ್ತು ದೂಷಣೆ ಎರಡನ್ನೂ ಕೂಡ ಒಂದೇ ದಿನದಲ್ಲಿ ಅನುಭವಿಸಿದ್ದೇನೆ. ಕೆಲವೊಬ್ಬರು ನನ್ನನ್ನು ಭಾಷಣಕಾರನಾಗಿ ಕರೆದುಕೊಂಡು ಹೋಗಲು ಬಯಸುತ್ತಿದ್ದರೆ, ಮತ್ತೆ ಕೆಲವರಿಗೆ ನಾನು ಬೇಡವಾಗಿದ್ದೆ; ಒಂದು ಫೋನ್

ಕರೆಯು ಒಳ್ಳೆಯ ಸುದ್ದಿಯನ್ನು ತಂದರೆ, ಇನ್ನೊಂದು ಕರೆಯಲ್ಲಿ ನಮಗೆ ಕೆಟ್ಟ ಸುದ್ದಿ ಬರುತ್ತಿತ್ತು. ನನ್ನ ಒಬ್ಬಳು ಮಗಳಿಗೆ ನನ್ನ ವರ್ತನೆ ಚೆನ್ನಾಗೆನ್ನಿಸಿದರೆ ಇನ್ನೊಬ್ಬಳಿಗೆ ಅದಕ್ಕೆ ವ್ಯತಿರಿಕ್ತವಾದ ಭಾವನೆಯಿದೆ. ಕೆಲವರು ನನ್ನನ್ನು ತುಂಬಾ ಒಳ್ಳೆಯ ವ್ಯಕ್ತಿ ಎಂದು ಭಾವಿಸಿದರೆ, ಇನ್ನು ಕೆಲವರು ನಾನು ಅವರ ಕರೆಗಳಿಗೆ ಉತ್ತರಿಸದ ಕಾರಣ ನಾನೊಬ್ಬ ಸ್ವಾರ್ಥಿ ಎಂದು ಭಾವಿಸುತ್ತಾರೆ. ಹೀಗೆ ಹಿನ್ನಡೆ-ಮುನ್ನಡೆ, ಒಳ್ಳೆಯದು-ಕೆಟ್ಟದ್ದು, ಸ್ವೀಕಾರ-ತಿರಸ್ಕಾರ ಈ ಎಲ್ಲವೂ ನಮ್ಮ ಜೀವನದ ಒಂದು ಭಾಗವಾಗಿವೆ. ಹಾಗೂ ನನ್ನ ಬಗ್ಗೆ ಹೇಳುವುದಾದರೆ ನಾನು ಯಾವಾಗಲೂ ತಿರಸ್ಕಾರಕ್ಕಿಂತ ಸ್ವೀಕಾರಕ್ಕೆ ಆದ್ಯತೆ ನೀಡುತ್ತೇನೆ ಎಂದು ಒಪ್ಪಿಕೊಳ್ಳುತ್ತೇನೆ. ಇದು ನನಗೆ ಒಳ್ಳೆಯದೆನಿಸುತ್ತದೆ ಮತ್ತು ಇದು ನಿಭಾಯಿಸಲು ಕೂಡ ಸುಲಭವಾಗಿದೆ. ಆದಾಗ್ಯೂ, ನಾನು ಸಂತೃಪ್ತನಾದಷ್ಟು, ನನ್ನ ಸೌಖ್ಯಕ್ಕಾಗಿ ನಾನು ಹೊಗಳಿಕೆಯ ಮೇಲೆ ಆದಷ್ಟು ಕಡಿಮೆ ಅವಲಂಬಿತನಾಗಿದ್ದೇನೆ.

34

ಸ್ವಯಂಸ್ಫೂರ್ತಿಯಿಂದ ಸಹಾಯ ಮಾಡುವುದನ್ನು ರೂಢಿಸಿಕೊಳ್ಳಿ

ಕೆಲವು ದಿನಗಳಿಂದ ನೀವು ಗಮನಿಸಿರಬಹುದು, ಕಾರುಗಳ ಬಂಪರ್‌ಗಳ ಮೇಲೆ ಒಂದು ಸ್ಟಿಕ್ಕರ್ ಕಾಣಿಸಿಕೊಳ್ಳುತ್ತಿದೆ, ಅದು ದೇಶದ ಸುಮಾರು ಎಲ್ಲಾ ಕಾರುಗಳ ಮೇಲೆ ಇದೆ. (ವಾಸ್ತವವಾಗಿ ನನ್ನ ಕಾರಿನ ಮೇಲೂ ಒಂದು ಇದೆ.) ಅದು, 'ಕಾರಣವಿಲ್ಲದೇ ಏನಾದರೂ ಒಳ್ಳೆಯದನ್ನು ಮಾಡಿ ಮತ್ತು ಉದ್ದೇಶವಿಲ್ಲದೇ ಸುಂದರವಾದದ್ದನ್ನು ರಚಿಸಿ.' (ಪ್ರಾಕ್ಟೀಸ್ ರಾಂಡಮ್ ಆಕ್ಟ್ ಆಫ್ ಕೈಂಡನೆಸ್ ಅಂಡ್ ಸೆನ್ಸಲೆಸ್ ಆಕ್ಟ್ ಆಫ್ ಬ್ಯೂಟಿ) ಎಂದು ಹೇಳುತ್ತದೆ. ಇದು ಯಾರ ಕಲ್ಪನೆಯೋ ಗೊತ್ತಿಲ್ಲ, ಆದರೆ ಕಾರಿನ ಮೇಲೆ ಬರೆದ ಇದಕ್ಕಿಂತ ಒಳ್ಳೆಯ ಸಂದೇಶವನ್ನು ನಾನು ಇನ್ನೂವರೆಗೂ ನೋಡಿಲ್ಲ. ಪ್ರತಿಯಾಗಿ ಏನನ್ನೂ ನಿರೀಕ್ಷಿಸದೇ ಕೊಡುವ ಆನಂದವನ್ನು ಕಂಡುಕೊಳ್ಳುವ ಪರಿಣಾಮಕಾರಿಯಾದ ಮಾರ್ಗವಾಗಿದೆ. ನೀವೇನು ಮಾಡುತ್ತಿದ್ದೀರಿ ಎಂದು ಯಾರಿಗೂ ತಿಳಿಸದೇ ಮಾಡಬಹುದಾದ ಕೆಲಸ ಇದು.

ಸ್ಯಾನ್ ಫ್ರಾನ್ಸಿಸ್ಕೋ ಕೊಲ್ಲಿ ಪ್ರದೇಶದಲ್ಲಿ ಐದು ಟೋಲ್ ಸೇತುವೆಗಳಿವೆ. ಸ್ವಲ್ಪ ಸಮಯದ ಹಿಂದೆ, ಕೆಲವರು ತಮ್ಮ ಹಿಂದೆ ಬರುತ್ತಿರುವ ಕಾರಿನ ಟೋಲ್ ಪಾವತಿಸಲು ಪ್ರಾರಂಭಿಸಿದರು. ಆ ಚಾಲಕನು ಟೋಲ್ ಪಾವತಿಸಲು ಕಿಟಕಿಯ ಬಳಿಗೆ ಹೋಗಿ ಡಾಲರನ್ನು ಹೊರತೆಗೆದಾಗ, "ನಿಮ್ಮ ಟೋಲನ್ನು ಅದಾಗಲೇ ನಿಮ್ಮ ಮುಂದಿರುವ ಕಾರು ಪಾವತಿಸಿದೆ" ಎಂದು ಅವನಿಗೆ ಹೇಳಲಾಗುತ್ತಿತ್ತು. ಇದು ಯಾವುದೇ ನಿರೀಕ್ಷೆ ಅಥವಾ ಬೇಡಿಕೆಯಿಲ್ಲದೇ ಕೊಡಲಾದ ಸ್ವಯಂಪ್ರೇರಿತ ಉಡುಗೊರೆಯ ಉದಾಹರಣೆಯಾಗಿದೆ. ಆ ಸಣ್ಣ ಉಡುಗೊರೆಯ ಪರಿಣಾಮ ಆ ಚಾಲಕನ ಮನಸ್ಥಿತಿಯ ಮೇಲೆ ಏನಾಗಿರಬಹುದು ಎಂಬುದನ್ನು ನೀವು ಊಹಿಸಬಹುದು! ಬಹುಶಃ ಇದು ಅವನನ್ನು ಆ ದಿನವೆಲ್ಲ ಇನ್ನಷ್ಟು ಒಳ್ಳೆಯ ವ್ಯಕ್ತಿಯಾಗಲು ಪ್ರೋತ್ಸಾಹಿಸಬಹುದು. ಹೀಗೆ ಕಾರಣವಿಲ್ಲದೇ ಮಾಡಿದ ಒಂದು ದಯಾಪರ/ಒಳ್ಳೆಯ ಕೆಲಸವು ಅಂತಹ ಇನ್ನಷ್ಟು ಒಳ್ಳೆಯ ಕೆಲಸಗಳ ಸರಣಿಯನ್ನೇ ಆರಂಭಿಸುತ್ತದೆ.

ಹೀಗೆ ಕಾರಣವಿಲ್ಲದೇ ಸಹಾಯ ಮಾಡಲು ಯಾವುದೇ ರೀತಿಯ ನಿಯಮಗಳಿಲ್ಲ. ಅದು ಹೃದಯಾಳದಿಂದ ಬರುತ್ತದೆ. ನೀವು ಮಾಡುವ ನಿಮ್ಮ ದಯಾಪರ ಕೆಲಸಗಳಲ್ಲಿ ನಿಮ್ಮ ಬೀದಿಯ ಕಸವನ್ನು ಸ್ವಚ್ಛಗೊಳಿಸುವುದಾಗಿರಬಹುದು, ಯಾವುದಾದರೂ ದತ್ತಿ ಸಂಸ್ಥೆಗೆ ಅನಾಮಧೇಯವಾಗಿ ಕಾಣಿಕೆ ನೀಡುವುದಾಗಿರಬಹುದು, ಆರ್ಥಿಕ ತೊಂದರೆಯಲ್ಲಿರುವ ಯಾರಿಗಾದರೂ ಅನಾಮಧೇಯವಾಗಿ ಲಕೋಟೆಯಲ್ಲಿ ಸ್ವಲ್ಪ ಹಣವನ್ನು ಕಳುಹಿಸುವುದಾಗಿರಬಹುದು, ಪ್ರಾಣಿ ದಯಾ ಕೇಂದ್ರಕ್ಕೆ ತಂದು ಬಿಡುವ ಮೂಲಕ ಒಂದು ಪ್ರಾಣಿಯ ಜೀವವನ್ನು ಉಳಿಸುವುದಾಗಿರಬಹುದು, ಅಥವಾ ಹಸಿದ ಜನರಿಗೆ ಆಹಾರ ನೀಡುವ ಚರ್ಚ್ ಅಥವಾ ಸಹಾಯ ಸಂಸ್ಥೆಯಲ್ಲಿ ಸ್ವಯಂಸೇವಕರಾಗಿ ಕೆಲಸ ಮಾಡುವುದು ಆಗಿರಬಹುದು. ನೀವು ಈ ಎಲ್ಲವನ್ನೂ ಮಾಡಲು ಬಯಸಬಹುದು, ಬಹುಶಃ ಇನ್ನೂ

ಹೆಚ್ಚಿನದನ್ನು ಮಾಡಬಹುದು. ಇಲ್ಲಿ ಅತ್ಯಂತ ಮುಖ್ಯವಾದ ವಿಷಯವೇನೆಂದರೆ ಇವುಗಳನ್ನು ಮಾಡುವುದು ಖುಷಿ ನೀಡುತ್ತದೆ ಮತ್ತು ಇದಕ್ಕೆ ಹೆಚ್ಚಿನ ದುಡ್ಡು ವೆಚ್ಚವಾಗುವುದಿಲ್ಲ.

ಬಹುಶಃ ಇಂತಹ ದಯಾಪರ ಕಾರ್ಯಗಳನ್ನು ಮಾಡುವುದರಿಂದ ನಿಮಗೆ ಜೀವನದಲ್ಲಿ ತೃಪ್ತಿ ಸಿಗುತ್ತದೆ. ಪ್ರತಿಯೊಂದು ದಯಾಪೂರ್ಣ ಕ್ರಿಯೆಯು ನಿಮ್ಮೊಳಗೆ ಸಕಾರಾತ್ಮಕ ಭಾವನೆಗಳನ್ನು ಸೃಷ್ಟಿಸುತ್ತದೆ ಮತ್ತು ಸೇವೆ, ಕರುಣೆ ಮತ್ತು ಪ್ರೀತಿ ಇವು ಜೀವನದ ಬಹಳ ಮುಖ್ಯವಾದ ಅಂಶಗಳಾಗಿವೆ ಎಂದು ನಿಮಗೆ ನೆನಪಿಸುತ್ತದೆ. ನಾವೆಲ್ಲರೂ ನಮಗೆ ಸಾಧ್ಯವಾದಷ್ಟು ಇಂತಹ ಕೆಲಸ ಮಾಡುವುದನ್ನು ಮುಂದುವರಿಸಿದರೆ, ಶೀಘ್ರದಲ್ಲೇ ನಾವು ಸುಂದರ ಮತ್ತು ಉದಾರವಾದ ಜಗತ್ತಿನಲ್ಲಿ ಬದುಕುವೆವು.

35

ಇತರರ ವರ್ತನೆಯನ್ನು ಮೀರಿ ಅವಲೋಕಿಸಿ / ವರ್ತನೆಯ ಆಚೆ ನೋಡುವುದನ್ನು ರೂಢಿಸಿಕೊಳ್ಳಿ

"ಜಾನ್, ಬೇಜಾರು ಮಾಡಿಕೊಳ್ಳಬೇಡ, ಅವನಿಗೆ ತಾನು ಏನು ಮಾಡುತ್ತಿದ್ದೇನೆ ಎಂದು ತಿಳಿದಿರಲಿಲ್ಲ," ಎಂದು ನೀವು ಅಥವಾ ಇತರರು ಹೇಳುವುದನ್ನು ಎಂದಾದರೂ ಗಮನಿಸಿದ್ದೀರಾ? ಹಾಗಿದ್ದಲ್ಲಿ, 'ಜನರ ವರ್ತನೆಯ ಆಚೆ ನೋಡುವ' ಬುದ್ಧಿವಂತಿಕೆ ಬಗ್ಗೆ ಮಾತನಾಡಲಾಗುತ್ತಿದೆ ಎಂದರ್ಥ. ನಿಮಗೆ ಮಕ್ಕಳಿದ್ದರೆ, ಕ್ಷಮಿಸುವುದು ಎನ್ನುವ ಸರಳವಾದ ಕ್ರಿಯೆಯ ಮಹತ್ವ ನಿಮಗೆ ತಿಳಿದಿರುತ್ತದೆ. ನಾವು ತೋರುವ ಎಲ್ಲಾ ಪ್ರೀತಿಯು ನಮ್ಮ ಮಕ್ಕಳ ನಡವಳಿಕೆಯ ಮೇಲೆಯೇ ಅವಲಂಬಿತವಾಗಿದ್ದರೆ, ಅವರನ್ನು ಪ್ರೀತಿಸುವುದು ಕಷ್ಟವಾಗುತ್ತಿತ್ತು. ಪ್ರೀತಿಯು ಸಂಪೂರ್ಣವಾಗಿ ನಡವಳಿಕೆಯ ಮೇಲೆ ಅವಲಂಬಿತವಾಗಿದ್ದರೆ, ಬಹುಶಃ ಹದಿಹರೆಯದಲ್ಲಿ ನಮ್ಮನ್ನು ಯಾರೂ ಸಹ ಇಷ್ಟಪಡುತ್ತಿರಲಿಲ್ಲ.

ನಮ್ಮ ಜೀವನದಲ್ಲಿ ಬರುವ ಪ್ರತಿಯೊಬ್ಬರನ್ನೂ ಹೀಗೆಯೇ ಪ್ರೀತಿಯಿಂದ ಮತ್ತು ಕರುಣೆಯಿಂದ ನಡೆಸಿಕೊಳ್ಳಲು ಸಾಧ್ಯವಾದರೆ ಎಷ್ಟು ಅದ್ಭುತವಲ್ಲವೇ? ನಮ್ಮೊಂದಿಗೆ ಯಾರಾದರೂ ನಮಗೆ ಇಷ್ಟವಾಗದ ರೀತಿಯಲ್ಲಿ ವರ್ತಿಸಿದರೆ, ನಮ್ಮ ಹದಿಹರೆಯದ ಮಕ್ಕಳ ಕೆಟ್ಟ ನಡವಳಿಕೆಯನ್ನು ನಾವು ಹೇಗೆ ನೋಡುತ್ತೇವೆಯೋ/ನಿರ್ಲಕ್ಷಿಸುತ್ತೇವೆಯೋ ಹಾಗೆಯೇ ಅವರನ್ನೂ ನೋಡಲು ಸಾಧ್ಯವಿಲ್ಲವೇ? ಒಂದು ವೇಳೆ ಇದು ಸಾಧ್ಯವಾದರೆ ಜಗತ್ತು ಎಷ್ಟು ಸುಂದರವಾಗಿರುತ್ತಿತ್ತು ಎಂದು ಯೋಚಿಸಿ.

ಇದರರ್ಥ ಏನು ನಡೆದರೂ ಕಣ್ಣು ಮುಚ್ಚಿಕೊಂಡಿರಬೇಕು, ಎಲ್ಲವೂ ಯಾವಾಗಲೂ ಸರಿಯಾಗಿದೆ ಎಂದು ನಟಿಸುತ್ತಾ, ಇತರರು ನಮ್ಮನ್ನು ತುಳಿಯಲು ಅವಕಾಶ ನೀಡಬೇಕು ಅಥವಾ ಅವರ ನಕಾರಾತ್ಮಕ ನಡವಳಿಕೆಯನ್ನು ನಾವು ಒಪ್ಪಿಕೊಳ್ಳಬೇಕು ಎಂದಲ್ಲ. ಇದರರ್ಥ ಸಂದೇಹಕ್ಕೆ ಅವಕಾಶ ನೀಡುವ(ಅಂದರೆ ಬೆನೆಫಿಟ್ ಆಫ್ ಡೌಟ್–ಯಾರದಾದರು ವರ್ತನೆ ನಮಗೆ ಸರಿ ಎನಿಸದಿದ್ದರೆ, ಬಹುಶಃ ಅವರ ಉದ್ದೇಶ ಕೆಟ್ಟದ್ದಿಲ್ಲದಿರಬಹುದು, ಅವರ ವರ್ತನೆಗೆ ಬೇರೆ ಏನೋ ಕಾರಣವಿರಬಹುದು ಎಂಬ ವಿಚಾರಕ್ಕೆ ಅವಕಾಶ ಕೊಡುವುದು) ಆಧಾರದ ಮೇಲೆ ಅವರನ್ನು ನೋಡುವ ಮನೋಭಾವವನ್ನು ಅಳವಡಿಸಿಕೊಳ್ಳಬೇಕು. ಅಂಚೆಯ ಗುಮಾಸ್ತನು ನಿಧಾನವಾಗಿ ಕೆಲಸ ಮಾಡುತ್ತಿದ್ದಾನೆ, ಎಂದರೆ ಅಂದಿನ ದಿನ ಅವನಿಗೆ ಕಷ್ಟಕರವಾಗಿರಬಹುದು ಅಥವಾ ಅವನ ಎಲ್ಲಾ ದಿನಗಳು ಹೀಗೆಯೇ ಇರಬಹುದು ಎಂಬುದನ್ನು ಗಮನಿಸಿ. ನಿಮ್ಮ ಸಂಗಾತಿ ಅಥವಾ ಆಪ್ತ ಸ್ನೇಹಿತ ನಿಮ್ಮ ಕೆನ್ನೆಗೆ ಹೊಡೆದರೆಂದುಕೊಳ್ಳಿ, ಅದಕ್ಕೆ ಪ್ರತಿಕ್ರಿಯಿಸುವ ಬದಲು, ಅವರ ಪರಿಸ್ಥಿತಿಯ ಬಗ್ಗೆ ಯೋಚಿಸಿ. ನಿಮ್ಮ ಪ್ರೀತಿಪಾತ್ರರು ನಿಮ್ಮನ್ನು ನಿಜವಾಗಿಯೂ ಪ್ರೀತಿಸುತ್ತಿರಬಹುದು ಮತ್ತು ನೀವು ಕೂಡ ಅವರನ್ನು ಅದೇ ರೀತಿ ಪ್ರೀತಿಸಬೇಕೆಂದು ನಿರೀಕ್ಷಿಸುತ್ತಿರಬಹುದು. ಇತರರ ವರ್ತನೆಯ ಆಚೆ ಯೋಚಿಸುವುದು ನೀವಂದುಕೊಂಡಿದ್ದಕ್ಕಿಂತ ತುಂಬಾ ಸುಲಭ. ಇಂದು ಒಮ್ಮೆ ಪ್ರಯತ್ನಿಸಿ ನೋಡಿ, ನೀವು ಖಂಡಿತವಾಗಿಯೂ ಉತ್ತಮ ಫಲಿತಾಂಶಗಳನ್ನು ಪಡೆಯುವಿರಿ.

36

ಮುಗ್ಧತೆಯನ್ನು ಕಾಣಿರಿ

ಇತರರ ವರ್ತನೆಯನ್ನು ಅರ್ಥಮಾಡಿಕೊಳ್ಳಲು ಸಾಧ್ಯವಾಗದಿರುವುದು ಅನೇಕರ ಹತಾಶೆಗೆ ಕಾರಣವಾಗುತ್ತದೆ. ನಾವು ಅವರನ್ನು 'ಮುಗ್ಧ' ಎಂದು ನೋಡುವ ಬದಲು 'ಅಪರಾಧಿ' ಎಂದು ನೋಡುತ್ತೇವೆ. ತರ್ಕರಹಿತ ಎನ್ನಿಸುವ ಜನರ ನಡವಳಿಕೆಗಳು – ಅವರ ಟೀಕೆಗಳು, ಅವರ ವರ್ತನೆ, ಕೆಳಮಟ್ಟದ ಕೃತ್ಯಗಳು, ಸ್ವಾರ್ಥ – ಇವು ನಮ್ಮನ್ನು ಅವರಲ್ಲಿ ತಪ್ಪು ಹುಡುಕುವಂತೆ ಪ್ರಚೋದಿಸುತ್ತವೆ. ನಾವು ಅವರ ನಡುವಳಿಕೆಯ ಬಗ್ಗೆ ಗಮನ ಹರಿಸಿದಷ್ಟು, ಅವರು ನಮಗೆ ಹೆಚ್ಚಿನ ದುಃಖವನ್ನು ನೀಡುತ್ತಿದ್ದಾರೆಂದು ಅನ್ನಿಸುತ್ತದೆ.

ಒಮ್ಮೆ ವೇಯ್ನ್ ಡೈಯರ್ ತಮ್ಮ ಉಪನ್ಯಾಸದಲ್ಲಿ ವ್ಯಂಗವಾಗಿ "ನಿಮಗೆ ನೋವುಂಟುಮಾಡುತ್ತಿರುವವರನ್ನು ಒಟ್ಟುಗೂಡಿಸಿ ನನ್ನ ಬಳಿಗೆ ಕರೆದುಕೊಂಡು ಬನ್ನಿ. ನಾನು ಅವರನ್ನು ಗುಣಪಡಿಸುತ್ತೇನೆ (ಸಲಹೆಗಾರನಾಗಿ), ನಂತರ ನೀವು ಆರಾಮಾಗಿರಬಹುದು" ಎಂದು ಹೇಳಿದ್ದನ್ನು ಕೇಳಿದ್ದೆ. ನಿಜಕ್ಕೂ ಇದು ಅಸಂಬದ್ಧವಾದದ್ದು. ಇತರ ಜನರು ವಿಚಿತ್ರವಾಗಿ ವರ್ತಿಸುತ್ತಾರೆ ಎಂಬುದು ನಿಜ (ಯಾರು ವರ್ತಿಸುವುದಿಲ್ಲ, ಹೇಳಿ ನೋಡೋಣ?), ಆದರೆ ಅದರಿಂದ ಬೇಜಾರು ಮಾಡಿಕೊಳ್ಳುತ್ತಿರುವವರು ನಾವೇ, ಆದ್ದರಿಂದ ಮೊದಲು ನಾವು ಬದಲಾಗಬೇಕು. ನಾನು ಹಿಂಸಾತ್ಮಕ ಅಥವಾ ಯಾವುದೇ ರೀತಿಯ ವಿಕೃತ ಪ್ರವೃತ್ತಿಯನ್ನು ಒಪ್ಪಿಕೊಳ್ಳುವ, ಕಡೆಗಣಿಸುವ ಅಥವಾ ಬೆಂಬಲಿಸುವ ಕುರಿತು ಮಾತನಾಡುತ್ತಿಲ್ಲ. ನಾನು ಇತರರ ನಡವಳಿಕೆಯಿಂದ ಆದಷ್ಟು ಕಡಿಮೆ ತೊಂದರೆಗೊಳಗಾಗುವ ಬಗ್ಗೆ ಮಾತನಾಡುತ್ತಿದ್ದೇನೆ.

ಇತರರಲ್ಲಿ ಮುಗ್ಧತೆಯನ್ನು ಕಾಣುವುದು ಪರಿವರ್ತನೆಗೆ ಪರಿಣಾಮಕಾರಿಯಾದ ಮಾರ್ಗವಾಗಿದೆ, ಅಂದರೆ ಯಾರಾದರೂ ನಿಮಗೆ ಇಷ್ಟವಾಗದ ರೀತಿಯಲ್ಲಿ ವರ್ತಿಸುತ್ತಿದ್ದರೆ, ಅವರೊಂದಿಗೆ ವ್ಯವಹರಿಸುವ ಅತ್ಯುತ್ತಮ ಮಾರ್ಗವೆಂದರೆ ಆ ವರ್ತನೆಯಿಂದ ದೂರವಿರುವುದು; ಇದರಿಂದ ಅವರ ವರ್ತನೆಯ ಆಚೆ ಅವರ ನಡುವಳಿಕೆಯಲ್ಲಿ ಮುಗ್ಧತೆಯನ್ನು ಕಾಣಬಹುದು. ಆಗಾಗ್ಗೆ, ನಮ್ಮ ಆಲೋಚನೆಯಲ್ಲಿ ಮಾಡಿಕೊಳ್ಳುವ ಇಂತಹ ಬದಲಾವಣೆಗಳು ನಮ್ಮಲ್ಲಿ ಸಹಾನುಭೂತಿಯ ಗುಣವನ್ನು ಬೆಳೆಸುತ್ತವೆ.

ಕೆಲವೊಮ್ಮೆ ನಾನು, ಕೆಲಸವನ್ನು ಬೇಗನೆ ಮುಗಿಸುವಂತೆ ಒತ್ತಡ ಹೇರುವವರೊಂದಿಗೆ ಕೆಲಸ ಮಾಡುತ್ತೇನೆ. ನಾನು ಕೆಲಸವನ್ನು ಬೇಗನೆ ಮುಗಿಸುವಂತೆ ಮಾಡಲು ಅವರು ಬಳಸುವ ವಿಧಾನಗಳು ತೊಂದರೆಗೊಳಿಸುವ ಮತ್ತು ಕೆಲವೊಮ್ಮೆ ಅವಮಾನಕರವಾಗಿರುತ್ತವೆ. ಅವರು ಉಪಯೋಗಿಸುವ ಶಬ್ದಗಳು, ಮಾತಿನ ಸ್ವರ, ಅವಸರಿಸುವ ವಿಧಾನಗಳ ಮೇಲೆ ಗಮನ ಹರಿಸಿದರೆ ನನಗೆ ಕಿರಿಕಿರಿ ಉಂಟಾಗಬಹುದು, ಪರಿಣಾಮವಾಗಿ ಕೋಪವೂ ಬರಬಹುದು. ಆಗ ನಾನು ಅವರನ್ನು ಅಪರಾಧಿಯಂತೆ ನೋಡುತ್ತೇನೆ. ಆದರೆ ಏನನ್ನಾದರೂ ಮಾಡುವ ಆತುರವಿದ್ದಾಗ ನಾನು ಯಾವ ರೀತಿಯಲ್ಲಿ ಅವಸರಿಸುತ್ತೇನೆ ಎನ್ನುವುದನ್ನು

ನೆನೆಸಿಕೊಂಡಾಗ ನನಗೆ ಅವರ ವರ್ತನೆಯು ಅರ್ಥವಾಗುತ್ತದೆ. ಈ ರೀತಿಯಾಗಿ ನಾನು ಅವರ ನಡವಳಿಕೆಯಲ್ಲಿ ಮುಗ್ಧತೆಯನ್ನು ನೋಡುತ್ತೇನೆ. ಕೆಟ್ಟ ನಡವಳಿಕೆಯ ಹಿಂದೆಯೂ ಸಹ, ನಿಮ್ಮಿಂದ ಕರುಣೆಯನ್ನು ನಿರೀಕ್ಷಿಸುವ ಹತಾಶ ವ್ಯಕ್ತಿ ಇರುತ್ತಾನೆ.

ಮುಂದಿನ ಸಾರಿ (ಸಾಧ್ಯವಾದಷ್ಟು ಇನ್ನು ಮುಂದೆ), ಯಾರಾದರೂ ನಿಮ್ಮನ್ನು ವಿಲಕ್ಷಣವಾಗಿ ನಡೆಸಿಕೊಂಡಾಗ, ಅವರ ನಡವಳಿಕೆಯಲ್ಲಿ ಮುಗ್ಧತೆಯನ್ನು ಕಾಣಿರಿ. ನಿಮ್ಮಲ್ಲಿ ಸಹಾನೂಭೂತಿಯ ಗುಣವಿದ್ದರೆ, ನಿಮಗೆ ಇದು ಕಷ್ಟವಾಗುವುದಿಲ್ಲ. ನೀವು ಮುಗ್ಧತೆಯನ್ನು ಕಾಣತೊಡಗಿದಾಗ, ಈ ಹಿಂದೆ ನಿಮ್ಮನ್ನು ನಿರಾಶೆಗೊಳಿಸಿದ ಅದೇ ವಿಷಯಗಳು ಇನ್ನು ಮುಂದೆ ನಿರಾಶೆಗೊಳಿಸುವುದಿಲ್ಲ. ಇತರರ ವರ್ತನೆಗಳಿಂದ ನೀವು ನಿರಾಶೆಗೊಳ್ಳದಿದ್ದಾಗ, ಜೀವನದ ಸೌಂದರ್ಯದ ಮೇಲೆ ತುಂಬಾ ಸುಲಭವಾಗಿ ಗಮನಹರಿಸಬಹುದು.

37

'ಸರಿ'ಯಾಗಿ ಇರುವುದಕ್ಕಿಂತ ದಯಾಳು ಆಗಿರುವುದನ್ನು ಆಯ್ಕೆಮಾಡಿಕೊಳ್ಳಿ

ನಾನು ಸಲಹೆ 12 ರಲ್ಲಿ ಹೇಳಿದಂತೆ, ಅನೇಕ ಸಂದರ್ಭಗಳಲ್ಲಿ ಇತರರ ಪ್ರತಿ ದಯಾಳು/ವಿನಮ್ರವಾಗಿರಬೇಕೆ ಅಥವಾ ನಾವು ಸರಿಯಾಗಿರಬೇಕೆ ಎಂಬೆರಡರ ನಡುವೆ ಆಯ್ಕೆ ಮಾಡಬೇಕಾಗುತ್ತದೆ. ಬೇರೆಯವರ ತಪ್ಪುಗಳನ್ನು ಎತ್ತಿ ತೋರಿಸುವ, ಅವರು ಮಾಡಬಹುದಾದ ಅಥವಾ ಮಾಡಬೇಕಾಗಿದ್ದ ಕೆಲಸಗಳನ್ನು ಬೇರೆ ರೀತಿಯಾಗಿ ಮಾಡಬಹುದೆಂದು ಹೇಳುವ, ಅವರನ್ನು ತಿದ್ದುವ ಸಂದರ್ಭಗಳು ನಿಮಗೆ ಎದುರಾಗಬಹುದು, ಅವರೊಬ್ಬರೇ ಇದ್ದಾಗ ಅಥವಾ ನಾಲ್ಕು ಜನರೆದುರು ತಿದ್ದುವ ಸಂದರ್ಭಗಳು ಬರಬಹುದು. ಈ ಎಲ್ಲಾ ಸಂದರ್ಭಗಳು ನೀವು ಬೇರೆಯವರಿಗೆ ಬೇಜಾರು ಮಾಡುವ, ಅದರಿಂದಾಗಿ ನೀವು ಬೇಜಾರುಪಟ್ಟುಕೊಳ್ಳುವಂತಾಗುವ ಅವಕಾಶಗಳಾಗಿವೆ.

ಇದನ್ನು ತುಂಬಾ ಮನೋವಿಶ್ಲೇಷಣಾತ್ಮಕವಾಗಿ ನೋಡದೇ ಹೇಳುವುದೇನೆಂದರೆ, ಇತರರನ್ನು ಕೀಳಾಗಿ ಕಾಣುವ, ಅವರನ್ನು ತಿದ್ದುವ ಅಥವಾ 'ನಮ್ಮದು ಸರಿ ಮತ್ತು ಅವರದು ತಪ್ಪು' ಎಂದು ತೋರಿಸಲು ನಮ್ಮ ಅಹಂಕಾರವೇ ಕಾರಣ. ನಾವು ಇತರರ ತಪ್ಪನ್ನು ಎತ್ತಿ ತೋರಿಸಿದರೆ, ನಾವು ಸರಿ ಎಂದುಕೊಳ್ಳುತ್ತೇವೆ ಮತ್ತು ಆದ್ದರಿಂದ ನಮಗೆ ಸಮಾಧಾನವಾಗುತ್ತದೆ.

ಆದರೆ ವಾಸ್ತವದಲ್ಲಿ, ಹೀಗೆ ನೀವು ಇತರರನ್ನು ಕೀಳಾಗಿ ನೋಡಿದ ನಂತರ ನಿಮಗೆ ಹೇಗೆ ಎನ್ನಿಸಿತು ಎನ್ನುವುದರತ್ತ ಗಮನ ಹರಿಸಿದರೆ, ನೀವು ಅವರನ್ನು ಕೀಳಾಗಿ ನೋಡಿದ ನಂತರ ನಿಮಗೆ ಮೊದಲಿಗಿಂತ ಹೆಚ್ಚು ಬೇಜಾರಾಗಿರುತ್ತದೆ ಎಂದು ಅರಿವಾಗುತ್ತದೆ. ಕರುಣಾಮಯಿಯಾದ ನಿಮ್ಮ ಹೃದಯಕ್ಕೆ, ಇತರರನ್ನು ನೋಯಿಸಿದ ನಂತರ ಆರಾಮಾಗಿರುವುದು ಸಾಧ್ಯವಿಲ್ಲ ಎಂದು ಗೊತ್ತಿದೆ.

ಅದೃಷ್ಟವಶಾತ್, ವಾಸ್ತವ ಇದಕ್ಕೆ ವ್ಯತಿರಿಕ್ತವಾದುದಾಗಿದೆ – ಜನರನ್ನು ಮೇಲಕ್ಕೆತ್ತುವುದು, ಅವರನ್ನು ಸಂತೋಷಪಡಿಸುವುದು ಮತ್ತು ಅವರ ಖುಷಿಯನ್ನು ಹಂಚಿಕೊಳ್ಳುವುದು ನಿಮ್ಮ ಗುರಿಯಾಗಿದ್ದರೆ, ಅವರ ಸಕಾರಾತ್ಮಕ ಭಾವನೆಗಳ ಲಾಭವನ್ನು ನೀವೂ ಸಹ ಪಡೆಯಬಹುದು. ಮುಂದಿನ ಬಾರಿ ಯಾರದಾದರೂ ಸ್ವಲ್ಪ ತಪ್ಪಾಗಿದ್ದರೆ ಅವರನ್ನು ತಿದ್ದುವ ಪ್ರಸಂಗ ಬಂದರೆ ನಿಮ್ಮ ಆಸೆಯನ್ನು ತಡೆಹಿಡಿದುಕೊಳ್ಳಿ. ಅದರ ಬದಲಾಗಿ, ನಿಮ್ಮನ್ನು ನೀವೇ ಕೇಳಿಕೊಳ್ಳಿ, 'ಈ ಸಂಭಾಷಣೆಯಿಂದ ನನಗೆ ನಿಜವಾಗಿಯೂ ಏನು ಬೇಕು?' ಬಹುಶಃ ನೀವು ಬಯಸುವುದು ಎಲ್ಲರಿಗೂ ಸೌಹಾರ್ದಯುತವೆನ್ನಿಸುವ ಶಾಂತಿಯುತವಾದ ಸಂವಾದವಷ್ಟೇ. ಪ್ರತಿ ಸಲವೂ ನೀವು 'ಸರಿ ಆಗಿರಬೇಕು' ಎಂಬುದನ್ನು ಬಿಟ್ಟು ವಿನಮ್ರವಾಗಿರಲು ಅರಿಸಿಕೊಂಡಾಗ, ನೀವು ಮನಃಶಾಂತಿಯನ್ನು ಕಂಡುಕೊಳ್ಳುವಿರಿ.

ಇತ್ತೀಚೆಗೆ ನಾನು ಮತ್ತು ನನ್ನ ಹೆಂಡತಿ, ತುಂಬಾ ಚೆನ್ನಾಗಿ ಲಾಭ ನೀಡಿದ ಒಂದು ವ್ಯಾಪಾರದ ಯೋಜನೆಯನ್ನು ಕುರಿತು ಚರ್ಚಿಸುತ್ತಿದ್ದೆವು, ನಾನು 'ನನ್ನ' ಯೋಜನೆಯ ಬಗ್ಗೆ, ಅದರ ಯಶಸ್ಸಿನ ಎಲ್ಲ ಪಾಲೂ ನನ್ನದೆನ್ನುವಂತೆ ಮಾತನಾಡುತ್ತಿದ್ದೆ! ಕ್ರಿಸ್(ನನ್ನ ಹೆಂಡತಿ), ಎಂದಿನಂತೆ ಪ್ರೀತಿಯಿಂದ, ನನಗೆ ಆ ಗೆಲುವಿನ ಸಂತೋಷವನ್ನು ಅನುಭವಿಸುವ ಅವಕಾಶವನ್ನು ಕೊಟ್ಟಳು. ಆ ನಂತರ, ಆ ವ್ಯಾಪಾರದ ಯೋಜನೆ ವಾಸ್ತವವಾಗಿ ಅವಳ ಕಲ್ಪನೆಯೇ ಹೊರತು ನನ್ನದಲ್ಲ ಎಂದು ನನಗೆ ನೆನಪಾಯಿತು. ಓಹ್! ನಾನು ಅವಳ ಕ್ಷಮೆಯಾಚಿಸಲು ಕರೆ ಮಾಡಿದಾಗ, ಅವಳಿಗೆ ತನ್ನ ಕೀರ್ತಿಗಿಂತ ನನ್ನ ಸಂತೋಷದ ಬಗ್ಗೆ ಹೆಚ್ಚಿನ ಕಳಕಳಿ ಇದೆ ಎಂಬುದು ನನಗೆ ಸ್ಪಷ್ಟವಾಯಿತು. ಅವಳು ನಾನು ಸಂತೋಷವಾಗಿರುವುದನ್ನು ನೋಡಿ ಆನಂದಿಸುತ್ತಾಳೆ ಮತ್ತು ಅದು ಯಾರ ಯೋಜನೆ ಎಂಬುದು ತನಗೆ ಮುಖ್ಯವಲ್ಲ ಎಂದು ಹೇಳಿದಳು. (ಅವಳನ್ನು ಪ್ರೀತಿಸುವುದು ಏಕೆ ಅಷ್ಟು ಸುಲಭ ಎಂದು ನಿಮಗೆ ಅರ್ಥವಾಯಿತೇ?)

ಈ ಕಾರ್ಯತಂತ್ರವನ್ನು ನಿಮ್ಮ ದುರ್ಬಲತೆ ಅಥವಾ ನೀವು ನಂಬಿದ್ದರ ಪರವಾಗಿ ದೃಢವಾಗಿ ನಿಲ್ಲದಿರುವುದು ಎಂದು ತಪ್ಪು ತಿಳಿಯಕೊಳ್ಳಬೇಡಿ. ನೀವು 'ಸರಿ'ಯಾಗಿರುವುದು ತಪ್ಪು ಎಂದು ನಾನು ಹೇಳುತ್ತಿಲ್ಲ – ಆದರೆ ನಾನೇ ಸರಿ ಎಂದು ಒತ್ತಾಯಿಸಿದರೆ ಅದಕ್ಕೆ ಬೆಲೆ ತೆರಬೇಕಾಗುತ್ತದೆ – ಆ ಬೆಲೆಯೇ ನಿಮ್ಮ ಮನಃಶಾಂತಿ. ಒಬ್ಬ ಸಮತೋಲಿತ ವ್ಯಕ್ತಿಯಾಗಲು, ತುಂಬಾ ಸಂದರ್ಭಗಳಲ್ಲಿ 'ಸರಿ'ಯಾಗಿರುವುದಕ್ಕಿಂತ ಕರುಣಾಳು ಆಗಿರಲು ಕಲಿಯಬೇಕು. ಇದನ್ನು ಆರಂಭಿಸಲು ಉತ್ತಮ ಅವಕಾಶವೆಂದರೆ ನಿಮ್ಮ ಮುಂದಿನ ಸಲದ ಸಂಭಾಷಣೆ.

38

ಇಂದೇ ಮೂರು ಜನರಿಗೆ ನೀವು ಅವರನ್ನು ತುಂಬಾ ಪ್ರೀತಿಸುತ್ತೀರಿ ಎಂದು ಹೇಳಿ

ಲೇಖಕ ಸ್ಟೀಫನ್ ಲೆವಿನ್ ಒಮ್ಮೆ ಈ ಪ್ರಶ್ನೆಯನ್ನು ಎತ್ತಿದರು, "ನಿಮಗೆ ಒಂದು ಗಂಟೆ ಬದುಕುವ ಅವಕಾಶವಿದ್ದು, ಕೇವಲ ಒಂದು ಫೋನ್ ಕರೆ ಮಾಡಲು ಸಾಧ್ಯವಾದರೆ, ನೀವು ಆ ಕರೆಯನ್ನು ಯಾರಿಗೆ ಮಾಡುವಿರಿ, ಏನು ಹೇಳುವಿರಿ ಮತ್ತು ಯಾವುದಕ್ಕಾಗಿ ಕಾಯುತ್ತಿರುವಿರಿ?" ಇದು ಎಂತಹ ಪ್ರಭಾವಶಾಲಿ ಸಂದೇಶವಲ್ಲವೇ!

ನಾವು ಯಾವುದಕ್ಕಾಗಿ ಕಾಯುತ್ತಿದ್ದೇವೆಯೋ ಯಾರಿಗೆ ಗೊತ್ತು? ಬಹುಶಃ ನಾವು ಶಾಶ್ವತವಾಗಿ ಬದುಕುತ್ತೇವೆ ಅಥವಾ ನಾವು ತುಂಬಾ ಪ್ರೀತಿಸುವವರಿಗೆ ನಾವು ಅವರನ್ನು ಎಷ್ಟು ಪ್ರೀತಿಸುತ್ತೇವೆ ಎಂದು ಎಂದೋ 'ಒಂದು ದಿನ' ಹೇಳುತ್ತೇವೆ ಎಂದು ನಂಬಿಕೊಂಡಿದ್ದೇವೆ. ಹೀಗೆ ಕಾರಣ ಏನೇ ಇರಲಿ, ನಮ್ಮಲ್ಲಿ ಬಹಳಷ್ಟು ಜನ ಸುಮ್ಮನೆ ತುಂಬಾ ಕಾಯುತ್ತಾರೆ.

ಏನು ವಿಧಿಲಿಖಿತವೋ ಕಾಣೆ ನಾನು ಈ ಸಲಹೆಯನ್ನು ನನ್ನ ಅಜ್ಜಿಯ ಹುಟ್ಟುಹಬ್ಬದಂದು ಬರೆಯುತ್ತಿದ್ದೇನೆ. ಇದಾದ ನಂತರ, ಇಂದು ನಾನು ಮತ್ತು ನನ್ನ ತಂದೆ ಅವರು ಚಿರವಿಶ್ರಾಂತಿ ಪಡೆಯುತ್ತಿರುವ ಸ್ಥಳಕ್ಕೆ ಹೋಗಲಿದ್ದೇವೆ. ಅವರು ಎರಡು ವರ್ಷಗಳ ಹಿಂದೆ ನಿಧನರಾದರು. ಅವರು ಸಾಯುವ ಮೊದಲು, ಅವರು ನಮ್ಮೆಲ್ಲರನ್ನೂ ಎಷ್ಟು ಪ್ರೀತಿಸುತ್ತಿದ್ದರೆಂದು ಕುಟುಂಬದವರೆಲ್ಲರಿಗೂ ತಿಳಿಸುವುದು ಅವರಿಗೆ ತುಂಬಾ ಮಹತ್ವದ್ದಾಗಿತ್ತು. ಮತ್ತು ಇದನ್ನು ತಿಳಿಸಲು ಇದಕ್ಕಿಂತ ಉತ್ತಮವಾದ ಸಮಯ ಇನ್ನೊಂದಿಲ್ಲ ಎನ್ನುವುದನ್ನು ಇದು ನೆನಪಿಸಿತು. ನಿಮಗೆ ಇತರರ ಬಗ್ಗೆ ಎಷ್ಟು ಕಾಳಜಿ ಇದೆ ಎಂದು ಅವರಿಗೆ ತಿಳಿಸಲು ಇದೇ ಸುಸಮಯ.

ನೀವು ಇದನ್ನು ಯಾರಿಗಾದರೂ ನೇರವಾಗಿ ಅಥವಾ ಫೋನ್ ಮೂಲಕ ಹೇಳಬಹುದು. ಕರೆ ಮಾಡಿದವರು ಕರೆ ಸ್ವೀಕರಿಸಿದವರಿಗೆ, "ನಾನು ನಿನ್ನನ್ನು ತುಂಬಾ ಪ್ರೀತಿಸುತ್ತೇನೆ ಎಂದು ಹೇಳಲು ಕರೆ ಮಾಡಿದೆ" ಎಂದು ಹೇಳಿದರೆ ಎಷ್ಟು ಸುಂದರವಲ್ಲವೇ? ಒಬ್ಬ ವ್ಯಕ್ತಿಗೆ ಈ ಜಗತ್ತಿನಲ್ಲಿ ಯಾವುದೂ ಅದಕ್ಕಿಂತ ಮಹತ್ವದಾಗಿಲ್ಲ ಎಂದು ತಿಳಿದಾಗ ನಿಮಗೆ ಆಶ್ಚರ್ಯವಾಗಬಹುದು. ನಿಮಗೆ ಯಾರಾದರೂ ಈ ರೀತಿಯಾಗಿ ಹೇಳಿದರೆ ನಿಮಗೆ ಹೇಗೆ ಅನಿಸುತ್ತದೆ?

ಇಂತಹ ಕರೆ ಮಾಡಲು ನಿಮಗೆ ನಾಚಿಕೆಯಾಗುತ್ತಿದ್ದರೆ, ಅವರಿಗೆ ಹೃದಯಸ್ಪರ್ಶಿಯಾದ ಪತ್ರ ಬರೆದು ತಿಳಿಸಿ. ಈ ರೀತಿಯಾಗಿ, ನೀವು ಕ್ರಮೇಣ ಅದಕ್ಕೆ ಒಗ್ಗಿಕೊಳ್ಳುವುದನ್ನು ಹಾಗೂ ನೀವು ಜನರನ್ನು ಎಷ್ಟು ಪ್ರೀತಿಸುತ್ತೀರಿ ಎಂದು ಅವರಿಗೆ ಹೇಳುವುದನ್ನು ನಿಮ್ಮ ಜೀವನದಲ್ಲಿ ಅಳವಡಿಸಿಕೊಳ್ಳುವುದನ್ನು ನೀವು ಕಾಣುವಿರಿ. ನೀವು ಹೀಗೆ ಮಾಡಲು ಪ್ರಾರಂಭಿಸಿದಾಗ, ನಿಮ್ಮತ್ತ ಇನ್ನಷ್ಟು ಪ್ರೀತಿಯು ಹರಿದು ಬರುವುದರಲ್ಲಿ ಆಶ್ಚರ್ಯವಿಲ್ಲ.

39

ವಿನಮ್ರತೆಯನ್ನು ರೂಢಿಸಿಕೊಳ್ಳಿ

ವಿನಮ್ರತೆ ಮತ್ತು ಮನಃಶಾಂತಿ ಪರಸ್ಪರ ಬೆಸೆಯಲ್ಪಟ್ಟಿವೆ. ನಿಮ್ಮನ್ನು ನೀವು ಇತರರ ಮುಂದೆ ಸಾಬೀತುಪಡಿಸಲು ಎಷ್ಟು ಕಡಿಮೆ ಪ್ರಯತ್ನಿಸುತ್ತೀರೋ ಅಷ್ಟೇ ಆಂತರಿಕವಾಗಿ ಶಾಂತಿಯುತವಾಗಿರುವುದು ಸುಲಭವಾಗುತ್ತದೆ.

ನಿಮ್ಮನ್ನು ನೀವು ಸಾಬೀತುಪಡಿಸಿಕೊಳ್ಳುವುದು ಅಪಾಯಕಾರಿಯಾದ ಬಲೆ. ನಿರಂತರವಾಗಿ ನಿಮ್ಮ ಸಾಧನೆಗಳನ್ನು ಪ್ರದರ್ಶಿಸಲು, ಬಡಾಯಿ ಕೊಚ್ಚಿಕೊಳ್ಳಲು ಅಥವಾ ನಿಮ್ಮ ಯೋಗ್ಯತೆಯನ್ನು ಇತರರಿಗೆ ಮನವರಿಕೆ ಮಾಡಿಕೊಡಲು ನೀವು ಸಾಕಷ್ಟು ಶಕ್ತಿಯನ್ನು ವ್ಯಯಿಸಬೇಕಾಗುತ್ತದೆ. ವಾಸ್ತವವಾಗಿ, ಬಡಾಯಿ ಕೊಚ್ಚಿಕೊಳ್ಳುವುದರಿಂದ ನಿಮ್ಮ ಸಾಧನೆಗಳ ಸಕಾರಾತ್ಮಕ ಶಕ್ತಿ ಅಥವಾ ನಿಮ್ಮ ಹೆಮ್ಮೆಯು ದುರ್ಬಲಗೊಳ್ಳುತ್ತದೆ. ನಿಮ್ಮನ್ನು ನೀವು ಸಾಬೀತುಪಡಿಸಲು ಪ್ರಯತ್ನಿಸಿದಷ್ಟು ಪರಿಸ್ಥಿತಿಯು ಹದಗೆಡುತ್ತದೆ, ಜನರು ನಿಮ್ಮನ್ನು ದೂರವಿಡಲು ಪ್ರಯತ್ನಿಸುತ್ತಾರೆ, ನಿಮ್ಮ ಬೆನ್ನ ಹಿಂದೆ ಈ ನಿಮ್ಮ ಬಡಾಯಿ ಕೊಚ್ಚಿಕೊಳ್ಳುವ ಅಭ್ಯಾಸದ ಬಗ್ಗೆ ಆಡಿಕೊಳ್ಳುತ್ತಾರೆ ಮತ್ತು ನಿಮ್ಮ ಮೇಲೆ ಅಸಮಾಧಾನಗೊಳ್ಳಲೂಬಹುದು.

ಆದರೆ ವಿಪರ್ಯಾಸವೆಂದರೆ, ನೀವು ಇತರರಿಂದ ಕಡಿಮೆ ನಿರೀಕ್ಷಿಸಿದಷ್ಟೂ ಹೆಚ್ಚಿನದನ್ನೇ ಪಡೆಯುತ್ತೀರಿ. ಶಾಂತ ಸ್ವಭಾವದ, ಆತ್ಮವಿಶ್ವಾಸವನ್ನು ಹೊಂದಿರುವ ಮತ್ತು ತಮ್ಮನ್ನು ತಾವು ಒಳ್ಳೆಯವರಾಗಿ ತೋರಿಸಿಕೊಳ್ಳಲು ಪ್ರಯತ್ನಿಸದ, ಯಾವಾಗಲೂ ನಾನು 'ಸರಿ'ಯಾಗಿರಲೇಬೇಕು ಎಂದು ಬಯಸದ ವ್ಯಕ್ತಿಯೆಡೆಗೆ ಜನರು ತಾವಾಗಿಯೇ ಆಕರ್ಷಿತರಾಗುತ್ತಾರೆ. ಬಡಾಯಿ ಕೊಚ್ಚಿಕೊಳ್ಳದ ಮತ್ತು ತಮ್ಮ ಅಹಂ ಅನ್ನು ಪಕ್ಕಕ್ಕೆ ಸರಿಸಿ, ತೆರೆದ ಹೃದಯದಿಂದ ಎಲ್ಲವನ್ನೂ ಹಂಚಿಕೊಳ್ಳುವ ವ್ಯಕ್ತಿಯನ್ನು ಎಲ್ಲರೂ ಇಷ್ಟಪಡುತ್ತಾರೆ.

ವಿನಮ್ರತೆಯ ಭಾವನೆಯನ್ನು ಅಭ್ಯಾಸದಿಂದ ಬೆಳೆಸಿಕೊಳ್ಳಬಹುದು. ಇದು ಆಹ್ಲಾದಕರವಾಗಿರುತ್ತದೆ ಏಕೆಂದರೆ ನೀವು ತಕ್ಷಣ ನಿಮ್ಮೊಳಗೆ ಶಾಂತವಾದ ಮತ್ತು ಸೌಮ್ಯವಾದ ನಿರಾಳತೆಯನ್ನು ಅನುಭವಿಸುವಿರಿ. ಮುಂದಿನ ಬಾರಿ ನಿಮಗೆ ಜಂಬ ಕೊಚ್ಚಿಕೊಳ್ಳಬೇಕು ಎಂದೆನಿಸಿದಾಗ, ಅದನ್ನು ಅಲ್ಲಿಯೇ ತಡೆಯಿರಿ. ನಾನು ನನ್ನ ಸಲಹಾರ್ಥಿಯೊಬ್ಬರೊಡನೆ ಈ ಸಲಹೆಯ ಬಗ್ಗೆ ಚರ್ಚಿಸಿದೆ; ಅವರು ಈ ಕೆಳಗಿನ ಕಥೆಯನ್ನು ಹಂಚಿಕೊಂಡರು– ಅವರು ಕೆಲಸದಲ್ಲಿ ಬಡ್ತಿ ಪಡೆದ ಕೆಲವು ದಿನಗಳ ನಂತರ, ಅವರು ತಮ್ಮ ಕೆಲವು ಸ್ನೇಹಿತರೊಂದಿಗೆ ಇದ್ದರು. ಅವರ ಸ್ನೇಹಿತರಿಗೆ ಈ ಬಡ್ತಿಯ ಬಗ್ಗೆ ಇನ್ನೂ ತಿಳಿದಿರಲಿಲ್ಲ, ಆದರೆ ನನ್ನ ಸಲಹಾರ್ಥಿಗೆ ಅವರ ಇನ್ನೊಬ್ಬ ಸ್ನೇಹಿತನ ಬದಲಿಗೆ ಬಡ್ತಿ ನೀಡಲಾಗಿತ್ತು. ಆ ಗೆಳೆಯನು ಇವರೊಡನೆ ತುಂಬಾ ಸ್ಪರ್ಧಿಸುತ್ತಿದ್ದನು ಅಂತಹದ್ದರಲ್ಲಿ ಅವರ ಸ್ನೇಹಿತನ ಬದಲಿಗೆ ಇವರನ್ನು ಬಡ್ತಿಗೆ ಆಯ್ಕೆ ಮಾಡಲಾಗಿತ್ತು. ತಮಗೆ ಬಡ್ತಿ ನೀಡಲಾಗುತ್ತಿದೆ ಎಂದು ಇದ್ದಕ್ಕಿದ್ದಂತೆ ತಿಳಿದಾಗ ಅವರು ಅದರ ಬಗ್ಗೆ ಏನಾದರೂ ಹೇಳಿಕೊಳ್ಳಲು ಬಯಸಿದ್ದರು.

ಆಗ ಅವರೊಳಗಿನ ಒಂದು ಧ್ವನಿ, "ನಿಲ್ಲಿಸು. ಹೀಗೆ ಮಾಡಬೇಡ!" ಎಂದು ಹೇಳಿತು. ಅದರ ಮಾತನ್ನು ಕೇಳಿ, ಆ ಸುದ್ದಿಯನ್ನು ತನ್ನ ಸ್ನೇಹಿತರೊಂದಿಗೆ ಹಂಚಿಕೊಂಡನಾದರೂ, ತನ್ನ ಎಲ್ಲೆಯನ್ನು ಮೀರಿ ಅತಿಯಾದ ಉತ್ಸಾಹವನ್ನು, ಜಂಬವನ್ನು ತೋರ್ಪಡಿಸಲಿಲ್ಲ, ತನ್ನ ಇನ್ನೊಬ್ಬ ಸ್ನೇಹಿತನಿಗೆ ಬಡ್ತಿ ಸಿಗಲಿಲ್ಲ ಎಂದು ಉಲ್ಲೇಖಿಸಲಿಲ್ಲ. ಆಗ ಅವರು ಹಿಂದೆಂದೂ ನಾನು ಇಷ್ಟೊಂದು ಶಾಂತಿ ಮತ್ತು ತನ್ನ ಬಗ್ಗೆ ಹೆಮ್ಮೆಯನ್ನು ಅನುಭವಿಸಿರಲಿಲ್ಲ ಎಂದು ನನಗೆ ಹೇಳಿದರು. ಅವರಿಗೆ ತನ್ನ ಯಶಸ್ಸನ್ನು ಜಂಬಪಡದೇ ಆನಂದಿಸಲು ಸಾಧ್ಯವಾಯಿತು. ನಂತರ, ಏನಾಯಿತೆಂದು ಅವರ ಸ್ನೇಹಿತರಿಗೆ ಗೊತ್ತಾದಾಗ, ಅವರ ಉತ್ತಮ ವಿವೇಚನಾ ಶಕ್ತಿ ಮತ್ತು ವಿನಮ್ರತೆಯಿಂದ ಅವರು ತುಂಬಾ ಪ್ರಭಾವಿತರಾಗಿದ್ದಾರೆಂದು ಅವರಿಗೆ ತಿಳಿಸಿದರು. ವಿನಮ್ರತೆಯನ್ನು ರೂಢಿಸಿಕೊಳ್ಳುವುದರಿಂದ ಅವರಿಗೆ ಹೆಚ್ಚಿನ ಸಕಾರಾತ್ಮಕ ಪ್ರತಿಕ್ರಿಯೆ ಮತ್ತು ಪ್ರಾಮುಖ್ಯತೆ ಸಿಕ್ಕಿತಾಗಲಿ – ಅವರಿಗೇನೂ ಕಡಿಮೆಯಾಗಲಿಲ್ಲ.

40

ಇಂದು ಕಸ ಎತ್ತುವ ಸರದಿ ಯಾರದು ಎಂಬ ಸಂದೇಹವಿದ್ದರೆ, ನೀವೇ ಮುಂದುವರೆದು ಎತ್ತಿಹಾಕಿ

ನಾವು ಎಚ್ಚರಿಕೆಯಿಂದಿಲ್ಲದಿದ್ದರೆ, ನಮ್ಮ ದಿನನಿತ್ಯದ ಎಲ್ಲ ಜವಾಬ್ದಾರಿಗಳ ಬಗ್ಗೆ ನಮಗೆ ಅಸಮಾಧಾನ ಉಂಟಾಗಬಹುದು. ಒಮ್ಮೆ ನಾನು ಕೆಟ್ಟ ಮನಸ್ಥಿತಿಯಲ್ಲಿದ್ದಾಗ ಕಂಡುಕೊಂಡಿದ್ದೇನೆಂದರೆ, ನಾನು ಒಂದು ಸಾಧಾರಣವಾದ ದಿನದಲ್ಲಿ 1,000 ವಿಭಿನ್ನ ಕೆಲಸಗಳನ್ನು ಮಾಡುತ್ತೇನೆ ಎಂದು, ಅದೇ ನಾನು ಒಳ್ಳೆಯ ಮನಸ್ಥಿತಿಯಲ್ಲಿದ್ದಾಗ ಖಂಡಿತವಾಗಿ ಆ ಸಂಖ್ಯೆ ಗಣನೀಯವಾಗಿ ಇಳಿಯುತ್ತದೆ.

ನಾನು ಈ ಬಗ್ಗೆ ಯೋಚಿಸಿದಾಗ, ನಾನು ಮಾಡಿದ ಎಲ್ಲಾ ಕೆಲಸಗಳು ಮತ್ತು ನಿರ್ವಹಿಸಿದ ಇತರ ಜವಾಬ್ದಾರಿಗಳನ್ನು ನೆನಪಿಟ್ಟುಕೊಳ್ಳುವುದು ಎಷ್ಟು ಸುಲಭ ಎಂದು ನನಗೆ ಆಶ್ಚರ್ಯವಾಯಿತು. ಆದರೆ ಅದೇ ನನ್ನ ಹೆಂಡತಿ ಮಾಡುವ ದೈನಂದಿನ ಕೆಲಸಗಳನ್ನು ನಾನು ಸುಲಭವಾಗಿ ಮರೆತುಬಿಡುತ್ತಿದ್ದೆ. ಎಷ್ಟು ಅನುಕೂಲಕರ ಅಲ್ಲವೇ!

ನೀವು ಮಾಡುವ ಎಲ್ಲ ಕೆಲಸಗಳ ಲೆಕ್ಕ ಇಡುತ್ತ ಕುಳಿತರೆ, ನೀವೊಬ್ಬ ಸಂತೃಪ್ತ ವ್ಯಕ್ತಿಯಾಗಲಾರಿರಿ. ಯಾರು ಏನು ಮಾಡುತ್ತಿದ್ದಾರೆ, ಯಾರು ಹೆಚ್ಚು ಕೆಲಸ ಮಾಡಿದರು ಇತ್ಯಾದಿಗಳ ಲೆಕ್ಕ ಇಡುತ್ತ ಹೋದರೆ ನಿಮ್ಮ ಮನಸ್ಸು ಗೊಂದಲಕ್ಕೊಳಗಾಗಿ ನಿರುತ್ಸಾಹಗೊಳ್ಳುವಿರಿ. ಇದು ನೀವು ಅನಗತ್ಯವಾಗಿ 'ಸಣ್ಣ–ಸಣ್ಣ ವಿಷಯಗಳ ಬಗ್ಗೆ ಚಿಂತಿಸುತ್ತಿರುವುದರ' ಸಂಕೇತವಾಗಿದೆ. ನೀವು ನಿಮ್ಮ ಪಾಲಿನ ಕೆಲಸವನ್ನು ಮಾಡಿ ಮುಗಿಸಿದ್ದರಿಂದ ನಿಮ್ಮ ಕುಟುಂಬದಲ್ಲಿ ಯಾರಿಗಾದರೂ ಅಷ್ಟು ಕೆಲಸ ಸ್ವಲ್ಪ ಕಡಿಮೆಯಾಗುತ್ತದೆ ಎನ್ನುವುದು ಹೆಚ್ಚಿನ ಸಂತೋಷವನ್ನು ನೀಡುತ್ತದೆ. ಇದು ಇಂದು ಕಸ ಎತ್ತುವ ಸರದಿ ಯಾರದು ಎಂದು ಚಿಂತಿಸುವುದಕ್ಕಿಂತ ಒಳ್ಳೆಯದು.

ಈ ಸಲಹೆಯ ವ್ಯತಿರಿಕ್ತವಾದ ವಾದವೆಂದರೆ ನಿಮ್ಮನ್ನು ಯಾರಾದರೂ ದುರುಪಯೋಗಪಡಿಸಿಕೊಳ್ಳಬಹುದು ಎಂಬ ಯೋಚನೆ. ಈ ಯೋಚನೆಯು ಎಷ್ಟು ತಪ್ಪಾಗಿದೆ ಎಂದರೆ ಯಾವಾಗಲೂ ನೀವೇ 'ಸರಿ'ಯಾಗಿರಬೇಕು ಎನ್ನುವಂತಿದೆ. ನಿಮ್ಮ ಸಂಗಾತಿಗಿಂತ ಹೆಚ್ಚು ಸಲ ನೀವು ಕಸವನ್ನು ಎತ್ತಿ ಹೊರಗೆ ಹಾಕಿದ್ದರೆ ಅದು ದೊಡ್ಡ ವಿಷಯವಲ್ಲ. ನಿಮ್ಮ ಜೀವನದಲ್ಲಿ ಕಸದಂತಹ ವಿಷಯಗಳಿಗೆ ಕಡಿಮೆ ಪ್ರಾಮುಖ್ಯತೆ ಕೊಡುವುದರಿಂದ ನಿಜವಾಗಿಯೂ ಮುಖ್ಯವಾದ ವಿಷಯಗಳಿಗೆ ಹೆಚ್ಚಿನ ಸಮಯ ಮತ್ತು ಶಕ್ತಿಯನ್ನು ನೀವು ನೀಡಬಹುದು.

41

ಹವಾಮಾನ ನಿರೋಧಕದ ಬಳಕೆ ಬೇಡ

ಶಾಂತಿಯುತ ವಿಷಯಕ್ಕೆ ಸಂಬಂಧಿಸಿದಂತೆ ಹವಾಮಾನ ನಿರೋಧಕತೆಯ ಕಲ್ಪನೆಯು ನಮ್ಮ ವಿಕ್ಷಿಪ್ತ ಮತ್ತು ಕೃತಘ್ನ ಪ್ರವೃತ್ತಿಗಳಲ್ಲಿ ಒಂದನ್ನು ವಿವರಿಸುವ ಒಂದು ರೂಪಕವಾಗಿದೆ. ಈ ಕಾರ್ಯತಂತ್ರವನ್ನು ನನ್ನ ಸ್ನೇಹಿತ ಡಾ. ಜಾರ್ಜ್ ಪ್ರೆಸ್ಕಿ ವಿವರಿಸಿದ್ದಾರೆ.

ಚಳಿಗಾಲದಲ್ಲಿ ಹವಾಮಾನದ ಪರಿಣಾಮಗಳಿಂದ ನಮ್ಮ ಮನೆಯನ್ನು ರಕ್ಷಿಸಲು ನಾವು ಹೇಗೆ ಬಿರುಕುಗಳು, ಸೋರಿಕೆಗಳು ಮತ್ತು ಅನಾನೂಕೂಲತೆಗಳನ್ನು ಹುಡುಕಿ ಮನೆಯನ್ನು ಹವಾಮಾನ ನಿರೋಧಕವಾಗಿಸಬಹುದೋ, ಅದೇ ರೀತಿಯಲ್ಲಿ ನಮ್ಮ ಸಂಬಂಧಗಳನ್ನು ಮತ್ತು ನಮ್ಮ ಜೀವನವನ್ನು ಸಿದ್ಧಪಡಿಸಬಹುದು. ಇಲ್ಲಿ ಹವಾಮಾನ ನಿರೋಧಕ ಎಂದರೆ ಸರಿಪಡಿಸಬೇಕಾದ ಅಥವಾ ದುರಸ್ತಿ ಮಾಡಬೇಕಾದದ್ದನ್ನು ಎಚ್ಚರಿಕೆಯಿಂದ ಗಮನಿಸುತ್ತಿದ್ದೀರಿ ಎಂದರ್ಥ. ಅದೇ ಜೀವನಕ್ಕೆ ಸಂಬಂಧಿಸಿದಂತೆ ಬಿರುಕುಗಳನ್ನು ಮತ್ತು ನ್ಯೂನತೆಗಳನ್ನು ಕಂಡುಹಿಡಿಯುವುದು, ಮತ್ತು ಅವುಗಳನ್ನು ತಿದ್ದಲು ಪ್ರಯತ್ನಿಸುವುದು ಅಥವಾ ಕನಿಷ್ಠ ಪಕ್ಷ ಅವುಗಳನ್ನು ಇತರರಿಗೆ ಎತ್ತಿ ತೋರಿಸುವುದಾಗಿದೆ. ಈ ಪ್ರವೃತ್ತಿಯು ನಿಮ್ಮನ್ನು ಇತರರಿಂದ ದೂರವಿಡುವುದಲ್ಲದೇ ನಿಮಗೂ ಕೂಡ ಬೇಜಾರಾಗುವಂತೆ ಮಾಡುತ್ತದೆ. ಇದು ನಿಮ್ಮನ್ನು ಪ್ರತಿಯೊಂದರಲ್ಲೂ ಮತ್ತು ಪ್ರತಿಯೊಬ್ಬರಲ್ಲೂ ತಪ್ಪನ್ನು ಹುಡುಕುವಂತೆ ಮಾಡುತ್ತದೆ, ನಿಮಗೆ ಅವರಲ್ಲಿ ಏನು ಇಷ್ಟವಿಲ್ಲ ಎಂಬುದರ ಬಗ್ಗೆ ಗಮನ ಹರಿಸುವಂತೆ ಮಾಡುತ್ತದೆ. ನಮ್ಮ ಜೀವನ ಮತ್ತು ನಮ್ಮ ಸಂಬಂಧಗಳನ್ನು ಮೆಚ್ಚಿಕೊಳ್ಳುವ ಬದಲು, ನಾವು ಜೀವನವು ಈ ರೀತಿಯ ನ್ಯೂನತೆಗಳಿಂದಲೇ ತುಂಬಿದೆ ಎಂದು ನಂಬಲು ಪ್ರಾರಂಭಿಸುತ್ತೇವೆ. ಯಾವುದೂ ಎಂದಿಗೂ ಒಳ್ಳೆಯದಾಗಿ ಕಾಣುವುದಿಲ್ಲ.

ನಮ್ಮ ಸಂಬಂಧಗಳಲ್ಲಿ ಹವಾಮಾನ ನಿರೋಧಕತೆಯು ಈ ಮುಂದಿನಂತೆ ಕಾರ್ಯನಿರ್ವಹಿಸುತ್ತದೆ: ನೀವು ಯಾರನ್ನಾದರೂ ಭೇಟಿಯಾಗುತ್ತೀರಿ ಮತ್ತು ಎಲ್ಲವೂ ಚೆನ್ನಾಗಿ ನಡೆಯುತ್ತಿದೆ. ನೀವು ಅವನ ಅಥವಾ ಅವಳ ರೂಪ, ವ್ಯಕ್ತಿತ್ವ, ಬುದ್ಧಿವಂತಿಕೆ ಅಥವಾ ಹಾಸ್ಯಪ್ರಜ್ಞೆ ಇವೆಲ್ಲವುಗಳಿಂದ ಆಕರ್ಷಿತರಾಗುತ್ತೀರಿ. ಆರಂಭದಲ್ಲಿ, ನೀವು ಆ ವ್ಯಕ್ತಿ ನಿಮಗಿಂತ ಭಿನ್ನವಾಗಿರುವುದನ್ನು ಒಪ್ಪಿಕೊಳ್ಳುವುದಷ್ಟೇ ಅಲ್ಲ ಅದನ್ನು ಮನಸ್ಪೂರ್ತಿಯಾಗಿ ಮೆಚ್ಚಿಕೊಳ್ಳುತ್ತೀರಿ ಕೂಡ. ಆ ವ್ಯಕ್ತಿಯು ನಿಮಗಿಂತ ಎಷ್ಟು ಬೇರೆಯಾಗಿದ್ದಾರೆ ಎಂಬುದು ಕೂಡ ನಿಮ್ಮ ಆಕರ್ಷಣೆಯ ಕಾರಣವಾಗಿರಬಹುದು. ನಿಮಗಿಬ್ಬರಿಗೂ ವಿಭಿನ್ನ ಅಭಿಪ್ರಾಯಗಳು, ಆದ್ಯತೆಗಳು, ಅಭಿರುಚಿಗಳು ಮತ್ತು ಆಯ್ಕೆಗಳಿರುತ್ತವೆ.

ಸ್ವಲ್ಪ ಸಮಯದ ನಂತರ, ನಿಮ್ಮ ಹೊಸ ಸಂಗಾತಿಯಲ್ಲಿ (ಸ್ನೇಹಿತ, ಶಿಕ್ಷಕ ಅಥವಾ ಇನ್ನೂ ಯಾರಾದರೂ) ಕೆಲವು ವೈಚಿತ್ರಗಳನ್ನು ಗಮನಿಸಲು ಪ್ರಾರಂಭಿಸುವಿರಿ, ಅವುಗಳನ್ನು ಸುಧಾರಿಸಬಹುದು ಎಂದು ಭಾವಿಸುವಿರಿ. ನೀವು ಅದನ್ನು ಅವರ ಗಮನಕ್ಕೆ ತರುತ್ತೀರಿ. ನೀವು

ಅವರನ್ನು ಕುರಿತು ಹೀಗೆ ಹೇಳಬಹುದು, "ನಿಮಗೆ ಗೊತ್ತಾ, ನಿಮಗೆ ಮನೆಗೆ ತಡವಾಗಿ ಬರುವ ಅಭ್ಯಾಸವಿದೆ" ಅಥವಾ "ನೀವು ಹೆಚ್ಚು ಓದುವುದಿಲ್ಲ ಎಂದು ನಾನು ಗಮನಿಸಿದ್ದೇನೆ". ಇದು ಹೀಗೆ ಪ್ರಾರಂಭವಾಗಿ ಈ ವಿಷಯಗಳು ಜೀವನಶೈಲಿಯ ಭಾಗವಾಗುತ್ತವೆ. ಅಂದರೆ ನೀವು ಯಾರಲ್ಲಾದರೂ ಅಥವಾ ಯಾವುದರಲ್ಲಾದರೂ ನಿಮಗೆ ಇಷ್ಟವಾಗದ್ದು ಯಾವುದಿದೆಯೆಂದು ಹುಡುಕಲು ಪ್ರಾರಂಭಿಸುವಿರಿ.

ಖಂಡಿತವಾಗಿ, ಸಾಂದರ್ಭಿಕ ಟಿಪ್ಪಣಿಗಳು, ರಚನಾತ್ಮಕ ಟೀಕೆಗಳು ಅಥವಾ ಸಹಾಯಕವಾಗಬಲ್ಲ ಮಾರ್ಗದರ್ಶನ ಇವೆಲ್ಲವೂ ಗಾಬರಿಯಾಗಬೇಕಾದ ಕಾರಣಗಳಲ್ಲ. ಆದರೂ ನನ್ನ ಇಷ್ಟು ವರ್ಷದ ಕೆಲಸದಲ್ಲಿ ನಾನು ನೂರಾರು ದಂಪತಿಗಳನ್ನು ಭೇಟಿ ಮಾಡಿದ್ದೇನೆ, ತಮ್ಮ ಸಂಗಾತಿಯಿಂದ ಒಂದಲ್ಲ ಒಂದು ರೀತಿಯಲ್ಲಿ ಹವಾಮಾನ ನಿರೋಧಕತೆಗೆ ಒಳಪಡದ ಅಂದರೆ ತಿದ್ದಲ್ಪಡದವರು ತುಂಬಾ ಕಡಿಮೆ ಜನರನ್ನು ನೋಡಿದ್ದೇನೆ ಎಂದು ನಾನು ಹೇಳಬಲ್ಲೆ.

ನೀವು ಇನ್ನೊಬ್ಬ ವ್ಯಕ್ತಿಯನ್ನು ಹವಾಮಾನ ನಿರೋಧಕವಾಗಿಸಿದಾಗ, ಅದು ಅವರ ಬಗ್ಗೆ ಏನನ್ನೂ ಹೇಳುವುದಿಲ್ಲ– ಬದಲಿಗೆ ಅದು ನಿಮ್ಮನ್ನು ಒಬ್ಬ ಹುಳುಕು ಹುಡುಕುವ ವ್ಯಕ್ತಿ ಎಂದು ವ್ಯಾಖ್ಯಾನಿಸುತ್ತದೆ.

ನಿಮ್ಮ ಸಂಬಂಧಗಳನ್ನು, ನಿಮ್ಮ ಜೀವನದ ಕೆಲವು ಅಂಶಗಳನ್ನು ಅಥವಾ ಇವೆರಡರಲ್ಲಿ ನ್ಯೂನತೆಗಳನ್ನು ಹುಡುಕಿ ಅದನ್ನು ಸರಿಪಡಿಸುವ ಪ್ರವೃತ್ತಿ ನಿಮಗಿದ್ದರೆ, ಅದನ್ನೊಂದು ಕೆಟ್ಟ ಅಭ್ಯಾಸವೆಂದು ಪರಿಗಣಿಸಿ ತೆಗೆದುಹಾಕಿಬಿಡಿ. ಈ ಅಭ್ಯಾಸವು ನಿಮ್ಮ ಯೋಚನೆಯಲ್ಲಿ ನುಸುಳುತ್ತಿದ್ದಂತೆ, ಅಲ್ಲಿಯೇ ತಡೆ ಹಿಡಿಯಿರಿ, ನಿಮ್ಮ ಬಾಯಿಗೆ ಬೀಗ ಹಾಕಿಕೊಳ್ಳಿ, ನಿಮ್ಮ ಸಂಗಾತಿ ಮತ್ತು ಸ್ನೇಹಿತರನ್ನು ನೀವು ಎಷ್ಟು ಕಡಿಮೆ ಹವಾಮಾನ ನಿರೋಧಕವಾಗಿಸುತ್ತೀರೋ, ನಿಮ್ಮ ಜೀವನವು ಅಷ್ಟೇ ಹೆಚ್ಚು ಸುಂದರವಾಗಿರುತ್ತದೆ.

42

ಪ್ರತಿದಿನ ಕೆಲವು ಕ್ಷಣಗಳನ್ನು ನೀವು ಪ್ರೀತಿಸಬಹುದಾದ ವ್ಯಕ್ತಿಯ ಯೋಚನೆಯಲ್ಲಿ ಕಳೆಯಿರಿ

ಈ ಪುಸ್ತಕದಲ್ಲಿ ಮೊದಲೇ, ಪ್ರತಿದಿನ ಒಬ್ಬ ವ್ಯಕ್ತಿಗೆ ಧನ್ಯವಾದ ಹೇಳಲು ಕೆಲವು ಕ್ಷಣಗಳನ್ನು ಕಳೆಯುವ ಕಲ್ಪನೆಯನ್ನು ಪರಿಚಯಿಸಿದ್ದೇನೆ. ಧನ್ಯತೆ ಮತ್ತು ಮನಃಶಾಂತಿಯನ್ನು ಕಂಡುಕೊಳ್ಳುವ ಇನ್ನೊಂದು ಮಾರ್ಗವೆಂದರೆ ಪ್ರತಿದಿನ ಕೆಲವು ಕ್ಷಣಗಳನ್ನು ನೀವು ಇಂದು ಯಾರಿಗೆ ಪ್ರೀತಿ ಹಂಚಬಹುದು ಎಂಬ ಯೋಚನೆಯಲ್ಲಿ ಕಳೆಯುವುದು. ಒಂದು ಹಳೆಯ ನುಡಿ – 'ದಿನಕ್ಕೊಂದು ಸೇಬು ವೈದ್ಯರನ್ನು ದೂರವಿಡುತ್ತದೆ' ನೆನಪಿದೆಯೇ? ಅದೇ ರೀತಿ ಪ್ರೀತಿಯ ಬಗ್ಗೆ 'ಪ್ರತಿದಿನ ನೀವು ಪ್ರೀತಿಸಬಹುದಾದ ವ್ಯಕ್ತಿಯ ಬಗ್ಗೆ ಯೋಚಿಸುವುದು ಕೋಪವನ್ನು ನಮ್ಮಿಂದ ದೂರಮಾಡುತ್ತದೆ' ಎಂದು ಹೇಳಬಹುದು.

ನಾನು ಆಗಾಗ ಯಾರು ನನಗೆ ಕಿರಿಕಿರಿ ಮಾಡುತ್ತಿದ್ದರೋ ಅವರದೇ ಯೋಚನೆಯಲ್ಲಿ ಸಿಕ್ಕಿಹಾಕಿಕೊಳ್ಳುತ್ತೇನೆ ಎಂದು ಗೊತ್ತಾದಾಗ, ನಾನು ಪ್ರಜ್ಞಾಪೂರ್ವಕವಾಗಿ ಯಾರಿಗೆ ಇಂದು ಪ್ರೀತಿ ಹಂಚಬೇಕು ಎಂಬುದರ ಬಗ್ಗೆ ಯೋಚಿಸಲು ಪ್ರಾರಂಭಿಸಿದೆ. ನನ್ನ ಮನಸ್ಸು ನನಗೆ ಕಿರಿಕಿರಿ ಉಂಟುಮಾಡುವ ಜನರ ನಕಾರಾತ್ಮಕ ಅಥವಾ ವಿಚಿತ್ರ ನಡವಳಿಕೆಯ ಮೇಲೆ ಕೇಂದ್ರೀಕರಿಸುತ್ತಿತ್ತು ಮತ್ತು ಕೆಲವೇ ಕ್ಷಣಗಳಲ್ಲಿ ನಾನು ಸಹ ನಕಾರಾತ್ಮಕತೆಯಿಂದ ತುಂಬಿಹೋಗುತ್ತಿದ್ದೆ. ಒಂದು ದಿನ ನಾನು ಪ್ರಜ್ಞಾಪೂರ್ವಕವಾಗಿ ಇನ್ನು ಮುಂದೆ ಪ್ರತಿದಿನ ಮುಂಜಾನೆ ಸ್ವಲ್ಪ ಹೊತ್ತು ನಾನು ಪ್ರೀತಿಸಬಹುದಾದವರ ಬಗ್ಗೆ ಯೋಚಿಸುತ್ತಾ ಕಳೆಯಬೇಕೆಂದು ನಿರ್ಧರಿಸಿದೆ. ಇದು ಆ ಒಬ್ಬ ವ್ಯಕ್ತಿಯ ಮೇಲೆ ಮಾತ್ರವಲ್ಲದೇ ನನ್ನ ಇಡೀ ದಿನದ ಮೇಲೆಯೂ ಸಹ ಸಕಾರಾತ್ಮಕವಾಗಿ ಗಮನಹರಿಸುವಂತೆ ಮಾಡಿತು. ಆ ನಂತರ ನಾನು ಎಂದಿಗೂ ಕೋಪಗೊಳ್ಳಲೇ ಇಲ್ಲ ಎಂದಲ್ಲ, ಆದರೆ ಕಿರಿಕಿರಿ ಮತ್ತು ಅಸಮಾಧಾನದ ಭಾವನೆ ಬಹಳಷ್ಟು ಕಡಿಮೆಯಾಯಿತು. ನನ್ನಲ್ಲಿ ಆದ ಈ ಸುಧಾರಣೆಗೆ ಈ ಉಪಾಯವೇ ಕಾರಣವೆಂದು ಭಾವಿಸುತ್ತೇನೆ.

ಪ್ರತಿದಿನ ಬೆಳಿಗ್ಗೆ ಎದ್ದಕೂಡಲೇ, ಕಣ್ಣು ಮುಚ್ಚಿ ಆಳವಾದ ಉಸಿರನ್ನು ತೆಗೆದುಕೊಳ್ಳುತ್ತೇನೆ. ನಂತರ ನನ್ನನ್ನು ನಾನೇ ಒಂದು ಪ್ರಶ್ನೆ ಕೇಳಿಕೊಳ್ಳುತ್ತೇನೆ – "ಇಂದು ನನ್ನ ಪ್ರೀತಿಯನ್ನು ಯಾರಿಗೆ ಕಳುಹಿಸಲಿ?" ಇದ್ದಕ್ಕಿದ್ದಂತೆ, ಯಾರಾದರೂ ನನ್ನ ಮನಸ್ಸಿನಲ್ಲಿ ಕಾಣಿಸಿಕೊಳ್ಳುತ್ತಾರೆ. ಅವರು ಕುಟುಂಬದ ಸದಸ್ಯರಾಗಿರಬಹುದು, ಸ್ನೇಹಿತನಾಗಿರಬಹುದು, ಸಹೋದ್ಯೋಗಿಯಾಗಿರಬಹುದು, ನೆರೆಹೊರೆಯವರಾಗಿರಬಹುದು, ನನ್ನ ಗತ ಜೀವನಕ್ಕೆ ಸಂಬಂಧಿಸಿದ ಯಾರಾದರೂ ಆಗಿರಬಹುದು ಅಥವಾ ಬೀದಿಯಲ್ಲಿ ನಡೆದುಕೊಂಡು ಹೋಗುತ್ತಿರುವ ಅಪರಿಚಿತರಾಗಿರಬಹುದು. ನನಗೆ, ಅದು ಯಾರೆಂಬುದು ಮುಖ್ಯವಲ್ಲ ಏಕೆಂದರೆ ನಾನು ಮನಸ್ಸನ್ನು ಪ್ರೀತಿಯ ಮೇಲೆ ಕೇಂದ್ರೀಕರಿಸಬೇಕಷ್ಟೇ. ನಾನು ಒಬ್ಬ ವ್ಯಕ್ತಿಯನ್ನು ಆರಿಸಿದ ನಂತರ, ನಾನು ಅವರ ದಿನ ಪ್ರೀತಿಯಿಂದ ತುಂಬಿರಲಿ ಎಂದು

ಹಾರೈಸುತ್ತೇನೆ. ನಾನು ನನ್ನಲ್ಲೇ ಹೀಗೆಂದು ಹೇಳಿಕೊಳ್ಳುತ್ತೇನೆ, 'ನಿಮ್ಮ ಇಂದಿನ ದಿನವು ಪ್ರೀತಿ ಮತ್ತು ಕಾರುಣ್ಯದಿಂದ ತುಂಬಿದ ಅದ್ಭುತವಾದ ದಿನವಾಗಿರಲಿ'. ಇಷ್ಟಾದ ನಂತರ, ನನ್ನ ಮನಸ್ಸು ಅಂದಿನ ದಿನವನ್ನು ಸ್ವಾಗತಿಸಲು ಸಿದ್ಧವಾಗಿದೆ ಎಂದೆನಿಸುತ್ತದೆ. ವಿವರಿಸಲು ಸಾಧ್ಯವಾಗದ ಆ ಕೆಲವು ಕ್ಷಣಗಳ ಅಲೌಕಿಕ ಅನುಭವವು ಮುಂದೆ ಹಲವು ಗಂಟೆಗಳವರೆಗೂ ಇರುತ್ತದೆ. ನೀವು ಈ ಸಣ್ಣ ಅಭ್ಯಾಸವನ್ನು ಪ್ರಯತ್ನಿಸಿ ನೋಡಿ, ನಿಮ್ಮ ದಿನವು ಮೊದಲಿಗಿಂತ ಸ್ವಲ್ಪ ಹೆಚ್ಚು ಶಾಂತ ಮತ್ತು ನಿರಾಳವಾಗಿರಬಹುದು ಎಂದು ನನ್ನ ನಂಬಿಕೆ.

43

ಮಾನವಶಾಸ್ತ್ರಜ್ಞರಾಗಿ

ಮಾನವಶಾಸ್ತ್ರವು ಮನುಷ್ಯ ಮತ್ತು ಅವನ ಉಗಮದ ವಿಜ್ಞಾನವಾಗಿದೆ. ಆದಾಗ್ಯೂ, ಈ ತಂತ್ರದಲ್ಲಿ, ನಾನು ಮಾನವಶಾಸ್ತ್ರವನ್ನು ನನ್ನದೇ ಆದ ರೀತಿಯಲ್ಲಿ ವ್ಯಾಖ್ಯಾನಿಸಲು ಬಯಸುತ್ತೇನೆ. ಇದರ ಪ್ರಕಾರ, 'ಮಾನವಶಾಸ್ತ್ರವು ಇತರರು ಹೇಗೆ ಬದುಕುತ್ತಾರೆ ಹಾಗೂ ವರ್ತಿಸುತ್ತಾರೆ ಎಂಬುದರಲ್ಲಿ ಯಾವುದೇ ವಿಮರ್ಶೆಯಿಲ್ಲದೇ ಆಸಕ್ತಿ ಹೊಂದುವುದಾಗಿದೆ'. ಈ ತಂತ್ರವು ನಿಮ್ಮೊಳಗೆ ಸಹಾನುಭೂತಿಯನ್ನು ಬೆಳೆಸುವ ಮೂಲಕ ನಿಮ್ಮನ್ನು ಇನ್ನಷ್ಟು ಸಹಿಷ್ಣುವನ್ನಾಗಿ ಮಾಡುತ್ತದೆ. ಇದಲ್ಲದೇ, ಇತರರು ಹೇಗೆ ವರ್ತಿಸುತ್ತಾರೆ ಎಂಬುವುದನ್ನು ವಿಮರ್ಶೆಯ ಬದಲು, ಪ್ರೀತಿ ಮತ್ತು ಅಂತಃಕರಣದಿಂದ ಆಸಕ್ತಿ ವಹಿಸುವುದಾಗಿದೆ. ಯಾರಾದರೂ ಹೇಗೆ ಪ್ರತಿಕ್ರಿಯಿಸುತ್ತಾರೆ ಅಥವಾ ಬೇರೆ ಯಾವುದರ ಬಗ್ಗೆಯಾದರೂ ಅವರ ಭಾವನೆ ಹೇಗಿದೆ ಎಂಬುದರ ಬಗ್ಗೆ ನಿಮಗೆ ಪ್ರಾಮಾಣಿಕವಾದ ಕುತೂಹಲವಿದ್ದರೆ, ನೀವು ಅಸಮಾಧಾನಗೊಳ್ಳುವ ಸಾಧ್ಯತೆಯಿರುವುದಿಲ್ಲ. ಈ ರೀತಿಯಾಗಿ, ನೀವು ಮಾನವಸ್ತ್ರಜ್ಞರಾದರೆ, ಇತರರ ಕ್ರಿಯೆಗಳಿಂದ ನೀವು ಕಡಿಮೆ ನಿರಾಶೆಗೊಳ್ಳುವಿರಿ.

ಯಾರಾದರೂ ನಿಮ್ಮೊಂದಿಗೆ ವಿಚಿತ್ರವೆನಿಸುವ ರೀತಿಯಲ್ಲಿ ವರ್ತಿಸಿದಾಗ, "ಅವರು ಹಾಗೆ ಮಾಡಬಹುದೆಂದು ನನಗೆ ನಂಬಲು ಆಗುತ್ತಿಲ್ಲ" ಎಂದು ನಿಮ್ಮ ಸಾಮಾನ್ಯ ರೀತಿಯಲ್ಲಿ ಪ್ರತಿಕ್ರಿಯಿಸುವ ಬದಲು ಆ ಸಮಯದಲ್ಲಿ, ನೀವು, "ಓಹ್, ಅವರು ಜಗತ್ತಿನ ವಿಷಯಗಳನ್ನು ಈ ರೀತಿಯಾಗಿ ನೋಡುತ್ತಾರೆಯೋ, ನಿಜಕ್ಕೂ ಆಸಕ್ತಿದಾಯಕವಾಗಿದೆ" ಎಂದು ಹೇಳಿ. ನೀವು ಈ ತಂತ್ರವನ್ನು ಬಳಸಲು ಬಯಸಿದರೆ, ನೀವು ಪ್ರಾಮಾಣಿಕವಾಗಿರಬೇಕು. ನಿಜವಾದ 'ಆಸಕ್ತಿ' ತೋರಿಸುವುದಕ್ಕೂ ದುರಹಂಕಾರಿಯಾಗಿರುವುದಕ್ಕೂ ಮಧ್ಯೆ ಒಂದು ತೆಳುವಾದ ಗೆರೆ ಇದೆ, ದುರಹಂಕಾರದಲ್ಲಿ ನೀವು ನಿಮ್ಮದೇ ಮಾರ್ಗವು ಶ್ರೇಷ್ಠವಾಗಿದೆ ಎಂದು ನಂಬಿರುತ್ತೀರಿ.

ಇತ್ತೀಚೆಗೆ ನಾನು ನನ್ನ ಆರು ವರ್ಷದ ಮಗಳೊಂದಿಗೆ ಹತ್ತಿರದ ಶಾಪಿಂಗ್ ಮಾಲ್‌ಗೆ ಹೋಗಿದ್ದೆ. ಕಿತ್ತಳೆ ಬಣ್ಣದ ಕೂದಲು ಮತ್ತು ಹಚ್ಚೆಗಳಿಂದ ತಮ್ಮ ದೇಹದ ಹೆಚ್ಚಿನ ಭಾಗವನ್ನು ಮುಚ್ಚಿಕೊಂಡಿರುವ ಕೆಲವು ಪಂಕ್ ರಾಕರ್ ಗಳ ಗುಂಪೊಂದು ನಡೆದುಕೊಂಡು ಹೋಗುತ್ತಿತ್ತು. "ಅಪ್ಪಾ ಅವರು ಅದೇನು ಧರಿಸಿದ್ದಾರೆ? ಅದು ಅವರ ವೇಷಭೂಷಣವೇ?" ಎಂದು ನನ್ನ ಮಗಳು ಕೇಳಿದಳು. ಇದೇ ಹಲವು ವರ್ಷಗಳ ಹಿಂದೆ ನಡೆದಿದ್ದರೆ, ನಾನು ಈ ಯುವಕರನ್ನು ನೋಡಿ ತುಂಬಾ ಕೋಪಗೊಳ್ಳುತ್ತಿದ್ದೆ ಮತ್ತು ಅವರನ್ನು ವಿಮರ್ಶಿಸಿ, ಅವರದು ತಪ್ಪು ಮತ್ತು ನನ್ನ ಸಾಂಪ್ರದಾಯವಾದಿ ವಿಚಾರವೇ ಸರಿಯಾದುದು ಎಂದು ಭಾವಿಸುತ್ತಿದ್ದೆ. ಬಹುಶಃ ನಾನು ನನ್ನ ಮಗಳಿಗೂ ಅದೇ ರೀತಿಯ ವಿಮರ್ಶಾತ್ಮಕವಾದ ಆಲೋಚನೆಯನ್ನು ವರ್ಗಾಯಿಸುತ್ತಿದ್ದೆ. ಆದರೆ, ನನ್ನನ್ನು ನಾನು ಮಾನವಶಾಸ್ತ್ರಜ್ಞ ಎಂದು ಭಾವಿಸುವುದರಿಂದ ನನ್ನ ದೃಷ್ಟಿಕೋನವೂ ಬದಲಾಗಿದೆ. ನಾನು ಮೊದಲಿಗಿಂತ ಮೃದು ಹೃದಯಿಯಾಗಿದ್ದೇನೆ.

ನಾನು ನನ್ನ ಮಗಳಿಗೆ "ನಾನು ನಿಖರವಾಗಿ ಹೇಳಲಾರೆ, ಆದರೆ ನಾವೆಲ್ಲರೂ ಎಷ್ಟು ವಿಭಿನ್ನರು ಎಂಬುದು ಆಸಕ್ತಿದಾಯಕವಾಗಿದೆ, ಅಲ್ಲವೇ?" ಎಂದು ಹೇಳಿದೆ. ಅದಕ್ಕವಳು, "ಹಾಂ, ಆದರೆ ನನಗೆ ನನ್ನ ಕೂದಲೇ ಇಷ್ಟ" ಎಂದಳು..

ಅವರ ವರ್ತನೆಯ ಮೇಲೆ ನಮ್ಮ ಶಕ್ತಿಯನ್ನು ವ್ಯಯಿಸುವ ಬದಲು, ಅದನ್ನು ಅಲ್ಲಿಗೆ ಬಿಟ್ಟು ನಾವಿಬ್ಬರೂ ನಮ್ಮ ಸಮಯವನ್ನು ಒಟ್ಟಿಗೆ ಆನಂದಿಸುವುದನ್ನು ಮುಂದುವರಿಸಿದೆವು.

ನೀವು ಇನ್ನೊಬ್ಬರ ದೃಷ್ಟಿಕೋನದಲ್ಲಿ ಆಸಕ್ತಿ ಹೊಂದಿಲ್ಲ ಎಂದ ಮಾತ್ರಕ್ಕೆ ನೀವು ಅದನ್ನು ಸಮರ್ಥಿಸುತ್ತಿದ್ದೀರಿ ಎಂದರ್ಥವಲ್ಲ. ನಾನು ಖಂಡಿತವಾಗಿಯೂ ಪಂಕ್ ರಾಕ್ ಜೀವನಶೈಲಿಯನ್ನು ಆಯ್ಕೆ ಮಾಡಿಕೊಳ್ಳುವುದಿಲ್ಲ ಅಥವಾ ಬೇರೆಯವರಿಗೆ ಅದನ್ನು ಸೂಚಿಸುವುದಿಲ್ಲ. ಆದಾಗ್ಯೂ, ಅದೇ ರೀತಿ, ಅದನ್ನು ಸರಿ ತಪ್ಪು ಎಂದು ವಿಮರ್ಶಿಸುವುದು ಕೂಡ ನನ್ನ ಕೆಲಸವಲ್ಲ. ಸಂತೋಷದಾಯಕ ಜೀವನದ ಒಂದು ಪ್ರಮುಖ ನಿಯಮವೆಂದರೆ ಇತರರನ್ನು ವಿಮರ್ಶಿಸುವುದರಿಂದ ನಿಮ್ಮ ಹೆಚ್ಚಿನ ಶಕ್ತಿಯನ್ನು ವ್ಯಯವಾಗುತ್ತದೆ ಮತ್ತು ಮುಲಾಜಿಲ್ಲದೇ, ನೀವು ನಿಜವಾಗಿಯೂ ಇರಲು ಬಯಸುವ ಸ್ಥಳದಿಂದ ನಿಮ್ಮನ್ನು ದೂರ ಕರೆದೊಯ್ಯುತ್ತದೆ.

44

ವಿಭಿನ್ನ ವಾಸ್ತವಗಳನ್ನು ಅರ್ಥಮಾಡಿಕೊಳ್ಳಿ

ಇತರರು ಯಾವ ರೀತಿ ಕೆಲಸ ಮಾಡುತ್ತಾರೆ ಎಂಬುದರಲ್ಲಿ ಆಸಕ್ತಿ ವಹಿಸುವ ಬಗ್ಗೆ ನಾವು ಮಾತನಾಡುತ್ತಿದ್ದೇವೆ. ಈಗ ವಿಭಿನ್ನ ವಾಸ್ತವಗಳ ಬಗ್ಗೆಯೂ ಚರ್ಚೆ ಮಾಡಲು ಸ್ವಲ್ಪ ಸಮಯವನ್ನು ಮೀಸಲಿಡೋಣ.

ನೀವು ಇತರ ದೇಶಗಳಿಗೆ ಪ್ರಯಾಣಿಸಿದ್ದರೆ ಅಥವಾ ಅವುಗಳ ದೃಶ್ಯಗಳನ್ನು ಚಲನಚಿತ್ರಗಳಲ್ಲಿ ನೋಡಿದ್ದರೆ, ಅವರ ಮತ್ತು ನಮ್ಮ ಸಂಸ್ಕೃತಿಗಳ ನಡುವೆ ಅಗಾಧ ವ್ಯತ್ಯಾಸಗಳಿವೆ ಎಂದು ನಿಮಗೆ ಗೊತ್ತಿರುತ್ತದೆ. ವಿಭಿನ್ನ ವಾಸ್ತವಗಳ ತತ್ವವು ವ್ಯಕ್ತಿಗಳ ನಡುವೆ ಅಗಾಧವಾದ ವ್ಯತ್ಯಾಸಗಳಿವೆ ಎಂದು ಹೇಳುತ್ತದೆ. ವಿಭಿನ್ನ ಸಂಸ್ಕೃತಿಗಳ ಜನರು ನಮ್ಮ ಹಾಗೆಯೇ ವರ್ತಿಸುತ್ತಾರೆ ಎಂಬುದನ್ನು ನಾವು ನಿರೀಕ್ಷಿಸಲು ಹೇಗೆ ಸಾಧ್ಯವಿಲ್ಲವೋ (ಒಂದು ವೇಳೆ ಅವರು ಹಾಗೆ ಮಾಡಿದರೆ ನಾವು ನಿರಾಶೆಗೊಳ್ಳುತ್ತೇವೆ), ಅದೇ ರೀತಿ ಈ ತತ್ವವು ನಾವು ಜಗತ್ತನ್ನು ನೋಡುವ ವಿಧಾನಗಳಲ್ಲಿನ ವೈಯಕ್ತಿಕ ವ್ಯತ್ಯಾಸಗಳು ಸಹ ವಿಭಿನ್ನವಾಗಿವೆ ಎಂದು ಹೇಳುತ್ತದೆ. ಇದು ಕೇವಲ ವ್ಯತ್ಯಾಸಗಳನ್ನು ಸಹಿಸಿಕೊಳ್ಳುವುದಷ್ಟೇ ಅಲ್ಲ. ಯಾವುದು ಹೇಗಿದೆಯೋ ಅದು ಹಾಗೆಯೇ ಇರಲು ಸಾಧ್ಯ ಎಂಬ ಅಂಶವನ್ನು ನಿಜವಾಗಿಯೂ ಅರ್ಥಮಾಡಿಕೊಳ್ಳುವುದು ಮತ್ತು ಗೌರವಿಸುವುದಾಗಿದೆ.

ಈ ತತ್ವವನ್ನು ಅರ್ಥಮಾಡಿಕೊಳ್ಳುವುದರಿಂದ ಜೀವನ ಬದಲಾಗುತ್ತದೆ ಎಂದು ನಾನು ನೋಡಿದ್ದೇನೆ. ಇದು ವಸ್ತುತಃ ಜಗಳಗಳನ್ನು ತಡೆಯಲು ಸಹಾಯ ಮಾಡುತ್ತದೆ. ನಾವು ವಿಷಯಗಳನ್ನು ವಿಭಿನ್ನವಾಗಿ ನೋಡುತ್ತೇವೆ, ಇತರರು ಬೇರೆ ರೀತಿಯಲ್ಲಿ ಕೆಲಸಗಳನ್ನು ಮಾಡುತ್ತಾರೆ ಮತ್ತು ಒಂದೇ ರೀತಿಯ ಪರಿಸ್ಥಿತಿಗಳಿಗೆ ಬೇರೆ ರೀತಿಯಲ್ಲಿ ಪ್ರತಿಕ್ರಿಯಿಸುತ್ತಾರೆ ಎಂಬುದನ್ನು ಮೊದಲೇ ನಿರೀಕ್ಷಿಸಿದಾಗ ನಾವು ಅವರ ಬಗ್ಗೆ ಮತ್ತು ನಮ್ಮ ಬಗ್ಗೆಯೂ ಸಹ ಸಹಾನುಭೂತಿಯನ್ನು ಬೆಳೆಸಿಕೊಳ್ಳುತ್ತೇವೆ. ನಾವು ಇದಕ್ಕೆ ವ್ಯತಿರಿಕ್ತವಾದದ್ದನ್ನು ನಿರೀಕ್ಷಿಸಿದಾಗ, ಅಲ್ಲಿ ಸಂಘರ್ಷವಾಗುವ ಸಾಧ್ಯತೆಯಿದೆ.

ನಾವೆಲ್ಲರೂ ತುಂಬಾ ವಿಭಿನ್ನರು ಎಂಬ ಅಂಶವನ್ನು ನೀವು ಪೂರ್ಣ ಹೃದಯದಿಂದ ಗೌರವಿಸಬೇಕೆನ್ನುವುದನ್ನು ನಾನು ಅನುಮೋದಿಸುತ್ತೇನೆ. ನೀವು ಹೀಗೆ ಮಾಡಿದಾಗ, ನಿಮಗೆ ಇತರರ ಬಗ್ಗೆ ಪ್ರೀತಿ ಹೆಚ್ಚಾಗುತ್ತದೆ ಮತ್ತು ನಿಮ್ಮ ವಿಶಿಷ್ಟತೆಯ ಬಗ್ಗೆ ನಿಮಗೆ ಇರುವ ಮೆಚ್ಚುಗೆ ಹೆಚ್ಚಾಗುತ್ತದೆ.

45

ಸಹಾಯ ಮಾಡುವ ನಿಮ್ಮದೇ ಸ್ವಂತ ವಿಧಾನವನ್ನು ಬೆಳೆಸಿಕೊಳ್ಳಿ

ನಿಮ್ಮ ಜೀವನವು ಶಾಂತಿ ಮತ್ತು ಕರುಣೆಯನ್ನು ಪ್ರತಿನಿಧಿಸಬೇಕೆಂದು ನೀವು ಬಯಸಿದರೆ, ನೀವು ಕರುಣೆ ಮತ್ತು ಶಾಂತಿಯುತ ಕಾರ್ಯಗಳನ್ನು ಮಾಡಬೇಕು. ಇದನ್ನು ಮಾಡಲು, ನನ್ನ ನೆಚ್ಚಿನ ಮಾರ್ಗಗಳಲ್ಲಿ ಒಂದು – ಸಹಾಯ ಮಾಡಲು ನನ್ನ ಸ್ವಂತ ವಿಧಾನವನ್ನು ಬೆಳೆಸಿಕೊಳ್ಳುವುದು. ಈ ಸಣ್ಣ – ಪುಟ್ಟ ಸಹಾಯಗಳು ನಮಗೆ ಇತರರ ಸೇವೆ ಮಾಡಲು ಅವಕಾಶವನ್ನು ನೀಡುತ್ತವೆ ಮತ್ತು ನಾವು ಕರುಣಾಳು ಮತ್ತು ಉಪಯೋಗಿ ವ್ಯಕ್ತಿಯಾಗಿರುವುದು ಎಷ್ಟು ಆಹ್ಲಾದಕರ ಎಂಬುದರ ಅರಿವು ಮೂಡಿಸುತ್ತವೆ.

ನಾವು ಸ್ಯಾನ್ ಫ್ರಾನ್ಸಿಸ್ಕೋ ಕೊಲ್ಲಿ ಪ್ರದೇಶದ ಗ್ರಾಮೀಣ ಪ್ರದೇಶಗಳಲ್ಲಿ ವಾಸಿಸುತ್ತೇವೆ. ಇಲ್ಲಿ ನಾವು ಪ್ರಕೃತಿ ಸೌಂದರ್ಯವನ್ನು ಆಸ್ವಾದಿಸುತ್ತೇವೆ. ಗ್ರಾಮೀಣ ರಸ್ತೆಗಳಲ್ಲಿ ವಾಹನ ಚಲಾಯಿಸುವಾಗ ಕೆಲವರು ತಮ್ಮ ಕಿಟಕಿಗಳಿಂದ ಹೊರಗೆ ಎಸೆಯುವ ಕಸ ಈ ಸೌಂದರ್ಯಕ್ಕೆ ಒಂದು ಕಪ್ಪು ಚುಕ್ಕೆ. ಗ್ರಾಮ ಪ್ರದೇಶಗಳಲ್ಲಿ ವಾಸಿಸುವವರಿಗೆ ಇರುವ ಕೆಲವು ಅನಾನುಕೂಲತೆಗಳೆಂದರೆ ನಗರಗಳಲ್ಲಿ ಇರುವ ಹಾಗೆ ಸಾರ್ವಜನಿಕ ಸೇವೆಗಳು ಇಲ್ಲಿ ಹೆಚ್ಚಾಗಿ ಲಭ್ಯವಿರುವುದಿಲ್ಲ. ಉದಾಹರಣೆಗೆ, ಕಸ ಸಂಗ್ರಹಣೆಯಂತಹ ಸೇವೆಗಳು.

ನಾನು ಮತ್ತು ನನ್ನ ಇಬ್ಬರು ಮಕ್ಕಳು ಸಹಾಯ ಮಾಡುವ ಒಂದು ನಿಯಮಿತ ವಿಧಾನವನ್ನು ಬೆಳೆಸಿಕೊಂಡಿದ್ದೇವೆ-ನಮ್ಮ ಸುತ್ತಮುತ್ತಲಿನ ಪ್ರದೇಶದಲ್ಲಿನ ಕಸವನ್ನು ಎತ್ತುವುದು. ಇದನ್ನು ಮಾಡಲು ನಾವು ಎಷ್ಟು ಒಗ್ಗಿಕೊಂಡಿದ್ದೇವೆ ಎಂದರೆ ಕೆಲವೊಮ್ಮೆ ನನ್ನ ಹೆಣ್ಣುಮಕ್ಕಳು ನನ್ನನ್ನು ಕೂಗಿ ಹೇಳುತ್ತಾರೆ, "ಅಪ್ಪಾ, ಇಲ್ಲಿ ಸ್ವಲ್ಪ ಕಸವಿದೆ, ಕಾರು ನಿಲ್ಲಿಸಿ!" ಮತ್ತು ನಮಗೆ ಸಮಯವಿದ್ದರೆ, ನಾವು ಕಾರನ್ನು ನಿಲ್ಲಿಸಿ ಅದನ್ನು ಎತ್ತಿಕೊಳ್ಳುತ್ತೇವೆ. ಇದು ಸ್ವಲ್ಪ ವಿಚಿತ್ರವೆನಿಸಬಹುದು ಆದರೆ ನಾವು ಇದನ್ನು ನಿಜವಾಗಿಯೂ ಆನಂದಿಸುತ್ತೇವೆ. ನಾವು ಉದ್ಯಾನವನಗಳು, ಕಾಲುದಾರಿಗಳು ಮತ್ತು ಎಲ್ಲಿಂದಲಾದರೂ ಸರಿ ಕಸ ಸಂಗ್ರಹಿಸುತ್ತೇವೆ. ಒಮ್ಮೆ ನಮ್ಮ ಮನೆಯ ಹತ್ತಿರದ ಜಾಗದಿಂದ ಅಪರಿಚಿತರೊಬ್ಬರು ಕಸ ಸಂಗ್ರಹಿಸುವುದನ್ನು ನಾನು ನೋಡಿದೆ. ಅವರು ಮುಗುಳ್ನಗುತ್ತಾ, "ನೀವು ಹೀಗೆ ಮಾಡುವುದನ್ನು ನೋಡಿದೆ. ಇದು ಒಳ್ಳೆಯ ಅಭ್ಯಾಸ ಅಂತ ನನಗನ್ನಿಸಿತು" ಎಂದರು.

ಕಸವನ್ನು ಎತ್ತುವುದು ಸಹಾಯ ಮಾಡುವ ಅಸಂಖ್ಯಾತ ವಿಧಾನಗಳಲ್ಲಿ ಒಂದು. ವೃದ್ಧಾಶ್ರಮದಲ್ಲಿ ಒಂಟಿಯಾಗಿ ವಾಸಿಸುವ ವೃದ್ಧರನ್ನು ಭೇಟಿಯಾಗುವುದು, ಅಥವಾ ರಸ್ತೆಯ ಮೇಲೆ ಸಂಗ್ರಹವಾದ ಹಿಮ/ಕಸವನ್ನು ಎತ್ತಿ ಹಾಕುವುದು – ಹೀಗೆ ನಿಮಗಿಷ್ಟವಾದ ಯಾವುದನ್ನಾದರೂ ಮಾಡಬಹುದು. ಸುಲಭವೆನ್ನಿಸುವ ಆದರೆ ಉಪಯೋಗವಾಗಬಲ್ಲದ್ದನ್ನು ಯೋಚಿಸಿ ನೋಡಿ. ಇದು ನಿಜಕ್ಕೂ ಖುಷಿ ಕೊಡುತ್ತದೆ, ವೈಯಕ್ತಿಕವಾಗಿ ತೃಪ್ತಿದಾಯಕ ಮತ್ತು ಇತರರಿಗೆ ಮಾದರಿಯಾಗುತ್ತದೆ. ಇದು ಎಲ್ಲರಿಗೂ ಲಾಭದಾಯಕವಾದದ್ದು ಕೂಡ.

46

ಪ್ರತಿದಿನ, ಕನಿಷ್ಠ ಒಬ್ಬ ವ್ಯಕ್ತಿಗಾದರೂ ನೀವು ಅವರಲ್ಲಿ ಏನನ್ನು ಮೆಚ್ಚುತ್ತೀರಿ ಎಂದು ಹೇಳಿ

ನೀವು ಜನರಿಗೆ ಅವರನ್ನು ಇಷ್ಟಪಡುತ್ತೀರಿ ಅಥವಾ ಮೆಚ್ಚುತ್ತೀರಿ ಎಂದು ಎಷ್ಟು ಬಾರಿ ಹೇಳಿದ್ದೀರೆಂದು ನೆನಪಿದೆಯೇ? (ಇದಕ್ಕಾಗಿ ಸಮಯವಿದೆಯೇ) ಅನೇಕರು ಇದನ್ನು ಹೆಚ್ಚಾಗಿ ಮಾಡುವುದಿಲ್ಲ. ವಾಸ್ತವವಾಗಿ ನಾನು ಜನರನ್ನು, ಇತರರಿಂದ ನೀವು ಹೃತ್ಪೂರ್ವಕ ಮೆಚ್ಚುಗೆಯನ್ನು ಪಡೆದಿದ್ದು ಯಾವಾಗ ಎಂದು ಕೇಳಿದಾಗ, ಅವರು "ನಾನು ಕೊನೆಯ ಬಾರಿಗೆ ಮೆಚ್ಚುಗೆಯನ್ನು ಪಡೆದಿದ್ದು ನನಗೆ ನೆನಪಿಲ್ಲ," "ತುಂಬಾ ಕಡಿಮೆ" ಮತ್ತು, ದುಃಖಕರವೆಂದರೆ ಕೆಲವೊಬ್ಬರು, "ನಂಗೆ ಎಂದೂ ಪ್ರಶಂಸೆ ಸಿಕ್ಕಿಲ್ಲ" ಎಂಬಂತಹ ಉತ್ತರಗಳನ್ನು ನೀಡುತ್ತಾರೆ.

ನಾವು ಇತರರ ಬಗ್ಗೆ ನಮಗಿರುವ ಸಕಾರಾತ್ಮಕ ಭಾವನೆಗಳನ್ನು ಮಾತುಗಳಲ್ಲಿ ಹೇಳದಿರಲು ಹಲವಾರು ಕಾರಣಗಳಿವೆ. ಜನರು ಇದಕ್ಕಾಗಿ ತುಂಬಾ ನೆಪಗಳನ್ನು ಹುಡುಕುವುದನ್ನು ನೋಡಿದ್ದೇನೆ, "ಜನರು ನನ್ನಿಂದಲೇ ಏಕೆ ತಿಳಿದುಕೊಳ್ಳಬೇಕು, ಅವರಿಗೆ ಈಗಾಗಲೇ ಗೊತ್ತಿದೆ" ಮತ್ತು "ನನಗೆ ಅವರ ಬಗ್ಗೆ ಮೆಚ್ಚುಗೆ ಇದೆ, ಆದರೆ ಅದನ್ನು ಹೇಳಲು ನನಗೆ ಸಂಕೋಚವಾಗುತ್ತದೆ" ಇತ್ಯಾದಿ. ನೀವು ಯಾರನ್ನಾದರೂ ಕುರಿತು ನಿಮಗೆ ನಿಜವಾದ ಮೆಚ್ಚುಗೆ ಅಥವಾ ಸಕಾರಾತ್ಮಕ ಪ್ರತಿಕ್ರಿಯೆಗಳನ್ನು ಪಡೆಯಲು ಇಷ್ಟವೇ ಎಂದು ಕೇಳಿದಾಗ, ಹತ್ತರಲ್ಲಿ ಒಂಬತ್ತು ಜನರು "ನನಗೆ ತುಂಬಾ ಇಷ್ಟ" ಎಂದೇ ಹೇಳುತ್ತಾರೆ. ನೀವು ಯಾರನ್ನಾದರೂ ನಿಯಮಿತವಾಗಿ ಹೊಗಳುತ್ತಿಲ್ಲದಿರಬಹುದು ಅದಕ್ಕೆ ಕಾರಣ ಏನೇ ಇರಬಹುದು, ಏನೆಂದು ಹೊಗಳಬೇಕು ಎಂದು ತಿಳಿಯದೆಯೋ, ಸಂಕೋಚದಿಂದಲೋ, ಅಥವಾ ಹೇಳಬೇಕಾದ ಅಗತ್ಯವಿಲ್ಲ, ಅವರಿಗೆ ಈಗಾಗಲೇ ಅವರ ಸಾಮರ್ಥ್ಯ ತಿಳಿದಿದೆ ಎಂದೋ ಅಥವಾ ನಿಮಗೆ ರೂಢಿಯಿಲ್ಲವೋ ಇತ್ಯಾದಿ. ಆದರೆ ಈಗ ನೀವು ಬದಲಾಗಬೇಕಾದ ಸಮಯ ಬಂದಿದೆ.

ಯಾರನ್ನಾದರೂ ಮೆಚ್ಚುವುದು ಅಥವಾ ಪ್ರಶಂಸಿಸುವುದು ಕೂಡ ಒಂದು ರೀತಿಯ 'ಸ್ವಯಂ ಪ್ರೇರಣೆಯಿಂದ ಮಾಡಿದ ಒಳ್ಳೆಯ ಕೆಲಸಗಳಲ್ಲಿ' ಒಂದು. ಇದಕ್ಕೆ ಯಾವುದೇ ರೀತಿಯ ಪ್ರಯತ್ನದ ಅಗತ್ಯವಿಲ್ಲ (ಒಮ್ಮೆ ನೀವು ರೂಢಿಸಿಕೊಳ್ಳಬೇಕು), ಇದು ಖಂಡಿತವಾಗಿಯೂ ನಿಮಗೆ ಲಾಭವನ್ನೇ ನೀಡುತ್ತದೆ. ಅನೇಕ ಜನರು ತಮ್ಮ ಇಡೀ ಜೀವನವನ್ನು ಜನರು ತಮ್ಮನ್ನು ಇಂದಲ್ಲ ನಾಳೆ ಒಪ್ಪಿಕೊಳ್ಳುತ್ತಾರೆ ಎಂದು ಬಯಸುತ್ತಾ ಕಳೆಯುತ್ತಾರೆ. ಅವರು ತಮ್ಮ ಪೋಷಕರು, ಸಂಗಾತಿ, ಮಕ್ಕಳು ಮತ್ತು ಸ್ನೇಹಿತರಿಂದ ಇದನ್ನು ಹೆಚ್ಚಾಗಿ ಬಯಸುತ್ತಾರೆ. ಆದರೆ ಯಾರೋ ಅಪರಿಚಿತರು ನಿಮ್ಮನ್ನು ಪ್ರಾಮಾಣಿಕವಾಗಿ ಹೊಗಳಿದರೂ ಸಹ ಅದು ಎಷ್ಟು ಚೆನ್ನಾಗಿರುತ್ತದೆ ಅಲ್ಲವೇ! ಇತರರ ಬಗ್ಗೆ ನಿಮಗೆ ಯಾವ ಭಾವನೆಯಿದೆ ಎಂಬುದನ್ನು ಅವರಿಗೆ ತಿಳಿಸಿದರೆ ಪ್ರಶಂಸಿಸಿದ ವ್ಯಕ್ತಿಗೆ ಕೂಡ ಆಹ್ಲಾದಕರವಾಗಿಯೇ ಇರುತ್ತದೆ. ಇದು ಪ್ರೀತಿ ಮತ್ತು ಅಂತಃಕರಣದ ಸೂಚಕ. ಇದರರ್ಥ ನೀವು ಅವರ ಬಗ್ಗೆ ಏನು ಸರಿ ಇದೆಯೋ

ಅದರ ಬಗ್ಗೆ ಯೋಚಿಸುತ್ತೀರಿ. ನಿಮ್ಮ ಆಲೋಚನೆಗಳು ಸಕಾರಾತ್ಮಕ ದಿಕ್ಕಿನಲ್ಲಿ ಹೋದಾಗ, ನಿಮ್ಮ ಭಾವನೆಗಳು ಸಹ ಶಾಂತಿಯುತವಾಗಿರುತ್ತವೆ.

ಒಂದು ದಿನ ನಾನು ದಿನಸಿ ಅಂಗಡಿಯಲ್ಲಿದ್ದಾಗ ಅದ್ಭುತ ತಾಳ್ಮೆಯ ನಿದರ್ಶನವನ್ನು ನನ್ನ ಕಣ್ಣಾರೆ ಕಂಡೆ. ಒಬ್ಬ ಗ್ರಾಹಕನು ಒಂದು ಸಾಮಾನು ಅಂಗಡಿಯ ಚೆಕ್‌ಔಟ್ ಕ್ಲರ್ಕ್ ಅನ್ನು ಕಾರಣವಿಲ್ಲದೇ ಗದರಿಸಿದನು. ಕೋಪಗೊಳ್ಳುವ ಬದಲು, ಅವಳು ಶಾಂತವಾಗಿ ಅವನೊಂದಿಗೆ ಮಾತನಾಡಿದಳು. ನನ್ನ ಸರದಿ ಬಂದಾಗ, ನಾನು ಅವಳನ್ನು ಕುರಿತು "ನೀವು ಆ ಗ್ರಾಹಕರನ್ನು ನಿಭಾಯಿಸಿದ ರೀತಿ ನನಗೆ ತುಂಬಾ ಹಿಡಿಸಿತು" ಎಂದೆ. ಅವಳು ನನ್ನನ್ನೇ ನೇರವಾಗಿ ನೋಡಿ, "ಧನ್ಯವಾದಗಳು ಸರ್. ಈ ಅಂಗಡಿಯಲ್ಲಿ ನನಗೆ ಮೆಚ್ಚುಗೆ ನೀಡಿದ ಮೊದಲ ವ್ಯಕ್ತಿ ನೀವೇ, ಗೊತ್ತೇ?" ಎಂದು ಹೇಳಿದಳು. ನನಗೆ ಇದನ್ನು ಅವಳಿಗೆ ತಿಳಿಸಲು ಎರಡು ಸೆಕೆಂಡುಗಳಿಗಿಂತ ಕಡಿಮೆ ಸಮಯ ಹಿಡಿಯಿತು, ಆದರೆ ಅದು ಅವಳ ಮತ್ತು ನನ್ನ ಅಂದಿನ ಪ್ರಮುಖ ಘಟನೆಯಾಗಿತ್ತು.

47

ನಿಮ್ಮ ನಿರ್ಬಂಧಗಳನ್ನು ಸಮರ್ಥಿಸಿಕೊಂಡರೆ, ಅವು ನಿಮ್ಮವೇ ಆಗುತ್ತವೆ

ಅನೇಕರು ತಮ್ಮ ನಿರ್ಬಂಧಗಳನ್ನು ಸಮರ್ಥಿಸಿಕೊಂಡು ವಾದಿಸುವುದಕ್ಕೆ ಹೆಚ್ಚಿನ ಶಕ್ತಿಯನ್ನು ವ್ಯಯಿಸುತ್ತಾರೆ, "ನನಗೆ ಅದನ್ನು ಮಾಡಲು ಆಗುವುದಿಲ್ಲ" "ನಾನೇನು ಮಾಡಲಿ? ನಾನು ಇರುವುದೇ ಹೀಗೆ" "ನಾನು ಯಾರನ್ನೂ ಪ್ರೀತಿಸುವುದು ಸಾಧ್ಯವಿಲ್ಲ" ಇಂತಹ ಸಾವಿರಾರು ನಕಾರಾತ್ಮಕ ಮತ್ತು ಸ್ವಂತಕ್ಕೆ ಹಾನಿಯಾಗುವಂತಹ ಹೇಳಿಕೆಗಳು.

ನಮ್ಮ ಮನಸ್ಸು ಬಹಳ ಶಕ್ತಿಶಾಲಿಯಾದ ಸಾಧನ. ಏನನ್ನಾದರೂ ನಾವು ನಿಜ ಎಂದು ಒಪ್ಪಿಕೊಂಡೆವೆಂದರೆ ಅಥವಾ ಅದನ್ನು ಸಾಧಿಸುವುದು ಕಷ್ಟ ಎಂದುಕೊಂಡೆವೆಂದರೆ ಈ ಸ್ವಯಂ-ನಿರ್ಮಿತ ಅಡಚಣೆಯನ್ನು ದಾಟುವುದು ತುಂಬಾ ಕಷ್ಟವಾಗುತ್ತದೆ. ನಾವು ನಮ್ಮ ನಿಲುವನ್ನು ಸಾಬಿತುಪಡಿಸಿಕೊಳ್ಳಲು ವಾದಿಸಿತೊಡಗಿದಾಗ, ಅದು ಬಹುತೇಕ ಅಸಾಧ್ಯವೇ ಆಗಿಬಿಡುತ್ತದೆ. ಉದಾಹರಣೆಗೆ, "ನನಗೆ ಬರೆಯಲು ಸಾಧ್ಯವಿಲ್ಲ" ಎಂದು ನೀವೇ ಎಂದುಕೊಂಡಿರಿ ಎಂದು ಭಾವಿಸೋಣ. ನಿಮ್ಮ ನಿಲುವನ್ನು ಸಾಬೀತುಪಡಿಸಲು ನೀವು ನೆಪಗಳನ್ನು ಹುಡುಕತೊಡಗುತ್ತೀರಿ. ನೀವು ಪ್ರೌಢಶಾಲೆಯಲ್ಲಿ ಸರಿಯಾಗಿ ಬರೆಯದ ಪ್ರಬಂಧ ಅಥವಾ ನೀವು ಹಿಂದಿನ ಸಾರಿ ಪತ್ರ ಬರೆಯಲು ಕುಳಿತಾಗ ನೀವು ಎಷ್ಟು ಅಸಮಾಧಾನವೆನ್ನಿಸುತ್ತಿತ್ತು ಎಂಬುದನ್ನು ನೆನಪಿಸಿಕೊಳ್ಳುತ್ತೀರಿ. ನಿಮ್ಮ ಮನಸ್ಸು ನಿಮ್ಮನ್ನು ಹೆದರಿಸುವ ನಿಮ್ಮ ಮೇಲೆ ಎಲ್ಲಾ ತರಹದ ನಿರ್ಬಂಧಗಳನ್ನು ಹೇರಲು ಪ್ರಾರಂಭಿಸುತ್ತದೆ. ಹಾಗಾಗಿ ಬರಯಲು ಪ್ರಯತ್ನಿಸಲು ಸಹ ನೀವು ಹಿಂಜರಿಯುತ್ತೀರಿ. ನೀವು ಬರಹಗಾರರಾಗಲು ಅಥವಾ ಬೇರೆ ಇನ್ನೇನಾದರೂ ಆಗಲು ಬಯಸಿದರೆ, ನಿಮ್ಮ ವಿಮರ್ಶಕನನ್ನು/ಟೀಕಾಕಾರನನ್ನು ಮೌನಗೊಳಿಸುವುದು ಮೊದಲ ಹೆಜ್ಜೆ ಆಗಿರಬೇಕು, ಆ ವಿಮರ್ಶಕನು ಬೇರಾರೂ ಅಲ್ಲ, ಅದು ನೀವೇ.

ನನ್ನ ಸಲಹಾಗ್ರಾಹಕಿಯೊಬ್ಬಳು ಯಾವಾಗಲೂ "ನಾನು ಎಂದಿಗೂ ಒಳ್ಳೆಯ ಸಂಬಂಧದಲ್ಲಿ ಮುಂದುವರಿಯಲು ಸಾಧ್ಯವಿಲ್ಲ, ಎಲ್ಲವನ್ನೂ ಹಾಳು ಮಾಡಿಕೊಳ್ಳುತ್ತೇನೆ" ಎಂದು ಹೇಳುತ್ತಿದ್ದಳು. ಖಂಡಿತವಾಗಿ ಅವಳು ಹೇಳಿದ್ದು ಸರಿಯಾಗಿತ್ತು. ಹೊಸ ಸಂಗಾತಿಯನ್ನು ಕಂಡುಕೊಂಡ ತಕ್ಷಣ, ಅವಳು ತನಗೇ ಅರಿವಿಲ್ಲದೇ ಆ ಸಂಗಾತಿಯು ಅವಳನ್ನು ಬಿಟ್ಟು ಹೋಗಲು ಕಾರಣಗಳನ್ನು ತಾನೇ ಸೃಷ್ಟಿಸುತ್ತಿದ್ದಳು. ಅವಳು ಅವನನ್ನು ಭೇಟಿಯಾಗಲು ತಡವಾಗಿ ಬಂದರೆ, "ನಾನು ಹೀಗೆ ಯಾವಾಗಲೂ ತಡವಾಗಿಯೇ ಬರುತ್ತೇನೆ" ಎಂದು ಹೇಳುತ್ತಿದ್ದಳು. ಅವರ ನಡುವೆ ಭಿನ್ನಾಭಿಪ್ರಾಯ ಬಂದರೆ, ಅವಳು, "ನಾನು ಯಾವಾಗಲೂ ವಾದವಿವಾದಕ್ಕೆ ಇಳಿಯುತ್ತೇನೆ" ಎಂದು ಹೇಳುತ್ತಿದ್ದಳು. ಒಂದಲ್ಲಾ ಒಂದು ದಿನ, ಅವಳು ಅವನ ಪ್ರೀತಿಗೆ ತಾನು ಅರ್ಹಳಲ್ಲ ಎಂದು ಅವನಿಗೆ ಮನವರಿಕೆ ಮಾಡಿಕೊಡುತ್ತಿದ್ದಳು. ನಂತರ ಅವಳು ತನ್ನಷ್ಟಕ್ಕೆ ತಾನೇ ಹೇಳಿಕೊಳ್ಳುತ್ತಿದ್ದಳು, 'ನೋಡು, ಅದು ಪ್ರತಿ ಸಾರಿಯೂ

ಹೀಗೆಯೇ ಆಗುತ್ತದೆ, ನಾನು ಯಾರೊಂದಿಗೂ ಎಂದಿಗೂ ಒಳ್ಳೆಯ ಸಂಬಂಧದಲ್ಲಿರಲು ಸಾಧ್ಯವಿಲ್ಲ.'

ಅವಳು ಕೆಟ್ಟಸಂಗತಿಗಳು ಸಂಭವಿಸುತ್ತವೆ ಎಂದು ನಿರೀಕ್ಷಿಸುವುದನ್ನು ನಿಲ್ಲಿಸಬೇಕಾಗಿತ್ತು. ಅವಳು ತನ್ನ ಮಿತಿಗಳ ಪರವಾಗಿ ವಾದಿಸದಂತೆ ತಡೆದುಕೊಳ್ಳಬೇಕಿತ್ತು. ಅವಳು "ನಾನು ಯಾವಾಗಲೂ ಹೀಗೆಯೇ ಮಾಡುತ್ತೇನೆ" ಎನ್ನುವ ಬದಲು "ಇದು ನಿಜಕ್ಕೂ ತಮಾಷೆಯಾಗಿದೆ. ನಾನು ಯಾವಾಗಲೂ ಹಾಗೇನೂ ಮಾಡುವುದಿಲ್ಲ" ಎಂದು ಹೇಳಬೇಕು. ತನ್ನ ನ್ಯೂನತೆಗಳ ಬಗ್ಗೆ ಮಾತನಾಡುವುದು ನಕಾರಾತ್ಮಕ ಅಭ್ಯಾಸ, ಅದನ್ನು ಸುಲಭವಾಗಿ ಸಕಾರಾತ್ಮಕ ಅಭ್ಯಾಸದೊಂದಿಗೆ ಬದಲಾಯಿಸಬಹುದು ಎಂದು ಅವಳು ಅರ್ಥಮಾಡಿಕೊಳ್ಳಬೇಕು. ಇಂದು, ಅವಳು ಹಿಂದಿಗಿಂತಲೂ ಚೆನ್ನಾಗಿದ್ದಾಳೆ. ತಾನು ಹಳೆಯ ಅಭ್ಯಾಸಕ್ಕೆ ಮರಳಿದಾಗಲೆಲ್ಲಾ ಅವಳು ತನ್ನನ್ನು ನೋಡಿ ತಾನೇ ನಕ್ಕುಬಿಡುತ್ತಾಳೆ.

ಕೆಲವೊಮ್ಮೆ ನಾನು ನಾನೆ ಹಾಕಿಕೊಂಡ ನಿರ್ಬಂಧಗಳ ಪರವಾಗಿ ವಾದಿಸಿದಾಗ, ನನ್ನನ್ನು ನಾನು ನಿರಾಶೆಗೊಳಿಸಿಕೊಳ್ಳುತ್ತೇನೆ ಎಂದು ನಾನು ಕಲಿತಿದ್ದೇನೆ. ನಿಮ್ಮ ವಿಷಯದಲ್ಲೂ ಕೂಡ ಹಾಗೆಯೇ ಇರಬಹುದು ಎಂದುಕೊಂಡಿದ್ದೇನೆ.

48

ನೆನಪಿಡಿ, ಪ್ರತಿಯೊಂದರ ಮೇಲೂ ದೇವರ ಮುದ್ರೆ ಇದೆ

ದೇವರು ಸೃಷ್ಟಿಸಿದ ಎಲ್ಲವೂ ಪವಿತ್ರವಾದದ್ದು ಎಂದು ರಬ್ಬಿ ಹೆರಾಲ್ಡ್ ನಮಗೆ ನೆನಪಿಸುತ್ತಾರೆ. ಮಾನವರಾಗಿ ನಮ್ಮ ಕರ್ತವ್ಯವೆಂದರೆ ಅಪವಿತ್ರ ಎನ್ನಿಸುವ ಸಂದರ್ಭಗಳಲ್ಲಿಯೂ ಸಹ ಪವಿತ್ರತೆಯನ್ನು ಹುಡುಕುವುದು. ನಾವು ಇದನ್ನು ಮಾಡಲು ಸಾಧ್ಯವಾದಾಗ, ನಮ್ಮ ಆತ್ಮಗಳನ್ನು ಪೋಷಿಸಲು ಕಲಿಯುತ್ತೇವೆ ಎಂದು ಅವರು ಹೇಳುತ್ತಾರೆ. ಸುಂದರವಾದ ಸೂರ್ಯೋದಯದಲ್ಲಿ, ಹಿಮದಿಂದ ಆವೃತವಾದ ಪರ್ವತಗಳಲ್ಲಿ, ಮುದ್ದಾದ ಮಗುವಿನ ನಗುವಿನಲ್ಲಿ ಅಥವಾ ಸಮುದ್ರದ ಅಲೆಗಳಲ್ಲಿ ದೈವಿಕ ಸೌಂದರ್ಯವನ್ನು ನೋಡುವುದು ಸುಲಭ. ಆದರೆ ಅತ್ಯಂತ ಕೊಳಕು ಸಂದರ್ಭಗಳಲ್ಲಿ ನಾವು ಆ ಪವಿತ್ರತೆಯನ್ನು ಕಂಡುಕೊಳ್ಳಬಹುದೇ? ಕಷ್ಟಕರವಾದ ಸಂದರ್ಭಗಳಲ್ಲಿ, ಕೌಟುಂಬಿಕ ದುರಂತಗಳಲ್ಲಿ ಅಥವಾ ಜೀವನದ ಹೋರಾಟಗಳಲ್ಲಿ? ಸಾಧ್ಯವೇ?

ನಮ್ಮ ಜೀವನವು ಎಲ್ಲದರಲ್ಲೂ ಪವಿತ್ರತೆಯನ್ನು ನೋಡುವ ಬಯಕೆಯಿಂದ ತುಂಬಿದಾಗ, ಏನೋ ಒಂದು ಮಾಂತ್ರಿಕತೆಯ ಅನುಭೂತಿ ಆಗತೊಡಗುತ್ತದೆ. ಶಾಂತಿಯ ಭಾವನೆ ಹೊರಹೊಮ್ಮುತ್ತದೆ. ದೈನಂದಿನ ಜೀವನದಲ್ಲಿ ಇಲ್ಲಿಯವರೆಗೆ ನಮಗೆ ಕಾಣದಿದ್ದ ಪೋಷಕ ಗುಣಲಕ್ಷಣಗಳು ಕಾಣತೊಡಗುತ್ತವೆ. ಪ್ರತಿಯೊಂದರ ಮೇಲೂ ದೇವರ ಮುದ್ರೆ ಇದೆ ಎಂದು ನೆನಪಿಸಿಕೊಂಡಾಗ, ಅದು ವಿಶೇಷವಾಗುತ್ತದೆ. ಜಟಿಲ ವ್ಯಕ್ತಿಯೊಂದಿಗೆ ವ್ಯವಹರಿಸುವಾಗ ಅಥವಾ ನಮ್ಮ ಖರ್ಚುಗಳನ್ನು ನಿಭಾಯಿಸಲು ಕಷ್ಟಪಡುತ್ತಿರುವಾಗ ನಾವು ಈ ಸಂಗತಿಯನ್ನು ನೆನಪಿಸಿಕೊಂಡರೆ, ನಮ್ಮ ದೃಷ್ಟಿಕೋನವು ವಿಶಾಲವಾಗುತ್ತದೆ. ನೀವು ವ್ಯವಹರಿಸುತ್ತಿರುವ ವ್ಯಕ್ತಿಯನ್ನು ಸಹ ದೇವರು ಸೃಷ್ಟಿಸಿದ್ದಾನೆ ಅಥವಾ ನಿಮ್ಮ ಖರ್ಚುಗಳನ್ನು ತೂಗಿಸಲು ನೀವು ಹೋರಾಡುತ್ತಿದ್ದರೂ ಸಹ, ನಿಮ್ಮ ಬಳಿ ಈಗ ಏನಿದೆಯೋ ಅದನ್ನು ಪಡೆಯಲು ನಿಜಕ್ಕೂ ನೀವು ಧನ್ಯರು ಎಂಬುದನ್ನು ನೆನಪಿಟ್ಟುಕೊಳ್ಳಲು ಇದು ನಮಗೆ ಸಹಾಯ ಮಾಡುತ್ತದೆ.

ಎಲ್ಲೋ ನಿಮ್ಮ ಮನಸ್ಸಿನ ಮೂಲೆಯಲ್ಲಿ ಪ್ರತಿಯೊಂದರ ಮೇಲೂ ದೇವರ ಮುದ್ರೆ ಇದೆ ಎಂಬುದನ್ನು ಯಾವಾಗಲೂ ನೆನಪಿಡಿ. ನಾವು ಯಾವುದೋ ಒಂದು ವಸ್ತುವಿನಲ್ಲಿ ಸೌಂದರ್ಯವನ್ನು ಕಾಣದಿದ್ದರೆ, ಅಲ್ಲಿ ಸೌಂದರ್ಯವಿಲ್ಲ ಎಂದು ಅರ್ಥವಲ್ಲ. ಬಹುಶಃ ನಾವು ಸರಿಯಾಗಿ ಗಮನಿಸುತ್ತಿಲ್ಲ ಅಥವಾ ನಾವು ವಿಶಾಲ ದೃಷ್ಟಿಕೋನವನ್ನು ಹೊಂದಿಲ್ಲ ಎನ್ನುವುದನ್ನು ಇದು ಸೂಚಿಸುತ್ತದೆ.

49

ಟೀಕೆ ಮಾಡುವ ಪ್ರಲೋಭನೆಯನ್ನು ತಡೆದುಕೊಳ್ಳಿ

ನಾವು ಇನ್ನೊಬ್ಬ ವ್ಯಕ್ತಿಯನ್ನು ಟೀಕಿಸಿದಾಗ ಅಥವಾ ವಿಮರ್ಶಿಸಿದಾಗ, ಅದು ಅವರು ಹೇಗಿದ್ದಾರೆ ಎನ್ನುವುದನ್ನು ತೋರಿಸುವುದಿಲ್ಲ, ಬದಲಾಗಿ ನಿಮ್ಮ ವಿಮರ್ಶಾತ್ಮಕ ಗುಣವನ್ನು ಪ್ರತಿಬಿಂಬಿಸುತ್ತದೆ.

ನಾವು ಯಾವುದೋ ಒಂದು ಸಮಾರಂಭಕ್ಕೆ ಹೋದಾಗ ಅಲ್ಲಿ ಇತರರ ಬಗ್ಗೆ ಟೀಕಿಸುವುದನ್ನು ಕೇಳಿಸಿಕೊಳ್ಳುತ್ತೀರಿ, ಮನೆಗೆ ಹಿಂತಿರುಗಿದ ನಂತರ ಅವಲೋಕಿಸಿ, ಆ ಟೀಕೆಗಳಿಂದ ಈ ಜಗತ್ತಿಗೆ ಏನಾದರೂ ಒಳ್ಳೆಯದಾಯಿತೆ? ಖಂಡಿತವಾಗಿಯೂ ನಿಮಗೂ ಕೂಡ ನನಗೆ ಸಿಕ್ಕ ಉತ್ತರವೇ ಸಿಗುವುದು, ಅದೆಂದರೆ – ಸೊನ್ನೆ. ಈ ಟೀಕೆಯಿಂದ ಯಾರಿಗೂ ಪ್ರಯೋಜನವಿಲ್ಲ.

ಆದರೆ ಇದಷ್ಟೇ ಅಲ್ಲ. ಟೀಕಿಸುವುದರಿಂದ ಯಾವುದನ್ನೂ ಪರಿಹರಿಸಲಾಗುವುದಿಲ್ಲ, ಇದು ನಮ್ಮ ಜಗತ್ತಿನಲ್ಲಿ ಕೋಪ ಮತ್ತು ನಿರಾಶೆಯನ್ನು ಹೆಚ್ಚಿಸುತ್ತದೆ. ನಮ್ಮಲ್ಲಿ ಯಾರೂ ತಮ್ಮ ಬಗ್ಗೆ ಕೆಟ್ಟ ಮಾತುಗಳನ್ನು ಕೇಳಲು ಇಷ್ಟಪಡುವುದಿಲ್ಲ, ಅಲ್ಲವೇ? ನಮ್ಮ ಟೀಕೆಯನ್ನು ಕೇಳಿದ ತಕ್ಷಣ ನಾವು ರಕ್ಷಣಾತ್ಮಕವಾಗಿ ಸಮರ್ಥಿಸಿಕೊಳ್ಳತೊಡಗುತ್ತೇವೆ ಅಥವಾ ಅಲ್ಲಿಂದ ಹಿಂದೆ ಸರಿದು ಬಿಡುತ್ತೇವೆ. ತಾನು ಟೀಕೆಗಳ ಆಕ್ರಮಣಕ್ಕೆ ಒಳಗಾಗಿದ್ದೇನೆ ಎಂದುಕೊಳ್ಳುವ ವ್ಯಕ್ತಿಯು ಅವಮಾನದಿಂದ ಅಥವಾ ಭಯದಿಂದ ಹಿಂದೆ ಸರಿಯುತ್ತಾನೆ ಅಥವಾ ಕೋಪದಿಂದ ಆಕ್ರಮಣ ಮಾಡುತ್ತಾನೆ. ಯಾರಾದರೂ ನಿಮ್ಮನ್ನು ಟೀಕಿಸಿದ ನಂತರ, ನೀವು ಅವರಿಗೆ, "ಧನ್ಯವಾದಗಳು! ನೀವು ನನ್ನ ನ್ಯೂನತೆಗಳನ್ನು ಎತ್ತಿ ತೋರಿಸಿದ್ದೀರಿ. ನಿಜಕ್ಕೂ ಇದನ್ನು ಇಷ್ಟಪಡುತ್ತೇನೆ" ಎಂದು ಎಷ್ಟು ಸಾರಿ ಹೇಳಿದ್ದೀರಿ?

ಟೀಕಿಸುವುದು ಕೂಡಾ ನಿಂದಾಪದ ಬಳಕೆಯಂತೆ ಒಂದು ಕೆಟ್ಟ ಅಭ್ಯಾಸಕ್ಕಿಂತ ಹೆಚ್ಚೇನೂ ಅಲ್ಲ. ನಾವು ಅದಕ್ಕೆ ಒಗ್ಗಿಕೊಂಡು ಬಿಡುತ್ತೇವೆ, ಅದು ಹೇಗೆ ಅನಿಸುತ್ತದೆ ಎಂದು ನಮಗೆ ಗೊತ್ತು. ಅದರಿಂದ ನಾವು ನಿರತರಾಗುತ್ತೇವೆ ಮತ್ತು ಮಾತನಾಡಲು ಏನಾದರೂ ಸಿಗುತ್ತದೆ ಅಷ್ಟೇ.

ಆದಾಗ್ಯೂ, ನೀವು ಯಾರನ್ನಾದರೂ ಟೀಕಿಸಿದ ನಂತರ ನಿಮಗೆ ನಿಜವಾಗಿಯೂ ಹೇಗೆ ಅನಿಸುತ್ತದೆ ಎಂಬುದನ್ನು ನೀವು ಸ್ವಲ್ಪ ಗಮನಿಸಿದರೆ, ನಿಮಗೆ ಸ್ವಲ್ಪ ಹತಾಶೆ ಮತ್ತು ನಾಚಿಕೆ ಎನ್ನಿಸುತ್ತದೆ ಎಂಬುದನ್ನು ನೀವು ಗಮನಿಸಬಹುದು, ಬಹುತೇಕ ನಿಮಗೆ ದಾಳಿಗೊಳಗಾದವರಂತೆ ಅನ್ನಿಸುವುದು. ಏಕೆಂದರೆ ನಾವು ಟೀಕಿಸಿದಾಗ, ಅದು ಜಗತ್ತಿಗೆ ಮತ್ತು ನಮಗೇ ನಾವೇ 'ನನಗೆ ಟೀಕಿಸಬೇಕಾದ ಅವಶ್ಯಕತೆಯಿದೆ' ಎಂದು ಹೇಳಿಕೊಂಡಂತೆ. ಮತ್ತು ಇದು ಹೆಮ್ಮೆ ಪಡುವ ವಿಷಯವೂ ಅಲ್ಲ.

ಇದಕ್ಕೆ ಪರಿಹಾರವೆಂದರೆ ನೀವು ಟೀಕಿಸಲು ಆರಂಭಿಸಿದೊಡನೆ ಅದನ್ನು ಆಗಲೇ ಗುರುತಿಸುವುದು. ಹೀಗೆ, ನೀವು ಎಷ್ಟು ಬಾರಿ ಮಾಡುತ್ತೀರಿ ಮತ್ತು ಇದರಿಂದ ನಿಮಗೆ ಎಷ್ಟು ಕೆಟ್ಟದೆನಿಸುತ್ತದೆ ಎಂಬುದನ್ನು ಅವಲೋಕಿಸಿ. ನಾನು ಇದನ್ನೊಂದು ಆಟವನ್ನಾಗಿ ಪರಿವರ್ತಿಸಿದ್ದೇನೆ. ಈಗಲೂ ನಾನು ಟೀಕಿಸುವುದನ್ನು ಗಮನಿಸಿಕೊಳ್ಳುತ್ತೇನೆ, ಯಾವಾಗ ಟೀಕಿಸಲೇಬೇಕೆಂಬ ಅಗತ್ಯಕ್ಕೆ ಒಳಗಾಗುತ್ತೇನೆಯೋ ಆಗ 'ಮತ್ತೆ ಅದೇ ಹಾದಿ ಹಿಡಿದೆಯಾ?' ಎಂದು ಎಚ್ಚರಿಸಿಕೊಳ್ಳಲು ಮರೆಯುವುದಿಲ್ಲ. ತದನಂತರ ನನ್ನ ಖಂಡನೆಯು ತಾಳ್ಮೆ ಮತ್ತು ಗೌರವವಾಗಿ ಬದಲಾಗುತ್ತದೆ.

50

ನಿಮ್ಮ ಐದು ಮೊಂಡುತನದ ಅಭ್ಯಾಸಗಳನ್ನು ಬರೆದು ಅವುಗಳನ್ನು ಸ್ವಲ್ಪ ಮೃದುಗೊಳಿಸಬಹುದೇ ಎಂದು ನೋಡಿ

ಮೊದಲು ನಾನು ಈ ಉಪಾಯವನ್ನು ಅಳವಡಿಸಿಕೊಂಡಾಗ, ನಾನು ಹಠಮಾರಿ ಅಲ್ಲವೇ ಅಲ್ಲ ಎಂದು ಪಟ್ಟು ಹಿಡಿಯುತ್ತಿದ್ದೆ. ಕಾಲಾನಂತರದಲ್ಲಿ ನಾನು ಈ ನಿಟ್ಟಿನಲ್ಲಿ ಕೆಲಸ ಮಾಡುತ್ತಿದ್ದಂತೆ, ನಾನು ಸ್ವಲ್ಪ ಮೃದುವಾಗಲು ಪ್ರಾರಂಭಿಸಿದೆ ಮತ್ತು ನಾನು ಯಾವ ಪ್ರಸಂಗದಲ್ಲಿ ಹಠಮಾರಿಯಾಗುತ್ತೇನೆ ಎಂದು ಸುಲಭವಾಗಿ ಗಮನಿಸಬಹುದೆಂದು ಕಂಡುಕೊಂಡೆ.

ನನ್ನ ಸಲಹಾರ್ಥಿಗಳಿಂದ ತಿಳಿದು ಬಂದ ಕೆಲವು ಉದಾಹರಣೆಗಳು ಇಲ್ಲಿವೆ: 'ಒತ್ತಡಕ್ಕೆ ಒಳಗಾಗದ ಜನರು ಸೋಮಾರಿಗಳು.' 'ನನ್ನ ದಾರಿಯೇ ಸರಿಯಾದುದು.' 'ಗಂಡಸರು ಒಳ್ಳೆಯ ಕೇಳುಗರಲ್ಲ.' 'ಹೆಣ್ಣುಮಕ್ಕಳು ಬಹಳಷ್ಟು ಹಣವನ್ನು ಖರ್ಚು ಮಾಡುತ್ತಾರೆ.' 'ಮಕ್ಕಳನ್ನು ಬೆಳೆಸುವುದು ತುಂಬಾ ಕಷ್ಟ.' 'ವ್ಯಾಪಾರಸ್ಥರು ಹಣವನ್ನು ಬಿಟ್ಟು ಬೇರೆ ಯಾವುದಕ್ಕೂ ಬೆಲೆ ಕೊಡುವುದಿಲ್ಲ.' ಇದು ಅಂತ್ಯವಿಲ್ಲದ ಪಟ್ಟಿ ಎಂದು ನೀವು ಗಮನಿಸಬಹುದು. ನೀವು ಯಾವುದರ ಬಗ್ಗೆ ಹಠಮಾರಿಯಾಗಿದ್ದೀರಿ ಎನ್ನುವುದು ಮುಖ್ಯವಲ್ಲ, ನಿಮ್ಮ ವಿಚಾರಗಳನ್ನು ನೀವು ಎಷ್ಟು ಗಟ್ಟಿಯಾಗಿ ಪಟ್ಟು ಹಿಡಿದಿದ್ದೀರಿ ಎನ್ನುವುದು ಇಲ್ಲಿ ಗಮನಿಸಬೇಕಾದ ವಿಷಯ.

ನಿಮ್ಮ ನಿಲುವುಗಳನ್ನು ಸ್ವಲ್ಪ ಮೃದುಗೊಳಿಸಿದರೆ ಅದು ನಿಮ್ಮನ್ನು ದುರ್ಬಲರನ್ನಾಗಿ ಮಾಡುವುದಿಲ್ಲ. ವಾಸ್ತವವಾಗಿ, ಅದು ನಿಮ್ಮನ್ನು ಇನ್ನಷ್ಟು ಬಲಶಾಲಿಯನ್ನಾಗಿ ಮಾಡುತ್ತದೆ. ನನ್ನ ಸಲಹಾರ್ಥಿಯೊಬ್ಬರು ತನ್ನ ಹೆಂಡತಿ ಹೆಚ್ಚು ಹಣವನ್ನು ಖರ್ಚು ಮಾಡುತ್ತಾಳೆ ಎಂದು ಖಚಿತವಾಗಿ ನಂಬಿದ್ದರು. ಸ್ವಲ್ಪ ಆರಾಮವಾಗಿ ಯೋಚನೆ ಮಾಡಿದ ನಂತರ ಅವರಿಗೆ ತಮ್ಮದೇ ಆದ ಅತಿ ಕಟ್ಟುನಿಟ್ಟನ್ನು ನೋಡಿ ಮುಜುಗರವಾಗಿ ನಗು ಬಂದಿತು. ವಾಸ್ತವದಲ್ಲಿ, ತನ್ನ ಹೆಂಡತಿ ಅವಳ ಮೇಲೆ ಖರ್ಚು ಮಾಡಿದ್ದಕ್ಕಿಂತ ಹೆಚ್ಚು ತಾವು ತಮ್ಮ ಮೇಲೆ ವಿವೇಚನಾಯುಕ್ತವಾಗಿ ಖರ್ಚು ಮಾಡಿದ್ದಾರೆಂದು ಅವರು ಕಂಡುಕೊಂಡರು! ತಮ್ಮದೇ ಆದ ಈ ಕಟ್ಟುನಿಟ್ಟಾದ ನಂಬಿಕೆಯಿಂದ ಅವರ ವಾಸ್ತವಿಕತೆಯು ಗೊಂದಲಗೊಂಡಿತ್ತು.

ಹೀಗೆ ಅವರು ಇನ್ನಷ್ಟು ಸೌಮ್ಯ ಮತ್ತು ತಿಳುವಳಿಕೆಯುಳ್ಳವರಾಗುತ್ತಿದ್ದ ಹಾಗೆ, ಅವರ ವೈವಾಹಿಕ ಸಂಬಂಧವು ಕೂಡ ಸುಧಾರಿಸಿತು. ಅವರು ತಮ್ಮ ಹೆಂಡತಿ ಮಾಡದೇ ಇರುವ ಕೆಲಸಕ್ಕೆ ಕೋಪಗೊಳ್ಳುವ ಬದಲು, ಈಗ ಅವಳ ಆತ್ಮ-ಸಂಯಮವನ್ನು ಮೆಚ್ಚತೊಡಗಿದರು. ಅವರ ಈ ಹೊಸ ಒಪ್ಪಿಕೊಳ್ಳುವಿಕೆ ಮತ್ತು ಮೆಚ್ಚುಗೆಗೆ ಪ್ರತಿಯಾಗಿ ಅವಳು ಕೂಡ ತನ್ನ ಗಂಡನನ್ನು ಮೊದಲಿಗಿಂತ ಹೆಚ್ಚು ಪ್ರೀತಿಸಲು ಮತ್ತು ಗೌರವಿಸಲು ಪ್ರಾರಂಭಿಸಿದ್ದಾಳೆ.

51

ಕೇವಲ ತಮಾಷೆಗಾಗಿಯಾದರೂ ನಿಮ್ಮ ಟೀಕೆಯನ್ನು ಸ್ವೀಕರಿಸಿ (ನಂತರ ಅದು ಹೋಗುವುದನ್ನು ನೋಡಿ)

ಸಾಮಾನ್ಯವಾಗಿ ನಾವು ಸಣ್ಣದೊಂದು ಟೀಕೆಗೂ ಅಸಮಾಧಾನಗೊಳ್ಳುತ್ತೇವೆ. ನಾವು ಅದನ್ನು ಏನೋ ಒಂದು ಕಠಿಣ ಪರಿಸ್ಥಿತಿ ಎಂಬಂತೆ ಪರಿಗಣಿಸುತ್ತೇವೆ ಹಾಗೂ ನಾವೇನೋ ಯುದ್ಧಭೂಮಿಯಲ್ಲಿ ನಿಂತಿರುವಂತೆ ನಮ್ಮನ್ನು ನಾವು ರಕ್ಷಿಸಿಕೊಳ್ಳತೊಡಗುತ್ತೇವೆ. ವಾಸ್ತವದಲ್ಲಿ, ಟೀಕೆ ಎಂದರೆ ನಮ್ಮ ಬಗ್ಗೆ, ನಮ್ಮ ವರ್ತನೆಯ ಬಗ್ಗೆ ಹಾಗೂ ನಮ್ಮ ಯೋಚನೆಯ ಬಗ್ಗೆ ಇನ್ನೊಬ್ಬ ವ್ಯಕ್ತಿಯ ದೃಷ್ಟಿಕೋನಕ್ಕಿಂತ ಹೆಚ್ಚೇನೂ ಅಲ್ಲ ಮತ್ತು ಅದೆಂದೂ ನಮ್ಮ ಬಗ್ಗೆ ನಮಗಿರುವ ದೃಷ್ಟಿಕೋನಕ್ಕೆ ಹೊಂದಿಕೆಯಾಗುವುದಿಲ್ಲ. ಇದೊಂದು ದೊಡ್ಡ ವಿಷಯವೇನಲ್ಲ!

ನಾವು ಟೀಕೆಯನ್ನು ಕೇಳಿದಾಗಲೆಲ್ಲಾ ರಕ್ಷಣಾತ್ಮಕವಾಗಿ ವರ್ತಿಸುತ್ತೇವೆ ಮತ್ತು ಅದರಿಂದ ನಮಗೆ ನೋವಾಗುತ್ತದೆ. ನಮ್ಮ ಮೇಲೆ ಯಾರೋ ದಾಳಿ ಮಾಡಿದ್ದಾರೆ ಎಂದು ಭಾವಿಸುತ್ತೇವೆ, ಆದ್ದರಿಂದ ನಮ್ಮನ್ನು ನಾವು ಸಮರ್ಥಿಸಿಕೊಳ್ಳಬೇಕು ಹಾಗೂ ಪ್ರತಿದಾಳಿ ಮಾಡಬೇಕೆಂದುಕೊಳ್ಳುತ್ತೇವೆ. ನಾವು ನಮ್ಮ ಬಗ್ಗೆ ಹಾಗೂ ನಮ್ಮನ್ನು ಟೀಕಿಸಿದವರ ಬಗ್ಗೆ ಮನಸ್ಸಿನಲ್ಲಿ ಕೋಪ ಮತ್ತು ನೋವನ್ನು ತುಂಬಿಕೊಳ್ಳುತ್ತೇವೆ. ಈ ಎಲ್ಲಾ ಕ್ರಿಯೆಗಳು ಬಹಳಷ್ಟು ಮಾನಸಿಕ ಶಕ್ತಿಯನ್ನು ವ್ಯರ್ಥ ಮಾಡುತ್ತವೆ.

ನಿಮ್ಮೆಡೆಗೆ ಬಂದ ಟೀಕೆಗಳನ್ನು ಸ್ವೀಕರಿಸುವುದು ಒಂದು ಒಳ್ಳೆಯ ಅಭ್ಯಾಸ. ನಿಮ್ಮನ್ನು ನೀವು ಕಾಲುಕಸದಂತೆ ಪರಿಗಣಿಸಿಕೊಂಡು, ನಿಮ್ಮ ಬಗೆಗಿನ ನಕಾರಾತ್ಮಕತೆಯನ್ನು ನಂಬಿ, ನಿಮ್ಮ ಆತ್ಮಗೌರವವನ್ನು ನಾಶಮಾಡಿಕೊಳ್ಳಬೇಕೆಂದು ನಾನು ಹೇಳುತ್ತಿಲ್ಲ. ಕೆಲವೊಮ್ಮೆ ಟೀಕೆಗಳನ್ನು ಸ್ವೀಕರಿಸುವುದರಿಂದ ವಾತಾವರಣ ಹಗುರವಾಗುತ್ತದೆ, ಎದುರಿನ ವ್ಯಕ್ತಿಗೆ ತನ್ನ ದೃಷ್ಟಿಕೋನವನ್ನು ವ್ಯಕ್ತಪಡಿಸುವ ಬಯಕೆಯನ್ನು ಪೂರೈಸಿಕೊಂಡಂತಾಗುತ್ತದೆ. ಇನ್ನೊಂದು ರೀತಿಯಲ್ಲಿ ನೋಡಿದರೆ ಆ ವ್ಯಕ್ತಿಯು ಹೇಳುತ್ತಿರುವ ವಿಷಯದಲ್ಲಿ ಇರುವ ಕಣಮಾತ್ರ ಸತ್ಯವನ್ನು ಒಪ್ಪಿಕೊಂಡು ನಿಮ್ಮ ಬಗ್ಗೆ ತಿಳಿದುಕೊಳ್ಳುವ ಒಂದು ಅವಕಾಶವನ್ನು ನೀಡುತ್ತದೆ. ನಾನು ಹೇಳುವುದೇನೆಂದರೆ ಬಹುಶಃ ಎಲ್ಲಕ್ಕಿಂತ ಹೆಚ್ಚಾಗಿ, ಇದು ನಿಮಗೆ ಶಾಂತವಾಗಿರುವ ಅವಕಾಶವನ್ನು ಒದಗಿಸುತ್ತದೆ.

ಹಲವು ವರ್ಷಗಳ ಹಿಂದೆ, ನಾನು ಮೊದಲ ಬಾರಿ ನನ್ನ ಬಗೆಗಿನ ಟೀಕೆಯನ್ನು ಒಪ್ಪಿಕೊಂಡ ಕ್ಷಣವಿತ್ತು. ನನ್ನ ಹೆಂಡತಿ ನನಗೆ, "ಕೆಲವೊಮ್ಮೆ ನೀವು ತುಂಬಾ ಮಾತನಾಡುತ್ತೀರಿ" ಎಂದು ಹೇಳಿದಳು. ಅದನ್ನು ಒಪ್ಪುವ ಮೊದಲು ಒಂದು ಕ್ಷಣ ನನ್ನ ಮನಸ್ಸಿಗೆ ನೋವಾಯಿತು ಎಂದು ನನಗೆ ನೆನಪಿದೆ. ನಾನು ಅವಳೊಡನೆ "ನೀನು ಹೇಳುವುದು ಸರಿ. ನಾನು ಕೆಲವೊಮ್ಮೆ ತುಂಬಾ ಮಾತನಾಡುತ್ತೇನೆ" ಎಂದು ಹೇಳಿದೆ. ಆಗ ನಾನು ನನ್ನ ಜೀವನವನ್ನು ಬದಲಾಯಿಸಿದ ಒಂದು ವಿಷಯವನ್ನು ಕಂಡುಕೊಂಡೆ. ಅವಳ ಮಾತನ್ನು ಒಪ್ಪುವ ಮೂಲಕ, ಅವಳು ಹೇಳುವುದರಲ್ಲಿ ಅರ್ಥವಿದೆ ಎಂದು ನನಗೆ ತಿಳಿಯಿತು. ಹೌದು, ನಾನು ಕೆಲವೊಮ್ಮೆ

ತುಂಬಾ ಮಾತನಾಡುತ್ತೇನೆ!

ನನ್ನನ್ನು ನಾನು ಸಾಬೀತುಪಡಿಸಿಕೊಳ್ಳದ ಈ ವರ್ತನೆಯು ಅವಳಿಗೆ ನಿರಾಳತೆಯನ್ನು ನೀಡಿತು. ಕೆಲವು ನಿಮಿಷಗಳ ನಂತರ ಅವಳು, "ನಿಮಗೆ ಗೊತ್ತಾ, ನಿಮ್ಮೊಂದಿಗೆ ಮಾತನಾಡುವುದು ತುಂಬಾ ಸುಲಭ" ಎಂದು ಹೇಳಿದಳು. ನಾನು ಅವಳು ಮೊದಲು ಹೇಳಿದ್ದಕ್ಕೆ ಕೋಪವನ್ನು ತೋರಿಸಿದ್ದರೆ, ಅವಳು ಹೀಗೆ ಹೇಳುತ್ತಿರಲಿಲ್ಲ. ಟೀಕೆಗೆ ಪ್ರತಿಕ್ರಿಯಿಸುವುದರಿಂದ ಟೀಕೆ ಮಾಯವಾಗಿ ಬಿಡುವುದಿಲ್ಲ ಎಂದು ನಾನು ಅಂದಿನಿಂದ ಕಲಿತಿದ್ದೇನೆ. ವಾಸ್ತವವಾಗಿ, ಟೀಕೆಗೆ ನಕಾರಾತ್ಮಕವಾಗಿ ಪ್ರತಿಕ್ರಿಯಿಸುವುದರಿಂದ ಟೀಕಿಸುವ ವ್ಯಕ್ತಿಗೆ ಅವರು ನಿಮ್ಮ ಬಗ್ಗೆ ಏನೆಂದು ತಿಳಿದುಕೊಂಡಿದ್ದರೋ ಅದು ಸರಿಯಾಗಿಯೇ ಇದೆ ಎಂದು ಮನವರಿಕೆ ಮಾಡಿಕೊಟ್ಟಂತಾಗುತ್ತದೆ.

ಈ ಉಪಾಯವನ್ನು ಒಮ್ಮೆ ಪ್ರಯತ್ನಿಸಿ ನೋಡಿ. ಕೆಲವೊಮ್ಮೆ ಟೀಕೆಗಳನ್ನು ಸ್ವೀಕರಿಸುವುದರಿಂದ ಹಾನಿಗಿಂತ ಲಾಭವೇ ಆಗುತ್ತದೆ ಎಂದು ನೀವು ಕಂಡುಕೊಳ್ಳಬಹುದು.

52

ಇತರರ ಅಭಿಪ್ರಾಯಗಳಲ್ಲಿ ಅಡಗಿರುವ ಒಂದು ಕಣದಷ್ಟಾದರೂ ಸತ್ಯವನ್ನು ಹುಡುಕಿ

ನಿಮಗೆ ಏನನ್ನಾದರೂ ಕಲಿಯುವುದು ಹಾಗೂ ಅದರ ಜೊತೆಗೆ ಇತರರನ್ನು ಸಂತೋಷಪಡಿಸುವುದು ಇಷ್ಟವಾದರೆ, ಈ ಉಪಾಯವು ನಿಮಗೆ ತುಂಬಾ ಇಷ್ಟವಾಗುತ್ತದೆ.

ಬಹುತೇಕ ಎಲ್ಲರೂ ತಮ್ಮ ಅಭಿಪ್ರಾಯಗಳೇ ಚೆನ್ನಾಗಿವೆ ಎಂದು ಭಾವಿಸುತ್ತಾರೆ, ಇಲ್ಲದಿದ್ದರೆ ಅವರು ಅದನ್ನು ನಿಮ್ಮೊಂದಿಗೆ ಹಂಚಿಕೊಳ್ಳುತ್ತಿರಲಿಲ್ಲ ಅಲ್ಲವೇ. ನಮ್ಮಲ್ಲಿ ಅನೇಕರು ಹಾಳುಮಾಡುವ ಕೆಲಸವೆಂದರೆ ನಮ್ಮ ಅಭಿಪ್ರಾಯವನ್ನು ಇತರರ ಅಭಿಪ್ರಾಯದೊಂದಿಗೆ ಹೋಲಿಸುವುದು. ಅದು ನಮ್ಮ ನಂಬಿಕೆಯೊಂದಿಗೆ ಹೊಂದಿಕೆಯಾಗದಿದ್ದಾಗ, ಅದನ್ನು ತಿರಸ್ಕರಿಸುತ್ತೇವೆ ಅಥವಾ ಅದರಲ್ಲಿ ತಪ್ಪನ್ನು ಹುಡುಕುತ್ತೇವೆ. ಇದರಿಂದ ನಮ್ಮ ಅಹಂ ತೃಪ್ತವಾಗುತ್ತದೆ ಮತ್ತು ಇತರರಿಗೆ ಕುಗ್ಗಿದ ಅನುಭವ ಉಂಟಾಗುತ್ತದೆ. ಆದರೆ ಕೊನೆಗೆ ನಾವು ಇದರಿಂದ ಕಲಿತಿದ್ದೇನು? ಏನೂ ಇಲ್ಲ.

ನಾವು ಇತರರ ಅಭಿಪ್ರಾಯಗಳಲ್ಲಿ ದೋಷದ ಬದಲು ಗುಣಗಳನ್ನು ನೋಡಿದರೆ ಬಹು ಮಟ್ಟಿಗೆ ಎಲ್ಲ ಅಭಿಪ್ರಾಯಕ್ಕೂ ತನ್ನದೇ ಆದ ಕೆಲವು ಒಳ್ಳೆಯ ಗುಣಗಳಿವೆ. ಮುಂದಿನ ಬಾರಿ ಯಾರಾದರೂ ತಮ್ಮ ಅಭಿಪ್ರಾಯವನ್ನು ತಿಳಿಸಿದಾಗ, ಅವರನ್ನು ವಿಮರ್ಶಿಸುವ ಅಥವಾ ಟೀಕಿಸುವ ಬದಲು, ಅವರು ಹೇಳುವುದರಲ್ಲಿ ಕಣದಷ್ಟಾದರೂ ಸತ್ಯವಿರಬಹುದೆಂದು ನೋಡಿ.

ಇದನ್ನು ನೆನಪಿನಲ್ಲಿಡಿ, ನೀವು ಇನ್ನೊಬ್ಬರನ್ನು ಅಥವಾ ಅವರ ಅಭಿಪ್ರಾಯವನ್ನು ವಿಮರ್ಶಿಸಿದಾಗ ಅಥವಾ ಟೀಕಿಸಿದಾಗ, ಅದು ಅವರಿಗಿಂತ ನಿಮ್ಮ ಬಗ್ಗೆಯೇ ಜಾಸ್ತಿ ಹೇಳುತ್ತದೆ. ಅದು ನಿಮಗೆ ಇತರರನ್ನು ಕುರಿತು ಟೀಕಿಸುವ ರೂಢಿಯಿದೆ ಎಂಬುದನ್ನು ತೋರಿಸುತ್ತದೆ.

ಈಗಲೂ ಸಹ ಕೆಲವು ಸಾರಿ ನಾನು ಇತರರ ದೃಷ್ಟಿಕೋನವನ್ನು ಟೀಕಿಸುತ್ತೇನೆ, ಆದರೆ ಅದು ಮೊದಲಿಗಿಂತ ತುಂಬಾ ಕಡಿಮೆಯಾಗಿದೆ. ಈಗ ನಾನು ಅವರು ಹೇಳುವುದರಲ್ಲಿ ಸತ್ಯವಿರಬಹುದೆಂದು ಹುಡುಕುತ್ತೇನೆ. ನೀವು ಈ ಸರಳ ತಂತ್ರವನ್ನು ಅನುಸರಿಸಿದರೆ, ಅದ್ಭುತವಾದ ವಿಷಯಗಳನ್ನು ಕಂಡುಕೊಳ್ಳತೊಡಗುತ್ತೀರಿ: ನೀವು ಯಾರೊಂದಿಗೆ ಸಂಭಾಷಣೆ ನಡೆಸುತ್ತೀರೋ ಅವರನ್ನು ಅರ್ಥಮಾಡಿಕೊಳ್ಳಲು ಪ್ರಾರಂಭಿಸುತ್ತೀರಿ, ಇತರರು ನಿಮ್ಮ ಈ ಸ್ವೀಕರಿಸುವ ಮತ್ತು ಪ್ರೀತಿಸುವ ಗುಣದತ್ತ ಆಕರ್ಷಿತರಾಗುತ್ತಾರೆ, ನೀವು ಇನ್ನಷ್ಟು ಕಲಿಯತೊಡಗುತ್ತೀರಿ ಮತ್ತು ಬಹುಶಃ ಎಲ್ಲಕ್ಕಿಂತ ಮುಖ್ಯವಾಗಿ, ನಿಮಗೆ ನಿಮ್ಮ ಬಗ್ಗೆಯೇ ಇನ್ನಷ್ಟು ಒಳ್ಳೆಯ ಭಾವನೆ ಬರತೊಡಗುತ್ತದೆ.

53

ಗ್ಲಾಸ್ ಈಗಾಗಲೇ ಒಡೆದು ಹೋಗಿದೆ

(ಎಲ್ಲವೂ ಅಷ್ಟೇ)

ಇದು ನಾನು ಇಪ್ಪತ್ತು ವರ್ಷಗಳ ಹಿಂದೆ ಕಲಿತ ಬೌದ್ಧ ಧರ್ಮದ ಬೋಧನೆ. ಇದು ನನ್ನನ್ನು ನಾನು ಒಪ್ಪಿಕೊಳ್ಳುವ ನಿಟ್ಟಿನಲ್ಲಿ ಕೆಲಸ ಮಾಡಲು ಅಗತ್ಯವಾದ ದೃಷ್ಟಿಕೋನವನ್ನು ಮತ್ತೆ ಮತ್ತೆ ನೀಡಿದೆ. ಈ ಬೋಧನೆಯ ಸಾರವೆಂದರೆ ಜೀವನವು ನಿರಂತರವಾಗಿ ಬದಲಾಗುತ್ತಿರುತ್ತದೆ. ಪ್ರತಿಯೊಂದಕ್ಕೂ ಒಂದು ಆರಂಭ ಮತ್ತು ಒಂದು ಅಂತ್ಯವಿದೆ. ಪ್ರತಿಯೊಂದು ಮರವು ಬೀಜದಿಂದ ಪ್ರಾರಂಭವಾಗಿ ಅಂತಿಮವಾಗಿ ಮಣ್ಣಿನಲ್ಲಿ ಮಣ್ಣಾಗಿ ಹೋಗುತ್ತದೆ. ಪ್ರತಿಯೊಂದು ಕಲ್ಲು ರೂಪುಗೊಳ್ಳುತ್ತದೆ ಮತ್ತು ನಾಶವಾಗುತ್ತದೆ. ನಮ್ಮ ಆಧುನಿಕ ಜಗತ್ತಿಗೆ ಅನ್ವಯಿಸಿ ಹೇಳುವುದಾದರೆ, ಪ್ರತಿಯೊಂದು ಕಾರು, ಪ್ರತಿಯೊಂದು ಯಂತ್ರ ಮತ್ತು ಪ್ರತಿಯೊಂದು ಬಟ್ಟೆಯ ತುಂಡು ಉತ್ಪಾದನೆಗೊಳ್ಳುತ್ತದೆ ಮತ್ತು ಸವೆದು ಕೊನೆಗೊಳ್ಳುತ್ತದೆ. ನಮ್ಮ ದೇಹ ಹುಟ್ಟುತ್ತದೆ ಮತ್ತು ಸಾಯುತ್ತದೆ. ಒಂದು ಗ್ಲಾಸ್ ತಯಾರಾಗುತ್ತದೆ ಮತ್ತು ಕೊನೆಗೆ ಅದು ಕೂಡ ಒಡೆದು ಹೋಗುತ್ತದೆ.

ಈ ಪಾಠದಿಂದ ನಮಗೆ ಒಂದು ರೀತಿಯ ಶಾಂತಿ ಸಿಗುತ್ತದೆ. ಅದು ಏನೇ ಆಗಲಿ ಅದರ ಅಂತ್ಯವನ್ನು ಇಂದಲ್ಲ ನಾಳೆ ನೀವು ನಿರೀಕ್ಷಿಸಿಯೇ ಇದ್ದಾಗ, ಅದರ ಅಂತ್ಯವಾದಾಗ ನೀವು ಆಶ್ಚರ್ಯಪಡುವುದಿಲ್ಲ ಅಥವಾ ನಿರಾಶೆಗೊಳ್ಳುವುದಿಲ್ಲ. ಏನಾದರೂ ನಾಶವಾದಾಗ ಆಘಾತಕ್ಕೊಳಗಾಗುವ ಬದಲು, ಅದರೊಂದಿಗೆ ಸಮಯ ಕಳೆಯಲು ನಿಮಗೆ ಅವಕಾಶ ಸಿಕ್ಕಿದ್ದಕ್ಕಾಗಿ ಕೃತಜ್ಞರಾಗಿರುವಿರಿ.

ಈಗ ಇದನ್ನು ಅತ್ಯಂತ ಸರಳವಾಗಿ ಒಂದು ನೀರಿನ ಗ್ಲಾಸ್‌ನಿಂದ ಪ್ರಾರಂಭಿಸೋಣ. ನಿಮ್ಮ ನೆಚ್ಚಿನ ಗ್ಲಾಸ್ ಒಂದನ್ನು ತೆಗೆದುಕೊಳ್ಳಿ. ಅದರ ಸೌಂದರ್ಯ ಮತ್ತು ಅದು ನಿಮಗೇನೆಲ್ಲಾ ನೀಡಿದೆ ಎಂದು ನೆನಪಿಸಿಕೊಳ್ಳಿ. ಈಗ ಗ್ಲಾಸ್ ನೆಲದ ಮೇಲೆ ಬಿದ್ದು ಒಡೆದು ಚೂರುಚೂರಾಗುವುದನ್ನು ಊಹಿಸಿಕೊಳ್ಳಿ. ಹೀಗೆ ಎಲ್ಲವೂ ನಿಧಾನವಾಗಿ, ಕೊನೆಗೊಳ್ಳುತ್ತದೆ ಮತ್ತು ಅದರ ಮೂಲ ಸ್ವರೂಪಕ್ಕೆ ಮರಳುತ್ತದೆ ಎಂಬ ದೃಷ್ಟಿಕೋನವನ್ನು ಹೊಂದಲು ಪ್ರಯತ್ನಿಸಿ.

ಯಾರೂ ತಮ್ಮ ನೆಚ್ಚಿನ ಗ್ಲಾಸ್ ಅಥವಾ ಇಷ್ಟವಾದುದು ಒಡೆದು ಹೋಗಲಿ ಎಂದು ಬಯಸುವುದಿಲ್ಲ. ಈ ತತ್ವವು ನಿಮ್ಮನ್ನು ನಿಷ್ಕ್ರಿಯ ಮತ್ತು ನಿರಾಸಕ್ತರನ್ನಾಗಿ ಮಾಡುವ ವಿಧಾನವಲ್ಲ, ಆದರೆ ಎಲ್ಲವನ್ನು ಹೇಗಿದೆಯೋ ಹಾಗೆ ಒಪ್ಪಿಕೊಳ್ಳುವಂತೆ ಮಾಡುತ್ತದೆ. ನಿಮ್ಮ ಗ್ಲಾಸ್ ಒಡೆದಾಗ, ಈ ತತ್ವವು ನಿಮ್ಮ ದೃಷ್ಟಿಕೋನವನ್ನು ಕಾಪಾಡಿಕೊಳ್ಳಲು ನಿಮಗೆ ಅನುವು ಮಾಡಿಕೊಡುತ್ತದೆ. 'ಓ ಒಡೆದು ಹೋಯಿತೇ!' ಎಂದು ಯೋಚಿಸುವ ಬದಲು, 'ಅರೆ, ಅದು ಈಗ ಒಡೆಯಿತು' ಎಂದು ನೀವು ಯೋಚಿಸತೊಡಗುತ್ತೀರಿ. ಈ ಅರಿವಿನೊಂದಿಗೆ ಮುಂದುವರೆಯಿರಿ. ನೀವು ಶಾಂತವಾಗಿರುವುದಲ್ಲದೇ ಜೀವನವನ್ನು ಹಿಂದೆಂದಿಗಿಂತಲೂ ಹೆಚ್ಚಾಗಿ ಇಷ್ಟಪಡತೊಡಗುತ್ತೀರಿ.

54

'ನೀವು ಎಲ್ಲಿಗೆ ಹೋಗುತ್ತೀರೋ, ನೀವು ಅಲ್ಲಿಯೇ ಇರುತ್ತೀರಿ' ಎಂಬುದನ್ನು ಅರ್ಥಮಾಡಿಕೊಳ್ಳಿ

ಇದು ಜಾನ್ ಕಬತ್-ಜಿನ್ ಅವರ ಪುಸ್ತಕದ ಶೀರ್ಷಿಕೆ (wherever you go, there you are). ಶೀರ್ಷಿಕೆಯ ಪ್ರಕಾರ, ನೀವು ಎಲ್ಲಿಗೆ ಹೋದರೂ ಸಹ, ಅಲ್ಲಿಗೆ ನಿಮ್ಮನ್ನು ನೀವು ಕರೆದೊಯ್ಯುತ್ತೀರಿ. ಈ ಹೇಳಿಕೆಯ ಮಹತ್ವ ಏನೆಂದರೆ ಇದು ನೀವು ಈಗ ಇರುವ ಜಾಗವನ್ನು ಬಿಟ್ಟು ಬೇರೆಡೆ ಇರಬೇಕಿತ್ತು ಎನ್ನುವ ನಿಮ್ಮ ಬಯಕೆಯನ್ನು ತಡೆದುಕೊಳ್ಳಲು ಕಲಿಸುತ್ತದೆ. ನಾವು ಬೇರೆ ಎಲ್ಲೋ ಇದ್ದಿದ್ದರೆ ಇನ್ನಷ್ಟು ಖುಷಿಯಾಗಿ ಮತ್ತು ಸಂತೃಪ್ತರಾಗಿ ಇರುತ್ತಿದ್ದೆವು ಎನ್ನುವುದನ್ನು ನಂಬುತ್ತೇವೆ – ರಜೆಯಲ್ಲಿ ಹಾಯಾಗಿ ಇದ್ದಿದ್ದರೆ, ಬೇರೊಬ್ಬ ಸಂಗಾತಿಯೊಂದಿಗೆ ಇದ್ದರೆ, ಬೇರೆ ಕೆಲಸದಲ್ಲಿ, ಬೇರೆ ಮನೆಯಲ್ಲಿ, ಬೇರೆ ಸನ್ನಿವೇಶದಲ್ಲಿ ಇತ್ಯಾದಿ. ಆದರೆ ಅದು ಹಾಗಲ್ಲ.

ನಿಜ ಹೇಳಬೇಕೆಂದರೆ, ಒಂದು ವೇಳೆ ನಿಮಗೆ ಈ ಮುಂದೆ ಹೇಳಿದ ಮಾನಸಿಕ ದುರಭ್ಯಾಸಗಳಿದ್ದರೆ – ನಿಮಗೆ ತುಂಬಾ ಬೇಗ ಕಿರಿಕಿರಿ ಮತ್ತು ಆತಂಕ ಉಂಟಾಗುತ್ತಿದ್ದರೆ, ನೀವು ಯಾವಾಗಲೂ ಕೋಪ ಮತ್ತು ನಿರಾಶೆಯಲ್ಲಿರುತ್ತಿದ್ದರೆ ಮತ್ತು ನೀವು ಈಗಿರುವುದನ್ನು ಬಿಟ್ಟು ಬೇರೆಲ್ಲೋ ಇರಬೇಕೆಂದು ನಿರಂತರವಾಗಿ ಬಯಸುತ್ತಿದ್ದರೆ– ಈ ಪ್ರವೃತ್ತಿಗಳು ನೀವು ಎಲ್ಲಿ ಹೋದರೂ ನಿಮ್ಮ ಬೆನ್ನು ಬಿಡುವುದಿಲ್ಲ. ಇದಕ್ಕೆ ವ್ಯತಿರಿಕ್ತವಾದದ್ದು ಸಹ ಅಷ್ಟೇ ನಿಜ. ಅದೇ ನೀವು ಎಂದಿಗೂ ಕೋಪಗೊಳ್ಳದ ಅಥವಾ ಕಿರಿಕಿರಿಗೊಳ್ಳದ ಸಂತೋಷದಿಂದಿರುವ ವ್ಯಕ್ತಿಗಳಲ್ಲಿ ಒಬ್ಬರಾಗಿದ್ದರೆ, ಸ್ಥಳ ಮತ್ತು ವ್ಯಕ್ತಿಗಳು ಬದಲಾಗುವುದರಿಂದ ನಿಮ್ಮ ಮೇಲೆ ಯಾವುದೇ ನಕಾರಾತ್ಮಕ ಪರಿಣಾಮಗಳು ಆಗುವುದಿಲ್ಲ.

ಯಾರೋ ಒಬ್ಬರು ನನ್ನನ್ನು ಕೇಳಿದರು, "ಕ್ಯಾಲಿಫೋರ್ನಿಯಾದ ಜನ ಹೇಗಿದ್ದಾರೆ?" ನಾನು ಅವರನ್ನು ಕೇಳಿದೆ, "ನಿಮ್ಮ ರಾಜ್ಯದ ಜನ ಹೇಗಿದ್ದಾರೆ?" ಅವರೆಂದರು, "ಸ್ವಾರ್ಥಿ ಮತ್ತು ದುರಾಸೆಯವರು." ಅದಕ್ಕೆ ನಾನೆಂದೆ, "ಬಹುಶಃ ನೀವು ಕ್ಯಾಲಿಫೋರ್ನಿಯಾದಲ್ಲಿಯೂ ಸಹ ಸ್ವಾರ್ಥಿ ಮತ್ತು ದುರಾಸೆಯುಳ್ಳವರನ್ನು ಕಾಣಬಹುದು."

ನಿಮ್ಮ ಜೀವನವು ಒಂದು ಕಾರಿನಂತೆ, ಒಳಗಿನಿಂದ ಓಡಿಸಿದಾಗ ಓಡುತ್ತದೆಯಾಗಲಿ ಹೊರಗಿನಿಂದಲ್ಲ, ಈ ಸಣ್ಣ ತಿಳುವಳಿಕೆ ಬಂದರೆ ಸಾಕು ಜೀವನದಲ್ಲಿ ಪವಾಡಗಳು ಸಂಭವಿಸಲು ಆರಂಭವಾಗುತ್ತವೆ. ನಾನು ಎಲ್ಲಿರಬೇಕಿತ್ತು ಎನ್ನುವುದನ್ನು ಬಿಟ್ಟು ಈಗ ನೀವು ಎಲ್ಲಿದ್ದೀರೋ ಅಲ್ಲಿ ಶಾಂತವಾಗಿರುವುದರ ಮೇಲೆ ಗಮನ ಹರಿಸಿದಾಗ, ನೀವು ವರ್ತಮಾನದಲ್ಲಿ ತೃಪ್ತಿಯನ್ನು ಕಂಡುಕೊಳ್ಳುವಿರಿ. ನೀವು ಹೊಸ ಸ್ಥಳಗಳಿಗೆ ಹೋದಾಗ, ಹೊಸ ಜನರು ಮತ್ತು ಹೊಸ ವಿಷಯಗಳಿಂದ ಸುತ್ತುವರೆದಾಗ, ನಿಮ್ಮೊಡನೆ ಆ ಮನಃಶಾಂತಿಯನ್ನು ಕೊಂಡೊಯ್ಯುತ್ತೀರಿ. ಅಂದರೆ 'ನೀವು ಎಲ್ಲಿಗೆ ಹೋದರೂ, ನೀವು ಅಲ್ಲಿಯೇ ಇರುತ್ತೀರಿ' ಎಂಬುದು ಸಂಪೂರ್ಣವಾಗಿ ನಿಜ ಅಲ್ಲವೇ?

55

ಮಾತನಾಡುವ ಮುನ್ನ ಒಮ್ಮೆ ಉಸಿರೆಳೆದುಕೊಳ್ಳಿ

ಈ ಸಣ್ಣ ಉಪಾಯವನ್ನು ಅನುಸರಿಸಿದ ಎಲ್ಲರಿಗೂ, ಇದು ಗಣನೀಯವಾದ ಫಲಿತಾಂಶವನ್ನು ನೀಡಿದೆ ಎಂದು ನನ್ನ ಭಾವನೆ. ಇದರ ಮುಖ್ಯ ಫಲಿತಾಂಶಗಳಲ್ಲಿ ತಾಳ್ಮೆ, ಸಮಂಜಸವಾದ ದೃಷ್ಟಿಕೋನದ ಬೆಳವಣಿಗೆ ಒಳಗೊಂಡಿವೆ ಅಲ್ಲದೇ ಹೆಚ್ಚಿನ ಪ್ರಯೋಜನಗಳೆಂದರೆ ಇದು ನಮ್ಮ ಬಗ್ಗೆ ಇತರರಲ್ಲಿ ಗೌರವ ಮತ್ತು ಕೃತಜ್ಞತೆಯನ್ನು ಸಹ ಬೆಳೆಸುತ್ತದೆ.

ಈ ಉಪಾಯವು ಅತ್ಯಂತ ಸರಳವಾಗಿದೆ. ನಿಮ್ಮೊಡನೆ ಮಾತನಾಡುತ್ತಿರುವ ವ್ಯಕ್ತಿ ತನ್ನ ಮಾತನ್ನು ಮುಗಿಸಿದ ನಂತರ ಮಾತನಾಡುವ ಮೊದಲು ಒಂದು ಸಣ್ಣ ವಿರಾಮದೊಡನೆ ಉಸಿರೆಳೆದುಕೊಳ್ಳಿ ಅಷ್ಟೇ, ಇದಕ್ಕಿಂತ ಹೆಚ್ಚೇನೂ ಇಲ್ಲ. ಆರಂಭದಲ್ಲಿ ನಿಮ್ಮಿಬ್ಬರ ಮಾತುಗಳ ನಡುವಿನ ಸಮಯವು ನಿಮಗೆ ಅನಂತವಾಗಿ ಕಾಣಿಸಬಹುದು, ಆದರೆ ವಾಸ್ತವದಲ್ಲಿ ಅದು ಒಂದು ಕ್ಷಣದ ಒಂದು ಭಾಗ ಮಾತ್ರ. ಕ್ರಮೇಣ ಉಸಿರಾಟಕ್ಕಿರುವ ಶಕ್ತಿ ಮತ್ತು ಸೌಂದರ್ಯವನ್ನು ನೀವು ಅರ್ಥಮಾಡಿಕೊಳ್ಳುವುದಲ್ಲದೇ ಮೆಚ್ಚಿಕೊಳ್ಳುತ್ತೀರಿ. ಇದು ನಿಮ್ಮ ಸಂಪರ್ಕಕ್ಕೆ ಬರುವ ಪ್ರತಿಯೊಬ್ಬರನ್ನೂ ನಿಮ್ಮ ಹತ್ತಿರಕ್ಕೆ ತರುತ್ತದೆ ಮತ್ತು ಅವರೆಲ್ಲರೂ ನಿಮ್ಮನ್ನು ಇನ್ನಷ್ಟು ಗೌರವಿಸತೊಡಗುತ್ತಾರೆ. ಇತರರ ಮಾತುಗಳನ್ನು ಆಲಿಸುವುದು ನೀವು ಅವರಿಗೆ ನೀಡಬಹುದಾದ ವಿಶೇಷವಾದ ಉಡುಗೊರೆ ಎಂದು ನೀವು ಅರಿತುಕೊಳ್ಳುವಿರಿ. ಇದೆಲ್ಲದ್ದಕ್ಕೂ ಬೇಕಾಗಿರುವುದು ಸಂಕಲ್ಪ ಮತ್ತು ಅಭ್ಯಾಸ.

ನಿಮ್ಮ ಸುತ್ತಲೂ ನಡೆಯುತ್ತಿರುವ ಸಂಭಾಷಣೆಗಳನ್ನು ಗಮನಿಸಿದರೆ, ನಮ್ಮಲ್ಲಿ ಹೆಚ್ಚಿನವರು ಮಾತನಾಡಲು ತಮ್ಮ ಸರದಿಗಾಗಿ ಕಾಯುವುದನ್ನು ನೀವು ಗಮನಿಸಬಹುದು. ನಾವು ನಿಜವಾಗಿಯೂ ಇತರ ವ್ಯಕ್ತಿಯ ಮಾತನ್ನು ಕೇಳಿಸಿಕೊಳ್ಳುತ್ತಿರುವುದಿಲ್ಲ, ಬದಲಿಗೆ ನಮ್ಮ ಅಭಿಪ್ರಾಯವನ್ನು ವ್ಯಕ್ತಪಡಿಸಲು ಅವಕಾಶಕ್ಕಾಗಿ ಕಾಯುತ್ತಿರುತ್ತೇವೆ. ಸಾಮಾನ್ಯವಾಗಿ ನಾವೇ ಇತರರ ವಾಕ್ಯಗಳನ್ನು ಪೂರ್ಣಗೊಳಿಸುತ್ತೇವೆ ಅಥವಾ "ಹೌದು, ಹೌದು," ಅಥವಾ "ಗೊತ್ತು" ಎನ್ನುತ್ತಾ ಅವರ ಮಾತು ಬೇಗ ಮುಗಿದು ನಮ್ಮ ಸರದಿ ಬರಲಿ ಎಂದು ಕಾಯುತ್ತಿರುತ್ತೇವೆ. ಹೀಗೆ ಇಬ್ಬರು ಮಾತನಾಡುತ್ತಿರುವಾಗ ಆ ಸಂಭಾಷಣೆಯನ್ನು ಅವರು ಆನಂದಿಸುತ್ತಿದ್ದಾರೆ ಅಥವಾ ಅದರಿಂದ ಏನಾದರೂ ಕಲಿಯುತ್ತಿದ್ದಾರೆ ಎನ್ನಿಸದೇ ಅದು ಇಬ್ಬರು ದ್ವಂದ್ವಯುದ್ಧ ಮಾಡುತ್ತಿರುವಂತೆ ಅಥವಾ ಪಿಂಗ್ ಪಾಂಗ್ ಚೆಂಡು ಅತ್ತಿತ್ತ ಪುಟಿಯುತ್ತಿದೆ ಎಂಬಂತೆ ಭಾಸವಾಗುತ್ತದೆ.

ಈ ರೀತಿಯ ಸಂವಹನವು, ನಮ್ಮ ಎದುರಿನವರು ತನ್ನ ಮಾತನ್ನು ಮುಗಿಸುವ ಮೊದಲೇ ಅವರ ದೃಷ್ಟಿಕೋನಗಳನ್ನು ಟೀಕಿಸಲು, ಅತಿಯಾಗಿ ಪ್ರತಿಕ್ರಿಯಿಸಲು, ಅಪಾರ್ಥ ಕಲ್ಪಿಸಿಕೊಳ್ಳಲು, ಮಿಥ್ಯಾರೋಪ ಮಾಡಲು ಮತ್ತು ಅಭಿಪ್ರಾಯಗಳನ್ನು ರೂಪಿಸಲು ಪ್ರೋತ್ಸಾಹಿಸುತ್ತದೆ.

ಇದರಿಂದ ನಾವು ಒಬ್ಬರನ್ನೊಬ್ಬರು ಕಂಡರೆ ಸಿಡುಕುವುದು, ಕಿರಿಕಿರಿಗೊಳ್ಳುವುದು ಮತ್ತು ಸಿಟ್ಟು ಮಾಡಿಕೊಳ್ಳುವುದರಲ್ಲಿ ಯಾವುದೇ ಸಂದೇಹವಿಲ್ಲ. ಈ ರೀತಿ, ನಮ್ಮಲ್ಲಿ ಸರಿಯಾಗಿ ಕೇಳುವ ಕೌಶಲ್ಯವಿಲ್ಲವಾದ್ದರಿಂದ, ನಮಗೆ ಯಾರಾದರೂ ಗೆಳೆಯರಿದ್ದರೆ ಅದೇ ಒಂದು ಪವಾಡ!

ನನ್ನ ಜೀವನದ ಬಹುಪಾಲು ಸಮಯವನ್ನು ನಾನು ಮಾತನಾಡುವ ಅವಕಾಶಕ್ಕಾಗಿ ಕಾಯುತ್ತಾ ಕಳೆದಿದ್ದೇನೆ. ನೀವು ನನ್ನಂತೆಯೇ ಇದ್ದರೆ, ನಿಮ್ಮ ಮಾತನ್ನು ಪ್ರಾರಂಭಿಸುವ ಮೊದಲು ಇತರರು ತಮ್ಮ ಮಾತನ್ನು ಸಂಪೂರ್ಣವಾಗಿ ಹೇಳಿ ಮುಗಿಸಲು ಬಿಟ್ಟಾಗ, ಅವರ ಸೌಮ್ಯವಾದ ಪ್ರತಿಕ್ರಿಯೆಗಳು ಮತ್ತು ಆಶ್ಚರ್ಯಕರ ನೋಟಗಳು ನಿಮಗೆ ಆಹ್ಲಾದಕರವೆನ್ನಿಸುವವು. ಅನೇಕ ವೇಳೆ ನೀವು ಯಾರಿಗಾದರೂ ಮೊದಲ ಬಾರಿಗೆ ಅವರನ್ನು ಯಾರೋ ಆಲಿಸಿದರು ಎಂಬ ಅನುಭವವನ್ನು ನೀಡುವಿರಿ. ಇದರಿಂದ ನಿಮ್ಮೊಡನೆ ಮಾತನಾಡುತ್ತಿರುವ ವ್ಯಕ್ತಿಗೆ ಒಂದು ರೀತಿಯ ಸಮಾಧಾನವಾಗುತ್ತಿದೆ ಎಂಬ ಭಾವನೆ ನಿಮಗೆ ಬರುತ್ತದೆ ಮತ್ತು ನಿಮ್ಮಿಬ್ಬರ ನಡುವೆ ಯಾವುದೇ ಗಡಿಬಿಡಿ ಇಲ್ಲದ ಇನ್ನಷ್ಟು ಶಾಂತ ಭಾವ ನೆಲೆಗೊಳ್ಳುತ್ತದೆ. ನಿಮಗೆ ಮಾತನಾಡುವ ಅವಕಾಶ ಸಿಗಲಿಲ್ಲವೆಂದು ಚಿಂತೆ ಮಾಡುವ ಅಗ್ಯತವಿಲ್ಲ, ಅದು ಸಿಕ್ಕೇ ಸಿಗುತ್ತದೆ. ವಾಸ್ತವವಾಗಿ, ಹೀಗೆ ಅವಕಾಶ ಸಿಕ್ಕಾಗ ಮಾತನಾಡುವುದು ಇನ್ನೂ ತೃಪ್ತಿಕರವಾಗಿರುತ್ತದೆ ಏಕೆಂದರೆ ನಿಮ್ಮೊಡನೆ ಮಾತನಾಡುತ್ತಿರುವ ವ್ಯಕ್ತಿಗೆ ನೀವು ನೀಡಿದ ಅದೇ ಸಹಿಷ್ಣುತೆ ಮತ್ತು ಗೌರವವನ್ನು ಅವರೂ ಸಹ ನಿಮಗೆ ನೀಡತೊಡಗುತ್ತಾರೆ.

56

ಒಳ್ಳೆಯ ಮನಃಸ್ಥಿತಿಯಲ್ಲಿದ್ದಾಗ ಕೃತಜ್ಞತೆಯನ್ನು ತೋರಿಸಿ ಮತ್ತು ಕೆಟ್ಟ ಮನಃಸ್ಥಿತಿಯಲ್ಲಿದ್ದಾಗ ಘನತೆಯನ್ನು ಕಾಪಾಡಿಕೊಳ್ಳಿ

ಭೂಮಿಯ ಮೇಲಿನ ಅತ್ಯಂತ ಸಂತೋಷವಾಗಿರುವ ವ್ಯಕ್ತಿಯೂ ಕೂಡಾ ಸದಾಕಾಲವೂ ಸಂತೋಷದಿಂದಲೇ ಇರುವುದಿಲ್ಲ. ವಾಸ್ತವವಾಗಿ, ಅತ್ಯಂತ ಸಂತೋಷವಾಗಿರುವ ಜನರೂ ಸಹ ಮನಸ್ಥಿತಿಯಲ್ಲಿನ ಏರಿಳಿತಗಳು, ಸಮಸ್ಯೆಗಳು, ನಿರಾಶೆಗಳು ಮತ್ತು ಮನೋವ್ಯಥೆಯನ್ನು ಎದುರಿಸಬೇಕಾಗುತ್ತದೆ. ಸಂತೋಷವಾಗಿರುವ ವ್ಯಕ್ತಿ ಮತ್ತು ಅತೃಪ್ತ ವ್ಯಕ್ತಿಯ ನಡುವಿನ ವ್ಯತ್ಯಾಸವು ಅವರು ಎಷ್ಟು ಸಾರಿ ಬೇಸರಗೊಳ್ಳುತ್ತಾರೆ ಅಥವಾ ದುಃಖದಿಂದ ಎಷ್ಟು ಕುಸಿಯುತ್ತಾರೆ ಎಂಬುದಲ್ಲ. ಬದಲಾಗಿ, ಅವರು ತಮ್ಮ ಬೇಸರದ ಮನಃಸ್ಥಿತಿಯನ್ನು ಹೇಗೆ ನಿಭಾಯಿಸುತ್ತಾರೆ, ಎಂಬುದಲ್ಲದೇ ಅವರು ತಮ್ಮ ಬದಲಾಗುತ್ತಿರುವ ಭಾವನೆಗಳಿಗೆ ಹೇಗೆ ಸ್ಪಂದಿಸುತ್ತಾರೆ ಎಂಬುದು ಮುಖ್ಯವಾಗಿದೆ.

ಅನೇಕರು ಇದನ್ನು ತಿರುವುಮುರುವಾಗಿ ಅರ್ಥ ಮಾಡಿಕೊಳ್ಳುತ್ತಾರೆ. ಅವರ ಮನಃಸ್ಥಿತಿ ಮಂಕಾಗಿ ಇದ್ದಾಗ, ಅವರು ತಮ್ಮ ಟೊಂಕಕಟ್ಟಿಕೊಂಡು ಕೆಲಸಕ್ಕೆ ನಿಲ್ಲುತ್ತಾರೆ. ಅವರು ತಮ್ಮ ಈ ಕೆಟ್ಟ ಮನಸ್ಥಿತಿಯನ್ನು ಬಹಳ ಗಂಭೀರವಾಗಿ ತೆಗೆದುಕೊಳ್ಳುತ್ತಾರೆ ಮತ್ತು ಏನು ತಪ್ಪಾಗಿದೆ ಎಂಬುದನ್ನು ಕಂಡುಹಿಡಿಯಲು ಮತ್ತು ವಿಶ್ಲೇಷಿಸಲು ಪ್ರಯತ್ನಿಸುತ್ತಾರೆ. ಅವರು ತಮ್ಮ ಕೆಟ್ಟ ಸ್ಥಿತಿಯಿಂದ ಒತ್ತಾಯಪೂರ್ವಕವಾಗಿ ಹೊರಬರಲು ಪ್ರಯತ್ನಿಸುತ್ತಾರೆ, ಇದು ಸಮಸ್ಯೆಯನ್ನು ಪರಿಹರಿಸುವ ಬದಲು ಅದನ್ನು ಇನ್ನಷ್ಟು ಜಟಿಲಗೊಳಿಸುತ್ತದೆ.

ನೀವು ಶಾಂತ ಮತ್ತು ನಿರಾಳ ವ್ಯಕ್ತಿಗಳನ್ನು ಗಮನಿಸಿದಾಗ, ಅವರು ಉತ್ತಮ ಮನಸ್ಥಿತಿಯಲ್ಲಿರುವಾಗ ಕೃತಜ್ಞರಾಗಿರುತ್ತಾರೆ. ಸಕಾರಾತ್ಮಕ ಮತ್ತು ನಕಾರಾತ್ಮಕ ಭಾವನೆಗಳು ಬರುತ್ತವೆ ಮತ್ತು ಹೋಗುತ್ತವೆ ಮತ್ತು ಹಾಗೆಯೇ ಕೆಟ್ಟ ಸಮಯವೂ ಕೂಡ ಬರುತ್ತದೆ ಎಂದು ಅವರು ಅರ್ಥಮಾಡಿಕೊಂಡಿರುತ್ತಾರೆ. ಸಂತೋಷದಿಂದಿರುವ ಜನರಿಗೆ ಈ ವಿಧಾನದಿಂದ ಏನೂ ಅಭ್ಯಂತರವಿಲ್ಲ. ಭಾವನೆಗಳು ಬಂದು ಹೋಗುವುದರ ಅನಿವಾರ್ಯತೆಯನ್ನು ಅವರು ಒಪ್ಪಿಕೊಂಡಿದ್ದಾರೆ. ಅವರು ಖಿನ್ನತೆ, ಕೋಪ ಅಥವಾ ಒತ್ತಡವನ್ನು ಅನುಭವಿಸಿದಾಗ, ತಮ್ಮ ಭಾವನೆಗಳೊಂದಿಗೆ ಹೋರಾಡುವ ಮತ್ತು ಭಯಭೀತರಾಗುವ ಬದಲು, ಅವರು ಅವುಗಳನ್ನು ಒಪ್ಪಿಕೊಳ್ಳುತ್ತಾರೆ ಹಾಗೂ ಈ ಸಮಯವೂ ಕೂಡ ಕಳೆದು ಹೋಗುತ್ತದೆ ಎಂದು ಅರ್ಥಮಾಡಿಕೊಂಡಿರುತ್ತಾರೆ. ನಕಾರಾತ್ಮಕ ಭಾವನೆಗಳ ವಿರುದ್ಧ ಹೋರಾಡುವ ಬದಲು, ಅವರು ಅವುಗಳನ್ನು ಘನತೆಯಿಂದ ಸ್ವೀಕರಿಸುತ್ತಾರೆ. ಈ ರೀತಿಯಾಗಿ ಅವರು ಆ ನಕಾರಾತ್ಮಕ ಸ್ಥಿತಿಯಿಂದ ನಿಧಾನವಾಗಿ ಮತ್ತು ಸರಳವಾಗಿ ಹೊರಬಂದು ಸಕಾರಾತ್ಮಕ ಮನಸ್ಥಿತಿಯನ್ನು ಹೊಂದುತ್ತಾರೆ. ನನ್ನ ಅಭಿಪ್ರಾಯದಲ್ಲಿ, ಅತ್ಯಂತ ಸಂತೋಷವಾಗಿರುವ ವ್ಯಕ್ತಿ ಎಂದರೆ ಆಗಾಗ ಮಂಕಾದ ಮನಃಸ್ಥಿತಿಯನ್ನು ಹೊಂದಿರುವವನು. ಅವನು ತನ್ನ ಕೆಟ್ಟ ಮನಸ್ಥಿತಿ ಮತ್ತು ದುಃಖದಿಂದ ತೊಂದರೆಗೊಳಗಾಗುವುದಿಲ್ಲ. ಅವನು ಅದರ ಬಗ್ಗೆ ಹೆಚ್ಚಿಗೆ

ತಲೆ ಕೆಡಿಸಿಕೊಳ್ಳುವುದಿಲ್ಲ, ಸಮಯ ಕಳೆದಂತೆ, ಮತ್ತೆ ತಾನು ಸಂತೋಷವಾಗಿರುತ್ತೇನೆ ಎಂದು ಅವನಿಗೆ ತಿಳಿದಿದೆ ಮತ್ತು ಅದು ಅವನಿಗೆ ಅಂತಹ ದೊಡ್ಡ ವಿಷಯವೇನಲ್ಲ.

ಮುಂದಿನ ಬಾರಿ ನೀವು ಕುಂಠಿತ ಮನಸ್ಥಿತಿಯಲ್ಲಿದ್ದಾಗ, ಅದರ ವಿರುದ್ಧ ಹೋರಾಡುವ ಬದಲು ಶಾಂತವಾಗಿರಲು ಪ್ರಯತ್ನಿಸಿ. ಗಾಬರಿಯಾಗುವ ಬದಲು ಅದನ್ನು ಶಾಂತವಾಗಿ, ಘನತೆಯಿಂದ ಸ್ವೀಕರಿಸಬಹುದೇ ಎಂದು ನೋಡಿ. ನಕಾರಾತ್ಮಕ ಭಾವನೆಗಳೊಂದಿಗೆ ಹೋರಾಡದೇ ನೀವು ಘನತೆಯನ್ನು ಕಾಪಾಡಿಕೊಂಡರೆ, ಅವು ಪ್ರತಿದಿನ ಆಗುವ ಸೂರ್ಯಾಸ್ತದಂತೆಯೇ ಖಂಡಿತವಾಗಿ ಕಣ್ಮರೆಯಾಗುತ್ತವೆ.

57

ಆಕ್ರಮಣಕಾರಿ ಚಾಲಕರಾಗಬೇಡಿ

ನಿಮಗೆ ಹೆಚ್ಚು ಒತ್ತಡವನ್ನುಂಟು ಮಾಡುವ ಅಂಶ ಯಾವುದು? ನಿಮಗೂ ಕೂಡ ತುಂಬಾ ಜನರಂತೆ ಇದ್ದರೆ, ಭಾರೀ ಟ್ರಾಫಿಕ್‌ನಲ್ಲಿ ವಾಹನ ಚಲಾಯಿಸುವುದು ನಿಮಗೆ ಒತ್ತಡವನ್ನುಂಟುಮಾಡುವ ಪರಿಸ್ಥಿತಿಗಳಲ್ಲಿ ಪ್ರಮುಖವಾಗಿರಬಹುದು. ಇತ್ತೀಚಿನ ದಿನಗಳಲ್ಲಿ ನೀವು ಪ್ರಮುಖ ಹೆದ್ದಾರಿಗಳನ್ನು ಗಮನಿಸಿರಬಹುದು ನಿಮ್ಮ ಕಾರು ರಸ್ತೆಯ ಬದಲಿಗೆ ತೆರೆದ ರೇಸ್ ಟ್ರ್ಯಾಕ್‌ನಲ್ಲಿ ಓಡುತ್ತಿದೆಯೋ ಎನ್ನುವಂತಿರುತ್ತದೆ.

ಸ್ವಲ್ಪ ಕಡಿಮೆ ಆಕ್ರಮಣಕಾರಿ ಚಾಲಕನಾಗುವುದು ಒಳ್ಳೆಯ ಉಪಾಯ ಎಂಬುದಕ್ಕೆ ಮೂರು ಕಾರಣಗಳಿವೆ. ಮೊದಲನೆಯದಾಗಿ, ನೀವು ತುಂಬಾ ಆಕ್ರಮಣಕಾರಿಯಾಗಿದ್ದಾಗ, ನೀವು ನಿಮ್ಮನ್ನು ಮತ್ತು ನಿಮ್ಮ ಸುತ್ತಲಿನವರನ್ನು ಅಪಾಯಕ್ಕೆ ಸಿಲುಕಿಸುತ್ತೀರಿ. ಎರಡನೆಯದಾಗಿ, ಆಕ್ರಮಣಕಾರಿಯಾಗಿ ವಾಹನ ಚಲಾಯಿಸುವುದು ತುಂಬಾ ಮಾನಸಿಕ ಒತ್ತಡವನ್ನು ನೀಡುತ್ತದೆ. ನಿಮ್ಮ ರಕ್ತದೊತ್ತಡ ಹೆಚ್ಚಾಗುತ್ತದೆ, ವಾಹನದ ಮೇಲಿನ ನಿಮ್ಮ ಹಿಡಿತ ಬಿಗಿಯಾಗುತ್ತದೆ, ನಿಮ್ಮ ಕಣ್ಣುಗಳು ಆಯಾಸಗೊಳ್ಳುತ್ತವೆ ಮತ್ತು ನಿಮ್ಮ ಆಲೋಚನೆಯು ನಿಯಂತ್ರಣ ತಪ್ಪುತ್ತದೆ. ಕೊನೆಯದಾಗಿ, ನೀವು ಎಲ್ಲಿ ಹೊರಟಿದ್ದೀರೋ ಅಲ್ಲಿ ಹೋಗಿ ಸೇರಿದಾಗ ನೀವು ಹೆಚ್ಚಿನ ಸಮಯವನ್ನೇನೂ ಉಳಿಸಿರುವುದಿಲ್ಲ.

ಇತ್ತೀಚೆಗೆ ನಾನು ಓಕ್ಲ್ಯಾಂಡ್‌ನಿಂದ ದಕ್ಷಿಣಕ್ಕೆ ಸ್ಯಾನ್ ಓಝೆಗೆ ಕಾರಿನಲ್ಲಿ ಹೋಗುತ್ತಿದ್ದೆ. ಟ್ರಾಫಿಕ್ ಜಾಸ್ತಿ ಇತ್ತು ಆದರೆ ನಿಧಾನವಾಗಿ ಚಲಿಸುತ್ತಿತ್ತು. ಒಬ್ಬ ಆಕ್ರಮಣಕಾರಿ ಚಾಲಕ ಪದೇ ಪದೇ ತನ್ನ ಲೇನ್‌ನಿಂದ ಹೊರಬರುವುದನ್ನು, ವೇಗವನ್ನು ಹೆಚ್ಚಿಸುವುದನ್ನು ಮತ್ತು ನಿಧಾನಗೊಳಿಸುವುದನ್ನು ನಾನು ಗಮನಿಸಿದೆ. ಅವನು ತುಂಬಾ ಆತುರದಲ್ಲಿದ್ದಂತೆ ತೋರುತ್ತಿತ್ತು. ನನ್ನ ಪೂರ್ಣ ನಲವತ್ತು ಮೈಲಿ ಪ್ರಯಾಣದ ಬಹುಪಾಲು ನಾನು ನನ್ನ ಲೇನ್‌ನಲ್ಲಿಯೇ ಇದ್ದೆ. ನಾನು ದಾರಿಯುದ್ದಕ್ಕೂ ಹೊಸದಾಗಿ ಖರೀದಿಸಿದ ಆಡಿಯೊಟೇಪ್ ಅನ್ನು ಕೇಳುತ್ತಾ, ಹಗಲುಗನಸು ಕಾಣುತ್ತಾ ಸಾಗುತ್ತಿದ್ದೆ. ನಾನು ಪ್ರಯಾಣವನ್ನು ತುಂಬಾ ಆನಂದಿಸಿದೆ ಏಕೆಂದರೆ ಡ್ರೈವಿಂಗ್ ನನಗೆ ಒಬ್ಬಂಟಿಯಾಗಿರಲು ಅವಕಾಶವನ್ನು ನೀಡುತ್ತದೆ ಎಂದು ನನ್ನ ಭಾವನೆ. ನಾನು ಹೆದ್ದಾರಿಯಿಂದ ಹೊರಬರುತ್ತಿದ್ದಂತೆ, ಅದೇ ಆಕ್ರಮಣಕಾರಿ ಚಾಲಕ ನನ್ನ ಹಿಂದಿನಿಂದ ವೇಗವಾಗಿ ಬಂದನು. ನನಗೆ ಅರಿವಿಲ್ಲದಂತೆ ನಾನು ಅವನಿಗಿಂತ ಮುಂಚೆ ಸ್ಯಾನ್ ಓಝೆ ತಲುಪಿದ್ದೆ. ವೇಗವಾಗಿ, ಅಡ್ಡಾದಿಡ್ಡಿಯಾಗಿ ವಾಹನ ಚಲಾಯಿಸುವುದು ಮತ್ತು ಕುಟುಂಬಗಳನ್ನು ಅಪಾಯಕ್ಕೆ ಸಿಲುಕಿಸುವುದು ಇವೆಲ್ಲವೂ ಅವನಿಗೆ ಬಹುಶಃ ಅಧಿಕ ರಕ್ತದೊತ್ತಡ ಮತ್ತು ತನ್ನ ವಾಹನದ ಹೆಚ್ಚಿನ ಸವಕಳಿಯನ್ನು ಹೊರತುಪಡಿಸಿ ಬೇರೇನೂ ನೀಡುವುದಿಲ್ಲ. ಸರಾಸರಿಯಾಗಿ, ಅವನು ಮತ್ತು ನಾನು ಒಂದೇ ವೇಗದಲ್ಲಿ ಚಾಲನೆ ಮಾಡಿದ್ದೆವು. ಚಾಲಕರು ನಿಮ್ಮ ಹಿಂದಿನಿಂದ ವೇಗವಾಗಿ ಬಂದು ಮುಂದಿನ ಟ್ರಾಫಿಕ್ ಸಿಗ್ನಲ್

ನಲ್ಲಿ ನಿಮ್ಮನ್ನು ಹಿಂದಿಕ್ಕಲು ಪ್ರಯತ್ನಿಸುವುದನ್ನು ನೀವು ನೋಡಿದಾಗ, ಅಲ್ಲಿಯೂ ಇದೇ ತತ್ವ ಅನ್ವಯಿಸುತ್ತದೆ. ಅದರಿಂದ ಯಾವುದೇ ಪ್ರಯೋಜನವಿಲ್ಲ. ನೀವು ದಂಡ ಕಟ್ಟಬೇಕಾಗಬಹುದು ಅಥವಾ ಪೋಲಿಸ್ ಠಾಣೆಯಲ್ಲಿ ಕೆಲವು ಗಂಟೆ ಕಳೆಯಬೇಕಾಗಿ ಬರಬಹುದು ಎಂಬುದಷ್ಟೇ ಸತ್ಯ. ಇದನ್ನು ಪಡೆಯಲೇ ನೀವು ಇಷ್ಟು ವರ್ಷ ವೇಗವಾಗಿ ವಾಹನ ಚಲಾಯಿಸಿದ್ದು?

ನೀವು ಹೀಗೆ ಆಕ್ರಮಣಕಾರಿಯಾಗಿ ವಾಹನ ಚಲಾಯಿಸದಿರಲು ಪ್ರಜ್ಞಾಪೂರ್ವಕ ನಿರ್ಧಾರ ತೆಗೆದುಕೊಂಡರೆ, ನೀವು ಕಾರಿನಲ್ಲಿ ಇರುವಷ್ಟು ಸಮಯವನ್ನು ನಿರಾಳವಾಗಲು ಬಳಸುವಿರಿ. ವಾಹನ ಚಾಲನೆಯು ಕೇವಲ ಪ್ರಯಾಣಕ್ಕಾಗಿ ಎಂದು ನೋಡದೇ ಆರಾಮವಾಗಿ ಉಸಿರಾಡಲು ಮತ್ತು ದೀರ್ಘ ಆಲೋಚನೆ ಮಾಡಲು ಅವಕಾಶ ಎನ್ನುವಂತೆ ನೋಡಿ. ನಿಮ್ಮ ಸ್ನಾಯುಗಳ ಮೇಲೆ ಒತ್ತಡ ಹೇರುವ ಬದಲು ಅವುಗಳಿಗೆ ಸ್ವಲ್ಪ ವಿಶ್ರಾಂತಿ ನೀಡಿ. ನನ್ನ ಬಳಿ ಸ್ನಾಯುಗಳಿಗೆ ವಿಶ್ರಾಂತಿ ನೀಡುವ ಆಡಿಯೊಟೇಪ್‌ಗಳಿವೆ. ಕೆಲವೊಮ್ಮೆ ನಾನು ಅವುಗಳಲ್ಲಿ ಒಂದನ್ನು ಕೇಳುತ್ತೇನೆ ಮತ್ತು ನಾನು ತಲುಪಬೇಕಾದ ಸ್ಥಾನವನ್ನು ತಲುಪುವ ಹೊತ್ತಿಗೆ ನನಗೆ ಮೊದಲಿಗಿಂತ ಹೆಚ್ಚು ಆರಾಮವೆನಿಸುತ್ತದೆ. ಬಹುಶಃ ನೀವು ನಿಮ್ಮ ಜೀವಿತಾವಧಿಯಲ್ಲಿ, ಚಾಲನೆಯಲ್ಲಿ ತುಂಬಾ ಸಮಯವನ್ನು ಕಳೆಯಲಿದ್ದೀರಿ. ನೀವು ಆ ಕ್ಷಣಗಳನ್ನು ನಿರಾಶೆಯಿಂದ ಕಳೆಯಬಹುದು ಅಥವಾ ನೀವು ಅವುಗಳನ್ನು ಬುದ್ಧಿವಂತಿಕೆಯಿಂದ ಬಳಸಬಹುದು. ನೀವು ಎರಡನೆಯದನ್ನು ಮಾಡಿದರೆ, ನೀವು ಹೆಚ್ಚು ನಿರಾಳವಾದ ವ್ಯಕ್ತಿಯಾಗುವಿರಿ.

58

ರಿಲ್ಯಾಕ್ಸ್ ಆಗಿರಿ (ನಿರಾಳವಾಗಿರಿ)

ರಿಲ್ಯಾಕ್ಸ್ ಆಗುವುದು/ನಿರಾಳವಾಗಿರುವುದು ಎಂದರೆ ಏನು? ಈ ಶಬ್ದವನ್ನು ನಮ್ಮ ಜೀವನದಲ್ಲಿ ಸಾವಿರಾರು ಬಾರಿ ಕೇಳಿದ್ದರೂ ಸಹ ಕೆಲವೇ ಜನರು ಮಾತ್ರ ಅದು ನಿಜವಾಗಿಯೂ ಏನು ಎಂಬುದನ್ನು ಅವಲೋಕನ ಮಾಡಿದ್ದಾರೆ.

ನೀವು ಜನರನ್ನು ರಿಲ್ಯಾಕ್ಸ್ ಆಗುವುದು ಏನೆಂದು ಕೇಳಿದರೆ (ನಾನು ಹಲವು ಬಾರಿ ಕೇಳಿರುವಂತೆ) ಅವರ ಉತ್ತರವೆಂದರೆ ರಿಲ್ಯಾಕ್ಸ್ ಆಗುವುದು ಎಂದರೆ ಮುಂದೊಂದು ದಿನ ಮಾಡಲು ಯೋಜಿಸುವ ವಿಷಯ ಎನ್ನುತ್ತಾರೆ – ನೀವು ಅದನ್ನು ನಿಮ್ಮ ರಜೆಯ ಸಮಯದಲ್ಲಿ, ಉಯ್ಯಾಲೆಯಲ್ಲಿ ಆರಾಮವಾಗಿ ಕುಳಿತಾಗ, ನೀವು ನಿವೃತ್ತರಾದಾಗ ಅಥವಾ ನಿಮ್ಮ ಎಲ್ಲಾ ಕೆಲಸವನ್ನು ಮಾಡಿ ಮುಗಿಸಿದಾಗ ಮಾಡುವುದಾಗಿದೆ ಎನ್ನುವುದು ಅವರ ಅಭಿಪ್ರಾಯ. ಇಷ್ಟನ್ನು ಬಿಟ್ಟು ನಿಮ್ಮ ಜೀವನದ ಉಳಿದ ಸಮಯ (ಸುಮಾರು ತೊಂಬತ್ತೈದು ಪ್ರತಿಶತವು) ಕಿರಿಕಿರಿ, ಗಡಿಬಿಡಿ ಮತ್ತು ಒತ್ತಡದಲ್ಲಿ ಕಳೆಯುತ್ತದೆ. ತುಂಬಾ ಕಡಿಮೆ ಜನರು ಇದನ್ನು ಒಪ್ಪುತ್ತಾರೆ, ಆದರೆ ಇದೇ ಸ್ಪಷ್ಟವಾದ ವಾಸ್ತವ. ನಮ್ಮಲ್ಲಿ ಅನೇಕರು ಜೀವನವನ್ನು ಆಪತ್ತಿನ ಪರಿಸ್ಥಿತಿಯಾಗಿ ಏಕೆ ನೋಡುತ್ತೇವೆ ಎಂದು ನೀವು ಹೇಳಬಲ್ಲಿರಾ? ನಮ್ಮಲ್ಲಿ ಅನೇಕ ಜನ ತಮ್ಮ 'ಬುಟ್ಟಿಯಲ್ಲಿರುವ' ಎಲ್ಲಾ ಕೆಲಸಗಳು ಮುಗಿಯುವವರೆಗೆ (ಅಧ್ಯಾಯ 6 ರಲ್ಲಿ ಹೇಳಿದಂತೆ) ತಮ್ಮ ವಿಶ್ರಾಂತಿಯನ್ನು ಮುಂದೂಡುತ್ತಾರೆ. ಆದರೆ ಅವು ಎಂದಿಗೂ ಮುಗಿಯುವುದಿಲ್ಲ.

ರಿಲ್ಯಾಕ್ಸ್ ಆಗುವುದು ಅಥವಾ ನಿರಾಳತೆ ಎಂದರೆ ಮುಂದೆಂದೋ ಕಾಯ್ದಿರಿಸಿದ ವಸ್ತುವಲ್ಲ, ಬದಲಾಗಿ ನಿಯಮಿತವಾಗಿ ಪಡೆಯಬಹುದಾದ ನಮ್ಮ ಮನಸ್ಸಿನ ಒಂದು ಗುಣವಾಗಿದೆ ಎಂದು ಭಾವಿಸುವುದು ಸರಿಯಾದುದು. ಈಗಲೇ ನೀವು ವಿಶ್ರಾಂತಿ ಪಡೆಯಬಹುದು/ರಿಲ್ಯಾಕ್ಸ್ ಆಗಬಹುದು. ನಿರಾಳವಾಗಿರುವವರು ಇನ್ನೂ ಅತ್ಯುತ್ತಮ ಸಾಧಕರಾಗಬಹುದು ಮತ್ತು ವಾಸ್ತವವಾಗಿ, ನಿರಾಳತೆ ಮತ್ತು ಸೃಜನಶೀಲತೆಗೆ ನೇರವಾದ ಸಂಬಂಧವಿದೆ ಎಂಬುದನ್ನು ನೆನಪಿಟ್ಟುಕೊಳ್ಳಿ. ಉದಾಹರಣೆಗೆ, ಒತ್ತಡಕ್ಕೊಳಗಾದಾಗಲೆಲ್ಲಾ, ನಾನು ಬರೆಯುವ ಬಗ್ಗೆ ಯೋಚಿಸುವುದೇ ಇಲ್ಲ. ವಿಶ್ರಾಂತಿ ಪಡೆದ/ ರಿಲ್ಯಾಕ್ಸ್ ಆದ ತಕ್ಷಣ, ನನ್ನ ಬರವಣಿಗೆ ಸರಾಗವಾಗಿ ಮತ್ತು ವೇಗವಾಗಿ ಸಾಗುತ್ತದೆ.

ಹೆಚ್ಚು ನಿರಾಳವಾಗಿರುವುದು ಎಂದರೆ ಜೀವನದ ನಾಟಕಗಳಿಗೆ ವಿಭಿನ್ನ ರೀತಿಯಾಗಿ ಪ್ರತಿಕ್ರಿಯಿಸಲು ನಿಮ್ಮನ್ನು ತಯಾರು ಮಾಡಿಕೊಳ್ಳುವುದು ಎಂದರ್ಥ – ಅಂದರೆ ನಿಮ್ಮ ಅತಿರೇಕದ ನಾಟಕಗಳನ್ನು (ಮೆಲೋಡ್ರಾಮಾ) ಭಾವ ಮಧುರ ನಾಟಕಗಳನ್ನಾಗಿ ಪರಿವರ್ತಿಸುವುದು. ಇದು, ಜೀವನದಕ್ಕೆ ನೀವು ಹೇಗೆ ಸ್ಪಂದಿಸುತ್ತೀರಿ ಎಂಬುದಕ್ಕೆ ನಿಮಗೆ ಆಯ್ಕೆಗಳಿವೆ ಎಂದು ಪದೇ ಪದೇ (ಪ್ರೀತಿಯ ಕರುಣೆ ಮತ್ತು ತಾಳ್ಮೆಯಿಂದ) ನೆನಪಿಸಿಕೊಳ್ಳುವುದರಿಂದ ಬರುತ್ತದೆ.

ನಿಮ್ಮ ಆಲೋಚನೆಗಳಿಗೆ ಮತ್ತು ಪರಿಸ್ಥಿತಿಗಳಿಗೆ ಹೊಸ ರೀತಿಯಲ್ಲಿ ಸ್ಪಂದಿಸಲು ನೀವು ಕಲಿಯಬಹುದು. ಇದನ್ನು ರೂಢಿಸಿಕೊಂಡು ಉತ್ತಮ ಆಯ್ಕೆಗಳನ್ನು ಮಾಡುವುದರಿಂದ ನೀವು ಇನ್ನಷ್ಟು ಹೆಚ್ಚು ನಿರಾಳವಾದ ವ್ಯಕ್ತಿಯಾಗಿ ಪರಿವರ್ತನೆಗೊಳ್ಳುವಿರಿ.

59

ಮೇಲ್ ಮೂಲಕ ಒಂದು ಮಗುವನ್ನು ದತ್ತು ತೆಗೆದುಕೊಳ್ಳಿ

ಈ ಪುಸ್ತಕದಲ್ಲಿ ನಾನು ಯಾವುದೇ ಸೇವಾ ಸಂಸ್ಥೆಯ ಪ್ರಚಾರ ಮಾಡಬಯಸುವುದಿಲ್ಲವಾದರೂ, ಮೇಲ್ ಮೂಲಕ ಮಕ್ಕಳನ್ನು ದತ್ತು ಪಡೆದಿರುವುದು ನನ್ನ ಸಕಾರಾತ್ಮಕ ಅನುಭವವಾಗಿದೆ ಎಂದು ನಾನು ಹೇಳುತ್ತೇನೆ. ಇಲ್ಲಿ ನೀವು ನಿಜವಾಗಿಯೂ ಮಗುವನ್ನು ದತ್ತು ತೆಗೆದುಕೊಳ್ಳುವುದಿಲ್ಲ, ಬದಲಿಗೆ ಅವರಿಗೆ ಸಹಾಯ ಮಾಡುವ ಜೊತೆಗೆ ಅವರನ್ನು ಅರ್ಥ ಮಾಡಿಕೊಳ್ಳಲು ನಿಮಗೆ ಅವಕಾಶ ಸಿಗುತ್ತದೆ.

ಈ ಅನುಭವವು ನನ್ನ ಕುಟುಂಬದಲ್ಲಿ ಎಲ್ಲರಿಗೂ ಅಪಾರವಾದ ತೃಪ್ತಿ ಮತ್ತು ಸಂತೋಷವನ್ನು ನೀಡಿದೆ. ನನ್ನ ಆರು ವರ್ಷದ ಮಗಳು ಸಹ ಒಂದು ಮಗುವನ್ನು ದತ್ತು ತೆಗೆದುಕೊಂಡಿದ್ದಾಳೆ ಮತ್ತು ಅವಳು ಈ ಅನುಭವದಿಂದ ಬಹಳಷ್ಟು ಕಲಿಯುತ್ತಿದ್ದಾಳೆ ಮತ್ತು ತುಂಬಾ ಖುಷಿಯಾಗಿದ್ದಾಳೆ. ಅವರಿಬ್ಬರೂ ಪರಸ್ಪರ ಪತ್ರಗಳನ್ನು ಬರೆಯುತ್ತಾರೆ, ಚಿತ್ರಗಳನ್ನು ಬರೆದು ಕಳುಹಿಸುತ್ತಾರೆ ಮತ್ತು ಸಂಪರ್ಕದಲ್ಲಿರುತ್ತಾರೆ. ಅವರು ಪರಸ್ಪರರ ತಮ್ಮ ಜೀವನದ ಬಗ್ಗೆ ಹಂಚಿಕೊಳ್ಳಲು ಇಷ್ಟಪಡುತ್ತಾರೆ.

ನೀವು ಪ್ರತಿ ತಿಂಗಳು ಒಂದು ಸಣ್ಣ ಮೊತ್ತದ ಹಣವನ್ನು ಮಕ್ಕಳಿಗೆ ಸಹಾಯ ಮಾಡುವ ಒಂದು ಏಜೆನ್ಸಿಗೆ ಕಳುಹಿಸುತ್ತೀರಿ. ಈ ಹಣವನ್ನು ಮಕ್ಕಳು ಮತ್ತು ಅವರ ಪೋಷಕರಿಗೆ ಅವರ ಜೀವನಾವಶ್ಯಕತೆಗಳನ್ನು ಪೂರೈಸುವುದಕ್ಕೆ ಬಳಸಲಾಗುತ್ತದೆ, ಇದರಿಂದ ಮಕ್ಕಳನ್ನು ಶಾಲೆಗೆ ಕಳುಹಿಸುವುದು ಮತ್ತು ಅವರ ಇತರ ಅಗತ್ಯಗಳನ್ನು ಪೂರೈಸುವುದು ಸ್ವಲ್ಪ ಸುಲಭವಾಗುತ್ತದೆ.

ಈ ರೀತಿಯಾದ ಕೊಡುಗೆಯು ಆನಂದದಾಯಕವಾಗಿರುತ್ತದೆ ಎಂದು ನಾನು ಭಾವಿಸುತ್ತೇನೆ ಏಕೆಂದರೆ ನಾವು ಪರಸ್ಪರ ಸಂಪರ್ಕದಲ್ಲಿರುತ್ತೇವೆ. ಕೆಲವೊಂದು ದೇಣಿಗೆಗಳಲ್ಲಿ, ಅದನ್ನು ಯಾರಿಗೆ ನೀಡಲಾಗಿದೆ ಎಂದು ನಿಮಗೆ ಗೊತ್ತಿರುವುದಿಲ್ಲ. ಆದರೆ ಈ ಪ್ರಸಂಗದಲ್ಲಿ, ನೀವು ಯಾರಿಗೆ ಸಹಾಯ ಮಾಡುತ್ತಿದ್ದೀರಿ ಎಂದು ಗೊತ್ತಾಗುತ್ತದೆ ಅಲ್ಲದೇ, ನೀವು ಅವರನ್ನು ಭೇಟಿಯಾಗುವ ಅವಕಾಶವೂ ಸಹ ನಿಮಗಿದೆ. ಅಲ್ಲದೆ, ಈ ರೀತಿಯ ನಿಯಮಿತವಾದ ನಂಟು, ನಿಮಗೆ ಸಹಾಯ ಮಾಡುವ ಸಾಮರ್ಥ್ಯವಿದೆ ಆದ್ದರಿಂದ ನೀವೆಷ್ಟು ಅದೃಷ್ಟಶಾಲಿ ಎಂಬ ಅರಿವನ್ನು ಮೂಡಿಸುತ್ತದೆ. ನನಗೆ ಮತ್ತು ನನ್ನ ಪರಿಚಯದ ಅನೇಕರಿಗೆ, ಈ ರೀತಿಯ ಕೊಡುಗೆಯು ಧನ್ಯತೆಯ ಭಾವವನ್ನು ನೀಡುತ್ತದೆ. ಈ ಕಾರ್ಯದಲ್ಲಿ ನಿಮಗೆ ಸಹಾಯ ಮಾಡುವ ಹಲವಾರು ಏಜೆನ್ಸಿಗಳಿವೆ, ನೀವು ಅವುಗಳನ್ನು ಸುಲಭವಾಗಿ ಸಂಪರ್ಕಿಸಬಹುದು.

60

ಅತಿರೇಕದ ನಾಟಕಗಳನ್ನು/ಮೆಲೋಡ್ರಾಮಾವನ್ನು, ಭಾವ ಮಧುರ ನಾಟಕವಾಗಿ ಪರಿವರ್ತಿಸುವುದು

ಒಂದು ರೀತಿಯಲ್ಲಿ ಹೇಳಬೇಕೆಂದರೆ, ಈ ತಂತ್ರದ ಅರ್ಥವು, 'ಸಣ್ಣ-ಪುಟ್ಟ ವಿಷಯಗಳ ಬಗ್ಗೆ ಚಿಂತಿಸಬೇಡಿ' ಎನ್ನುವುದನ್ನು ಇನ್ನೊಂದು ವಿಧದಲ್ಲಿ ಹೇಳುವುದಾಗಿದೆ. ಅನೇಕರು ಜೀವನವನ್ನು ಒಂದು ನಾಟಕದಂತೆ ನೋಡುತ್ತಾರೆ, 'ಅತಿಯಾದ ನಾಟಕೀಯತೆ ಮತ್ತು ಕಥಾವಸ್ತುವು ಇರುವ ಒಂದು ಅತಿರಂಜಿತ ನಾಟಕ' ಎನ್ನುವಂತೆ. ತುಂಬಾ ಪರಿಚಿತ ವಿಷಯ ಎನ್ನಿಸುತ್ತಿದೆಯೇ? ನಾವು ಸಣ್ಣ-ಸಣ್ಣ ವಿಷಯಗಳನ್ನು ಕೂಡ ದೊಡ್ಡದಾಗಿ ಮಾಡುತ್ತೇವೆ, ಒಂದು ಸಣ್ಣ ಕಡ್ಡಿಯನ್ನು ಗುಡ್ಡವನ್ನಾಗಿ ಮಾಡುತ್ತೇವೆ. ಜೀವನವು ನಾವಂದುಕೊಂಡಷ್ಟು ಕೆಟ್ಟದ್ದಲ್ಲ, ಎಂಬುದನ್ನು ಮರೆತುಬಿಡುತ್ತೇವೆ. ನಾವೇ ಅಳತೆಗೆ ಮೀರಿ ವಿಷಯಗಳನ್ನು ದೊಡ್ಡದಾಗಿ ಮಾಡಿದರೆ, ಅದರ ಬೆಲೆಯನ್ನು ಪಾವತಿಸುವವರು ನಾವೇ ಅಲ್ಲವೇ?

ಜೀವನವು ಒಂದು ಧಾರಾವಾಹಿ ಅಲ್ಲ ಎಂದು ಆಗಾಗ ನೆನಪಿಸಿಕೊಳ್ಳುವುದರಿಂದ ಮನಸ್ಸು ಶಾಂತವಾಗುತ್ತದೆ ಎಂದು ನಾನು ಕಂಡುಕೊಂಡಿದ್ದೇನೆ. ನಾನು ತುಂಬಾ ಒತ್ತಡಕ್ಕೊಳಗಾದಾಗ ಅಥವಾ ನನ್ನನ್ನು ನಾನೇ ತುಂಬಾ ಗಂಭೀರವಾಗಿ ಪರಿಗಣಿಸಲು ಪ್ರಾರಂಭಿಸಿದಾಗ (ನಾನು ಇದನ್ನು ಆಗಾಗ್ಗೆ ಮಾಡುತ್ತೇನೆ ಎಂದು ನಾನು ಒಪ್ಪಿಕೊಳ್ಳುತ್ತೇನೆ), ನನಗೆ ನಾನೇ ಹೇಳಿಕೊಳ್ಳುತ್ತೇನೆ, 'ಇಗೋ ಧಾರಾವಾಹಿ ಶುರುವಾಯಿತು.' ನಾನು ಇದನ್ನು ಹೇಳಿಕೊಂಡ ತಕ್ಷಣ, ನನ್ನ ಎಲ್ಲಾ ಗಂಭೀರತೆ ಮಾಯವಾಗುತ್ತದೆ ಮತ್ತು ನನ್ನನ್ನೇ ನೋಡಿಕೊಂಡು ನಗಲು ಪ್ರಾರಂಭಿಸುತ್ತೇನೆ. ಆಗಾಗ್ಗೆ, ಈ ರೀತಿ ಸರಳವಾಗಿ ನೆನಪಿಸಿಕೊಳ್ಳುವುದು ಶಾಂತವಾದ ಚಾನೆಲ್‌ಗೆ ಬದಲಾಯಿಸಲು ನನಗೆ ಅನುವು ಮಾಡಿಕೊಡುತ್ತದೆ. ನನ್ನ ಮೆಲೋಡ್ರಾಮಾ 'ಭಾವಮಧುರ-ನಾಟಕ'ವಾಗಿ ರೂಪಾಂತರಗೊಳ್ಳುತ್ತದೆ.

ನೀವು ಎಂದಾದರೂ ಒಂದು ಧಾರಾವಾಹಿ ನೋಡಿದ್ದರೆ, ಅದರ ಪಾತ್ರಗಳು ಸಣ್ಣಪುಟ್ಟ ವಿಷಯಗಳನ್ನು ಎಷ್ಟು ಗಂಭೀರವಾಗಿ ಪರಿಗಣಿಸುತ್ತವೆಯೆಂದರೆ ಅವುಗಳ ಮೇಲೆ ತಮ್ಮ ಜೀವನವನ್ನು ಹಾಳು ಮಾಡಿಕೊಳ್ಳುತ್ತಾರೆ ಎಂದು ನಿಮಗೆ ಗೊತ್ತಿದೆ - ಯಾರೋ ಒಬ್ಬರು ಅವರನ್ನು ನೋಯಿಸಲು ಏನೋ ಹೇಳಿದರು ಮತ್ತು ಅವರ ಬಗ್ಗೆ ತಪ್ಪಾಗಿ ತಿಳಿದುಕೊಂಡರು, ಯಾರೋ ಒಬ್ಬರು ತಮ್ಮ ಸಂಗಾತಿಯೊಂದಿಗೆ ಅತಿ ಸಲುಗೆಯಿಂದ ನಡೆದುಕೊಂಡರು. ಅವರ ಪ್ರತಿಕ್ರಿಯೆ, "ಓ ದೇವರೇ, ನನಗೆ ಹೀಗೆ ಆಗಬಹುದೇ?" ನಂತರ ಇತರರೊಂದಿಗೆ "ಎಷ್ಟು ದೊಡ್ಡ ಸಮಸ್ಯೆ ಅಲ್ಲವೇ?" ಎಂದು ಅದರ ಬಗ್ಗೆ ಚರ್ಚೆ ಮಾಡುವ ಮೂಲಕ ತಮ್ಮ ಸಮಸ್ಯೆಯನ್ನು ಉಲ್ಬಣಗೊಳಿಸುತ್ತಾರೆ. ಈ ರೀತಿಯಾಗಿ ಅವರ ಜೀವನವು ಆಪತ್ತಿನ ಪರಿಸ್ಥಿತಿಯಾಗಿ - ಒಂದು ಮೆಲೋಡ್ರಾಮಾವಾಗಿ ಬದಲಾಗುತ್ತದೆ.

ಮುಂದಿನ ಬಾರಿ ನೀವು ಒತ್ತಡಕ್ಕೊಳಗಾದಾಗ ಈ ತಂತ್ರವನ್ನು ಪ್ರಯೋಗಿಸಿ, ಜೀವನವು ಆಪತ್ತಿನ ಪರಿಸ್ಥಿತಿಯಲ್ಲ ಎಂದು ನೆನಪಿಸಿಕೊಳ್ಳಿ ಮತ್ತು ನಿಮ್ಮ ಮೆಲೋಡ್ರಾಮಾ ಅನ್ನು ಭಾವ ಮಧುರವನ್ನಾಗಿ ಬದಲಾಯಿಸಿ.

61

ನಿಮ್ಮ ಸ್ವಂತ ದೃಷ್ಟಿಕೋನದಿಂದ ಭಿನ್ನವಾದ ಲೇಖನಗಳು ಮತ್ತು ಪುಸ್ತಕಗಳನ್ನು ಓದಿ ಮತ್ತು ಏನನ್ನಾದರೂ ಕಲಿಯಲು ಪ್ರಯತ್ನಿಸಿ

ನೀವು ಎಂದಾದರೂ ಗಮನಿಸಿದ್ದೀರಾ? ನೀವು ಓದುವ ಯಾವುದೇ ವಿಷಯವಾಗಲಿ ಅದು ನಿಮ್ಮ ಅಭಿಪ್ರಾಯ ಮತ್ತು ದೃಷ್ಟಿಕೋನಗಳನ್ನೇ ಸಮರ್ಥಿಸುತ್ತದೆ. ನಾವು ಆಲಿಸುವ ರೇಡಿಯೋ, ನೋಡುವ ಟಿವಿ ಕಾರ್ಯಕ್ರಮಗಳಿಗೂ ಇದು ಅನ್ವಯಿಸುತ್ತದೆ. ವಾಸ್ತವವಾಗಿ, ಅಮೆರಿಕದ ಅತ್ಯಂತ ಜನಪ್ರಿಯ ರೇಡಿಯೋ ಟಾಕ್ ಶೋಗಳಿಗೆ ಕರೆ ಮಾಡುವವರು ತಾವು ಸಹ 'ಅದೇ ವಿಚಾರವುಳ್ಳವರು' ಎಂದುಕೊಳ್ಳುತ್ತಾರೆ, ಅಂದರೆ 'ನೀವು ಹೇಳುವ ಎಲ್ಲವನ್ನು ನಾನು ಈಗಾಗಲೇ ಒಪ್ಪಿಯಾಗಿದೆ. ನನಗೆ ಇನ್ನಷ್ಟು ಹೇಳಿ' ಎಂಬಂತೆ. ಉದಾರವಾದಿಗಳಾಗಿರಲಿ, ಸಂಪ್ರದಾಯವಾದಿಗಳಾಗಿರಲಿ, ನಾವೆಲ್ಲರೂ ಒಂದೇ. ನಾವು ನಮ್ಮದೇ ಆದ ಅಭಿಪ್ರಾಯಗಳನ್ನು ರೂಪಿಸಿಕೊಳ್ಳುತ್ತೇವೆ ಮತ್ತು ನಮ್ಮ ಇಡೀ ಜೀವನವನ್ನು ನಾವು ಸತ್ಯವೆಂದು ನಂಬಿದ್ದನ್ನು ಸಮರ್ಥಿಸಿಕೊಳ್ಳುವುದರಲ್ಲಿ ಕಳೆಯುತ್ತೇವೆ. ಈ ರೀತಿ ಬದಲಾಗದ ಮನೋಭಾವವು ಒಳ್ಳೆಯದಲ್ಲ, ಏಕೆಂದರೆ ನಮ್ಮ ಅಭಿಪ್ರಾಯಗಳಿಗೆ ಭಿನ್ನವಾದ ದೃಷ್ಟಿಕೋನಗಳಿಂದಲೂ ನಾವು ಬಹಳಷ್ಟು ಕಲಿಯಬಹುದು. ಇದು ಒಳ್ಳೆಯದಲ್ಲ ಎನ್ನುವುದಕ್ಕೆ ಇನ್ನು ಒಂದು ಕಾರಣವೆಂದರೆ ಮೊಂಡುತನ, ಇದರಿಂದ ನಮ್ಮ ದೃಷ್ಟಿಕೋನವನ್ನು ಹೊರತುಪಡಿಸಿ ಎಲ್ಲದಕ್ಕೂ ನಮ್ಮ ಹೃದಯ ಮತ್ತು ಮನಸ್ಸಿನ ಬಾಗಿಲನ್ನು ಮುಚ್ಚಿಬಿಡುತ್ತೇವೆ ಹಾಗೂ ಇದು ನಮ್ಮೊಳಗೇ ಒತ್ತಡವನ್ನು ಸೃಷ್ಟಿಸುತ್ತದೆ – ಸಂಕುಚಿತ ಮನಸ್ಸು ಯಾವಾಗಲೂ ಬೇರೆಯದನ್ನು ತನ್ನಿಂದ ಸ್ವಲ್ಪ ದೂರವೇ ಇರಿಸಲು ಹೋರಾಡುತ್ತಿರುತ್ತದೆ.

ಎಲ್ಲರಿಗೂ ಜಗತ್ತನ್ನು ನೋಡುವ ತಮ್ಮ ದೃಷ್ಟಿಕೋನವೇ ಸರಿಯಾದದ್ದು ಎನ್ನಿಸುತ್ತದೆ ಎಂಬುದನ್ನು ಇಲ್ಲಿ ನಾವು ಮರೆತುಬಿಡುತ್ತೇವೆ. ಪರಸ್ಪರ ಭಿನ್ನಾಭಿಪ್ರಾಯ ಹೊಂದಿರುವ ಇಬ್ಬರು ವ್ಯಕ್ತಿಗಳು ತಮ್ಮದೇ ಆದ ದೃಷ್ಟಿಕೋನವನ್ನು ಸಾಬೀತುಪಡಿಸಲು ಒಂದೇ ರೀತಿಯಾದಂತಹ ಉದಾಹರಣೆಗಳನ್ನು ಬಳಸಬಹುದು ಎಂಬುದನ್ನು ನಾವು ಮರೆತುಬಿಡುತ್ತೇವೆ – ಎರಡೂ ಬದಿಯ ವಿಚಾರಗಳು ಅಷ್ಟೇ ಸ್ಪಷ್ಟ ಮತ್ತು ಒಪ್ಪುವಂತಹವಾಗಿರಬಹುದು.

ಇದನ್ನು ತಿಳಿದ ನಂತರ ನಾವು ಪಟ್ಟು ಸಡಿಲಿಸದೇ ಇನ್ನಷ್ಟು ಹಠಮಾರಿಗಳಾಗಬಹುದು ಅಥವಾ ಹಗುರವಾದ ಮನಸ್ಸಿನಿಂದ ಹೊಸದನ್ನು ಕಲಿಯಲು ಸಿದ್ಧರಾಗಬಹುದು. ದಿನಕ್ಕೆ ಕೆಲವು ನಿಮಿಷಗಳ ಕಾಲ – ನಿಮ್ಮ ಜೀವನದ ಬಗ್ಗೆ ನಿಮ್ಮ ನಿಲುವು ಏನೇ ಇರಲಿ – ವಿಭಿನ್ನ ದೃಷ್ಟಿಕೋನಗಳನ್ನು ಹೊಂದಿರುವ ಲೇಖನಗಳು ಮತ್ತು/ಅಥವಾ ಪುಸ್ತಕಗಳನ್ನು ಓದುವ ಒಂದು ಸಣ್ಣ ಪ್ರಯತ್ನವನ್ನು ಮಾಡಿ. ನಿಮ್ಮ ಮೂಲ ನಂಬಿಕೆಗಳನ್ನು ಅಥವಾ ಆಳವಾದ ನಿಲುವುಗಳನ್ನು ನೀವು ಬದಲಾಯಿಸುವ ಅಗತ್ಯವಿಲ್ಲ. ನೀವು ಮಾಡುವುದಿಷ್ಟೇ, ವಿಶಾಲವಾದ ಮನಸ್ಸಿನಿಂದ ಹೊಸ ಆಲೋಚನೆಗಳಿಗೆ ನಿಮ್ಮ ಹೃದಯವನ್ನು ತೆರೆದಿಡಬೇಕು.

ಈ ಮುಕ್ತ ಮನೋಭಾವವು ಇತರರ ಅಭಿಪ್ರಾಯಗಳನ್ನು ಒಪ್ಪಿಕೊಳ್ಳಲು

ನೀವು ಎದುರಿಸುತ್ತಿದ್ದ ಒತ್ತಡವನ್ನು ಕಡಿಮೆ ಮಾಡುತ್ತದೆ. ಅಲ್ಲದೆ, ಈ ಅಭ್ಯಾಸವು ಆಸಕ್ತಿದಾಯಕವಾಗಿರುವುದರ ಜೊತೆಗೆ, ಇತರರಲ್ಲಿ ಇರುವ ಮುಗ್ಧತೆಯನ್ನು ನೋಡಲು ನಿಮಗೆ ಸಹಾಯ ಮಾಡುತ್ತದೆ ಮತ್ತು ನಿಮ್ಮನ್ನು ಇನ್ನಷ್ಟು ಸಹಿಷ್ಣುವನ್ನಾಗಿ ಮಾಡುತ್ತದೆ. ನೀವು ಹೆಚ್ಚು ನಿರಾಳ, ತಾತ್ವಿಕ ವ್ಯಕ್ತಿಯಾಗುತ್ತೀರಿ, ಏಕೆಂದರೆ ನೀವು ಇತರರು ಏನು ಹೇಳುತ್ತಾರೋ ಅದರಲ್ಲಿನ ತರ್ಕವನ್ನು ಗ್ರಹಿಸಲು ಪ್ರಾರಂಭಿಸುತ್ತೀರಿ. ನನ್ನ ಹೆಂಡತಿ ಮತ್ತು ನಾನು ಅಮೇರಿಕಾದ ಅತ್ಯಂತ ಸಂಪ್ರದಾಯವಾದಿ ಮತ್ತು ಉದಾರವಾದಿ ಪತ್ರಿಕೆಗಳಿಗೆ ಚಂದಾದಾರರಾಗಿದ್ದೇವೆ. ಇವೆರಡೂ ಜೀವನದ ಬಗ್ಗೆ ನಮ್ಮ ದೃಷ್ಟಿಕೋನವನ್ನು ವಿಸ್ತರಿಸಲು ಸಹಾಯ ಮಾಡಿವೆ ಎಂದು ನಾನು ನಂಬುತ್ತೇನೆ.

62

ಒಮ್ಮೆ ಒಂದೇ ಕೆಲಸವನ್ನು ಮಾಡಿ

ಒಂದು ದಿನ ನಾನು ಹೆದ್ದಾರಿಯಲ್ಲಿ ಕಾರು ಓಡಿಸುವಾಗ, ಒಬ್ಬ ವ್ಯಕ್ತಿ ಫಾಸ್ಟ್ ಲೇನ್‌ನಲ್ಲಿ ಕಾರು ಚಲಾಯಿಸುತ್ತಾ, ಶೇವಿಂಗ್ ಮಾಡಿಕೊಳ್ಳುತ್ತಾ, ಕಾಫಿ ಕುಡಿಯುತ್ತಾ, ಪತ್ರಿಕೆ ಓದುತ್ತಿದ್ದುದನ್ನು ಗಮನಿಸಿದೆ! 'ಅಬ್ಬಾ ಅದ್ಭುತ' ಎಂದುಕೊಂಡೆ. ಆ ದಿನ ಬೆಳಿಗ್ಗೆ ನಮ್ಮ ಸಮಾಜದಲ್ಲಿರುವ ಹುಚ್ಚುತನವನ್ನು ತೋರಿಸಲು ಸೂಕ್ತವಾದ ಉದಾಹರಣೆಯೊಂದನ್ನು ಹುಡುಕುತ್ತಿದ್ದೆ, ಅದು ಸಿಕ್ಕಂತಾಯಿತು.

ನಾವು ಎಷ್ಟು ಸಾರಿ ಒಂದೇ ಬಾರಿಗೆ ಒಂದಕ್ಕಿಂತ ಹೆಚ್ಚು ಕೆಲಸಗಳನ್ನು ಮಾಡಲು ಪ್ರಯತ್ನಿಸುತ್ತೇವೆ? ನಮ್ಮ ಜೀವನವನ್ನು ಸುಲಭಗೊಳಿಸಬೇಕೆಂದು ನಾವು ಕಾರ್ಡ್‌ಲೆಸ್ (ಮೊಬೈಲ್) ಫೋನ್‌ಗಳನ್ನು ಹೊಂದಿದ್ದೇವೆ, ಆದರೆ ಕೆಲವೊಮ್ಮೆ, ಅವು ನಮ್ಮ ಜೀವನವನ್ನು ಹೆಚ್ಚು ಜಟಿಲಗೊಳಿಸಿವೆ. ಕೆಲವು ದಿನಗಳ ಹಿಂದೆ, ನಾನು ಮತ್ತು ನನ್ನ ಹೆಂಡತಿ ಒಬ್ಬ ಸ್ನೇಹಿತನ ಮನೆಗೆ ಊಟಕ್ಕೆ ಹೋದಾಗ ಅವಳು ಫೋನ್‌ನಲ್ಲಿ ಮಾತನಾಡುತ್ತಾ, ಬಾಗಿಲು ತೆರೆದಳು, ಊಟದ ಸಿದ್ಧತೆಗಳನ್ನು ನೋಡಿಕೊಳ್ಳುತ್ತಾ ತನ್ನ ಮಗಳ ಡೈಪರ್ (ಖಂಡಿತವಾಗಿ ಕೈ ತೊಳೆದಿದ್ದಳು) ಬದಲಾಯಿಸುತ್ತಿದ್ದಳು! ನಾವು ಯಾರೊಂದಿಗಾದರೂ ಮಾತನಾಡುತ್ತಿರುತ್ತೇವೆ ಮತ್ತು ನಮ್ಮ ಮನಸ್ಸು ಬೇರೆ ಎಲ್ಲೋ ಇರುತ್ತದೆ ಅಥವಾ ನಾವು ಒಂದೇ ಸಮಯದಲ್ಲಿ ಮೂರು ಅಥವಾ ನಾಲ್ಕು ಕೆಲಸಗಳನ್ನು ಮಾಡುತ್ತಿರುತ್ತೇವೆ ನಮ್ಮಲ್ಲಿ ಅನೇಕರು ಈ ಪ್ರವೃತ್ತಿಯನ್ನು ಹೊಂದಿರುತ್ತಾರೆ.

ನೀವು ಏಕಕಾಲದಲ್ಲಿ ಹಲವಾರು ಕೆಲಸಗಳನ್ನು ಮಾಡುತ್ತಿರುವಾಗ, ಪ್ರಸ್ತುತ ಕ್ಷಣದಲ್ಲಿ ಇರುವುದು ಕಷ್ಟವಾಗುತ್ತದೆ. ಹೀಗಾಗಿ, ನೀವು ಮಾಡುತ್ತಿರುವ ಕೆಲಸದಿಂದ ಸಿಗಬಹುದಾದ ಆನಂದವನ್ನು ಕಳೆದುಕೊಳ್ಳುತ್ತೀರಿ, ಅಲ್ಲದೇ ಆ ಕೆಲಸದ ಮೇಲೆ ಗಮನವೂ ಕಡಿಮೆಯಾಗುವುದರಿಂದ ಅದು ಚೆನ್ನಾಗಿ ಆಗುವುದೂ ಇಲ್ಲ.

ಒಂದು ಆಸಕ್ತಿಕರ ರೂಢಿಯೆಂದರೆ ಒಂದು ಕಾಲಾವಧಿಯಲ್ಲಿ ಒಂದೇ ಕೆಲಸವನ್ನು ಮಾತ್ರ ಮಾಡಲು ನಿಮ್ಮನ್ನು ನೀವು ನಿರ್ಬಂಧಿಸಿಕೊಳ್ಳುವುದು. ನೀವು ಪಾತ್ರೆ ತೊಳೆಯುತ್ತಿರಲಿ, ನಿಮ್ಮ ಸಂಗಾತಿಯೊಂದಿಗೆ ಫೋನ್‌ನಲ್ಲಿ ಮಾತನಾಡುತ್ತಿರಲಿ, ಪತ್ರಿಕೆ ಓದುತ್ತಿರಲಿ, ನಿಮ್ಮ ಮಗುವಿನೊಂದಿಗೆ ಆಟವಾಡುತ್ತಿರಲಿ, ಆ ಒಂದೇ ಕೆಲಸದ ಮೇಲೆ ಕೇಂದ್ರೀಕರಿಸಲು ಪ್ರಯತ್ನಿಸಿ.

ನೀವು ಏನು ಮಾಡುತ್ತಿದ್ದೀರೋ ನೀವು ಸಂಪೂರ್ಣವಾಗಿ ಅದರಲ್ಲಿಯೇ ಇದ್ದು ಅದರ ಮೇಲೆಯೇ ಪೂರ್ಣವಾಗಿ ಕೇಂದ್ರೀಕರಿಸಿ. ಆಗ ಎರಡು ಸಂಗತಿಗಳು ಸಂಭವಿಸಲು ಪ್ರಾರಂಭಿಸುವುದನ್ನು ನೀವು ಕಾಣುವಿರಿ. ಮೊದಲನೆಯದಾಗಿ, ನೀವು ಏನು ಮಾಡುತ್ತಿದ್ದೀರೋ ಅದನ್ನು ಸಂಪೂರ್ಣವಾಗಿ ಆನಂದಿಸತೊಡಗುವಿರಿ, ಅದು ಪಾತ್ರೆಗಳನ್ನು ತೊಳೆಯುವ

ಅಥವಾ ಕಪಾಟನ್ನು ಜೋಡಿಸುವಂತಹ ಸಾಮಾನ್ಯವಾದ ಕೆಲಸವಾದರೂ ಸಹ. ನೀವು ಗಮನಹರಿಸಿದಾಗ ಮತ್ತು ಕೆಲಸದಲ್ಲಿ ಯಾವುದೇ ಗೊಂದಲಗಳಿಲ್ಲದಿದ್ದಾಗ, ಯಾವುದೇ ಕೆಲಸವಾಗಿದ್ದರೂ ಕೆಲಸದಲ್ಲಿ ಆಸಕ್ತಿ ಮತ್ತು ತಲ್ಲೀನತೆ ಬರುವುದು ಸುಲಭವಾಗುತ್ತದೆ. ಎರಡನೆಯದಾಗಿ, ನೀವು ನಿಮ್ಮ ಕೆಲಸಗಳನ್ನು ಎಷ್ಟು ಪರಿಣಾಮಕಾರಿಯಾಗಿ ಮತ್ತು ಬೇಗ ಮಾಡಿ ಮುಗಿಸುವಿರಿ ಎಂದು ನೀವೇ ಆಶ್ಚರ್ಯಚಕಿತರಾಗುವಿರಿ. ನಾನು ವರ್ತಮಾನದ ಮೇಲೆ ಹೆಚ್ಚು ಗಮನ ಹರಿಸಲು ಪ್ರಾರಂಭಿಸಿದಾಗಿನಿಂದ, ಜೀವನದ ಬಹುತೇಕ ಎಲ್ಲಾ ಕ್ಷೇತ್ರಗಳಲ್ಲಿ ನನ್ನ ಕೌಶಲ್ಯಗಳು ಸುಧಾರಿಸಿವೆ: ಬರೆಯುವುದು, ಓದುವುದು, ಮನೆ ಸ್ವಚ್ಛಗೊಳಿಸುವುದು, ಫೋನ್‌ನಲ್ಲಿ ಮಾತನಾಡುವುದು ಇತ್ಯಾದಿ. ನೀವು ಸಹ ಇದನ್ನು ಸಾಧಿಸಬಹುದು. ಇದೆಲ್ಲವೂ ನಿಮ್ಮ ಒಂದೇ ಒಂದು ನಿರ್ಧಾರದಿಂದ ಸಾಧ್ಯವಾಗುತ್ತದೆ, ಅದೆಂದರೆ: ಒಂದು ಸಮಯದಲ್ಲಿ ಒಂದೇ ಕೆಲಸವನ್ನು ಮಾಡುವುದು.

63

ಹತ್ತರವರೆಗೆ ಎಣಿಸಿ

ನಾನು ಚಿಕ್ಕವನಿದ್ದಾಗ, ನನ್ನ ತಂದೆಯವರು ನನ್ನ ಮತ್ತು ನನ್ನ ಸಹೋದರಿಯರ ಮೇಲೆ ಕೋಪಗೊಂಡಾಗ ಹತ್ತರವರೆಗೆ ಜೋರಾಗಿ ಎಣಿಸುತ್ತಿದ್ದರು. ಅನೇಕ ಜನ ಪಾಲಕರು ಮುಂದೆ ಏನು ಮಾಡಬೇಕೆಂದು ನಿರ್ಧರಿಸುವ ಮೊದಲು ತಮ್ಮನ್ನು ತಾವು ಶಾಂತವಾಗಿಸಿಕೊಳ್ಳಲು ಈ ತಂತ್ರವನ್ನು ಬಳಸುತ್ತಾರೆ.

ಈ ತಂತ್ರವನ್ನು ಇನ್ನಷ್ಟು ಉತ್ತಮಗೊಳಿಸಲು ನಾನು ಇದರ ಜೊತೆ ಆಳವಾದ ಉಸಿರಾಟವನ್ನೂ ಸೇರಿಸಿದ್ದೇನೆ. ನೀವು ಮಾಡಬೇಕಾಗಿರುವುದು ಇಷ್ಟೆ: ನಿಮಗೆ ಕೋಪ ಬರುತ್ತಿದೆ ಎನ್ನಿಸಿದಾಗ, ಆಳವಾದ ಉಸಿರನ್ನು ತೆಗೆದುಕೊಳ್ಳಿ, ಸಂಖ್ಯೆ ಒಂದನ್ನು ಎಣಿಸಿ. ನಂತರ ಉಸಿರನ್ನು ಬಿಡುವಾಗ ಇಡೀ ದೇಹವನ್ನು ವಿಶ್ರಾಂತ ಸ್ಥಿತಿಯಲ್ಲಿರಿಸಿ. ಸಂಖ್ಯೆ ಎರಡರೊಂದಿಗೆ ಇದೇ ಪ್ರಕ್ರಿಯೆಯನ್ನು ಪುನರಾವರ್ತಿಸಿ, ಕನಿಷ್ಠ ಹತ್ತರವರೆಗೆ ಎಣಿಕೆಯನ್ನು ಮುಂದುವರೆಸಿ (ನೀವು ತುಂಬಾ ಕೋಪಗೊಂಡಿದ್ದರೆ, ಇಪ್ಪತ್ತೈದರ ವರೆಗೆ ಮುಂದುವರಿಸಿ). ನೀವು ಈಗ ಮಾಡುತ್ತಿರುವುದೇನೆಂದರೆ, ಧ್ಯಾನದ ಸಣ್ಣ ರೂಪದಿಂದ ನಿಮ್ಮ ಮನಸ್ಸನ್ನು ಸ್ವಚ್ಛಗೊಳಿಸುತ್ತಿದ್ದೀರಿ. ಎಣಿಕೆ ಮತ್ತು ಉಸಿರಾಟದ ವ್ಯಾಯಾಮಗಳ ಸಂಯೋಜನೆಯು ನಿಮಗೆ ಇಷ್ಟೊಂದು ಆರಾಮವನ್ನು ನೀಡುತ್ತದೆಯೆಂದರೆ ನಿಮ್ಮ ಕೋಪ ಹೊರಟು ಹೋಗುವುದರಲ್ಲಿ ಸಂಶಯವೇ ಇಲ್ಲ. ಶ್ವಾಸಕೋಶದಲ್ಲಿ ಹೆಚ್ಚಾದ ಆಮ್ಲಜನಕದ ಮಟ್ಟ ಮತ್ತು ನೀವು ಕೋಪಗೊಳ್ಳುವ ಹಾಗೂ ಎಣಿಕೆ ಪೂರ್ಣಗೊಂಡ ಸಮಯದ ನಡುವಿನ ಅವಧಿಯು ನಿಮಗೆ ದೃಷ್ಟಿಕೋನವನ್ನು ಬದಲಾಯಿಸಿಕೊಳ್ಳಲು ಅವಕಾಶವನ್ನು ನೀಡುತ್ತವೆ. ಈ ರೀತಿಯಾಗಿ ನೀವು 'ದೊಡ್ಡ ಸಮಸ್ಯೆಯನ್ನು' ಸಹ 'ಸಣ್ಣ ವಿಷಯ' ಎನ್ನುವಂತೆ ನೋಡಲು ಕಲಿಯುವಿರಿ. ಈ ವ್ಯಾಯಾಮವು ಒತ್ತಡ ಅಥವಾ ಹತಾಶೆಯ ಸಮಯದಲ್ಲಿಯೂ ಸಹ ಉಪಯುಕ್ತವಾಗಿದೆ. ನೀವು ನಿರಾಶೆಗೊಂಡಾಗಲೆಲ್ಲಾ ಇದನ್ನು ಪ್ರಯತ್ನಿಸಿ ನೋಡಿ.

ನಿಜ ಹೇಳಬೇಕೆಂದರೆ ಈ ವ್ಯಾಯಾಮವು ನೀವು ಕೋಪಗೊಂಡಿರಲಿ ಅಥವಾ ಇಲ್ಲದಿರಲಿ ಒಂದು ನಿಮಿಷ ಅಥವಾ ಎರಡು ನಿಮಿಷಗಳನ್ನು ನಿರಾಳವಾಗಿ ಕಳೆಯಲು ಉತ್ತಮವಾದ ಮಾರ್ಗವಾಗಿದೆ. ನಾನು ಈ ತಂತ್ರವನ್ನು ನನ್ನ ದೈನಂದಿನ ಜೀವನದಲ್ಲಿ ಅಳವಡಿಸಿಕೊಂಡಿದ್ದೇನೆ ಏಕೆಂದರೆ ಇದು ನನಗೆ ನಿರಾಳತೆಯನ್ನು ನೀಡುತ್ತದೆ ಮತ್ತು ನಾನು ಇದನ್ನು ಆನಂದಿಸುತ್ತೇನೆ. ಎಲ್ಲಕ್ಕಿಂತ ಮುಖ್ಯವಾಗಿ ಇದು ನನ್ನನ್ನು ಮೇಲಿಂದ ಮೇಲೆ ಕೊಪಗೊಳ್ಳದಂತೆ ತಡೆಯುತ್ತದೆ.

64

ಬಿರುಗಾಳಿಯ ಕೇಂದ್ರದಲ್ಲಿರುವುದನ್ನು ಅಭ್ಯಾಸ ಮಾಡಿ

ಚಂಡಮಾರುತ ಕೇಂದ್ರ ಅಂದರೆ ಬಿರುಗಾಳಿಯ ಅಥವಾ ಸುಂಟರಗಾಳಿಯ ಮಧ್ಯ ಭಾಗದಲ್ಲಿ ಶಾಂತವಾಗಿರುವ ಒಂದು ನಿರ್ದಿಷ್ಟ ಬಿಂದು, ಅದು ಸಾಮಾನ್ಯವಾಗಿ ಸುತ್ತಮುತ್ತಲಿನ ಎಲ್ಲಾ ಚಟುವಟಿಕೆಗಳಿಂದ ದೂರವಿರುತ್ತದೆ. ಕೇಂದ್ರದ ಸುತ್ತಲೂ ಎಲ್ಲವೂ ಪ್ರಕ್ಷುಬ್ಧ ಮತ್ತು ಅಸ್ತವ್ಯಸ್ತವಾಗಿದ್ದರೂ, ಕೇಂದ್ರವು ಮಾತ್ರ ಸಂಪೂರ್ಣವಾಗಿ ಶಾಂತವಾಗಿರುತ್ತದೆ. ಚಂಡಮಾರುತದ ಕೇಂದ್ರದಂತೆ ನಾವು ಸಹ ಅಸ್ತವ್ಯಸ್ತತೆಯ ನಡುವೆಯೂ ಶಾಂತ ಮತ್ತು ಅವಿಚಲಿತವಾಗಿರಲು ಸಾಧ್ಯವಾದರೆ ಎಷ್ಟು ಅದ್ಭುತವಾಗಿರುತ್ತದೆ, ಅಲ್ಲವೇ?

ಅಚ್ಚರಿಯ ವಿಷಯವೆಂದರೆ, ನಿಮ್ಮನ್ನು ನೀವು ಮಾನವ ಚಂಡಮಾರುತದ ಕೇಂದ್ರಬಿಂದುವಾಗಿ ಕಲ್ಪಿಸಿಕೊಳ್ಳುವುದು ತುಂಬಾ ಸುಲಭವಾಗಿದೆ. ಇದಕ್ಕೆ ಬೇಕಾಗಿರುವುದು ಉದ್ದೇಶ ಮತ್ತು ಅಭ್ಯಾಸ. ಉದಾಹರಣೆಗೆ, ನೀವು ತುಂಬಾ ಗದ್ದಲವಿರುವ ಒಂದು ಕುಟುಂಬ ಸಮಾರಂಭಕ್ಕೆ ಹೋಗುತ್ತಿದ್ದೀರಿ ಎಂದುಕೊಳ್ಳೋಣ ಈ ಅನುಭವವನ್ನು ನೀವು ಶಾಂತವಾಗಿರಲು ಒಂದು ಅವಕಾಶವಾಗಿ ಬಳಸಿಕೊಳ್ಳುವೆ ಎಂದು ನಿಮಗೆ ನೀವೇ ಹೇಳಿಕೊಳ್ಳಿ. ಆ ಕೋಣೆಯಲ್ಲಿ ಸಂಪೂರ್ಣವಾಗಿ ಶಾಂತವಾಗಿರುವ ಒಬ್ಬ ವ್ಯಕ್ತಿಯಾಗಲು ನೀವು ಸಂಕಲ್ಪ ಮಾಡಬಹುದು. ನೀವು ಉಸಿರಾಟವನ್ನು ಅಭ್ಯಾಸ ಮಾಡಬಹುದು. ನೀವು ಇತರರನ್ನು ಶಾಂತವಾಗಿ ಕೇಳುವುದನ್ನು ಅಭ್ಯಾಸ ಮಾಡಬಹುದು. ನೀವು ಇತರರಿಗೆ ಅವರೇ ಸರಿಯಾಗಿರಲು ಮತ್ತು ಅದನ್ನು ಅವರು ಆನಂದಿಸಲು ಬಿಡಬಹುದು. ಹೀಗೆ ಮಾಡಬೇಕೆಂದು ನೀವು ಮುಂಚಿತವಾಗಿ ನಿರ್ಧರಿಸಿದರೆ ಇದೆಲ್ಲವನ್ನೂ ಮಾಡುವುದು ಸುಲಭ.

ಕುಟುಂಬ ಕೂಟಗಳು, ಕಾಕ್ಟೈಲ್ ಪಾರ್ಟಿಗಳು, ಹುಟ್ಟುಹಬ್ಬದ ಪಾರ್ಟಿಗಳು ಮುಂತಾದ ಸರಳವಾದ ಸನ್ನಿವೇಶಗಳೊಂದಿಗೆ ಈ ಪ್ರಯತ್ನವನ್ನು ಪ್ರಾರಂಭಿಸಿ ಮತ್ತು ಅದರ ಯಶಸ್ಸನ್ನು ಆನಂದಿಸಿ. ಚಂಡಮಾರುತದ ಕೇಂದ್ರಬಿಂದುವಾಗಿರುವ ಮೂಲಕ, ನೀವು ಪ್ರಸ್ತುತ ಕ್ಷಣದ ಮೇಲೆ ಹೆಚ್ಚು ಗಮನಹರಿಸ ತೊಡಗುತ್ತೀರಿ ಎಂದು ನಿಮಗೇ ತಿಳಿಯುತ್ತದೆ. ನೀವು ಹಿಂದೆಂದಿಗಿಂತಲೂ ಹೆಚ್ಚು ಸಂತೋಷವಾಗಿರುತ್ತೀರಿ. ಇಂತಹ ಸರಳ ಸನ್ನಿವೇಶಗಳನ್ನು ನೀವು ಕರಗತ ಮಾಡಿಕೊಂಡ ನಂತರ, ಸಂಘರ್ಷ, ಕಷ್ಟಕರ ಪರಿಸ್ಥಿತಿ ಅಥವಾ ದುಃಖ ಮುಂತಾದ ಹೆಚ್ಚು ಕಷ್ಟಕರ ಸಂದರ್ಭಗಳನ್ನು ನಿಭಾಯಿಸಲು ನೀವು ಈ ತಂತ್ರವನ್ನು ಪ್ರಯತ್ನಿಸಬಹುದು. ನಿಧಾನವಾಗಿ ಪ್ರಾರಂಭಿಸಿ ಅದರಲ್ಲಿ ಸ್ವಲ್ಪ ಯಶಸ್ವಿಯಾದ ಮೇಲೆ ಹಾಗೆಯೇ ಅಭ್ಯಾಸ ಮಾಡುತ್ತಿದ್ದರೆ, ಶೀಘ್ರದಲ್ಲೇ ನೀವು ಚಂಡಮಾರುತದ ಕೇಂದ್ರದಲ್ಲಿ ಹೇಗೆ ಬದುಕಬೇಕೆಂದು ತಿಳಿಯುವಿರಿ.

65

ನಿಮ್ಮ ಯೋಜನೆಗಳಲ್ಲಾಗುವ ಬದಲಾವಣೆಗಳಿಗೆ ಹೊಂದಿಕೊಳ್ಳಿ

ಒಮ್ಮೆ ನನ್ನ ಮನಸ್ಸಿನಲ್ಲಿ ಒಂದು ಯೋಜನೆಯನ್ನು ರೂಪಿಸಿಕೊಂಡರೆ ಅದನ್ನು ಬಿಟ್ಟು ಬಿಡುವುದು ಮತ್ತು ಬಂದಂತೆ ಹರಿವಿನೊಂದಿಗೆ ಹೋಗುವುದು ಕಷ್ಟವಾಗುತ್ತದೆ. ಯಶಸ್ಸಿಗೆ ಅಥವಾ ಯಾವುದೇ ಯೋಜನೆ ಯಶಸ್ವಿಯಾಗಲು ನಿರಂತರ ಪರಿಶ್ರಮದ ಮತ್ತು ತಾಳ್ಮೆಯ ಅಗತ್ಯವಿದೆ ಎಂದು ನನಗೆ ಕಲಿಸಲಾಗಿದೆ ಮತ್ತು ಬಹುಮಟ್ಟಿಗೆ ಇದು ವಾಸ್ತವವೂ ಹೌದು. ಅದೇ ಸಮಯದಲ್ಲಿ, ಬದಲಾಗದಿರುವಿಕೆಯು ತುಂಬಾ ಆಂತರಿಕ ಒತ್ತಡವನ್ನು ಮತ್ತು ಮನಸ್ಸಿನಲ್ಲಿ ಕಿರಿಕಿರಿಯನ್ನು ಮತ್ತು ಇತರರ ಬಗ್ಗೆ ಅಸಂವೇದನೆಯನ್ನು ಉಂಟುಮಾಡುತ್ತದೆ.

ನನ್ನ ಹೆಚ್ಚಿನ ಬರವಣಿಗೆಯ ಕೆಲಸವನ್ನು ನಾನು ಬೆಳಗಿನ ಜಾವದಲ್ಲಿ ಮಾಡಲು ಇಷ್ಟಪಡುತ್ತೇನೆ.

ಉದಾಹರಣೆಗೆ, ಬೆಳಿಗ್ಗೆ ಎಲ್ಲರೂ ಏಳುವ ಮೊದಲು ಈ ಪುಸ್ತಕದ ಒಂದು ಅಥವಾ ಎರಡು ಅಧ್ಯಾಯಗಳನ್ನು ಪೂರ್ಣಗೊಳಿಸುವುದು ನನ್ನ ಗುರಿಯಾಗಿರಬಹುದು. ಆದರೆ ನನ್ನ ನಾಲ್ಕು ವರ್ಷದ ಮಗಳು ಬೇಗನೆ ಎದ್ದು ಮೆಟ್ಟಿಲುಗಳನ್ನು ಏರಿ ನನ್ನ ಬಳಿಗೆ ಬಂದರೆ ಹೇಗೆ? ನನ್ನ ಯೋಜನೆಯು ಖಂಡಿತವಾಗಿ ಬದಲಾಗುತ್ತದೆ, ಆದರೆ ಇದಕ್ಕೆ ನಾನು ಹೇಗೆ ಪ್ರತಿಕ್ರಿಯಿಸುತ್ತೇನೆ? ಅಥವಾ ನಾನು ಕಚೇರಿಗೆ ಹೋಗುವ ಮುನ್ನ ಬೆಳಗಿನ ಓಟವನ್ನು ಯೋಜಿಸಿದ್ದೆ, ಒಂದುವೇಳೆ ಕಚೇರಿಯಿಂದ ತುರ್ತು ಕರೆ ಬಂದ ಕಾರಣ ಅದು ತಪ್ಪಿಹೋದರೆ ಏನಾಗುತ್ತದೆ?

ನಮ್ಮ ಯೋಜನೆಗಳು ಇದ್ದಕ್ಕಿದ್ದಂತೆ ಬದಲಾದ ಅಸಂಖ್ಯಾತ ನಿದರ್ಶನಗಳು ಇರಬಹುದು, ನಾವು ಅಂದುಕೊಂಡಿದ್ದು ಸಂಭವಿಸುವುದಿಲ್ಲ ಮತ್ತು ಯಾರಾದರೂ ತಮ್ಮ ಮಾತನ್ನು ಉಳಿಸಿಕೊಳ್ಳುವುದಿಲ್ಲ, ನೀವು ನಿರೀಕ್ಷಿಸಿದ್ದಕ್ಕಿಂತ ಕಡಿಮೆ ದುಡ್ಡು ಗಳಿಸಬಹುದು, ನಿಮ್ಮ ಯೋಜನೆಗಳನ್ನು ಬೇರೆ ಯಾರಾದರೂ ನಿಮ್ಮ ಅನುಮತಿಯಿಲ್ಲದೇ ಬದಲಾಯಿಸಬಹುದು, ನಿಮ್ಮ ಯೋಜನೆಗೆ ನೀವು ಅಂದುಕೊಂಡಿದ್ದಕ್ಕಿಂತ ಕಡಿಮೆ ಸಮಯ ಸಿಗಬಹುದು, ಕೆಲವು ಅನಿರೀಕ್ಷಿತ ಕೆಲಸಗಳು ಬರುತ್ತವೆ ಮತ್ತು ಈ ಚಕ್ರವು ಹೀಗೆ ಮುಂದುವರಿಯುತ್ತದೆ. ಆಗ ನಿಮಗೆ ನಿಜವಾಗಿಯೂ ಮುಖ್ಯವಾದದ್ದು ಏನು? ಎಂದು ನಿಮ್ಮನ್ನು ನೀವು ಕೇಳಿಕೊಳ್ಳಬೇಕು.

ಯೋಜನೆಗಳು ಬದಲಾದಾಗ ನಿರಾಶೆಗೊಳ್ಳುವುದು ಸಹಜ ಎಂದು ನಾವು ನೆಪ ಹೇಳುತ್ತೇವೆ. ಆದಾಗ್ಯೂ, ಅದು ನಿಮ್ಮ ಆದ್ಯತೆ ಏನೆಂಬುದನ್ನು ಅವಲಂಬಿಸಿರುತ್ತದೆ. ಬರವಣಿಗೆಯ ಕಠೋರ/ಕಟ್ಟುನಿಟ್ಟಿನ ದಿನಚರಿಗೆ ಅಂಟಿಕೊಳ್ಳಬೇಕೇ ಅಥವಾ ನನ್ನ ನಾಲ್ಕು ವರ್ಷದ ಮಗಳೊಂದಿಗೆ ಸಮಯ ಕಳೆಯಬೇಕೇ? ನೀವು ಮೂವತ್ತು ನಿಮಿಷಗಳ ಓಟವನ್ನು ಬಿಟ್ಟರೆ ಅಸಮಾಧಾನಗೊಳ್ಳಬಹುದೇ? ಇಲ್ಲಿ ತುಂಬಾ ಸಾಮಾನ್ಯವಾದ ಪ್ರಶ್ನೆಯೆಂದರೆ, 'ಅತ್ಯಂತ ಮುಖ್ಯವಾದದ್ದು ಏನು? ನನಗೆ ಬೇಕಾದುದನ್ನು ಪಡೆಯುವುದು ಮತ್ತು ನನ್ನ

ಯೋಜನೆಗಳೊಂದಿಗೆ ಮುಂದುವರಿಯುವುದು ಅಥವಾ ಹರಿವಿನೊಂದಿಗೆ ಹೋಗಲು ಕಲಿಯುವುದು?' ಕಠೋರತೆಗಿಂತ ಹೊಂದಿಕೊಳ್ಳುವಿಕೆಗೆ ಆದ್ಯತೆ ನೀಡಿದರೆ ಖಂಡಿತವಾಗಿ ನೀವು ಇನ್ನಷ್ಟು ಶಾಂತಿಯುತ ವ್ಯಕ್ತಿಯಾಗುವಿರಿ. (ಅಲ್ಲಿಯೂ ಕೆಲವು ಅಪವಾದಗಳಿವೆ.) ಯೋಜನೆಗಳಲ್ಲಿ ನಿರ್ದಿಷ್ಟವಾಗಿ ಕೆಲವು ಮಟ್ಟಿಗೆ ಬದಲಾವಣೆಗಳು ಆಗುತ್ತವೆ ಎಂದು ನಿರೀಕ್ಷಿಸುವುದು ಸಹಾಯಕವಾಗುತ್ತದೆ ಎಂದು ನಾನು ಕಂಡುಕೊಂಡಿದ್ದೇನೆ. ಈ ಅನಿವಾರ್ಯತೆಗಾಗಿ ಮನಸ್ಸಿನಲ್ಲಿ ನಾನು ಜಾಗ ಮಾಡಿ ಕೊಟ್ಟರೆ ಆ ಸಂದರ್ಭ ಬಂದಾಗ "ಇದು ಅನಿವಾರ್ಯವಾದದ್ದು ಅಲ್ಲವೇ?" ಎಂದುಕೊಳ್ಳಬಹುದು.

ನೀವು ಹೆಚ್ಚು ಹೊಂದಿಕೊಳ್ಳುವ ಗುರಿಯನ್ನು ರೂಪಿಸಿಕೊಂಡರೆ, ಅದ್ಭುತವಾದ ಸಂಗತಿಗಳು ಸಂಭವಿಸಲು ಪ್ರಾರಂಭಿಸುತ್ತವೆ ಎಂದು ನೀವು ಗಮನಿಸುವಿರಿ. ನೀವು ಹಿಂದೆಂದಿಗಿಂತಲೂ ಹೆಚ್ಚು ನಿರಾಳವಾಗಿರುವಿರಿ, ಆದರೂ ಇದರಿಂದ ನಿಮ್ಮ ಉತ್ಪಾದಕತೆಯೇನು ಕಡಿಮೆಯಾಗುವುದಿಲ್ಲ. ಬದಲಿಗೆ ಚಿಂತೆ ಮತ್ತು ಒತ್ತಡದಲ್ಲಿ ನೀವು ಹೆಚ್ಚಿನ ಶಕ್ತಿಯನ್ನು ವ್ಯಯಿಸುವುದಿಲ್ಲವಾದ್ದರಿಂದ ನಿಮ್ಮ ಉತ್ಪಾದಕತೆ ಹೆಚ್ಚೂ ಅಗಬಹುದು.

ನನ್ನ ಯೋಜನೆಗಳನ್ನು ಸ್ವಲ್ಪ (ಅಥವಾ ಸಂಪೂರ್ಣವಾಗಿ) ಬದಲಾಯಿಸಬೇಕಾದರೂ ಸಹ, ನಾನು ನನ್ನ ಗಡುವಿನ ಒಳಗೆ ನನ್ನ ಕೆಲಸವನ್ನು ಪೂರೈಸುತ್ತೇನೆ, ನನ್ನ ಹೆಚ್ಚಿನ ಗುರಿಗಳನ್ನು ಸಾಧಿಸುತ್ತೇನೆ ಮತ್ತು ನನ್ನ ಜವಾಬ್ದಾರಿಗಳನ್ನು ಪೂರೈಸುತ್ತೇನೆ ಎನ್ನುವ ನಂಬಿಕೆಯನ್ನು ಬೆಳೆಸಿಕೊಳ್ಳಲು ಕಲಿತಿದ್ದೇನೆ. ಇದರಿಂದ ನಿಮ್ಮ ಜೊತೆಗಿರುವ ಜನರು ಸಹ ಹಾಯಾಗಿರುತ್ತಾರೆ. ನಿಮ್ಮ ಯೋಜನೆಗಳು ಬದಲಾದಾಗಲೂ ನೀವು ಅವರನ್ನು ಯಾವುದೇ ರೀತಿಯ ಸಂಕಟಕ್ಕೀಡು ಮಾಡುವುದಿಲ್ಲ.

66

ನಿಮಗೇನು ಬೇಕು ಎಂಬುದನ್ನು ಬಿಟ್ಟು ನಿಮ್ಮ ಬಳಿ ಇರುವುದರ ಬಗ್ಗೆ ಯೋಚಿಸಿ

(ಇರುವುದೆಲ್ಲವ ಬಿಟ್ಟು ಇರದುದೆಡೆಗೆ ತುಡಿಯದಿರಿ)

ನಾನು ಹನ್ನೆರಡು ವರ್ಷಗಳಿಗೂ ಹೆಚ್ಚು ಕಾಲ ಒತ್ತಡ ನಿರ್ವಹಣೆ ಸಲಹೆಗಾರನಾಗಿ, ತುಂಬಾ ವಿನಾಶಕಾರಿ ಮತ್ತು ವ್ಯಾಪಕವಾದ ಮಾನಸಿಕ ಪ್ರವೃತ್ತಿಯನ್ನು ಕಂಡಿದ್ದೇನೆ, ಅದೇನೆಂದರೆ ನಾವು ನಮ್ಮಲ್ಲಿರುವುದಕ್ಕಿಂತ ಹೆಚ್ಚಾಗಿ ನಮಗೇನು ಬೇಕೋ ಅದರ ಮೇಲೆ ಗಮನಹರಿಸುತ್ತೇವೆ. ನಮ್ಮಲ್ಲಿ ಎಷ್ಟು ಇದೆ ಎಂಬುದರಿಂದ ನಮಗೇನೂ ವ್ಯತ್ಯಾಸವಾಗುವುದಿಲ್ಲ, ನಾವು ಆಸೆಗಳ ಪಟ್ಟಿಯನ್ನು ಬೆಳೆಸುತ್ತಲೇ ಇರುತ್ತೇವೆ, ಇದರಿಂದ ನಾವು ಖಂಡಿತವಾಗಿ ಅತೃಪ್ತರಾಗಿಯೇ ಇರುತ್ತೇವೆ. ಈ ಮನಸ್ಥಿತಿಯು, 'ಈ ಆಸೆ ಈಡೇರಿದಾಗ ನಾನು ಸಂತೋಷವಾಗಿರುತ್ತೇನೆ' ಎನ್ನುವಂತೆ ಮಾಡುತ್ತದೆ. ಮತ್ತು ಆ ಆಸೆ ಈಡೇರಿದ ನಂತರವೂ ನಮ್ಮ ಈ ಮನಸ್ಥಿತಿಯು, ಮುಂದಿನ ಆಸೆಗೂ ಅದೇ ರೀತಿ ಹೇಳುತ್ತದೆ.

ನನ್ನ ಸ್ನೇಹಿತನೊಬ್ಬನು ಭಾನುವಾರವಷ್ಟೇ ಎಲ್ಲ ಔಪಚಾರಿಕತೆಗಳನ್ನು ಪೂರೈಸಿ ತನ್ನ ಹೊಸ ಮನೆಯನ್ನು ಖರೀದಿಸಿದನು. ಮುಂದಿನ ಬಾರಿ ಭೇಟಿಯಾದಾಗ ಅವನು ತನ್ನ ಈಗಿನ ಮನೆಗಿಂತ ದೊಡ್ಡದಾದ ತನ್ನ ಮುಂದಿನ ಮನೆ ಖರೀದಿಯ ಬಗ್ಗೆ ಮಾತನಾಡತೊಡಗಿದನು. ಇವನೊಬ್ಬನೇ ಅಲ್ಲ. ನಮ್ಮಲ್ಲಿ ಅನೇಕರು ಇದೇ ರೀತಿ ಮಾಡುತ್ತಾರೆ. ನಮಗೆ ಇದು ಬೇಕು, ಅದು ಬೇಕು. ನಮಗೆ ಬೇಕಾದುದನ್ನು ಪಡೆಯದಿದ್ದರೆ, ನಾವು ಅದರ ಬಗ್ಗೆ ಯೋಚಿಸುತ್ತಲೇ ಇರುತ್ತೇವೆ – ಮತ್ತು ಅತೃಪ್ತರಾಗಿಯೇ ಇರುತ್ತೇವೆ. ನಮಗೆ ಬೇಕಾದದ್ದು ಸಿಕ್ಕರೂ ಸಹಿತ ನಾವು ಹೊಸ ಸನ್ನಿವೇಶದಲ್ಲಿ ಮತ್ತದೇ ಆಲೋಚನೆಯನ್ನು ಸೃಷ್ಟಿಸುತ್ತೇವೆ. ಅಂದರೆ ನಮಗೇನು ಬೇಕು ಅದು ಸಿಕ್ಕರೂ ಸಹಿತ ನಾವು ಅತೃಪ್ತರಾಗಿಯೇ ಉಳಿಯುತ್ತೇವೆ. ನಾವು ಹೊಸ ಆಸೆಗಳಿಗಾಗಿ ಹಾತೊರೆಯುತ್ತಿರುವಾಗ ಸಂತೋಷವು ಎಂದಿಗೂ ನಮ್ಮದಾಗುವುದಿಲ್ಲ.

ಅದೃಷ್ಟವಶಾತ್, ಸಂತೋಷವಾಗಿರಲು ಒಂದು ಮಾರ್ಗವಿದೆ. ನೀವು ಮಾಡಬೇಕಾಗಿರುವುದು ಇಷ್ಟೇ, ನಿಮ್ಮ ಗಮನವನ್ನು ಆಸೆಗಳಿಂದ ಈಗಾಗಲೇ ನಿಮ್ಮ ಹತ್ತಿರ ಇರುವುದರೆಡೆಗೆ ತಿರುಗಿಸುವುದು. ನಿಮ್ಮ ಸಂಗಾತಿಯು ಬದಲಾಗಬೇಕೆಂದು ಬಯಸುವ ಬದಲು ಅವರ ಒಳ್ಳೆಯ ಗುಣಗಳ ಮೇಲೆ ಗಮನಹರಿಸಿರಿ. ನಿಮ್ಮ ಸಂಬಳದ ಬಗ್ಗೆ ದೂರುವ ಬದಲು ನಿಮಗೆ ಕೆಲಸ ಸಿಕ್ಕಿದ್ದಕ್ಕಾಗಿ ಕೃತಜ್ಞರಾಗಿರಿ. ಹವಾಯಿಗೆ ರಜೆಯ ಮೇಲೆ ಹೋಗಲು ಸಾಧ್ಯವಾಗದಿದ್ದಕ್ಕಾಗಿ ಅಸಮಾಧಾನಗೊಳ್ಳುವ ಬದಲು ನಿಮ್ಮ ಹತ್ತಿರದ ಸ್ಥಳಕ್ಕೆ ಭೇಟಿ ನೀಡಿದಾಗ ನೀವು ಎಷ್ಟು ಆನಂದಿಸಿದ್ದೀರಿ ಎಂಬುದನ್ನು ನೆನಪಿಸಿಕೊಳ್ಳಿ. ಏನಾಗಬೇಕಿತ್ತೋ ಅದನ್ನು ಪಟ್ಟಿ ಮಾಡುತ್ತ ಕುಳಿತರೆ ಅದಕ್ಕೆ ಅಂತ್ಯವಿಲ್ಲ. ನೀವು ಪ್ರತಿ ಬಾರಿ 'ಜೀವನವು ಬೇರೆ ರೀತಿಯಾಗಿರಬೇಕಿತ್ತು ಎಂದೆನಿಸುತ್ತದೆ' ಎಂಬ ಜಾಲದಲ್ಲಿ ಸಿಕ್ಕಿಹಾಕಿಕೊಳ್ಳಲು ಪ್ರಾರಂಭಿಸಿದಾಗಲೆಲ್ಲಾ, ಒಂದು ಹೆಜ್ಜೆ ಹಿಂದೆ ಸರಿದು ಮತ್ತೆ ಪ್ರಾರಂಭಿಸಿ. ಆಳವಾಗಿ ಉಸಿರೆಳೆದುಕೊಂಡು ನೀವು ಕೃತಜ್ಞರಾಗಿರಬೇಕಾದ ಎಲ್ಲವನ್ನೂ ನೆನಪಿಸಿಕೊಳ್ಳಿ. ನಿಮಗೇನು

ಬೇಕು ಎನ್ನುವುದನ್ನು ಬಿಟ್ಟು ನಿಮ್ಮ ಬಳಿ ಏನಿದೆಯೋ ಅದರ ಮೇಲೆ ಗಮನಹರಿಸಿದಾಗ ನಿಮಗೆ ಬೇಕಾಗಿದ್ದಕ್ಕಿಂತ ಹೆಚ್ಚಿಗೆಯೇ ಪಡೆಯುವಿರಿ. ನಿಮ್ಮ ಸಂಗಾತಿಯ ಬಗ್ಗೆ ದೂರುವ ಬದಲು ಅವರ ಉತ್ತಮ ಗುಣಗಳ ಮೇಲೆ ಗಮನ ಹರಿಸಿದಾಗ ಅವರು ನಿಮ್ಮತ್ತ ಇನ್ನಷ್ಟು ಪ್ರೀತಿ ತೋರಬಹುದು, ನಿಮ್ಮ ಕೆಲಸದ ಬಗ್ಗೆ ಕೃತಜ್ಞರಾಗಿದ್ದರೆ, ನೀವು ಉತ್ತಮವಾಗಿ ಮತ್ತು ಹೆಚ್ಚು ಉತ್ಪಾದಕತೆಯಿಂದ ಕೆಲಸ ಮಾಡುವಿರಿ. ಇದರಿಂದ ಬಹುಶಃ ನಿಮ್ಮ ಸಂಬಳವೂ ಏರಿಕೆಯಾಗುವ ಸಾಧ್ಯತೆಯಿರುತ್ತದೆ. ಹವಾಯಿಗೆ ಹೋಗಿಯೇ ಆನಂದಿಸೋಣ ಎಂದು ಕಾಯುವ ಬದಲು ನಿಮ್ಮ ಸುತ್ತಮುತ್ತಲೂ ಇರುವ ಆನಂದಿಸುವ ಇತರ ಮಾರ್ಗಗಳ ಮೇಲೆ ಗಮನಹರಿಸಿದರೆ, ನೀವು ಹೆಚ್ಚು ಮೋಜು ಮಾಡುವಿರಿ. ಒಂದುವೇಳೆ ಎಂದಾದರೂ ನೀವು ಹವಾಯಿಗೆ ಹೋದರೆ, ಹೇಗೂ ನಿಮಗೆ ನಿಮ್ಮೊಂದಿಗೆ ಖುಷಿಯಾಗಿರುವ ರೂಢಿಯಾಗಿರುತ್ತದೆ ಹಾಗಾಗಿ ಸಹಜವಾಗಿ ನೀವು ಆನಂದಿಸುವಿರಿ, ಹಾಗೊಂದು ವೇಳೆ ಹೋಗಲು ಆಗದಿದ್ದರೂ ಆಗಲೂ ಜೀವನವು ಆನಂದಮಯವಾಗಿಯೇ ಇರುತ್ತದೆ.

ಒಂದು ವಿಷಯ ನೆನಪಿರಲಿ ನಿಮಗೇನು ಬೇಕು ಎನ್ನುವುದಕ್ಕಿಂತ ನಿಮ್ಮ ಬಳಿ ಏನಿದೆ ಎಂಬುದರ ಬಗ್ಗೆ ಹೆಚ್ಚು ಯೋಚಿಸಲು ಪ್ರಾರಂಭಿಸಿ. ಹಾಗೆ ಮಾಡಿದರೆ, ನಿಮಗೆ ಜೀವನವು ಮೊದಲಿಗಿಂತ ಉತ್ತಮವಾಗಿ ಕಾಣಲು ಪ್ರಾರಂಭಿಸುತ್ತದೆ. ಬಹುಶಃ ಜೀವನದಲ್ಲಿ ಮೊದಲ ಬಾರಿಗೆ, ಸಂತೃಪ್ತಿ ಏನೆಂದು ನಿಮಗೆ ತಿಳಿಯುತ್ತದೆ.

67

ನಿಮ್ಮ ನಕಾರಾತ್ಮಕ ಯೋಚನೆಗಳನ್ನು ನಿರ್ಲಕ್ಷಿಸಿ

ಒಂದು ಅಂದಾಜಿನ ಪ್ರಕಾರ ಒಬ್ಬ ಸಾಧಾರಣ ಮನುಷ್ಯನಿಗೆ ಒಂದು ದಿನಕ್ಕೆ ಸುಮಾರು 50,000 ಯೋಚನೆಗಳು ಬರುತ್ತವೆ. ಅಂದರೆ ಬಹಳಷ್ಟು ಯೋಚನೆಗಳು. ಇವುಗಳಲ್ಲಿ ಕೆಲವು ಸಕಾರಾತ್ಮಕ ಮತ್ತು ಉತ್ಪಾದಕ ಯೋಚನೆಗಳಾಗಿರುತ್ತವೆ. ದುರದೃಷ್ಟವಶಾತ್, ಅವುಗಳಲ್ಲಿ ತುಂಬಾ ಯೋಚನೆಗಳು ನಕಾರಾತ್ಮಕವಾದವು ಕೂಡಾ ಇರುತ್ತವೆ – ಕೋಪ, ಭಯ, ನಿರಾಶೆ, ಚಿಂತೆ ಇತ್ಯಾದಿ. ಶಾಂತವಾಗಿರಬೇಕಾದರೆ ಎದುರಾಗುವ ಪ್ರಮುಖ ಪ್ರಶ್ನೆಯೆಂದರೆ ನಿಮಗೆ ನಕಾರಾತ್ಮಕ ಆಲೋಚನೆಗಳು ಬರುತ್ತವೆಯೋ ಇಲ್ಲವೋ ಎಂಬುದಲ್ಲ, ಆದರೆ ಅಂತಹ ಆಲೋಚನೆಗಳು ಬಂದಾಗ ಅವುಗಳನ್ನು ಹೇಗೆ ಎದುರಿಸುತ್ತೀರಿ ಎನ್ನುವುದು.

ಪ್ರಾಯೋಗಿಕ ದೃಷ್ಟಿಕೋನದಿಂದ ನಕಾರಾತ್ಮಕ ಆಲೋಚನೆಗಳನ್ನು ಎದು-ರಿಸುವ ವಿಷಯ ಬಂದಾಗ, ನಿಮಗೆ ಎರಡು ಆಯ್ಕೆಗಳಿರುತ್ತವೆ. ನಿಮ್ಮ ಆಲೋಚನೆಗಳನ್ನು ವಿಶ್ಲೇಷಿಸಬಹುದು–ವಿಮರ್ಶಿಸಿ, ಯೋಚಿಸಿ, ಅಧ್ಯಯನ ಮಾಡಿ, ಇನ್ನಷ್ಟು ಯೋಚಿಸಿ ಅಥವಾ ನೀವು ಅವುಗಳನ್ನು ನಿರ್ಲಕ್ಷಿಸಲು ಕಲಿಯಬಹುದು–ತೆಗೆದುಹಾಕಿ, ಕಡಿಮೆ ಗಮನ ನೀಡಿ, ಅಷ್ಟೊಂದು ಗಂಭೀರವಾಗಿ ಪರಿಗಣಿಸದೆ. ಈ ಎರಡನೆಯ ಆಯ್ಕೆ, ಅಂದರೆ ನಕಾರಾತ್ಮಕ ಆಲೋಚನೆಗಳನ್ನು ಗಂಭೀರವಾಗಿ ಪರಿಗಣಿಸದೇ ಅವುಗಳನ್ನು ನಿರ್ಲಕ್ಷಿಸುವುದು ಶಾಂತವಾಗಿರುವುದನ್ನು ಕಲಿಯಲು ನಿಜಕ್ಕೂ ಅತ್ಯಂತ ಉತ್ತಮವಾದ ಮಾರ್ಗವಾಗಿದೆ.

ನಿಮಗೆ ಒಂದು ಯೋಚನೆ ಬಂದಾಗ, ಅದು ಕೇವಲ ಒಂದು ಯೋಚನೆಯಾಗಿರುತ್ತದೆ – ಕೇವಲ ಒಂದು ಯೋಚನೆ, ಅಷ್ಟೇ. ನಿಮ್ಮ ಒಪ್ಪಿಗೆಯಿಲ್ಲದೆ ಅದು ನಿಮಗೆ ಹಾನಿಯುಂಟು ಮಾಡಲು ಸಾಧ್ಯವಿಲ್ಲ. ಉದಾಹರಣೆಗೆ, ನಿಮ್ಮ ಹಿಂದಿನ ಜೀವನದ ಯಾವುದೋ ಒಂದು ಯೋಚನೆ ಇರಬಹುದು –'ನನ್ನ ಹೆತ್ತವರು ನನ್ನನ್ನು ಅಷ್ಟೇನೂ ಚೆನ್ನಾಗಿ ನೋಡಿಕೊಳ್ಳಲಿಲ್ಲ, ಅದರ ಬಗ್ಗೆ ನನಗೆ ಅಸಮಾಧಾನವಿದೆ.' ಅನೇಕರಂತೆ ನೀವು ಈ ಯೋಚನೆಯಲ್ಲಿ ಮುಳುಗಿಹೋಗಬಹುದು ಹಾಗೂ ಈ ಯೋಚನೆಯು ನಿಮ್ಮ ಆಂತರಿಕ ಸಂಘರ್ಷಕ್ಕೆ ಕಾರಣವಾಗಬಹುದು. ನಿಮ್ಮ ಮನಸ್ಸಿನಲ್ಲಿ ಈ ಯೋಚನೆಗೆ ಪ್ರಾಮುಖ್ಯತೆ ನೀಡಿ, ನೀವು ಅತೃಪ್ತರಾಗಿರಬೇಕು ಅಥವಾ ಅದರಿಂದ ನಿಮ್ಮ ಮನಸ್ಸು ಒಂದು ಸ್ನೋ ಬಾಲ್ ಅನ್ನು ರೂಪಿಸುತ್ತಿದೆ ಎಂದು ಕಂಡುಹಿಡಿದು ನೀವು ಆ ಯೋಚನೆಯನ್ನು ಅಲ್ಲೇ ಚಿವುಟಿ ಹಾಕಲು ನಿರ್ಧರಿಸಬಹುದು. ಇದರರ್ಥ ನಿಮ್ಮ ಬಾಲ್ಯ ಕಷ್ಟಕರವಾಗಿರಲಿಲ್ಲ ಎಂದಲ್ಲ – ಹಾಗಿರಬಹುದು ಆದರೆ ಈ ಪ್ರಸ್ತುತ ಕ್ಷಣದಲ್ಲಿ, ಯಾವ ಆಲೋಚನೆಗಳಿಗೆ ಗಮನ ಕೊಡಬೇಕೆಂಬ ಆಯ್ಕೆ ನಿಮ್ಮ ಬಳಿ ಇರುತ್ತದೆ.

ಈ ಮಾನಸಿಕ ಆಯಾಮವು ಇಂದು ಮುಂಜಾನೆಯ ಆಲೋಚನೆಗಳಿಗೂ ಅನ್ವಯಿಸುತ್ತದೆ ಅಲ್ಲದೆ ಐದು ನಿಮಿಷ ಹಿಂದಿನ ಆಲೋಚನೆಗೂ ಸಹ ಅನ್ವಯಿಸುತ್ತದೆ.

ನೀವು ಕೆಲಸಕ್ಕೆಂದು ಬಾಗಿಲನ್ನು ತೆಗೆದು ಹೊರಡುವಾಗ ನಡೆದ ವಾದವು ಈಗ ನಿಜವಾಗಿ ಜಗಳವಲ್ಲ, ಅದು ನಿಮ್ಮ ಮನಸ್ಸಿನಲ್ಲಿರುವ ಒಂದು ಆಲೋಚನೆ ಮಾತ್ರ. ಈ ಆಯಾಮವು ನಿಮ್ಮ ಭವಿಷ್ಯದ ಆಲೋಚನೆಗಳಿಗೂ ಅನ್ವಯಿಸುತ್ತದೆ. ಅವು ನಿಮ್ಮ ಇಂದಿನ ಸಂಜೆಯದ್ದಾಗಿರಬಹುದು, ಮುಂದಿನ ವಾರದ್ದಾಗಿರಬಹುದು ಅಥವಾ ಮುಂದಿನ ಹತ್ತು ವರ್ಷದ್ದಾಗಿರಬಹುದು, ಇದು ಎಲ್ಲದಕ್ಕೂ ಅನ್ವಯಿಸುತ್ತದೆ. ಯಾವುದೇ ಸಂದರ್ಭವಿರಲಿ, ನಿಮ್ಮ ಮನಸ್ಸನ್ನು ಆವರಿಸಿರುವ ನಕಾರಾತ್ಮಕ ಆಲೋಚನೆಗಳನ್ನು ನೀವು ನಿರ್ಲಕ್ಷಿಸಿದರೆ, ತಳ್ಳಿಹಾಕಿದರೆ, ಮನಃಶಾಂತಿಯು ಒಂದು ಕ್ಷಣದಷ್ಟು ಮಾತ್ರ ದೂರದಲ್ಲಿದೆ ಎಂದು ಅರಿಯುವಿರಿ. ಇಂತಹ ಶಾಂತ ಮನಃಸ್ಥಿತಿಯಲ್ಲಿ, ನಿಮ್ಮ ತಿಳುವಳಿಕೆ ಮತ್ತು ಬುದ್ಧಿವಂತಿಕೆಗಳು ಏನು ಮಾಡಬೇಕೆಂಬುದನ್ನು ನಿಮಗೆ ತಿಳಿಸುತ್ತದೆ. ಈ ತಂತ್ರಕ್ಕೆ ಅಭ್ಯಾಸದ ಅಗತ್ಯವಿದೆ, ಆದರೆ ಪ್ರಯತ್ನಿಸಿದರೆ ಇದು ತುಂಬಾ ಪ್ರಯೋಜನಕಾರಿಯಾದ ಉಪಯವಾಗಿದೆ.

68

ನಿಮ್ಮ ಕುಟುಂಬ ಮತ್ತು ಸ್ನೇಹಿತರಿಂದ ಕಲಿಯಲು ಸಿದ್ಧರಾಗಿರಿ

ನಾನು ಮಾಡಿರುವ ಅತ್ಯಂತ ವಿಷಾದಕರ ಅವಲೋಕನಗಳಲ್ಲಿ ಒಂದೆಂದರೆ ನಮ್ಮಲ್ಲಿ ಅನೇಕರು ತಮ್ಮ ತಂದೆ–ತಾಯಿ, ಸಂಗಾತಿ, ಮಕ್ಕಳು ಮತ್ತು ಸ್ನೇಹಿತರಿಂದ ಕಲಿಯಲು ಎಷ್ಟೊಂದು ಹಿಂಜರಿಯುತ್ತಾರೆ. ಮುಕ್ತವಾದ ಮನಸ್ಸಿನಿಂದ ಏನನ್ನಾದರೂ ಸ್ವೀಕರಿಸುವ ಬದಲು, ನಾವು ಭಯ, ನಾಚಿಕೆ, ಹಠಮಾರಿತನ ಅಥವಾ ಪ್ರತಿಷ್ಠೆ ಇವುಗಳನ್ನು ಮೈಗೂಡಿಸಿಕೊಂಡಿದ್ದೇವೆ. ಇದು ಹೇಗಿದೆ ಎಂದರೆ 'ನಾನು ಈಗಾಗಲೇ ಎಲ್ಲವನ್ನೂ ಕಲಿತಿದ್ದೇನೆ: ಈಗ ನಾನು ಈ ವ್ಯಕ್ತಿಯಿಂದ ಕಲಿಯಲು ಇನ್ನೇನೂ ಉಳಿದಿಲ್ಲ' ಎಂದು ನಮಗೆ ನಾವೇ ಹೇಳಿಕೊಂಡಂತೆ.

ಆದರೆ ಇದು ತುಂಬಾ ದುಃಖಕರ ವಿಷಯ ಏಕೆಂದರೆ ನಮಗೆ ಹತ್ತಿರವಾದ ಜನರು ನಮ್ಮನ್ನು ಚೆನ್ನಾಗಿ ತಿಳಿದುಕೊಂಡಿರುತ್ತಾರೆ. ಕೆಲವೊಮ್ಮೆ ನಾವು ತುಂಬಾ ಸೋತುಹೋದಂತೆ ವರ್ತಿಸುತ್ತಿದ್ದೇವೆ ಎನ್ನುವುದನ್ನು ಅವರಿಗೆ ಮಾತ್ರ ನೋಡಲು ಸಾಧ್ಯವಾಗುತ್ತದೆ ಹಾಗೂ ಅವರು ಇದಕ್ಕಾಗಿ ತುಂಬಾ ಸರಳ ಪರಿಹಾರಗಳನ್ನು ಸಹ ನೀಡಬಹುದು. ಇಲ್ಲಿ ನಾವು ನಮ್ಮ ಪ್ರತಿಷ್ಠೆ ಅಥವಾ ಹಠಮಾರಿತನದಿಂದ ಏನನ್ನೂ ಕಲಿಯದಿದ್ದರೆ, ನಮ್ಮ ಜೀವನವನ್ನು ಸುಧಾರಿಸಬಲ್ಲ ಆ ಅದ್ಭುತ ಮತ್ತು ಸರಳ ಪರಿಹಾರಗಳನ್ನು ಕಳೆದುಕೊಳ್ಳುತ್ತೇವೆ.

ನನ್ನ ಸ್ನೇಹಿತರು ಮತ್ತು ಕುಟುಂಬದವರ ಸಲಹೆಗಳಿಗೆ ನಾನು ಮುಕ್ತವಾಗಿರಲು, ತೆರೆದ ಮನಸ್ಸಿನಿಂದ ಸ್ವೀಕರಿಸಲು ಪ್ರಯತ್ನಿಸಿದ್ದೇನೆ. ವಾಸ್ತವದಲ್ಲಿ ನಾನು ಆಗಾಗ್ಗೆ ನನ್ನ ಕೆಲ ಸ್ನೇಹಿತರು ಮತ್ತು ಕುಟುಂಬ ಕೆಲವು ಸದಸ್ಯರನ್ನು ನನ್ನಲ್ಲಿ ಯಾವ ನ್ಯೂನತೆಗಳಿವೆ ಎಂದು ಕೇಳುತ್ತೇನೆ. ಈ ರೀತಿಯಾಗಿ ಕೇಳುವುದರಿಂದ ಆ ವ್ಯಕ್ತಿಗೆ ತಾನು ಬೇಕಾದವನು ಮತ್ತು ವಿಶೇಷವಾದವನು ಎಂದೆನಿಸುತ್ತದೆ ಅಲ್ಲದೆ ನಿಮಗೆ ಕೆಲವು ಉತ್ತಮ ಸಲಹೆಗಳೂ ಸಹ ಸಿಗುತ್ತವೆ. ಬೆಳೆಯಲು ಇದಕ್ಕಿಂತ ಉತ್ತಮ ಮಾರ್ಗವಿಲ್ಲ, ಆದರೂ ಯಾರೂ ಅದನ್ನು ಬಳಸುತ್ತಿಲ್ಲ. ನಿಮಗೆ ಬೇಕಾಗಿರುವುದು ಸ್ವಲ್ಪ ಧೈರ್ಯ ಮತ್ತು ವಿನಮ್ರತೆ ಮತ್ತು ನಿಮ್ಮ ಅಹಂಅನ್ನು ಬಿಡುವ ಸಾಮರ್ಥ್ಯ. ಸಲಹೆಗಳನ್ನು ನಿರ್ಲಕ್ಷಿಸುವ ಮತ್ತು ಅವುಗಳನ್ನು ಟೀಕೆಗಳಾಗಿ ತೆಗೆದುಕೊಳ್ಳುವ ಹಾಗೂ ಕುಟುಂಬದ ಸದಸ್ಯರನ್ನು ದೂರವಿಡುವ ಅಭ್ಯಾಸ ನಿಮಗಿದ್ದರೆ ಈ ಅಭ್ಯಾಸವನ್ನು ರೂಢಿಸಿಕೊಳ್ಳುವುದು ಇನ್ನೂ ಹೆಚ್ಚು ಮುಖ್ಯವಾಗುತ್ತದೆ. ನೀವು ಪ್ರಾಮಾಣಿಕವಾಗಿ ಅವರ ಸಲಹೆಯನ್ನು ಕೇಳಿದಾಗ ಅವರು ಎಷ್ಟು ಆಶ್ಚರ್ಯಚಕಿತರಾಗುತ್ತಾರೆಂದು ಊಹಿಸಿ.

ನೀವು ಯಾವ ರೀತಿಯ ವ್ಯಕ್ತಿಯಿಂದ ಯಾವ ರೀತಿಯ ಸಲಹೆಯನ್ನು ಪಡೆಯಲು ಬಯಸುತ್ತೀರಿ ಎಂಬುದನ್ನು ನೀವೇ ನಿರ್ಧರಿಸಿ. ಉದಾಹರಣೆಗೆ, ನಾನು ವ್ಯವಹಾರದಲ್ಲಿ ನನ್ನ ತಂದೆಯ ಸಲಹೆಯನ್ನು ಪಡೆಯುತ್ತೇನೆ. ಅವರು ಒಂದು ಸ್ವಲ್ಪ ಭಾಷಣ ನೀಡಿದರೂ ಸರಿ, ಅದು ಯೋಗ್ಯವಾಗಿರುತ್ತದೆ. ಅವರು ನೀಡುವ ಸಲಹೆಗಳು ಸಾಮಾನ್ಯವಾಗಿ ಭವಿಷ್ಯದಲ್ಲಿ ನಾನು ಕಠಿಣ ರೀತಿಯಲ್ಲಿ ಕಲಿಯಬೇಕಾದದ್ದನ್ನು ತಪ್ಪಿಸುತ್ತವೆ.

69

ನೀವು ಎಲ್ಲಿರುವಿರೋ ಅಲ್ಲಿಯೇ ಸಂತೋಷವಾಗಿರಿ

ವಿಷಾದದ ವಿಷಯವೆಂದರೆ, ನಮ್ಮಲ್ಲಿ ಹೆಚ್ಚಿನವರು ನಮ್ಮ ಸಂತೋಷವನ್ನು ಅನಿರ್ದಿಷ್ಟವಾಗಿ ಮುಂದೂಡುತ್ತೇವೆ. ನಾವು ಪ್ರಜ್ಞಾಪೂರ್ವಕವಾಗಿ ಹಾಗೆ ಮಾಡಲು ಬಯಸುವುದಿಲ್ಲ. ಆದರೆ, 'ಮುಂದೆ ಒಂದು ದಿನ ನಾನು ಸಂತೋಷವಾಗಿರುವೆನು' ಎಂದು ಮನವರಿಕೆ ಮಾಡಿಕೊಳ್ಳುತ್ತಲೇ ಇರುತ್ತೇವೆ. ನಮ್ಮ ಖರ್ಚು-ವೆಚ್ಚಗಳನ್ನೆಲ್ಲಾ ಪಾವತಿಸಿದ ಮೇಲೆ, ವಿದ್ಯಾಭ್ಯಾಸವನ್ನು ಪೂರ್ಣಗೊಳಿಸಿದ ಮೇಲೆ, ನಮ್ಮ ಮೊದಲ ಕೆಲಸ ಪಡೆದ ನಂತರ, ನಮಗೆ ಬಡ್ತಿ ಸಿಕ್ಕ ಮೇಲೆ ನಾವು ಸಂತೋಷವಾಗಿರುತ್ತೇವೆ ಎಂದು ನಮಗೆ ನಾವೇ ಹೇಳಿಕೊಳ್ಳುತ್ತೇವೆ. ನಾವು ಮದುವೆಯಾದ ಮೇಲೆ ಸಂತೋಷವಾಗಿರುತ್ತೇವೆ ಎಂದುಕೊಳ್ಳುತ್ತೇವೆ, ನಂತರ ಒಂದು ಮಗುವಾದ ಮೇಲೆ ಎಂದುಕೊಳ್ಳುತ್ತೇವೆ, ನಂತರ ಇನ್ನೊಂದು ಮಗುವಾಗಲಿ ಜೀವನವು ಉತ್ತಮವಾಗಿರುತ್ತದೆ ಎಂದುಕೊಳುತ್ತೇವೆ. ನಂತರ ಮಕ್ಕಳು ಇನ್ನೂ ಚಿಕ್ಕವರಿದ್ದಾರೆ ಎಂದು ನಿರಾಶೆಗೊಳ್ಳುತ್ತೇವೆ – ಅವರು ಬೆಳೆದು ದೊಡ್ಡವರಾದರೆ ನಾವು ಸಂತೃಪ್ತಿಯಿಂದ ಇರಬಹುದು ಎಂದುಕೊಳ್ಳುತ್ತೇವೆ. ನಂತರ ನಾವು ನಮ್ಮ ಹದಿಹರೆಯದ ಮಕ್ಕಳೊಂದಿಗೆ ವ್ಯವಹರಿಸಬೇಕು ಎಂದು ಹತಾಶರಾಗುತ್ತೇವೆ. ಅವರು ಈ ಹಂತ ದಾಟಿ ಬರಲಿ ನಾವು ತುಂಬಾ ಸಂತೋಷವಾಗಿರುತ್ತೇವೆ ಎಂದುಕೊಳ್ಳುತ್ತೇವೆ. ನಮ್ಮ ಸಂಗಾತಿಯೊಂದಿಗೆ ಚೆನ್ನಾಗಿ ಹೊಂದಿಕೊಂಡಾಗ, ಹೊಸ ಕಾರು ಕೊಂಡುಕೊಂಡಾಗ ಅಥವಾ ರಜೆಯಲ್ಲಿ ಸುತ್ತಾಡಲು ಹೋದಾಗ, ನಾವು ನಿವೃತ್ತರಾದಾಗ ಅಥವಾ ವಿಶೇಷವಾದದ್ದನ್ನು ಸಾಧಿಸಿದಾಗ ನಮ್ಮ ಜೀವನವು ಸಂಪೂರ್ಣವಾದಂತೆ ಎಂದು ನಾವು ನಮಗೆ ನಾವೇ ಹೇಳಿಕೊಳ್ಳುತ್ತೇವೆ. ಮತ್ತು ಇದು ಹೀಗೆಯೇ, ಕೊನೆಯಿಲ್ಲದಂತೆ ಮುಂದುವರೆಯುತ್ತವೆ.

ಏತನ್ಮಧ್ಯೆ, ಜೀವನ ಮುಂದುವರಿಯುತ್ತದೆ. ಸತ್ಯವೆಂದರೆ ಸಂತೋಷವಾಗಿರಲು ಈಗಿನಕ್ಕಿಂತ ಉತ್ತಮ ಸಮಯ ಇನ್ನೊಂದಿಲ್ಲ. ಈಗ ಅಲ್ಲದಿದ್ದರೆ, ಇನ್ನೂ ಯಾವಾಗ? ನಿಮ್ಮ ಜೀವನವು ಯಾವಾಗಲೂ ಸವಾಲುಗಳಿಂದ ತುಂಬಿರುತ್ತದೆ. ಇದನ್ನು ನೀವೇ ಒಪ್ಪಿಕೊಂಡು ಹೇಗಾದರಾಗಲಿ ಸಂತೋಷವಾಗಿರಲು ನಿರ್ಧರಿಸುವುದು ಉತ್ತಮ. ನನ್ನ ನೆಚ್ಚಿನ ಉಲ್ಲೇಖಗಳಲ್ಲಿ ಒಂದು ಆಲ್ಫ್ರೆಡ್ ಡಿ'ಸೋಜಾ ಅವರದ್ದಾಗಿದೆ. ಅವರು ಹೇಳುವಂತೆ, "ಬಹುಕಾಲದಿಂದ ನನ್ನ ನಿಜವಾದ ಜೀವನವು ಇನ್ನೇನು ಪ್ರಾರಂಭವಾಗಲಿದೆ ಎಂದು ನನಗೆ ತೋರುತ್ತಿತ್ತು. ಆದರೆ ಅಷ್ಟರಲ್ಲಿ ದಾರಿಯಲ್ಲಿ ಕೆಲವು ಅಡಚಣೆಗಳು ಯಾವಾಗಲೂ ಬರುತ್ತಿದ್ದವು, ಇನ್ನೂ ಸಾಧಿಸಬೇಕಾದದ್ದು, ಕೆಲವು ಅಪೂರ್ಣ ಕೆಲಸಗಳು, ಇನ್ನೂ ಪೂರೈಸಬೇಕಾದ ಜವಾಬ್ದಾರಿಗಳು, ಮರು ಪಾವತಿಸಬೇಕಾದ ಸಾಲ. ಇವುಗಳು ಮುಗಿಯಲಿ ಆಗ ಜೀವನ ಪ್ರಾರಂಭವಾಗುತ್ತದೆ ಎಂದುಕೊಳ್ಳುತ್ತಿದ್ದೆ. ಕೊನೆಗೆ ಈ ಅಡೆತಡೆಗಳೇ ನನ್ನ ಜೀವನ ಎಂದು ನನಗೆ ಅರಿವಾಯಿತು." ಈ ದೃಷ್ಟಿಕೋನವು ಸಂತೋಷವಾಗಿರಲು ಬೇರೆ ಯಾವುದೇ ಮಾರ್ಗವಿಲ್ಲ, 'ಸಂತೋಷವೇ ಒಂದು ಮಾರ್ಗ' ಎಂದು ಬದುಕಲು ನನಗೆ ಕಲಿಸಿತು.

70

ನೀವು ಯಾವುದನ್ನು ಹೆಚ್ಚು ಅಭ್ಯಸಿಸುತ್ತೀರೋ ನೀವು ಅದೇ ಆಗುತ್ತೀರಿ ಎನ್ನುವುದು ನೆನಪಿರಲಿ

ಪದೇ ಪದೇ ಅಭ್ಯಾಸ ಮಾಡುವುದು ಧ್ಯಾನ ಮತ್ತು ಆಧ್ಯಾತ್ಮಿಕತೆಯ ಮೂಲಭೂತ ತತ್ವಗಳಲ್ಲಿ ಒಂದಾಗಿದೆ. ಇದನ್ನೇ ಬೇರೆ ರೀತಿಯಲ್ಲಿ ಹೇಳುವುದಾದರೆ, ನೀವು ಯಾವುದನ್ನು ಹೆಚ್ಚು ಅಭ್ಯಸಿಸುತ್ತೀರೋ ನೀವು ಅದೇ ಆಗುತ್ತೀರಿ. ಜೀವನದಲ್ಲಿ ಕಠಿಣ ಸಮಯವನ್ನು ಎದುರಿಸಿದಾಗಲೆಲ್ಲ ನಿಮಗೆ ಉದ್ವಿಗ್ನರಾಗುವ ಅಭ್ಯಾಸವಿರಬಹುದು, ನಿಮ್ಮನ್ನು ರಕ್ಷಿಸಿಕೊಳ್ಳುವ ಸಲುವಾಗಿ ನಿರಂತರವಾಗಿ ಟೀಕೆಗಳಿಗೆ ಪ್ರತಿಕ್ರಿಯಿಸುವ, ಯಾವತ್ತೂ ಸರಿಯಾಗಿಯೇ ಇರಲು ಒತ್ತಾಯಿಸಿಕೊಳ್ಳುವ, ಪ್ರತಿಕೂಲ ಪರಿಸ್ಥಿತಿಗೆ ಪ್ರತಿಕ್ರಿಯೆಯಾಗಿ ನಿಮ್ಮ ಆಲೋಚನೆಯನ್ನು ಸ್ನೋ ಬಾಲ್ ಆಗಲು ಅವಕಾಶ ನೀಡುವ ಅಥವಾ ಜೀವನವು ಒಂದು ಆಪತ್ತಿನ ಪರಿಸ್ಥಿತಿ ಎಂದು ಪರಿಗಣಿಸುವ– ಹೀಗೆ ಹತ್ತು ಹಲವು ಅಭ್ಯಾಸಗಳು ನಿಮಗಿರಬಹುದು. ದುರದೃಷ್ಟವಶಾತ್, ನಿಮ್ಮ ಜೀವನವು ಇಂತಹ ಅಭ್ಯಾಸಗಳ ಪ್ರತಿಬಿಂಬವಾಗಿಬಿಡುತ್ತದೆ. ಒಂದು ಅರ್ಥದಲ್ಲಿ, ನೀವು ನಿರಾಶೆಗೊಳ್ಳುವುದನ್ನು ಅಭ್ಯಾಸ ಮಾಡುತ್ತಿರುವುದರಿಂದ ನೀವು ನಿರಾಶೆಗೊಳ್ಳುತ್ತೀರಿ.

ಆದರೆ, ನೀವು ಬಯಸಿದರೆ, ಕರುಣೆ, ತಾಳ್ಮೆ, ದಯೆ, ವಿನಮ್ರತೆ ಮತ್ತು ಶಾಂತಿಯಂತಹ ಗುಣಗಳನ್ನು ಬೆಳೆಸಿಕೊಳ್ಳಬಹುದು. ಆದರೆ ಇದಕ್ಕಾಗಿಯೂ ನೀವು ಅವುಗಳನ್ನು ಅಭ್ಯಾಸ ಮಾಡಬೇಕಾಗುತ್ತದೆ. ಅಭ್ಯಾಸವು ನಿಮ್ಮನ್ನು ಪರಿಪೂರ್ಣಗೊಳಿಸುತ್ತದೆ ಎಂದು ಹೇಳುವುದು ಸರಿಯಾಗಿರುತ್ತದೆ, ಆದ್ದರಿಂದ ನೀವು ಏನನ್ನು ಅಭ್ಯಾಸ ಮಾಡುತ್ತಿದ್ದೀರಿ ಎಂಬುದರ ಬಗ್ಗೆ ಬಹಳ ಜಾಗರೂಕರಾಗಿರಬೇಕು.

ನಿಮ್ಮನ್ನು ನೀವು ನಿರಂತರವಾಗಿ ಸುಧಾರಿಸಿಕೊಳ್ಳುತ್ತ ಇರಲು ನಿಮ್ಮ ಇಡೀ ಜೀವನವನ್ನು ಒಂದು ದೊಡ್ಡ ಯೋಜನೆಯನ್ನಾಗಿ ಮಾಡಿಕೊಳ್ಳಬೇಕೆಂದು ಇದರ ಅರ್ಥವಲ್ಲ. ಕೇವಲ ನಿಮ್ಮ ಆಂತರಿಕ ಮತ್ತು ಬಾಹ್ಯ ಅಭ್ಯಾಸಗಳ ಬಗ್ಗೆ ಜಾಗರೂಕರಾಗಿದ್ದರೆ ಸಾಕು. ನಿಮ್ಮ ಗಮನ ಎಲ್ಲಿದೆ? ನೀವು ನಿಮ್ಮ ಸಮಯವನ್ನು ಹೇಗೆ ಕಳೆಯುತ್ತೀರಿ? ನಿಮ್ಮ ಗುರಿಗಳಿಗೆ ಸಹಾಯಕವಾಗುವ ಅಭ್ಯಾಸಗಳನ್ನು ಬೆಳೆಸಿಕೊಳ್ಳುತ್ತಿದ್ದೀರಾ? ನಿಮ್ಮ ಕ್ರಿಯೆಗಳು ನಿಮ್ಮ ಮೌಲ್ಯಗಳನ್ನು ಪ್ರತಿಬಿಂಬಿಸುತ್ತವೆಯೇ? ಈ ರೀತಿ ಇತರ ಪ್ರಮುಖ ಪ್ರಶ್ನೆಗಳನ್ನು ನೀವೇ ಕೇಳಿಕೊಳ್ಳಿ ಮತ್ತು ಅವುಗಳಿಗೆ ಪ್ರಾಮಾಣಿಕವಾಗಿ ಉತ್ತರಿಸಿ. ಆಗ ಮಾತ್ರ ಯಾವ ತಂತ್ರಗಳು ನಿಮಗೆ ಹೆಚ್ಚು ಉಪಯುಕ್ತವಾಗಿವೆ ಎಂಬುದನ್ನು ನಿರ್ಧರಿಸಲು ಸಾಧ್ಯವಾಗುತ್ತದೆ. ನೀವು ಎಂದಾದರೂ 'ನಾನು ನನ್ನೊಡನೆಯೇ/ಏಕಾಂತದಲ್ಲಿ ಹೆಚ್ಚು ಸಮಯ ಕಳೆಯಲು ಬಯಸುತ್ತೇನೆ' ಅಥವಾ 'ನಾನು ಧ್ಯಾನ ಮಾಡಲು ಕಲಿಯಲು ಬಯಸಿದ್ದೆ, ಆದರೆ ಸಮಯ ಸಿಗಲಿಲ್ಲ' ಎಂದು ಹೇಳಿಕೊಳ್ಳುತ್ತಿರುತ್ತೀರಾ?

ವಿಷಾದವೆಂದರೆ, ಅನೇಕ ಜನರು ತಮ್ಮ ಮನಸ್ಸಿಗೆ ಹತ್ತಿರವಿರುವ ವಿಷಯಗಳಿಗಿಂತ ಹೆಚ್ಚಿನ ಸಮಯವನ್ನು ತಮ್ಮ ಕಾರನ್ನು ತೊಳೆಯುವುದರಲ್ಲಿ ಅಥವಾ ತಮಗೆ ಇಷ್ಟವಿಲ್ಲದ

ದೂರದರ್ಶನ ಕಾರ್ಯಕ್ರಮಗಳ ಮರುಪ್ರಸಾರವನ್ನು ನೋಡುವುದರಲ್ಲಿ ಕಳೆಯುತ್ತಾರೆ.

ನೀವು ಏನನ್ನು ಅಭ್ಯಾಸ ಮಾಡುತ್ತೀರೋ ಅದೇ ಆಗುವಿರಿ ಎನ್ನುವುದನ್ನು ಅರಿತುಕೊಂಡರೆ, ನೀವು ಬೇರೆ ರೀತಿಯ ಅಭ್ಯಾಸಗಳನ್ನು ಆಯ್ಕೆ ಮಾಡಲು ಪ್ರಾರಂಭಿಸುವಿರಿ.

71

ಮನಸ್ಸನ್ನು ಶಾಂತವಾಗಿಟ್ಟುಕೊಳ್ಳಿ

ಪ್ಯಾಸ್ಕಲ್ ಹೇಳುವಂತೆ, "ಮಾನವೀಯತೆಯ ಎಲ್ಲಾ ಸಮಸ್ಯೆಗಳ ಮೂಲವೆಂದರೆ ಒಬ್ಬ ವ್ಯಕ್ತಿಯು ಒಂದು ಕೋಣೆಯಲ್ಲಿ ಒಬ್ಬಂಟಿಯಾಗಿ ಶಾಂತವಾಗಿ ಕುಳಿತುಕೊಳ್ಳಲು ಸಾಧ್ಯವಿಲ್ಲದಿರುವುದು." ನಾನು ಅಷ್ಟು ಶಾಂತವಾಗಿ ಕುಳಿತುಕೊಳ್ಳಬಹುದೇ ಅಥವಾ ಇಲ್ಲವೇ ಎಂದು ಖಚಿತವಾಗಿ ಹೇಳಲಾರೆ, ಆದರೆ ಶಾಂತವಾದ ಮನಸ್ಸು ಆಂತರಿಕ ಶಾಂತಿಯ ಅಡಿಪಾಯ ಎಂದು ನನಗೆ ಖಚಿತವಾಗಿದೆ. ಮತ್ತು ಆಂತರಿಕ ಶಾಂತಿಯೇ ಬಾಹ್ಯ ಶಾಂತಿಯಾಗಿ ಬದಲಾಗುತ್ತದೆ.

ಆತ್ಮಪರಿಶೀಲನೆ, ಆಳವಾದ ಉಸಿರಾಟ, ಚಿಂತನೆ ಮತ್ತು ದೃಶ್ಯೀಕರಣ ಹೀಗೆ ಮನಸ್ಸನ್ನು ಶಾಂತಗೊಳಿಸಲು ಹಲವು ಮಾರ್ಗಗಳಿದ್ದರೂ, ಧ್ಯಾನವು ಅತ್ಯಂತ ಸಾರ್ವತ್ರಿಕವಾಗಿ ಅಂಗೀಕರಿಸಲ್ಪಟ್ಟ ಮತ್ತು ವ್ಯಾಪಕವಾಗಿ ಬಳಸಲಾಗುವ ವಿಧಾನವಾಗಿದೆ. ದಿನಕ್ಕೆ ಐದರಿಂದ ಹತ್ತು ನಿಮಿಷಗಳ ಕಾಲವಾದರೂ ನಿಮ್ಮ ಮನಸ್ಸಿಗೆ ಸ್ಥಿರ ಮತ್ತು ಶಾಂತವಾಗಿರುವ ತರಬೇತಿ ನೀಡಬಹುದು. ಈ ಸ್ಥಿರತೆಯು ನಿಮ್ಮ ದೈನಂದಿನ ಜೀವನದಲ್ಲಿ ಸಂಯೋಜನೆಗೊಳ್ಳುತ್ತದೆ, ನೀವು ವಿಷಯಗಳಿಗೆ ಅನಗತ್ಯವಾಗಿ ಪ್ರತಿಕ್ರಿಯಿಸುವುದನ್ನು ಮತ್ತು ಕಿರಿಕಿರಿಗೊಳ್ಳುವುದನ್ನು ನಿಲ್ಲಿಸುತ್ತೀರಿ ಮತ್ತು ಇದು ನಿಮಗೆ ವಿಷಯಗಳನ್ನು ಆಪತ್ತಿನ ಪರಿಸ್ಥಿತಿಗಳೆಂದು ಪರಿಗಣಿಸದೇ ಸಣ್ಣ ವಿಷಯಗಳಂತೆ ನೋಡುವ ದೃಷ್ಟಿಕೋನವನ್ನು ನೀಡುತ್ತದೆ. ಧ್ಯಾನವು ನಿಮಗೆ ಪರಿಪೂರ್ಣ ವಿಶ್ರಾಂತಿಯ ಅನುಭವವನ್ನು ನೀಡುವ ಮೂಲಕ ನಿರಾಳವಾಗಿರಲು ಕಲಿಸುತ್ತದೆ. ಇದು ನಿಮಗೆ ಶಾಂತಿಯಿಂದ ಬದುಕಲು ಕಲಿಸುತ್ತದೆ.

ಧ್ಯಾನದಲ್ಲಿ ಹಲವು ರೂಪಗಳು ಮತ್ತು ವಿಧಾನಗಳಿವೆ. ಹಾಗಿದ್ದೂ ಅವುಗಳೆಲ್ಲದರ ಸಾರವೇನೆಂದರೆ, ಧ್ಯಾನವು ಮನಸ್ಸನ್ನು ಖಾಲಿಗೊಳಿಸುವುದನ್ನು ಒಳಗೊಂಡಿರುತ್ತದೆ. ಸಾಮಾನ್ಯವಾಗಿ ಧ್ಯಾನವನ್ನು ಶಾಂತ ವಾತಾವರಣದಲ್ಲಿ ಏಕಾಂತದಲ್ಲಿ ಮಾಡಲಾಗುತ್ತದೆ. ನಿಮ್ಮ ಕಣ್ಣುಗಳನ್ನು ಮುಚ್ಚಿ ನಿಮ್ಮ ಉಸಿರಾಟದ ಮೇಲೆ ಕೇಂದ್ರೀಕರಿಸಿ. ಆಲೋಚನೆಗಳು ನಿಮ್ಮ ಮನಸ್ಸನ್ನು ಪ್ರವೇಶಿಸಿದಾಗ, ನೀವು ಅವುಗಳನ್ನು ವಿನಮ್ರತೆಯಿಂದ ಹಾದುಹೋಗಲು ಬಿಡಿ, ತಿರುಗಿ ನಿಮ್ಮ ಗಮನವನ್ನು ನಿಮ್ಮ ಉಸಿರಾಟದತ್ತ ತಿರುಗಿಸಿ. ಇದನ್ನು ಪುನರಾವರ್ತಿಸಿ. ಕಾಲಾನಂತರದಲ್ಲಿ, ನಿಮ್ಮ ಗೊತ್ತು-ಗುರಿ ಇಲ್ಲದ ವಿಚಾರಗಳನ್ನು ಕಡೆಗಣಿಸುತ್ತಾ ಉಸಿರಾಟದ ಮೇಲೆ ನಿಮ್ಮ ಗಮನವನ್ನು ಕೇಂದ್ರೀಕರಿಸಲು ನೀವು ಕಲಿಯುತ್ತೀರಿ.

ಧ್ಯಾನವು ಸುಲಭವಲ್ಲ ಎಂದು ನಿಮಗೆ ಬೇಗನೇ ಅರಿವಾಗುವುದು. ಮನಸ್ಸನ್ನು ಸ್ಥಿರವಾಗಿಸಲು ಪ್ರಯತ್ನಿಸಿದ ತಕ್ಷಣ, ಅದು ಆಲೋಚನೆಗಳಿಂದ ತುಂಬುತ್ತದೆ ಎಂದು ಗಮನಿಸುವಿರಿ. ಆರಂಭದಲ್ಲಿ, ನೀವು ಕೆಲವು ಕ್ಷಣಗಳಿಗಿಂತ ಹೆಚ್ಚು ಕಾಲ ನಿಮ್ಮ ಉಸಿರಾಟದ ಮೇಲೆ ನಿಮ್ಮ ಗಮನವನ್ನು ಕೇಂದ್ರೀಕರಿಸಲು ಸಾಧ್ಯವಾಗುವುದಿಲ್ಲ. ಒಬ್ಬ

ನುರಿತ ಧ್ಯಾನಿಯಾಗುವ ಉಪಾಯವೆಂದರೆ, ನಿಮ್ಮ ಬಗ್ಗೆ ಮೃದುವಾಗಿರುವುದು ಮತ್ತು ಸ್ಥಿರವಾಗಿರುವುದು. ನಿರುತ್ಸಾಹಗೊಳ್ಳಬೇಡಿ. ಪ್ರತಿದಿನ ಕೆಲವು ನಿಮಿಷಗಳ ಧ್ಯಾನವು, ಕೆಲವು ದಿನಗಳಲ್ಲಿಯೇ ಅಪಾರವಾದ ಪ್ರಯೋಜನಗಳನ್ನು ನೀಡುತ್ತದೆ. ನಿಮ್ಮ ಅಕ್ಕಪಕ್ಕದಲ್ಲಿಯೇ ಧ್ಯಾನ ತರಗತಿಯನ್ನು ಕಂಡುಕೊಳ್ಳಬಹುದು. ಅಥವಾ ಬಯಸಿದರೆ ಪುಸ್ತಕದಿಂದ ಅಥವಾ ಇನ್ನೂ ಉತ್ತಮವೆಂದರೆ ಆಡಿಯೊಟೇಪ್‌ನಿಂದ ಧ್ಯಾನವನ್ನು ಕಲಿಯಬಹುದು. (ನಿಮ್ಮ ಕಣ್ಣುಗಳನ್ನು ಮುಚ್ಚಿ ಪುಸ್ತಕವನ್ನು ಓದುವುದು ಕಷ್ಟ.)

ನನ್ನ ನೆಚ್ಚಿನ ವಿಧಾನವೆಂದರೆ ಲ್ಯಾರಿ ಲೆ ಶಾನ್ ಅವರ 'ಹೌ ಟು ಮೆಡಿಟೇಟ್', ಇದು ಪುಸ್ತಕ ಮತ್ತು ಆಡಿಯೋ ಸ್ವರೂಪದಲ್ಲಿ ಲಭ್ಯವಿದೆ. ಸ್ವಲ್ಪ ಸಮಯವಾದರೂ ಧ್ಯಾನವನ್ನು ಮಾಡದೇ, ಶಾಂತಿಯಿಂದ ಇರುವವರನ್ನು ನಾನು ನೋಡೇ ಇಲ್ಲ.

72

ಯೋಗಾಭ್ಯಾಸ ಮಾಡಿ

ಧ್ಯಾನದಂತೆಯೇ, ಯೋಗವು ನೀವೊಬ್ಬ ಶಾಂತ ಮತ್ತು ನಿರಾಳ ವ್ಯಕ್ತಿಯಾಗಲು ಸಹಾಯ ಮಾಡುವ ಜನಪ್ರಿಯ ಮತ್ತು ಪರಿಣಾಮಕಾರಿ ಸಾಧನವಾಗಿದೆ. ಶತಮಾನಗಳಿಂದ, ಯೋಗವು ಮನಸ್ಸನ್ನು ಶಾಂತ ಮತ್ತು ನಿರ್ಮಲವಾಗಿಸುತ್ತಿದೆ ಅಲ್ಲದೇ ನಿರಾಳತೆ ಮತ್ತು ಸಮಚಿತ್ತತೆಯ ಭಾವನೆಯನ್ನು ನೀಡುತ್ತಿದೆ. ಇದನ್ನು ಮಾಡುವುದೂ ಕೂಡ ಸುಲಭ ಹಾಗೂ ದಿನದ ಕೆಲವೇ ನಿಮಿಷಗಳನ್ನು ಇದಕ್ಕಾಗಿ ಮೀಸಲಿಟ್ಟರೆ ಸಾಕು. ಯಾವುದೇ ವಯಸ್ಸಿನವರಾದರೂ ಅಥವಾ ಯಾವುದೇ ಫಿಟ್‌ನೆಸ್/ಆರೋಗ್ಯ ಮಟ್ಟದವರಾದರೂ ಇದನ್ನು ಅಭ್ಯಾಸ ಮಾಡಬಹುದು. ನಾನು ಒಮ್ಮೆ ಹೆಲ್ತ್ ಕ್ಲಬ್‌ನಲ್ಲಿ ಯೋಗದ ತರಗತಿಗೆ ಸೇರಿದ್ದೆ ಅಲ್ಲಿ ಹತ್ತು ವರ್ಷದ ಹುಡುಗ ಮತ್ತು ಎಂಬತ್ತೇಳು ವರ್ಷದ ವ್ಯಕ್ತಿ ಇಬ್ಬರೂ ಭಾಗವಹಿಸಿದ್ದರು. ಯೋಗವು ಸ್ವಭಾವತಃ ಸ್ಪರ್ಧಾತ್ಮಕವಲ್ಲ. ನೀವು ಅಭ್ಯಾಸದ ಮೂಲಕ ಮತ್ತು ನಿಮ್ಮದೇ ಆದ ವೇಗ ಮತ್ತು ಅನುಕೂಲಕ್ಕೆ ತಕ್ಕಂತೆ ಪ್ರಗತಿ ಸಾಧಿಸುವಿರಿ.

ಯೋಗವು ದೈಹಿಕವಾಗಿದ್ದರೂ, ಅದರ ಪ್ರಯೋಜನಗಳು ದೈಹಿಕ ಮತ್ತು ಮಾನಸಿಕ ಎರಡೂ ಆಗಿವೆ. ದೈಹಿಕವಾಗಿ, ಇದು ಸ್ನಾಯುಗಳು, ಬೆನ್ನುಮೂಳೆ ಇತ್ಯಾದಿಗಳನ್ನು ಬಲಪಡಿಸುತ್ತದೆ ಅಲ್ಲದೇ ಅವುಗಳ ನಮ್ಯತೆವನ್ನು (flexibility) ಹೆಚ್ಚಿಸಿ ಚಲನೆಯನ್ನು ಸುಲಭಗೊಳಿಸುತ್ತದೆ. ಭಾವನಾತ್ಮಕವಾಗಿ, ಯೋಗವು ಒತ್ತಡವನ್ನು ಕಡಿಮೆಮಾಡುವ ಅತ್ಯುತ್ತಮ ಸಾಧನವಾಗಿದೆ. ಇದು ದೇಹ–ಮನಸ್ಸು–ಆತ್ಮದ ಸಂಯೋಜನೆಯನ್ನು ಸಮತೋಲನಗೊಳಿಸುತ್ತದೆ, ನೆಮ್ಮದಿ ಮತ್ತು ಶಾಂತಿಯನ್ನು ನೀಡುತ್ತದೆ.

ಯೋಗಾಭ್ಯಾಸ ಮಾಡುವಾಗ, ಅನೇಕ ಸರಳ ಮತ್ತು ಸಂಕೀರ್ಣ ಯೋಗ ಭಂಗಿಗಳನ್ನು ಮಾಡಲಾಗುತ್ತದೆ. ಹಿಗ್ಗಿಸುವಿಕೆಗಳು ದೇಹವನ್ನು ಸಡಿಲಗೊಳಿಸಲು ಮತ್ತು ಬೆನ್ನುಮೂಳೆಯನ್ನು ಉದ್ದವಾಗಿಸಲು ವಿನ್ಯಾಸಗೊಳಿಸಲಾಗಿರುತ್ತದೆ. ಈ ಹಿಗ್ಗಿಸುವಿಕೆಗಳು ಬಹಳ ನಿರ್ದಿಷ್ಟವಾದ, ಬಿಗಿಯಾದ ಮತ್ತು ಸಂಕುಚಿತ ಸ್ಥಳಗಳಾದ ಕುತ್ತಿಗೆ, ಬೆನ್ನು, ಸೊಂಟ, ಕಾಲುಗಳು ಮತ್ತು ಬೆನ್ನುಮೂಳೆಯ ಮೇಲೆ ಕೇಂದ್ರೀಕರಿಸುತ್ತವೆ. ಅಲ್ಲದೇ ನೀವು ಯೋಗಾಭ್ಯಾಸ ಮಾಡುವಾಗ, ನಿಮ್ಮ ಭಂಗಿಯ ಮೇಲೆ ಸಂಪೂರ್ಣವಾಗಿ ಗಮನವನ್ನೂ ಹರಿಸುತ್ತೀರಿ.

ಯೋಗದ ಪರಿಣಾಮಗಳು ನಿಜಕ್ಕೂ ಅದ್ಭುತವಾಗಿವೆ. ಕೆಲವೇ ನಿಮಿಷಗಳಲ್ಲಿ ನೀವು ಚೈತನ್ಯ, ಮುಕ್ತತೆ, ಶಾಂತತೆ ಮತ್ತು ನಿರಾಳತೆಯನ್ನು ಅನುಭವಿಸುತ್ತೀರಿ. ನಿಮ್ಮ ಮನಸ್ಸು ನಿರ್ಮಾಲವಾಗುತ್ತದೆ. ನಿಮ್ಮ ಇಡೀ ದಿನವು ಸರಳವಾಗಿರುತ್ತದೆ ಮತ್ತು ನಿಮಗೆ ಗಮನ ಕೇಂದ್ರೀಕರಿಸುವುದು ಸುಲಭವಾಗುತ್ತದೆ. ನಾನು ಮೊದಲು ನನ್ನ ಬಿಡುವಿಲ್ಲದ ದಿನಚರಿಯಲ್ಲಿ ಯೋಗಾಭ್ಯಾಸ ಮಾಡಲು ನನಗೆ ಎಂದಿಗೂ ಸಮಯ ಸಿಗುವುದಿಲ್ಲ ಎಂದು ಭಾವಿಸುತ್ತಿದ್ದೆ. ಆದರೆ ಅದು ನಿಜವಲ್ಲ ಎಂದು ನನಗೆ ಮನವರಿಕೆಯಾಗಿದೆ. ಯೋಗಾಭ್ಯಾಸ ಮಾಡಲು ನನ್ನ

ಬಳಿ ಧಾರಾಳವಾದ ಸಮಯವಿದೆ. ಇದನ್ನು ಮಾಡದೇ ಇರಲು ಸಾಧ್ಯವಿಲ್ಲ ಎನ್ನುವಷ್ಟು ಅದು ಮುಖ್ಯವಾಗಿದೆ. ಇದು ನನ್ನನ್ನು ತಾರುಣ್ಯಪೂರ್ಣ ಮತ್ತು ಉತ್ಸಾಹಭರಿತನನ್ನಾಗಿ ಇಡುತ್ತದೆ. ಕುಟುಂಬ ಮತ್ತು ಸ್ನೇಹಿತರೊಂದಿಗೆ ಸಮಯ ಕಳೆಯಲು ಇದು ಅದ್ಭುತ ಮತ್ತು ಶಾಂತವಾದ ಮಾರ್ಗವಾಗಿದೆ. ಒಟ್ಟಿಗೆ ಟಿವಿ ನೋಡುವ ಬದಲು, ಆಗಾಗ ನಾನು ಮತ್ತು ನನ್ನ ಇಬ್ಬರು ಹೆಣ್ಣುಮಕ್ಕಳು ಯೋಗ ವೀಡಿಯೊವನ್ನು ನೋಡುತ್ತಾ ಕೆಲವು ನಿಮಿಷಗಳ ಕಾಲ ಯೋಗಾಭ್ಯಾಸವನ್ನು ಮಾಡುತ್ತೇವೆ.

ಧ್ಯಾನದಂತೆಯೇ, ನೀವು ಸಮುದಾಯ ಕೇಂದ್ರ, YMCA ಅಥವಾ ಆರೋಗ್ಯ ಕ್ಲಬ್‌ನಲ್ಲಿ ಸ್ಥಳೀಯ ಯೋಗ ತರಗತಿಗಳನ್ನು ಹುಡುಕುವುದು ಸುಲಭ. ನೀವು ಪುಸ್ತಕದಿಂದ ಕಲಿಯಲು ಬಯಸಿದರೆ, ನನ್ನ ನೆಚ್ಚಿನದು ರಿಚರ್ಡ್ ಹಿಟಲ್‌ಮನ್ ಅವರ 'ಯೋಗ ಟ್ವೆಂಟಿ ಏಟ್ ಡೇ ಎಕ್ಸರ್ಸೈಜ್ ಪ್ಲಾನ್'. ನೀವು ಕಲಿಯಬಹುದಾದ ಹಲವು ಉತ್ತಮ ವೀಡಿಯೊಗಳು ಲಭ್ಯವಿವೆ ಅಲ್ಲದೇ 'ಯೋಗ ಜರ್ನಲ್' ಎಂಬ ಯೋಗಕ್ಕೆ ಮಾತ್ರ ಮೀಸಲಾಗಿರುವ ನಿಯತಕಾಲಿಕೆಯೂ ಇದೆ.

73

ಸೇವೆಯನ್ನು ನಿಮ್ಮ ಜೀವನದ ಅವಿಭಾಜ್ಯ ಅಂಗವನ್ನಾಗಿ ಮಾಡಿಕೊಳ್ಳಿ

ಇನ್ನಷ್ಟು ದಯಾಳು ಮತ್ತು ಪ್ರೀತಿಪರ ವ್ಯಕ್ತಿಯಾಗಲು ಕ್ರಮಗಳನ್ನು ತೆಗೆದುಕೊಳ್ಳಬೇಕಾಗುತ್ತದೆ. ನೀವೇನು ಮಾಡಬೇಕು ಎಂಬುದಕ್ಕೆ ಯಾವುದೇ ನಿರ್ದಿಷ್ಟ ಸೂತ್ರ ಅಥವಾ ಸೂಚನೆ ಇಲ್ಲ. ದಯಾಪರ ಮತ್ತು ಔದಾರ್ಯಯುತ ಕಾರ್ಯಗಳು ಹೆಚ್ಚಾಗಿ ಸ್ವಾಭಾವಿಕವಾಗಿರುತ್ತವೆ, ಅವು ಸೇವೆ ಮತ್ತು ದಾನವು ವ್ಯಕ್ತಿಯ ಆಲೋಚನಾ ಪ್ರಕ್ರಿಯೆಯ ಅವಿಭಾಜ್ಯ ಅಂಗವಾಗಿರುವುದನ್ನು ಸೂಚಿಸುವ ಚಿಂತನಾ ವಿಧಾನದಿಂದ ಹುಟ್ಟಿಕೊಳ್ಳುತ್ತವೆ.

ನಾನು ಅನೇಕ ತತ್ವಜ್ಞಾನಿಗಳು ಮತ್ತು ಗುರುಗಳಿಂದ ಕಲಿತ ಒಂದು ವಿಷಯವೆಂದರೆ, 'ನಾನು ಯಾರಿಗಾದರೂ ಹೇಗೆ ಸಹಾಯ ಮಾಡಬಹುದು?' ಎಂಬ ಪ್ರಶ್ನೆಯನ್ನು ನನ್ನನ್ನೇ ಕೇಳಿಕೊಳ್ಳುವ ಮೂಲಕ ನನ್ನ ದಿನವನ್ನು ಪ್ರಾರಂಭಿಸುವುದು. ಈ ರೀತಿಯಾಗಿ ನಾನು ಇತರರಿಗೆ ಸಹಾಯ ಮಾಡುವ ಹಲವು ವಿಧಾನಗಳನ್ನು ನೆನಪಿಸಿಕೊಳ್ಳುತ್ತೇನೆ. ನಾನು ಈ ಪ್ರಶ್ನೆಯನ್ನು ಕೇಳಿಕೊಳ್ಳಲು ಸ್ವಲ್ಪ ಸಮಯ ತೆಗೆದುಕೊಂಡರೆ, ಅದಕ್ಕೆ ಉತ್ತರಗಳು ದಿನವಿಡೀ ಸಿಗುತ್ತಲೇ ಇರುತ್ತವೆ ಎಂಬುದನ್ನು ನಾನು ಗಮನಿಸಿದ್ದೇನೆ.

ಇತರರಿಗೆ ಸಹಾಯ ಮಾಡುವುದು ನಿಮ್ಮ ಗುರಿಗಳಲ್ಲಿ ಒಂದಾಗಿದ್ದರೆ, ಅದನ್ನು ಮಾಡಲು ನಿಮಗೆ ಸೂಕ್ತವಾದ ಮಾರ್ಗವು ಸಿಕ್ಕೇ ಸಿಗುತ್ತದೆ. ಸೇವೆ ಮಾಡುವ ಅವಕಾಶಗಳಿಗೆ ಅಂತ್ಯವಿಲ್ಲ. ಕೆಲವೊಮ್ಮೆ ನಾನು ಸೇವೆ ಸಲ್ಲಿಸಬಹುದಾದ ಅತ್ಯುತ್ತಮ ಮಾರ್ಗವೆಂದರೆ ಅಗತ್ಯವಿರುವ ಸ್ನೇಹಿತರಿಗೆ (ಅಥವಾ ಅಪರಿಚಿತರಿಗೆ) ಮನೆಯಲ್ಲಿ ಆಶ್ರಯ ನೀಡುವುದು. ಕೆಲವೊಮ್ಮೆ, ರೈಲಿನಲ್ಲಿ ವಯಸ್ಸಾದ ವ್ಯಕ್ತಿಗೆ ನನ್ನ ಆಸನವನ್ನು ನೀಡುವುದು, ಮಂಕಿ ಬಾರ್‌ಗಳ ಜೊತೆ ಆಡುತ್ತಿರುವ ಹುಡುಗನಿಗೆ ಸಹಾಯ ಮಾಡುವುದು, ಗುಂಪಿನೊಂದಿಗೆ ಮಾತನಾಡುವುದು, ಪುಸ್ತಕ ಬರೆಯುವುದು, ನನ್ನ ಮಗಳ ಶಾಲೆಯಲ್ಲಿ ಸಹಾಯ ಮಾಡುವುದು, ಸ್ವಯಂ ಸೇವಾ ಸಂಸ್ಥೆಗೆ ದಾನ ಮಾಡುವುದು ಅಥವಾ ರಸ್ತೆಯಲ್ಲಿ ಬಿದ್ದ ಕಸವನ್ನು ಎತ್ತುವುದು ಸಹ ಆಗಿರಬಹುದು. ನನ್ನ ನಂಬಿಕೆಯಂತೆ, ಸೇವೆ ಸಲ್ಲಿಸುವುದು ಒಂದು ಬಾರಿ ಮಾಡಿ ಮುಗಿಸುವ ಕೆಲಸವಲ್ಲ ಎಂಬುದನ್ನು ನೆನಪಿನಲ್ಲಿಟ್ಟುಕೊಳ್ಳಬೇಕು. ಸೇವೆ ಎನ್ನುವುದು ಯಾರಿಗಾದರೂ ಒಳ್ಳೆಯದನ್ನು ಮಾಡಿ ನಂತರ ಅವರೇಕೆ ನಮಗೇನೂ ಮಾಡುವುದಿಲ್ಲ ಎಂದು ಯೋಚಿಸುವುದಲ್ಲ,. ಬದಲಾಗಿ, ಸೇವೆಯೆಂಬುದು ಜೀವನದ ಪದ್ಧತಿ, ಜೀವನದ ಬಗ್ಗೆ ಯೋಚಿಸುವ ಒಂದು ವಿಧಾನ. ಕಸವನ್ನು ಹೊರಗೆಸೆಯಬೇಕೆ? ಹಾಗಿದ್ದಲ್ಲಿ, ಮುಂದುವರಿಯಿರಿ ಮತ್ತು ನಿಮ್ಮ ಸರದಿಯಲ್ಲದಿದ್ದರೂ ಸಹ ಅದನ್ನು ಹೊರಗೆಸೆಯಿರಿ. ನಿಮಗೆ ಗೊತ್ತಿದ್ದ ಯಾರಾದರೂ ಕಷ್ಟದಲ್ಲಿರುವರೋ? ಅವರಿಗೆ ನಿಮ್ಮ ಅಪ್ಪುಗೆ ಅಥವಾ ಸ್ಪರ್ಶದ ಅಗತ್ಯವಿರುವ ಸಾಧ್ಯತೆಯಿದೆ ಅಥವಾ ಅವರ ಮಾತು ಕೇಳಲು ಯಾರಾದರೂ ಬೇಕಾಗಿರಬಹುದು. ತೊಂದರೆಯಲ್ಲಿರುವ ಸ್ವಯಂ ಸಹಾಯ ಸಂಸ್ಥೆಯ ಬಗ್ಗೆ ನಿಮಗೆ

ಗೊತ್ತೇ? ಈ ತಿಂಗಳು ನೀವು ಸ್ವಲ್ಪ ಹೆಚ್ಚುವರಿಯಾಗಿ ದಾನ ಮಾಡಬಹುದೇ ನೋಡಿ.

ಸೇವೆ ಮಾಡುವ ಉತ್ತಮ ಮಾರ್ಗವು ತುಂಬಾ ಸರಳವಾಗಿದೆ ಎಂದು ನಾನು ಅರಿತಿದ್ದೇನೆ – ಅದೆಂದರೆ ನಾನು ಪ್ರತಿದಿನ ಮಾಡಬಹುದಾದ ಅಷ್ಟಾಗಿ ಗಮನಕ್ಕೆ ಬಾರದ, ಶಾಂತವಾಗಿ ಮಾಡುವ ಸಣ್ಣ ಪುಟ್ಟ ಒಳ್ಳೆಯ ಕೆಲಸಗಳು – ಅದು ನನ್ನ ಸಂಗಾತಿಯು ಆರಂಭಿಸುವ ಹೊಸ ಕೆಲಸಕ್ಕೆ ಬೆಂಬಲ ನೀಡುವುದಾಗಿರಬಹುದು ಅಥವಾ ಯಾರಾದರೂ ಮಾತನಾಡುವುದನ್ನು ಕೇಳಲು ಸ್ವಲ್ಪ ಸಮಯ ಮತ್ತು ಶಕ್ತಿಯನ್ನು ವ್ಯಯಿಸುವುದಾಗಿರಬಹುದು. ಇನ್ನಷ್ಟು ನಿಸ್ವಾರ್ಥ ವ್ಯಕ್ತಿಯಾಗಬೇಕೆನ್ನುವ ನನ್ನ ಗುರಿಯನ್ನು ತಲುಪಲು ಇನ್ನೂ ತುಂಬಾ ದೂರ ಪ್ರಯಾಣಿಸಬೇಕೆಂದು ನನಗೆ ತಿಳಿದಿದೆ. ಹಾಗಿದ್ದರೂ ಸಹ, ಸೇವೆಯನ್ನು ನನ್ನ ಜೀವನದ ಅವಿಭಾಜ್ಯ ಅಂಗವನ್ನಾಗಿ ಮಾಡಿಕೊಂಡಿದ್ದೇನೆ. ಹೀಗೆ ಬದುಕಲು ನಿರ್ಧರಿಸಿದ್ದರಿಂದ ನನ್ನ ಜೀವನವು ಇನ್ನಷ್ಟು ಉತ್ತಮವಾಗಿದೆ ಎಂದು ನಾನು ಅರಿತಿದ್ದೇನೆ. ಒಂದು ಹಳೆಯ ಮಾತಿನಂತೆ 'ಕೊಡುವುದು ತನ್ನಲ್ಲಿ ತಾನೇ ಒಂದು ಬಹುಮಾನವಾಗಿದೆ/ಪ್ರತಿಫಲವಾಗಿದೆ' ಇದು ನಿಜವೂ ಆಗಿದೆ. ನೀವು ನೀಡಿದಾಗ, ನೀವು ಪಡೆಯುತ್ತೀರಿ ಕೂಡ. ನೀವು ಪಡೆಯುವುದು ನೀವು ನೀಡುವುದಕ್ಕೆ ನೇರವಾದ ಅನುಪಾತದಲ್ಲಿರುತ್ತದೆ.

ನೀವು ನಿಮ್ಮದೇ ಆದ ವಿಶಿಷ್ಟ ರೀತಿಯಲ್ಲಿ ಮನಸ್ಸು ಬಿಚ್ಚಿ ನೀಡಿದಾಗ ನೀವು ಅಂದುಕೊಂಡದ್ದಕ್ಕಿಂತ ಹೆಚ್ಚಿನ ಶಾಂತ ಭಾವನೆಯನ್ನು ಅನುಭವಿಸುವಿರಿ. ಆಗ ಎಲ್ಲರೂ ಗೆಲ್ಲುವರು, ವಿಶೇಷವಾಗಿ ನೀವು.

74

ಸಹಾಯ ಮಾಡಿ, ಆದರೆ ಪ್ರತಿಯಾಗಿ ಏನನ್ನೂ ನಿರೀಕ್ಷಿಸಬೇಡಿ

ಈ ಉಪಾಯದ ಸಹಾಯದಿಂದ ನೀವು ಸೇವೆಯನ್ನು ನಿಮ್ಮ ಜೀವನದ ಅವಿಭಾಜ್ಯ ಅಂಗವಾಗಿ ಸೇರಿಸಿಕೊಳ್ಳಬಹುದು. ಯಾವುದೇ ನಿರೀಕ್ಷೆಗಳಿಲ್ಲದೆ ನೀವು ಬೇರೆಯವರಿಗೆ ಸಹಾಯ ಮಾಡುವುದು ಎಷ್ಟು ಸುಲಭ ಮತ್ತು ಎಷ್ಟು ಸಂತೋಷದಾಯಕ ಎಂಬುದನ್ನು ಇದು ನಿಮಗೆ ಕಲಿಸುತ್ತದೆ.

ಸಾಮಾನ್ಯವಾಗಿ ನಾವು ತಿಳಿದೋ ತಿಳಿಯದೆಯೋ ಇತರರಿಂದ ಏನನ್ನಾದರೂ ನಿರೀಕ್ಷಿಸುತ್ತೇವೆ. ವಿಶೇಷವಾಗಿ ಅವರಿಗೆ ಏನಾದರೂ ಮಾಡಿದ ನಂತರ ತಿರುಗಿ ಅವರಿಂದ ಏನನ್ನಾದರೂ ಬಯಸುತ್ತೇವೆ– 'ನಾನು ಸ್ನಾನದ ಕೋಣೆಯನ್ನು ಸ್ವಚ್ಛಗೊಳಿಸಿದೆ, ಆದ್ದರಿಂದ ಅವಳು ಅಡುಗೆಮನೆಯನ್ನು ಸ್ವಚ್ಛಗೊಳಿಸಬೇಕು', 'ಕಳೆದ ವಾರ ನಾನು ಅವಳ ಮಗುವನ್ನು ನೋಡಿಕೊಂಡೆ, ಈ ವಾರ ಅವಳು ನನ್ನ ಮಗುವನ್ನು ನೋಡಿಕೊಳ್ಳಬೇಕು'– ಹೀಗೆ. 'ಕೊಡುವುದು ತನ್ನಲ್ಲಿ ತಾನೇ ಒಂದು ಬಹುಮಾನವಾಗಿದೆ/ಪ್ರತಿಫಲವಾಗಿದೆ' ಎಂಬುದನ್ನು ಮರೆತು ನಾವು ನಮ್ಮ ಒಳ್ಳೆಯ ಕೆಲಸಗಳನ್ನು ಲೆಕ್ಕ ಹಾಕುತ್ತ ಕುಳಿತುಕೊಳ್ಳುತ್ತೇವೆ.

ಯಾರಿಗಾದರೂ ಒಳ್ಳೆಯದನ್ನು ಮಾಡಬೇಕೆನ್ನಿಸಿದಾಗ ಹಾಗೇ ಸುಮ್ಮನೆ ಮಾಡಿಬಿಡಿ. ಆಗ ನಿಮ್ಮೊಳಗೆ ಒಂದು ಸುಂದರವಾದ ನೆಮ್ಮದಿ ಮತ್ತು ಶಾಂತ ಭಾವನೆ (ನೀವು ಅಂತರಿಕವಾಗಿ ಸಾಕಷ್ಟು ಶಾಂತವಾಗಿದ್ದರೆ) ಹೊರಹೊಮ್ಮುವುದನ್ನು ಗಮನಿಸುವಿರಿ. ವ್ಯಾಯಾಮ ಮಾಡುವುದರಿಂದ ನಿಮ್ಮ ಮೆದುಳಿನಲ್ಲಿ ಎಂಡಾರ್ಫಿನ್‌ಗಳು ಬಿಡುಗಡೆಯಾಗಿ ನಿಮಗೆ ದೈಹಿಕವಾಗಿ ಉತ್ಸಾಹಭರಿತವೆನ್ನಿಸುತ್ತದೆ. ಹಾಗೆಯೆ, ದಯೆ ಮತ್ತು ವಾತ್ಸಲ್ಯಗಳು ಭಾವನಾತ್ಮಕ ಪ್ರೇರಕಗಳಾಗಿವೆ. ನೀವು ಒಳ್ಳೆಯ ಕೆಲಸವನ್ನು ಮಾಡಿದ ನಂತರ ಅದನ್ನು ಮಾಡಿದ ಭಾವನೆಯೇ ನಿಮಗೆ ಸಿಗುವ ಪ್ರತಿಫಲವಾಗಿದೆ. ನೀವು ಅದಕ್ಕೆ ಪ್ರತಿಯಾಗಿ ಏನನ್ನಾದರೂ ಅಥವಾ 'ಧನ್ಯವಾದ'ಗಳನ್ನು ನೀರಿಕ್ಷಿಸುವ ಅಗತ್ಯವಿಲ್ಲ. ವಾಸ್ತವವಾಗಿ, ಅವರಿಗಾಗಿ ನೀವೇನು ಮಾಡಿದ್ದೀರಿ ಎಂದು ತಿಳಿಸುವ ಅಗತ್ಯವೂ ಇಲ್ಲ.

ನಾವು ಪ್ರತಿಯಾಗಿ ಏನನ್ನಾದರೂ ನಿರೀಕ್ಷಿಸಿದಾಗ, ನಮ್ಮ ಶಾಂತತೆಯ ಭಾವನೆಗೆ ಅಡ್ಡಿಯಾಗುತ್ತದೆ. ನಮ್ಮದೇ ಆಲೋಚನೆಗಳು ನಮ್ಮ ಮನಸ್ಸಿನ ಶಾಂತಿಯನ್ನು ಕದಡುತ್ತವೆ, ನಾವೇನು ಬಯಸುತ್ತೇವೆ ಅಥವಾ ನಮಗೇನು ಬೇಕು ಎಂಬ ಆಲೋಚನೆಗಳಲ್ಲಿ ಸಿಕ್ಕಿಹಾಕಿಕೊಳ್ಳುತ್ತೇವೆ. ಇದಕ್ಕೆ ಪರಿಹಾರವೆಂದರೆ 'ಪ್ರತಿಯಾಗಿ ನನಗೆ ಏನಾದರೂ ಬೇಕು' ಎಂಬ ಆಲೋಚನೆಗಳು ಬರುವುದನ್ನು ಗಮನಿಸಿ ಹಾಗೂ ಅವುಗಳನ್ನು ನಿಧಾನವಾಗಿ ತಳ್ಳಿಹಾಕಿ. ಈ ರೀತಿಯ ಆಲೋಚನೆಗಳು ಇಲ್ಲವಾದಾಗ, ನಿಮ್ಮಲ್ಲಿ ಸಕಾರಾತ್ಮಕ ಭಾವನೆಗಳು ಮರಳುತ್ತವೆ.

ನೀವು ಯಾವ ನಿರೀಕ್ಷೆಯೂ ಇಲ್ಲದೇ ನಿಜವಾಗಿಯೂ ಯಾರಿಗಾದರೂ ಏನನ್ನಾದರೂ ಮಾಡಬಹುದೇ ಎಂದು ಯೋಚನೆ ಮಾಡಿ ನೋಡಿ – ಅದು ಗ್ಯಾರೇಜ್ ಅನ್ನು ಅಥವಾ ಮೇಜನ್ನು ಸ್ವಚ್ಛಗೊಳಿಸಿ ನಿಮ್ಮ ಸಂಗಾತಿಯನ್ನು ಸಂತೋಷಪಡಿಸುವುದು, ನಿಮ್ಮ ನೆರೆಮನೆಯವರ ಹುಲ್ಲುಹಾಸನ್ನು ಕತ್ತರಿಸುವುದು, ಮಕ್ಕಳನ್ನು ನೋಡಿಕೊಳ್ಳುವುದಕ್ಕಾಗಿ ಕೆಲಸದಿಂದ ಬೇಗ ಬಂದು ನಿಮ್ಮ ಸಂಗಾತಿಗೆ ಸ್ವಲ್ಪ ವಿರಾಮ ನೀಡುವುದು, ಇತ್ಯಾದಿ ಆಗಿರಬಹುದು. ನೀವು ಸಹಾಯ ಮಾಡಿದ ವ್ಯಕ್ತಿಯಿಂದ ಏನನ್ನೂ ನಿರೀಕ್ಷಿಸದೇ ನಿಮ್ಮ ಸಹಾಯವನ್ನು ಪೂರ್ಣಗೊಳಿಸಿದಾಗ, ನಿಮ್ಮ ಮನಸ್ಸಿಗೆ ಎಷ್ಟು ಶಾಂತಿ ಸಿಗುತ್ತದೆ ಎಂಬುದನ್ನು ಗಮನಿಸಿ. ಇದನ್ನು ರೂಢಿಸಿಕೊಳ್ಳಲು ಸಾಧ್ಯವಾದರೆ, ಈ ಭಾವನೆಗಳೇ ಒಂದು ಪ್ರತಿಫಲ ಎಂದು ನೀವು ಅರಿತುಕೊಳ್ಳುವಿರಿ.

75

ನಿಮ್ಮ ಸಮಸ್ಯೆಗಳನ್ನು ನಿಮ್ಮ ಗುರುವಿನಂತೆ ನೋಡಿ

ಜೀವನದಲ್ಲಿ ಒತ್ತಡದ ದೊಡ್ಡ ಮೂಲಗಳಲ್ಲಿ ಒಂದು ನಮ್ಮ ಸಮಸ್ಯೆಗಳು, ಇದನ್ನು ಅನೇಕರು ಒಪ್ಪುತ್ತಾರೆ. ಬಹಳ ಮಟ್ಟಿಗೆ, ಇದು ನಿಜವೂ ಆಗಿದೆ. ಇನ್ನಷ್ಟು ನಿಖರವಾದ ಅಂದಾಜಿಸಬೇಕೆಂದರೆ, ನಾವು ಅನುಭವಿಸುವ ಒತ್ತಡದ ಪ್ರಮಾಣವು ನಮ್ಮ ಸಮಸ್ಯೆಗಳಿಗಿಂತ ಹೆಚ್ಚಾಗಿ ನಾವು ಆ ಸಮಸ್ಯೆಗಳಿಗೆ ಹೇಗೆ ಸ್ಪಂದಿಸುತ್ತೇವೆ ಎಂಬುದರ ಮೇಲೆ ಅವಲಂಬಿಸಿದೆ. ಬೇರೆ ರೀತಿಯಲ್ಲಿ ಹೇಳುವುದಾದರೆ, ನಾವು ನಮ್ಮ ಸಮಸ್ಯೆಗಳನ್ನು ಎಷ್ಟು ದೊಡ್ಡದಾಗಿ ಮಾಡುತ್ತೇವೆ? ನಾವು ಅವುಗಳನ್ನು ಆಪತ್ತಿನ ಪರಿಸ್ಥಿತಿಗಳಾಗಿ ನೋಡುತ್ತೇವೆಯೋ ಅಥವಾ ಸಂಭಾವ್ಯ ಶಿಕ್ಷಕರನ್ನಾಗಿ ನೋಡುತ್ತೇವೆಯೋ?

ಸಮಸ್ಯೆಗಳು ಆಕಾರ, ಗಾತ್ರ ಮತ್ತು ಗಂಭೀರತೆಯ ವಿವಿಧ ಮಟ್ಟಗಳಲ್ಲಿ ಬರುತ್ತವೆ. ಆದರೆ ಅವುಗಳಲ್ಲಿ ಒಂದು ಅಂಶ ಸಾಮಾನ್ಯವಾಗಿದೆ, ಅದೆಂದರೆ ನಾವು ಬೇರೆ ರೀತಿಯಲ್ಲಿರಬೇಕೆಂದು ಬಯಸುವುದನ್ನು ಅವು ನಮಗೆ ನೀಡುತ್ತವೆ (ಅಂದರೆ ನಮಗೆ ಬೇಡವಾದುದನ್ನು ನೀಡುತ್ತವೆ). ನಮ್ಮ ಸಮಸ್ಯೆಗಳೊಂದಿಗೆ ನಾವು ಹೋರಾಡಿದಷ್ಟು, ಅವುಗಳನ್ನು ದೂರ ಮಾಡಲು ಬಯಸಿದಷ್ಟು, ಅವು ಜಟಿಲವಾಗುತ್ತ ಹೋಗುತ್ತವೆ ಮತ್ತು ಹೆಚ್ಚೆಚ್ಚು ಒತ್ತಡವನ್ನುಂಟು ಮಾಡುತ್ತವೆ.

ಆದರೆ ಇಲ್ಲಿ ಇದಕ್ಕೆ ವ್ಯತಿರಿಕ್ತವಾದದ್ದು ಸಹ ನಿಜವಾಗಿದೆ. ಸಮಸ್ಯೆಗಳನ್ನು ಜೀವನದ ಅನಿವಾರ್ಯ ಭಾಗವೆಂದು ಸ್ವೀಕರಿಸಿದಾಗ, ಸಂಭಾವ್ಯ ಶಿಕ್ಷಕರಂತೆ ನೋಡಿದಾಗ, ನಮ್ಮ ಹೆಗಲ ಮೇಲಿನಿಂದ ಒಂದು ಭಾರವು ಇಳಿದಂತೆ ಭಾಸವಾಗುತ್ತದೆ.

ನೀವು ಬಹಳ ಸಮಯದಿಂದ ಹೋರಾಡುತ್ತಿರುವ ಒಂದು ಸಮಸ್ಯೆಯ ಬಗ್ಗೆ ಯೋಚಿಸಿ. ಇಲ್ಲಿಯವರೆಗೆ ನೀವು ಅದನ್ನು ಹೇಗೆ ನಿಭಾಯಿಸಿದ್ದೀರಿ? ಬೇರೆಯವರಂತೆ, ಬಹುಶಃ ನೀವು ಸಹ ಅದರೊಂದಿಗೆ ಹೋರಾಡಿರಬಹುದು, ಮಾನಸಿಕವಾಗಿ ಪೂರ್ವಾಭ್ಯಾಸ ಮಾಡಿರಬಹುದು, ಮತ್ತೆ ಮತ್ತೆ ವಿಶ್ಲೇಷಿಸಿರಬಹುದು. ಈ ಎಲ್ಲಾ ಹೋರಾಟವು ನಿಮ್ಮನ್ನು ಎಲ್ಲಿಗೆ ಕರೆದೊಯ್ದಿದೆ? ಬಹುಶಃ ನೀವು ಹಿಂದೆಂದಿಗಿಂತಲೂ ಹೆಚ್ಚು ಒತ್ತಡಕ್ಕೊಳಗಾಗಿರಬಹುದು.

ಈಗ ಅದೇ ಸಮಸ್ಯೆಯನ್ನು ಹೊಸ ದೃಷ್ಟಿಕೋನದಿಂದ ನೋಡಿ. ಸಮಸ್ಯೆಯನ್ನು ತಳ್ಳಿಹಾಕಿ ವಿರೋಧಿಸುವ ಬದಲು ಅದನ್ನು ಸ್ವೀಕರಿಸಲು ಪ್ರಯತ್ನಿಸಿ. ಮಾನಸಿಕವಾಗಿ, ಸಮಸ್ಯೆಯನ್ನು ನಿಮ್ಮ ಹೃದಯದ ಹತ್ತಿರಕ್ಕೆ ತಂದುಕೊಳ್ಳಿ. ನಿಮ್ಮನ್ನು ನೀವೇ ಕೇಳಿಕೊಳ್ಳಿ ಈ ಸಮಸ್ಯೆಯು ನಿಮಗೆ ಯಾವ ಅಮೂಲ್ಯ ಪಾಠಗಳನ್ನು ಕಲಿಸಬಹುದು ಎಂದು. ಇದು ನಿಮಗೆ ಹೆಚ್ಚು ಜಾಗರೂಕರಾಗಿರಲು ಅಥವಾ ತಾಳ್ಮೆಯಿಂದಿರಲು ಕಲಿಸುತ್ತಿರಬಹುದೇ? ಇದು ದುರಾಸೆ, ಅಸೂಯೆ, ಅಜಾಗರೂಕತೆ ಅಥವಾ ಕ್ಷಮೆಗೆ ಯಾವ ರೀತಿಯಾದರೂ ಸಂಬಂಧಿಸಿದೆಯೇ? ಅಥವಾ ಅಷ್ಟೇ ಶಕ್ತಿಶಾಲಿಯಾದ ಮತ್ತೊಂದಕ್ಕೆ ಸಂಬಂಧಿಸಿದೆಯೇ?

ನೀವು ಯಾವ ಸಮಸ್ಯೆಯನ್ನು ಎದುರಿಸುತ್ತಿದ್ದರೂ, ಅವುಗಳಿಂದ ಕಲಿಯುವ ಬಯಕೆಯನ್ನು ಹೊಂದಿ, ಅವುಗಳತ್ತ ಮೃದುವಾದ ಧೋರಣೆಯನ್ನು ಅನುಸರಿಸುವ ಸಾಧ್ಯತೆಯಿದೆ. ನೀವು ನಿಮ್ಮ ಸಮಸ್ಯೆಗಳನ್ನು ಈ ದೃಷ್ಟಿಕೋನದಿಂದ ನೋಡಿದಾಗ, ಅವು ಮುಚ್ಚಿದ ಮುಷ್ಟಿ ತೆರೆದುಕೊಳ್ಳುವಂತೆ ಮೃದುವಾಗಲು ಪ್ರಾರಂಭಿಸುತ್ತವೆ. ನೀವು ಈ ಉಪಾಯವನ್ನು ಅಳವಡಿಸಿಕೊಂಡರೆ, 'ಎಲ್ಲಾ ಸಮಸ್ಯೆಗಳೂ ಆಪತ್ತಿನ ಪರಿಸ್ಥಿತಿಗಳಲ್ಲ' ಎಂದು ನೀವು ಒಪ್ಪತೊಡಗುತ್ತೀರಿ. ಮತ್ತು ಸಮಸ್ಯೆಗಳು ನಮಗೆ ಏನನ್ನು ಕಲಿಸಲು ಬಂದಿದ್ದವೋ ನಾವು ಅದನ್ನು ಕಲಿತಾಗ, ಅವು ಕ್ರಮೇಣ ದೂರವಾಗತೊಡಗುತ್ತವೆ.

76

ತಿಳಿಯದೇ ಇರುವುದರಲ್ಲಿಯೂ ನೆಮ್ಮದಿ ಕಾಣಿರಿ

ಒಂದಾನೊಂದು ಕಾಲದಲ್ಲಿ ಒಂದು ಹಳ್ಳಿಯಲ್ಲಿ ಒಬ್ಬ ಬುದ್ಧಿವಂತ ವೃದ್ಧನೊಬ್ಬ ವಾಸಿಸುತ್ತಿದ್ದ. ಗ್ರಾಮಸ್ಥರು ತಮ್ಮ ಪ್ರಶ್ನೆಗಳಿಗೆ ಮತ್ತು ಸಮಸ್ಯೆಗಳಿಗೆ ಅವನ ಬಳಿ ಪರಿಹಾರವಿದೆ ಎಂದು ನಂಬಿದ್ದರು.

ಒಂದು ದಿನ, ಹಳ್ಳಿಯ ಒಬ್ಬ ರೈತ ಆ ಬುದ್ಧಿವಂತ ವ್ಯಕ್ತಿಯ ಬಳಿಗೆ ಹೋಗಿ ದುಃಖದಲ್ಲಿ, "ನನಗೆ ಸಹಾಯ ಮಾಡಿ. ಒಂದು ಭಯಾನಕ ಘಟನೆ ನಡೆದಿದೆ. ನನ್ನ ಎತ್ತು ಸತ್ತುಹೋಗಿದೆ ಮತ್ತು ನನ್ನ ಹೊಲವನ್ನು ಉಳುಮೆ ಮಾಡಲು ನನ್ನ ಬಳಿ ಬೇರೆ ಯಾವುದೇ ಪ್ರಾಣಿ ಇಲ್ಲ! ಬಹುಶಃ ಇದಕ್ಕಿಂತ ಕೆಟ್ಟದ್ದೇನಾದರೂ ಇರಬಹುದೇ?" ಎಂದನು. ಆ ಬುದ್ಧಿವಂತ ವ್ಯಕ್ತಿ, "ಬಹುಶಃ ಹಾಗೆ ಇರಬಹುದು, ಬಹುಶಃ ಹಾಗೆ ಇರಲಿಕ್ಕಿಲ್ಲ" ಎಂದು ಉತ್ತರಿಸಿದನು. ಆ ವ್ಯಕ್ತಿ ಹಳ್ಳಿಗೆ ಹಿಂದಿರುಗಿ ನೆರೆಹೊರೆಯವರಿಗೆ "ಆ ಬುದ್ಧಿವಂತ ವ್ಯಕ್ತಿ ಹುಚ್ಚನಾಗಿದ್ದಾನೆ" ಎಂದು ವರದಿ ಮಾಡಿದನು. "ಇದಕ್ಕಿಂತ ಕೆಟ್ಟದ್ದೇನಿರಬಹುದು. ಅವನಿಗೆ ಇದು ಏಕೆ ಕಾಣಿಸುತ್ತಿಲ್ಲ?" ಎಂದು ಹೇಳಿದನು.

ಮರುದಿನ ಆ ಮನುಷ್ಯನು ತನ್ನ ಹೊಲದ ಬಳಿ ಬಲಿಷ್ಠವಾದ ಕುದುರೆಯೊಂದನ್ನು ನೋಡಿದನು. ಆ ಮನುಷ್ಯನ ಬಳಿ ಎತ್ತು ಇಲ್ಲದ್ದ ಕಾರಣ, ಅವನಿಗೆ ತನ್ನ ಎತ್ತಿನ ಬದಲಿಗೆ ಕುದುರೆಯನ್ನು ಬಳಸುವ ಆಲೋಚನೆ ಬಂದಿತು – ಮತ್ತು ಅವನು ಅದನ್ನು ಹಿಡಿದು ತಂದು ಅದರಂತೆಯೇ ಮಾಡಿದನು. ರೈತ ಎಷ್ಟು ಸಂತೋಷವಾಗಿದ್ದನು. ಇದಕ್ಕೂ ಮೊದಲು ಹೊಲವನ್ನು ಉಳುಮೆ ಮಾಡುವುದು ಇಷ್ಟು ಸುಲಭವಾಗಿರಲಿಲ್ಲ.

ಅವನು ಕ್ಷಮೆಯಾಚಿಸಲು ಬುದ್ಧಿವಂತನ ಬಳಿಗೆ ಹೋದನು. "ನೀವು ಹೇಳಿದ್ದು ಸರಿಯಾಗಿತ್ತು. ನನ್ನ ಎತ್ತು ಸತ್ತು ಹೋದದ್ದು ಕೆಟ್ಟ ಘಟನೆಯಲ್ಲ. ಅದು ಒಂದು ರೀತಿ ವರವಾಗಿಯೇ ಪರಿಣಮಿಸಿತು! ಅದು ಸಂಭವಿಸದಿದ್ದಿದ್ದರೆ ನಾನು ಕುದುರೆಯನ್ನು ಎಂದಿಗೂ ಹಿಡಿದು ತರುತ್ತಲಿರಲಿಲ್ಲ. ಇದಕ್ಕಿಂತ ಉತ್ತಮವಾದದ್ದು ಯಾವುದು ಇಲ್ಲ ಎಂದು ನೀವು ಒಪ್ಪಿಕೊಳ್ಳಬೇಕು" ಎಂದನು. ಆಗ ಆ ಬುದ್ಧಿವಂತನು ಮತ್ತೊಮ್ಮೆ, "ಬಹುಶಃ ಹಾಗೆ ಇರಬಹುದು, ಬಹುಶಃ ಹಾಗೆ ಇರಲಿಕ್ಕಿಲ್ಲ" ಎಂದು ಉತ್ತರಿಸಿದನು. ಮತ್ತೊಮ್ಮೆ, ಆ ರೈತನಿಗೆ ಖಂಡಿತವಾಗಿಯೂ ಬುದ್ಧಿವಂತನು ಈಗ ಹುಚ್ಚನಾಗಿದ್ದಾನೆ ಎಂದು ಮನವರಿಕೆಯಾಯಿತು.

ಆದರೆ ಮುಂದೆ, ತನ್ನೊಡನೆ ಏನಾಗಲಿದೆ ಎಂದು ಆ ರೈತನಿಗೆ ತಿಳಿದಿರಲಿಲ್ಲ. ಕೆಲವು ದಿನಗಳ ನಂತರ, ರೈತನ ಮಗ ಕುದುರೆ ಸವಾರಿ ಮಾಡುವಾಗ ಬಿದ್ದುಬಿಟ್ಟನು. ಅವನು ಕಾಲು ಮುರಿದುಕೊಂಡನು. ರೈತನಿಗೆ ಹೊಲದಲ್ಲಿ ಸಹಾಯ ಮಾಡಲು ಯಾರೂ ಇಲ್ಲದಂತಾಯಿತು. ಅವನು ಚಿಂತಿತನಾದನು, ಹೀಗಾದರೆ ನಾವು ಹಸಿವಿನಿಂದ ಸತ್ತು ಹೋಗುತ್ತೇವೆ ಎಂದುಕೊಂಡನು. ಮತ್ತೊಮ್ಮೆ, ರೈತ ಬುದ್ಧಿವಂತನ ಬಳಿ ಹೋದನು.

"ನಾನು ಕುದುರೆಯನ್ನು ಹಿಡಿದು ತಂದಿದ್ದು ಒಳ್ಳೆಯದಲ್ಲ ಎಂದು ನಿಮಗೆ ಹೇಗೆ ಗೊತ್ತಾಯಿತು? ನೀವು ಹೇಳಿದ್ದು ಸರಿಯಾಗಿತ್ತು. ನನ್ನ ಮಗನಿಗೆ ಗಾಯವಾಗಿದೆ ಮತ್ತು ನನಗೆ ಹೊಲದಲ್ಲಿ ಸಹಾಯ ಮಾಡಲು ಅವನಿಗೆ ಸಾಧ್ಯವಾಗುವುದಿಲ್ಲ. ಇದಕ್ಕಿಂತ ಕೆಟ್ಟದ್ದು ಇನ್ನೊಂದಿಲ್ಲ ಎಂದು ನನಗೆ ಖಚಿತವಾಗಿದೆ. ಈ ಬಾರಿ ನೀವು ಒಪ್ಪಿಕೊಳ್ಳಬೇಕು" ಎಂದನು. ಆದರೆ, ಈ ಮೊದಲು ಮಾಡಿದಂತೆ, ಬುದ್ಧಿವಂತನು ಶಾಂತವಾಗಿ ರೈತನನ್ನು ನೋಡಿದನು ಮತ್ತು ಮತ್ತೊಮ್ಮೆ ಕರುಣಾಳು ಸ್ವರದಲ್ಲಿ, "ಬಹುಶಃ ಹಾಗೆ ಇರಬಹುದು, ಬಹುಶಃ ಹಾಗೆ ಇರಲಿಕ್ಕಿಲ್ಲ" ಎಂದನು. ಬುದ್ಧಿವಂತನು ಅಷ್ಟು ಅಜ್ಞಾನಿಯಾಗಿರಬಹುದೆಂದು ಕೋಪಗೊಂಡು ರೈತನು ಹಳ್ಳಿಗೆ ಹಿಂತಿರುಗಿದನು.

ಮರುದಿನ ರಾಜನ ಸೈನಿಕರು ಬಂದರು. ಅವರು ಪ್ರತಿ ಮನೆಯಿಂದ ಯುದ್ಧದಲ್ಲಿ ಕಾದಾಡಲು ಯೋಗ್ಯರಾದ ಯುವಕರನ್ನು ಕರೆದುಕೊಂಡು ಹೋಗುತ್ತಿದ್ದರು. ರೈತನ ಮಗನಿಗೆ ನಡೆಯಲು ಸಾಧ್ಯವಾಗದ ಕಾರಣ ಅವರು ಅವನನ್ನು ಬಿಟ್ಟು ಹೋದರು. ಯುದ್ಧದಲ್ಲಿ ಎಲ್ಲರೂ ಸಾಯುವ ಸಾಧ್ಯತೆ ಇತ್ತು, ಆದರೆ ರೈತನ ಮಗ ಬದುಕುಳಿದನು.

ಈ ಕಥೆ ನಮಗೆ ಒಂದು ಪ್ರಬಲ ಸಂದೇಶವನ್ನು ನೀಡುತ್ತದೆ. ವಾಸ್ತವವೆಂದರೆ, ಏನಾಗಲಿದೆ ಎಂದು ನಮಗೆ ಗೊತ್ತಿಲ್ಲ – ಆದರೆ ನಮಗೆ ತಿಳಿದಿದೆ ಎಂದು ನಾವು ಭಾವಿಸುತ್ತೇವೆ. ಪದೇಪದೇ ನಾವು ಸಣ್ಣದಾದ ಕಡ್ಡಿಯನ್ನು ಗುಡ್ಡವನ್ನಾಗಿ ಮಾಡುತ್ತೇವೆ – ಸಂಭವಿಸಲಿರುವ ಎಲ್ಲಾ ಭಯಾನಕ ವಿಷಯಗಳ ಬಗ್ಗೆ ನಮ್ಮ ಮನಸ್ಸಿನಲ್ಲಿ ಸನ್ನಿವೇಶಗಳನ್ನು ಸೃಷ್ಟಿಸುತ್ತೇವೆ. ಹೆಚ್ಚಿನ ಸಲ ಅವು ತಪ್ಪಾಗಿಯೇ ಇರುತ್ತವೆ. ನಾವು ಶಾಂತವಾಗಿದ್ದರೆ ಮತ್ತು ಸಾಧ್ಯತೆಗಳಿಗೆ ತೆರೆದುಕೊಂಡಿದ್ದರೆ, ಅಂತಿಮವಾಗಿ ಕೊನೆಯಲ್ಲಿ ಎಲ್ಲವೂ ಸರಿಯಾಗುತ್ತದೆ. ನೆನಪಿಡಿ: 'ಬಹುಶಃ ಹಾಗೆ ಇರಬಹುದು, ಬಹುಶಃ ಹಾಗೆ ಇರಲಿಕ್ಕಿಲ್ಲ'.

77

ನಿಮ್ಮ ಅಸ್ತಿತ್ವವನ್ನು ಸಂಪೂರ್ಣವಾಗಿ ಒಪ್ಪಿಕೊಳ್ಳಿ

ಗ್ರೀಕ್ ನ ಜೊರ್ಬಾ ತನ್ನನ್ನು ತಾನು 'ಒಂದು ಪೂರ್ಣ ಪ್ರಮಾಣದ ವಿಪತ್ತು' ಎಂದು ಪರಿಗಣಿಸಿದ್ದ. ವಾಸ್ತವವಾಗಿ, ನಾವೆಲ್ಲರೂ ಒಂದು ರೀತಿಯ ವಿಪತ್ತೇ ಆಗಿದ್ದೇವೆ ಆದರೆ ಹಾಗೆಂದು ನಾವು ಒಪ್ಪಿಕೊಳ್ಳುವುದಿಲ್ಲ. ನಾವು ಪರಿಪೂರ್ಣರಲ್ಲ ಎಂದು ಒಪ್ಪಿಕೊಳ್ಳುವ ಬದಲು ನಮ್ಮೊಳಗೆ ನಮಗೆ ಒಪ್ಪಿಗೆಯಾಗದಂತಹ ಅಂಶವಿದ್ದರೆ ನಾವದನ್ನು ನಿರಾಕರಿಸುತ್ತೇವೆ.

ನಿಮ್ಮ ಎಲ್ಲಾ ಅಂಶಗಳನ್ನು ನೀವು ಒಪ್ಪಿಕೊಳ್ಳಬೇಕೆನ್ನುವುದಕ್ಕೆ ಕಾರಣವೆಂದರೆ, ಅದರಿಂದ ನೀವು ನಿಮ್ಮ ಬಗ್ಗೆ ಇನ್ನಷ್ಟು ಮೃದುವಾಗುವಿರಿ ಹಾಗೂ ಸಹಾನುಭೂತಿ ಹೊಂದುವಿರಿ. ನಿಮಗೆ ಅಸುರಕ್ಷಿತ ಭಾವನೆ ಬಂದಾಗ 'ಎಲ್ಲವೂ ಸರಿಯಾಗಿದೆ' ಎನ್ನುವಂತೆ ನಟಿಸುವ ಬದಲು ನೀವು ಸತ್ಯವನ್ನು ಒಪ್ಪಿಕೊಂಡು 'ನನಗೆ ಭಯವಾಗುತ್ತಿದೆ ಮತ್ತು ಅದರಲ್ಲೇನೂ ತಪ್ಪಿಲ್ಲ' ಎಂದು ಹೇಳಿಕೊಳ್ಳಬಹುದು. ನೀವು ಸ್ವಲ್ಪ ಅಸೂಯೆ, ದುರಾಸೆ ಅಥವಾ ಕೋಪದ ಭಾವನೆಗಳನ್ನು ಅನುಭವಿಸುತ್ತಿದ್ದರೆ, ಅವುಗಳನ್ನು ಮರೆಮಾಚುವ ಅಥವಾ ನಿಗ್ರಹಿಸುವ ಬದಲು ಈ ಭಾವನೆಗಳಿಗೆ ತೆರೆದುಕೊಳ್ಳಿರಿ, ಇದರಿಂದ ಅವುಗಳನ್ನು ದಾಟುವುದು ಮತ್ತು ಅವುಗಳನ್ನು ಮೀರಿ ಬೆಳೆಯುವುದು ಸುಲಭವಾಗುತ್ತದೆ. ನಿಮ್ಮ ನಕಾರಾತ್ಮಕ ಭಾವನೆಗಳನ್ನು ದೊಡ್ಡ ವಿಷಯವೆಂದು ಅಥವಾ ಭಯಪಡಬೇಕಾದ ವಿಷಯವೆಂದು ಭಾವಿಸದಿದ್ದರೆ, ಇನ್ನು ಮುಂದೆ ನಿಮಗೆ ಅವುಗಳಿಂದ ಭಯವಾಗುವುದಿಲ್ಲ. ನಿಮ್ಮ ಅಸ್ತಿತ್ವವು ಸಂಪೂರ್ಣವಾಗಿ ಅನಾವರಣಗೊಂಡಾಗ, ನಿಮ್ಮ ಜೀವನವು ಪರಿಪೂರ್ಣವಾಗಿದೆ ಎಂದು ವರ್ತಿಸಬೇಕಾದ ಅಗತ್ಯ ಇನ್ನು ಮುಂದೆ ಇರುವುದಿಲ್ಲ ಅಥವಾ ಅದು ಪರಿಪೂರ್ಣವಾಗುತ್ತದೆ ಎಂದು ಆಶಿಸಬೇಕಾಗಿಲ್ಲ. ಬದಲಾಗಿ ನೀವು ಈಗ ಇರುವಂತೆಯೇ ನಿಮ್ಮನ್ನು ಒಪ್ಪಿಕೊಳ್ಳಬಹುದು.

ನಿಮ್ಮೊಳಗಿನ ಅಪರಿಪೂರ್ಣ ಅಂಶಗಳನ್ನು ನೀವು ಒಪ್ಪಿಕೊಂಡಾಗ, ಏನೋ ಒಂದು ಪವಾಡ ಸದೃಶವಾದದ್ದು ನಡೆಯಲು ಪ್ರಾರಂಭಿಸುತ್ತದೆ. ನಕಾರಾತ್ಮಕ ಅಂಶಗಳ ಜೊತೆಗೆ, ನೀವು ನಿಮ್ಮ ಸಕಾರಾತ್ಮಕ ಅಂಶಗಳನ್ನು, ಅದ್ಭುತವಾದ ಅಂಶಗಳನ್ನು ಗಮನಿಸಲು ಪ್ರಾರಂಭಿಸುತ್ತೀರಿ, ಇಷ್ಟು ದಿನ ಅವುಗಳಿಗೆ ನೀವು ಪ್ರಾಮುಖ್ಯತೆ ನೀಡಿಲ್ಲದಿರಬಹುದು ಅಥವಾ ಬಹುಶಃ ಅವುಗಳ ಬಗ್ಗೆ ನಿಮಗೇ ತಿಳಿದಿರಲಿಕ್ಕಿಲ್ಲ. ನೀವು ಕೆಲವೊಮ್ಮೆ ಸ್ವಾರ್ಥಿಗಳಾಗಿ ವರ್ತಿಸಬಹುದು, ಆದರೆ ಇನ್ನೂ ಕೆಲವೊಮ್ಮೆ ನೀವು ನಂಬಲಾಗದಷ್ಟು ನಿಸ್ವಾರ್ಥಿಗಳಾಗಿದ್ದೀರಿ ಎಂಬುದನ್ನು ನೀವು ಗಮನಿಸಬಹುದು. ಕೆಲವೊಮ್ಮೆ ನೀವು ಅಸುರಕ್ಷಿತ ಅಥವಾ ಭಯಭೀತರಾಗಿ ವರ್ತಿಸಬಹುದು, ಆದರೆ ಹೆಚ್ಚಿನ ವೇಳೆ ಧೈರ್ಯಶಾಲಿಗಳಾಗಿದ್ದಿರಿ. ನೀವು ಖಂಡಿತವಾಗಿಯೂ ಬಿಗುವಿನ ವ್ಯಕ್ತಿಯಾಗಿದ್ದರೂ, ಸಾಕಷ್ಟು ನಿರಾಳವಾಗಿಯೂ ಇರಬಹುದು.

ನಿಮ್ಮ ಅಸ್ತಿತ್ವದ ಸಂಪೂರ್ಣತೆಗೆ ಅನಾವರಣಗೊಳ್ಳುವುದು ಎಂದರೆ, 'ನಾನು ಪರಿಪೂರ್ಣನಲ್ಲದಿರಬಹುದು, ಆದರೆ ನಾನು ಇರುವಂತೆಯೇ ಸರಿಯಾಗಿದ್ದೇನೆ' ಎಂದು

ನಿಮಗೆ ನೀವೇ ಹೇಳಿಕೊಳ್ಳುವುದು. ನಕಾರಾತ್ಮಕ ಗುಣಲಕ್ಷಣಗಳು ಉದ್ಭವಿಸಿದಾಗ ನೀವು ಅವುಗಳನ್ನು ದೊಡ್ಡ ಚಿತ್ರಣದ ಒಂದು ಭಾಗವಾಗಿ ಗುರುತಿಸಲು ಪ್ರಾರಂಭಿಸಬಹುದು. ನೀವು ಮನುಷ್ಯರು ಎಂಬ ಕಾರಣಕ್ಕಾಗಿ ನಿಮ್ಮನ್ನು ನೀವು ವಿಶ್ಲೇಷಣೆ ಮಾಡುವ ಮತ್ತು ಮೌಲ್ಯಮಾಪನ ಮಾಡುವ ಬದಲು, ನಿಮ್ಮನ್ನು ನೀವು ಪ್ರೀತಿ-ದಯೆಯಿಂದ ನಡೆಸಿಕೊಳ್ಳಬಹುದೇ, ನಿಮ್ಮನ್ನು ನೀವು ಹೇಗಿದ್ದೀರೋ ಹಾಗೆ ಸ್ವೀಕರಿಸಬಹುದೇ ಎಂದು ನೋಡಿ. ನೀವು ನಿಜಕ್ಕೂ 'ಸಂಪೂರ್ಣವಾದ ವಿಪತ್ತು' ಆಗಿರಬಹುದು, ಆದರೆ ಅದರ ಬಗ್ಗೆ ನಿರಾಳವಾಗಿರಿ. ಏಕೆಂದರೆ ನಾವೆಲ್ಲರೂ ಹಾಗೆಯೇ ಇದ್ದೇವೆ.

78

ನಿಮ್ಮ ಬಗ್ಗೆ ಸ್ವಲ್ಪ ಮೃದುವಾಗಿರಿ

ಈ ಪುಸ್ತಕದಲ್ಲಿರುವ ಪ್ರತಿಯೊಂದು ಕಾರ್ಯತಂತ್ರವನ್ನು ನಿಮ್ಮನ್ನು ಶಾಂತ, ನಿರಾಳ ಮತ್ತು ಪ್ರೀತಿಪರ ವ್ಯಕ್ತಿಯನ್ನಾಗಿ ಮಾಡಲು ವಿನ್ಯಾಸಗೊಳಿಸಲಾಗಿದೆ. ಆದರೂ, ಈ ಒಟ್ಟಾರೆ ಪ್ರಕ್ರಿಯೆಯ ಪ್ರಮುಖ ಅಂಶವೆಂದರೆ, ನಿರಾಳವಾಗಿರುವುದು ನಿಮ್ಮ ಗುರಿಯಾಗಿರಬೇಕೇ ಹೊರತು ಇವುಗಳನ್ನು ಅತಿಯಾಗಿ ಪ್ರಯತ್ನಿಸುವುದು ಅಥವಾ ನಾನು ಸರಿಯಾಗಿ ಇವುಗಳನ್ನು ಮಾಡುತ್ತಿದ್ದೇನೆಯೇ ಎಂದು ಚಿಂತಿಸುವುದಲ್ಲ ಎಂಬುದನ್ನು ನೆನಪಿಟ್ಟುಕೊಳ್ಳಿ. ಇಲ್ಲಿ ಕೊಟ್ಟ ತಂತ್ರಗಳನ್ನು ಅಭ್ಯಾಸ ಮಾಡಿ, ಅವುಗಳನ್ನು ನೆನಪಿನಲ್ಲಿಟ್ಟುಕೊಳ್ಳಿ, ಆದರೆ ಅವುಗಳಲ್ಲಿ ಪರಿಪೂರ್ಣತೆ ಸಾಧಿಸುವ ಬಗ್ಗೆ ಚಿಂತಿಸಬೇಡಿ. ನಿಮ್ಮ ಬಗ್ಗೆ ಸ್ವಲ್ಪ ಮೃದುವಾಗಿ! ಕೆಲವೊಮ್ಮೆ ನಿಮಗೆ ಇದರಲ್ಲಿ ಸೋಲುಂಟಾಗುವ ಸಾದ್ಯತೆಗಳು ಇವೆ– ನೀವು ಉದ್ವಿಗ್ನತೆ, ನಿರಾಶೆ, ಒತ್ತಡದಿಂದ ಪ್ರತಿಕ್ರಿಯಿಸಬಹುದು –ಪರವಾಗಿಲ್ಲ, ಅದನ್ನು ನಿರ್ವಹಿಸಲು ಕಲಿಯಿರಿ. ಇನ್ನೂ ಕೆಲವೊಮ್ಮೆ ನಿಮಗೆ ಇವುಗಳನ್ನು ಮಾಡಲು ಸಾದ್ಯವಾದರೆ ಪರವಾಗಿಲ್ಲ. ಜೀವನವು ಒಂದು ಪ್ರಕ್ರಿಯೆ, ಒಂದರ ಹಿಂದೆ ಒಂದು ವಿಷಯಗಳು ಬರುತ್ತಲೇ ಹೋಗುತ್ತವೆ. ಸೋತರೆ, ಮತ್ತೆ ಪ್ರಾರಂಭಿಸಿ.

ಜನರು ಆಂತರಿಕವಾಗಿ ಇನ್ನಷ್ಟು ಶಾಂತಿಯುತರಾಗಲು ಪ್ರಯತ್ನಿಸುತ್ತಿರುವಾಗ ಅವರು ಮಾಡುವ ಸಾಮಾನ್ಯ ತಪ್ಪೆಂದರೆ, ಸಣ್ಣ ಹಿನ್ನಡೆಗಳಿಂದ ಅವರು ನಿರಾಶೆಗೊಳ್ಳುತ್ತಾರೆ. ಇದಕ್ಕೆ ಪರ್ಯಾಯವೆಂದರೆ ನಿಮ್ಮ ತಪ್ಪುಗಳನ್ನು, ಏನನ್ನಾದರೂ ಕಲಿಯುವ ಅವಕಾಶಗಳಾಗಿ, ನಿಮ್ಮ ಬೆಳವಣಿಗೆಯ ಮತ್ತು ದೃಷ್ಟಿಕೋನವನ್ನು ನಿರ್ದೇಶಿಸುವ ಮಾರ್ಗಗಳಾಗಿ ನೋಡಬೇಕು. 'ಓಹ್, ನಾನು ಮತ್ತೊಮ್ಮೆ ಸೋತುಹೋದೆ. ಓಹ್, ಮುಂದಿನ ಬಾರಿ ನಾನು ಅದನ್ನು ಬೇರೆ ರೀತಿಯಲ್ಲಿ ನಿರ್ವಹಿಸುತ್ತೇನೆ' ಎಂದು ಹೇಳಿಕೊಳ್ಳಿ. ಈ ರೀತಿಯಾಗಿ ಜೀವನದತ್ತ ನಿಮ್ಮ ಪ್ರತಿಕ್ರಿಯಿಯಲ್ಲಿ ದೊಡ್ಡ ಬದಲಾವಣೆಯಾಗುವುದನ್ನು ಕಾಣುವಿರಿ, ಆದರೆ ಅದೆಲ್ಲವೂ ಇದ್ದಕ್ಕಿದ್ದಂತೆ ಸಂಭವಿಸುವುದಿಲ್ಲ.

ನಾನೊಮ್ಮೆ ಒಂದು ಪ್ರಸ್ತಾವಿತ ಪುಸ್ತಕದ ಶೀರ್ಷಿಕೆಯ ಬಗ್ಗೆ ಕೇಳಿದ್ದೆ, ಅದು ಹೀಗಿತ್ತು: 'ಐ ಆಮ್ ನಾಟ್ ಓಕೆ, ಯು ಆರ್ ನಾಟ್ ಓಕೆ, ಅಂಡ್ ದಟ್ಸ್ ಓಕೆ'. ನಿಮಗೆ ನೀವೇ ಸ್ವಲ್ಪ ವಿರಾಮ ನೀಡಿಕೊಳ್ಳಿ. ಯಾರಿಗೂ ತಮ್ಮ 100 ಪ್ರತಿಶತದಷ್ಟು ಅಥವಾ ಅದಕ್ಕೆ ಆಸುಪಾಸಿನಷ್ಟು ಸಹ ನೀಡಲು ಸಾಧ್ಯವಿಲ್ಲ. ನೀವು ನಿಮ್ಮ ಕೈಲಾದಷ್ಟು ಮಾಡುತ್ತಿದ್ದೀರಿ ಮತ್ತು ಸರಿಯಾದ ದಿಕ್ಕಿನಲ್ಲಿ ಸಾಗುತ್ತಿದ್ದೀರಿ ಎಂಬುದು ಮುಖ್ಯ. ನೀವು ನಿಮ್ಮ ಮನಸ್ಥಿತಿಯೊಂದಿಗೆ ಮಾನವೀಯತೆಯನ್ನು ತೋರಿ, ನಿಮ್ಮನ್ನು ನೀವು ಪ್ರೀತಿಸಲು ಕಲಿತಾಗ, ನೀವು ನಿಜವಾಗಿಯೂ ಸಂತೋಷಕರವಾದ ಜೀವನದ ದಾರಿಯಲ್ಲಿರುವಿರಿ.

79

ಇತರರನ್ನು ದೂಷಿಸುವುದನ್ನು ನಿಲ್ಲಿಸಿ

ಏನಾದರೂ ನಮ್ಮ ನಿರೀಕ್ಷೆಗಳಿಗೆ ತಕ್ಕಂತೆ ನಡೆಯದಿದ್ದರೆ, ನಾವು 'ಅದರಲ್ಲಿ ಏನೋ ಸಂದೇಹಾಸ್ಪದವಾಗಿದೆ ಎಂದರೆ, ಅದು ಬೇರೆಯವರದೇ ತಪ್ಪಾಗಿರಬೇಕು' ಎನ್ನುವಂತೆ ಊಹಿಸಿಕೊಳ್ಳುತ್ತೇವೆ. ನಿಮ್ಮ ಸುತ್ತಲಿನ ಎಲ್ಲರಲ್ಲೂ ಈ ಊಹೆಗಳನ್ನು ನೋಡಬಹುದು. ಏನೋ ಕಾಣೆಯಾಗಿದೆ, ಎಂದರೆ ಬೇರೊಬ್ಬರು ಅದನ್ನು ಅಲ್ಲಿಂದ ಎತ್ತಿಟ್ಟಿರಬೇಕು; ಕಾರು ಸರಿಯಾಗಿ ಕೆಲಸ ಮಾಡದಿದ್ದರೆ, ಅದು ಮೆಕ್ಯಾನಿಕ್‌ನ ತಪ್ಪು; ನಿಮ್ಮ ಖರ್ಚುಗಳು ತುಂಬಾ ಹೆಚ್ಚಿದ್ದರೆ, ನಿಮ್ಮ ಸಂಗಾತಿಯು ದುಂದುವೆಚ್ಚ ಮಾಡುತ್ತಿರಬಹುದು; ನಿಮ್ಮ ಮನೆ ಅಸ್ತವ್ಯಸ್ತವಾಗಿದ್ದರೆ, ನೀವು ಮಾತ್ರ ನಿಮ್ಮ ಪಾಲಿನ ಕೆಲಸವನ್ನು ನಿರ್ವಹಿಸುತ್ತಿದ್ದೀರಿ. ಯೋಜನೆಯು ಸಮಯಕ್ಕೆ ಪೂರ್ಣಗೊಳ್ಳದಿದ್ದರೆ, ನಿಮ್ಮ ಸಹೋದ್ಯೋಗಿಗಳು ತಮ್ಮ ಕೆಲಸವನ್ನು ಸರಿಯಾಗಿ ಮಾಡುತ್ತಿಲ್ಲ; ಮತ್ತು ಹೀಗೆ ಇತರರನ್ನು ದೂಷಿಸುವ ಚಕ್ರ ಮುಂದುವರಿಯುತ್ತದೆ.

ಈ ರೀತಿಯ ದೂಷಣೆಯು ನಮ್ಮ ಸಂಸ್ಕೃತಿಯಲ್ಲಿ ಸಾಮಾನ್ಯವಾಗಿದೆ. ಈ ರೀತಿಯ ಚಿಂತನೆಯು ವೈಯಕ್ತಿಕ ಮಟ್ಟದಲ್ಲಿ, ನಮ್ಮ ಸ್ವಂತ ಕ್ರಿಯೆಗಳಿಗೆ, ಸಮಸ್ಯೆಗಳಿಗೆ ಮತ್ತು ಸಂತೋಷಕ್ಕೆ ನಾವು ಜವಾಬ್ದಾರರಲ್ಲ ಎಂದು ನಂಬುವಂತೆ ಮಾಡಿದೆ. ಸಾಮಾಜಿಕ ಮಟ್ಟದಲ್ಲಿ, ಇದು ಕ್ಷುಲ್ಲಕ ಮೊಕದ್ದಮೆಗಳು ಮತ್ತು ಹಾಸ್ಯಾಸ್ಪದ ನೆಪಗಳಿಗೆ ಕಾರಣವಾಗುತ್ತದೆ, ಇದರಿಂದ ಅಪರಾಧಿಗಳು ಕಾನೂನಿನಿಂದ ತಪ್ಪಿಸಿಕೊಳ್ಳುವಂತಾಗಿದೆ. ನಮಗೆ ಇತರರನ್ನು ದೂಷಿಸುವ ಅಭ್ಯಾಸವಿದ್ದರೆ, ನಾವು ನಮ್ಮ ಕೋಪ, ಹತಾಶೆ, ಖಿನ್ನತೆ, ಒತ್ತಡ ಮತ್ತು ಅಸಂತೋಷಕ್ಕೆ ನಾವು ಇತರರನ್ನು ದೂಷಿಸುತ್ತೇವೆ.

ನಿಮ್ಮ ವೈಯಕ್ತಿಕ ಸಂತೋಷದ ವಿಷಯಕ್ಕೆ ಬಂದರೆ, ನೀವು ಯಾವಾಗಲೂ ಇತರರನ್ನು ದೂಷಿಸುತ್ತಾ ನೀವು ಶಾಂತಿಯುತವಾಗಿರಲು ಸಾಧ್ಯವಿಲ್ಲ. ಖಂಡಿತವಾಗಿಯೂ, ಕೆಲವೊಮ್ಮೆ ಇತರರು ಅಥವಾ ಸನ್ನಿವೇಶಗಳು ನಮ್ಮ ಸಮಸ್ಯೆಗಳಿಗೆ ಕಾರಣವಾಗುವ ಸಂದರ್ಭಗಳಿರುತ್ತವೆ, ಇಲ್ಲವೆಂದಲ್ಲ. ಆದರೆ ಆ ಸಮಯದಲ್ಲಿ, ನಾವು ಮುಂದೆ ಬಂದು ನಮ್ಮ ಸಂತೋಷದ ಜವಾಬ್ದಾರಿಯನ್ನು ತೆಗೆದುಕೊಳ್ಳಬೇಕು. ಸಂದರ್ಭಗಳು ಒಬ್ಬ ವ್ಯಕ್ತಿಯನ್ನು ನಿರ್ಮಿಸುವುದಿಲ್ಲ, ಅವು ಅವನನ್ನು ಬಹಿರಂಗಪಡಿಸುತ್ತವೆ.

ಪ್ರಯೋಗಾರ್ಥವಾಗಿ, ನಿಮ್ಮ ಜೀವನದಲ್ಲಿ ನಡೆಯುವ ಎಲ್ಲದಕ್ಕೂ ನೀವು ಇತರರನ್ನು ದೂಷಿಸುವುದನ್ನು ನಿಲ್ಲಿಸಿದಾಗ ಏನಾಗುತ್ತದೆ ಎಂಬುದನ್ನು ನೋಡಿ. ಇದರರ್ಥ ನೀವು ಜನರನ್ನು ಅವರ ಕ್ರಿಯೆಗಳಿಗೆ ಹೊಣೆಗಾರರನ್ನಾಗಿ ಮಾಡುವುದಿಲ್ಲ ಎಂದಲ್ಲ, ಆದರೆ ನಿಮ್ಮ ಸಂತೋಷಕ್ಕೆ ಮತ್ತು ಇತರರಿಗೆ ಮತ್ತು ನಿಮ್ಮ ಸುತ್ತಲಿನ ಸನ್ನಿವೇಶಗಳಿಗೆ ನಿಮ್ಮ ಪ್ರತಿಕ್ರಿಯೆಗಳಿಗಾಗಿ ನೀವೇ ಜವಾಬ್ದಾರರಾಗಿರಬೇಕು. ಮನೆ ಅಸ್ತವ್ಯಸ್ತವಾಗಿದ್ದಾಗ ನೀವು ಮಾತ್ರ ನಿಮ್ಮ ಪಾತ್ರವನ್ನು ಮಾಡುತ್ತಿದ್ದೀರಿ ಎಂದು ಭಾವಿಸುವ ಬದಲು, ಅದನ್ನು ಸ್ವಚ್ಛಗೊಳಿಸಿ!

ನಿಮ್ಮ ಬಜೆಟ್ ಮೀರಿದಾಗ, ನೀವು ಎಲ್ಲಿ ಕಡಿಮೆ ಹಣವನ್ನು ಖರ್ಚು ಮಾಡಬಹುದು ಎಂಬುದನ್ನು ಲೆಕ್ಕಾಚಾರ ಮಾಡಿ. ಎಲ್ಲಕ್ಕಿಂತ ಮುಖ್ಯವಾಗಿ, ನೀವು ಅತೃಪ್ತರಾಗಿರುವಾಗ, ನೀವು ಮಾತ್ರ ನಿಮ್ಮನ್ನು ಸಂತೋಷಪಡಿಸಿಕೊಳ್ಳಬಹುದು ಎಂದು ನೆನಪಿಸಿಕೊಳ್ಳಿ.

ಇತರರನ್ನು ದೂಷಿಸುವುದರಿಂದ ಅಗಾಧ ಪ್ರಮಾಣದ ಮಾನಸಿಕ ಶಕ್ತಿ ವ್ಯರ್ಥವಾಗುತ್ತದೆ. ಇದನ್ನು ಒತ್ತಡ ಮತ್ತು ರೋಗವನ್ನು ಸೃಷ್ಟಿಸುವ 'ಡ್ರ್ಯಾಗ್-ಮಿ-ಡೌನ್' ಮನಸ್ಥಿತಿಯೆನ್ನುವರು. ಇತರರನ್ನು ದೂಷಿಸುವುದು ನಿಮ್ಮನ್ನು ದುರ್ಬಲಗೊಳಿಸುತ್ತದೆ ಏಕೆಂದರೆ ನಿಮ್ಮ ಸಂತೋಷವು ಇತರರ ಕ್ರಿಯೆಗಳು ಮತ್ತು ನಡವಳಿಕೆಯ ಮೇಲೆ ಅವಲಂಬಿತವಾಗಿರುತ್ತದೆ, ಅವುಗಳನ್ನು ನೀವು ನಿಯಂತ್ರಿಸಲು ಸಾಧ್ಯವಿಲ್ಲ. ನೀವು ಇತರರನ್ನು ದೂಷಿಸುವುದನ್ನು ನಿಲ್ಲಿಸಿದ ತಕ್ಷಣ, ನಿಮ್ಮ ವೈಯಕ್ತಿಕ ಶಕ್ತಿಯನ್ನು ಮರಳಿ ಪಡೆಯುತ್ತೀರಿ. ನೀವು ನಿಮ್ಮ ಸ್ವಂತ ಆಯ್ಕೆಗಳನ್ನು ಮಾಡಲು ಪ್ರಾರಂಭಿಸುತ್ತೀರಿ. ನೀವು ಅಸಮಾಧಾನಗೊಂಡಾಗ, ನೀವೇ ಸ್ವಂತ ಅಸಮಧಾನದ ಭಾವನೆಗಳನ್ನು ಸೃಷ್ಟಿಸಿಕೊಳ್ಳುವಲ್ಲಿ ಪ್ರಮುಖ ಪಾತ್ರ ವಹಿಸುತ್ತಿರುವಿರಿ ಎಂದು ನಿಮಗೆ ಅರಿವಾಗತೊಡಗುತ್ತದೆ. ಇದರರ್ಥ ನೀವು ನಿಮಗಾಗಿ ಹೊಸದಾದ ಹೆಚ್ಚು ಸಕಾರಾತ್ಮಕವಾದ ಭಾವನೆಗಳನ್ನು ಸೃಷ್ಟಿಸಲೂ ಸಹ ಪ್ರಮುಖ ಪಾತ್ರ ವಹಿಸಬಹುದು. ನೀವು ಜೀವನವನ್ನು ಇನ್ನಷ್ಟು ಸುಂದರಗೊಳಿಸಲು ಬಯಸಿದರೆ, ಇತರರನ್ನು ದೂಷಿಸುವುದನ್ನು ನಿಲ್ಲಿಸಿ. ಒಮ್ಮೆ ಪ್ರಯತ್ನಿಸಿ ಮತ್ತು ಏನಾಗುತ್ತದೆ ಎಂದು ನೋಡಿ.

80

ಮುಂಜಾನೆ ಬೇಗ ಏಳಿ

ಈ ಸರಳ ಮತ್ತು ಪ್ರಾಯೋಗಿಕ ತಂತ್ರವು ಅನೇಕ ಜನರ ಜೀವನದಲ್ಲಿ ಶಾಂತತೆ ಮತ್ತು ಅರ್ಥಪೂರ್ಣತೆ ತರಲು ಸಹಾಯಕವಾಗಿದೆ ಎಂದು ನಾನು ಕಂಡುಕೊಂಡಿದ್ದೇನೆ.

ಅನೇಕ ಜನರು ಎದ್ದು ಅವಸರದಿಂದ ತಯಾರಾಗಿ, ಒಂದು ಕಪ್ಪು ಕಾಫಿ ಕುಡಿದು ತಮ್ಮ ದೈನಂದಿನ ಕೆಲಸಕ್ಕೆ ಹೊರಡುತ್ತಾರೆ. ದೀರ್ಘ ದಿನದ ಕೆಲಸದ ನಂತರ ಸುಸ್ತಾಗಿ ಮನೆಗೆ ಮರಳುತ್ತಾರೆ. ಮನೆಯಲ್ಲಿಯೇ ಇದ್ದು ಮಕ್ಕಳನ್ನು ನೋಡಿಕೊಳ್ಳುವ ಜನರ ವಿಷಯದಲ್ಲೂ ಕೂಡ ಇದು ಅನ್ವಯಿಸುತ್ತದೆ. ಅವರು ಮಕ್ಕಳ ಕೆಲಸಗಳನ್ನು ಮಾಡಲು ಆ ಹೊತ್ತಿಗೇ ಸರಿಯಾಗಿ ಏಳುತ್ತಾರೆ. ಆದರೆ ಬೇರೆ ಯಾವುದಕ್ಕೂ ಸಮಯವಿರುವುದಿಲ್ಲ. ನೀವು ಹೊರಗಡೆ ಹೋಗಿ ಕೆಲಸ ಮಾಡುತ್ತಿರಲಿ ಅಥವಾ ಮನೆಯಲ್ಲಿದ್ದು ಕುಟುಂಬವನ್ನು ನೋಡಿಕೊಳ್ಳುತ್ತಿರಲಿ ಅಥವಾ ಎರಡನ್ನೂ ಮಾಡುತ್ತಿರಲಿ, ಸಾಕಷ್ಟು ಬಾರಿ ಉಳಿದ ಸಮಯವನ್ನು ಆನಂದಿಸಲು ಸಾಧ್ಯವಿಲ್ಲದಷ್ಟು ನೀವು ದಣಿದಿರುತ್ತೀರಿ. ಈ ಆಯಾಸಕ್ಕೆ ಪರಿಹಾರವೆಂದಂತೆ, 'ನಾನು ಇನ್ನೂ ಸ್ವಲ್ಪ ಹೊತ್ತು ನಿದ್ರೆ ಮಾಡುವುದು ಉತ್ತಮ' ಎಂದು ಊಹಿಸುತ್ತೇವೆ. ಆದ್ದರಿಂದ ನಿಮಗೆ ಸ್ವಲ್ಪ ಬಿಡುವಿನ ಸಮಯ ಸಿಕ್ಕ ತಕ್ಷಣ ನೀವು ಮಲಗುತ್ತೀರಿ. ಅನೇಕ ಜನರಿಗೆ ಇದು ಹೃದಯದಲ್ಲಿ ಆಳವಾದ ಹಂಬಲವನ್ನು ಸೃಷ್ಟಿಸುತ್ತದೆ. ಖಂಡಿತವಾಗಿಯೂ ಜೀವನವು ಕೆಲಸ, ಮಕ್ಕಳು ಮತ್ತು ನಿದ್ರೆಗಿಂತ ಹೆಚ್ಚಿನದಾಗಿರಬೇಕು!

ನಿಮ್ಮ ಆಯಾಸವನ್ನು ನೋಡುವ ಇನ್ನೊಂದು ವಿಧಾನವೆಂದರೆ, ತೃಪ್ತಿಯ ಕೊರತೆ ಮತ್ತು ಎಲ್ಲವೂ ಅತಿಯಾದಂತೆ ಎನ್ನಿಸುವ ಭಾವನೆ ಎರಡೂ ನಿಮ್ಮ ಆಯಾಸಕ್ಕೆ ಕಾರಣವಾಗುತ್ತವೆ ಎಂದು ಪರಿಗಣಿಸುವುದು. ಆದರೆ ಈ ಮೇಲಿನ ಜನಪ್ರಿಯ ತರ್ಕಕ್ಕೆ ವ್ಯತಿರಿಕ್ತವಾಗಿ, ನಿಮಗೆ ಆಯಾಸವನ್ನು ಎದುರಿಸಲು ಬೇಕಾಗಿರುವುದು ಸ್ವಲ್ಪ ಕಡಿಮೆ ನಿದ್ರೆ ಮತ್ತು ನಿಮ್ಮ ಸಲುವಾಗಿ ಸ್ವಲ್ಪ ಹೆಚ್ಚಿನ ಸಮಯವನ್ನು ಮೀಸಲಿಡುವುದು ಇರಬಹುದು.

ಬೆಳಿಗ್ಗೆ, ನಿಮ್ಮ ದಿನ ಶುರುವಾಗುವುದಕ್ಕಿಂತ ಮುಂಚೆ, ನಿಮಗಾಗಿ ಒಂದು ಅಥವಾ ಎರಡು ಗಂಟೆಗಳನ್ನು ಮೀಸಲಿಡಿ. ಇದು ನಿಮ್ಮ ಜೀವನವನ್ನು ಸುಧಾರಿಸಲು ಉತ್ತಮ ಮಾರ್ಗವಾಗಿದೆ. ನಾನು ಸಾಮಾನ್ಯವಾಗಿ ಬೆಳಿಗ್ಗೆ ಮೂರರಿಂದ ನಾಲ್ಕು ಗಂಟೆಯ ನಡುವೆ ಏಳುತ್ತೇನೆ. ಒಂದು ಕಪ್ ಕಾಫಿ ಕುಡಿದ ನಂತರ, ಕೆಲವು ನಿಮಿಷಗಳ ಕಾಲ ಯೋಗ ಮತ್ತು ಧ್ಯಾನ ಮಾಡುತ್ತೇನೆ. ಅದರ ನಂತರ, ನಾನು ಮೇಲಿನ ಹೋಗಿ ಸ್ವಲ್ಪ ಬರೆಯುತ್ತೇನೆ. ಅಲ್ಲದೆ, ನನಗೆ ಇಷ್ಟವಾಗುವ ಯಾವುದೇ ಪುಸ್ತಕದ ಒಂದು ಅಥವಾ ಎರಡು ಅಧ್ಯಾಯಗಳನ್ನು ಓದಲು ಸಹ ನನಗೆ ಸಮಯ ನೀಡುತ್ತೇನೆ. ಕೆಲವೊಮ್ಮೆ ನಾನು ಕೆಲವು ನಿಮಿಷಗಳ ಕಾಲ ಕುಳಿತು ಏನನ್ನೂ ಮಾಡದೆ ಇರುತ್ತೇನೆ. ಪ್ರತಿದಿನ ಸೂರ್ಯೋದಯದ ಸಮಯದಲ್ಲಿ, ನಾನು ಏನೇ ಮಾಡುತ್ತಿದ್ದರೂ ಅದನ್ನು ಸ್ವಲ್ಪ ಹೊತ್ತು ನಿಲ್ಲಿಸಿ ಪರ್ವತಗಳ ನಡುವೆ ಸೂರ್ಯ

ಉದಯವಾಗುವುದನ್ನು ವೀಕ್ಷಿಸಿ ಆನಂದಿಸುತ್ತೇನೆ. ಯಾವುದೇ ಫೋನ್ ರಿಂಗ್ ಆಗುವುದಿಲ್ಲ, ಯಾರೂ ನನ್ನನ್ನು ಬೇರೆ ಕೆಲಸ ಮಾಡಲು ಕೇಳುವುದಿಲ್ಲ ಮತ್ತು ಆ ಸಮಯದಲ್ಲಿ ಯಾವುದೇ ಕೆಲಸ ಮಾಡಬೇಕಾಗಿರುವುದಿಲ್ಲ. ಅದು ನನಗೆ ದಿನದ ಅತ್ಯಂತ ಶಾಂತಿಯುತ ಸಮಯ.

ನನ್ನ ಹೆಂಡತಿ ಮತ್ತು ಮಕ್ಕಳು ಎಚ್ಚರಗೊಳ್ಳುವ ಹೊತ್ತಿಗೆ, ನಾನು ಇಡೀ ದಿನದ ಆನಂದವನ್ನು ಅನುಭವಿಸಿರುತ್ತೇನೆ ಎಂದು ನನಗೆ ಅನಿಸುತ್ತದೆ. ನಾನು ಹಗಲಿನಲ್ಲಿ ಎಷ್ಟೇ ಕಾರ್ಯನಿರತನಾಗಿದ್ದರೂ, ಬೇರೆಯವರು ನನ್ನ ಎಷ್ಟೇ ಸಮಯವನ್ನು ಬೇಡಿದರೂ, ನನಗೆ 'ನನ್ನ ಸಮಯ' ಸಿಕ್ಕಿದೆ ಎಂದು ನನಗೆ ಗೊತ್ತಿದೆಯಾದ್ದರಿಂದ ಎಂದಿಗೂ ನಾನು ವಂಚಿತನಾಗಿದ್ದೇನೆ ಎಂದೆನಿಸುವುದಿಲ್ಲ, ನನ್ನ ಜೀವನ ನನ್ನದಲ್ಲ ಅನ್ನುವಂತೆ ಅನ್ನಿಸುವುದಿಲ್ಲ (ದುರದೃಷ್ಟವಶಾತ್ ಅನೇಕರಿಗೆ ಹೀಗೆ ಅನ್ನಿಸುತ್ತದೆ). ಇದರಿಂದ ನಾನು ನನ್ನ ಹೆಂಡತಿ ಮತ್ತು ಮಕ್ಕಳಿಗೆ, ಹಾಗೆಯೇ ನನ್ನ ಸಲಹಾರ್ಥಿಗಳಿಗೆ ಮತ್ತು ನನ್ನನ್ನು ಅವಲಂಬಿಸಿರುವ ಇತರರಿಗೆ ಉತ್ತಮ ಸಮಯವನ್ನು ನೀಡಬಹುದು ಎಂದು ನಾನು ನಂಬುತ್ತೇನೆ.

ಅನೇಕರು ತಮ್ಮ ದಿನಚರಿಯಲ್ಲಿ ಮಾಡಲಾದ ಈ ಒಂದು ಬದಲಾವಣೆಯು ಅವರ ಜೀವನದಲ್ಲಿ ಮಾಡಿದ ಏಕೈಕ ಪ್ರಮುಖ ಬದಲಾವಣೆಯಾಗಿದೆ ಎಂದು ನನಗೆ ಹೇಳಿದ್ದಾರೆ. ಮೊದಲ ಬಾರಿಗೆ, ಅವರು ಮಾಡಲು ಸಮಯ ಸಿಗದೇ ಇದ್ದ ಆ ಶಾಂತ ಚಟುವಟಿಕೆಗಳನ್ನು ಮಾಡಲು ಈಗ ಸಾಧ್ಯವಾಗುತ್ತಿದೆ ಎನ್ನುತ್ತಿದ್ದಾರೆ. ಇದ್ದಕ್ಕಿದ್ದಂತೆ ಅವರು ಪುಸ್ತಕಗಳನ್ನು ಓದಲು, ಧ್ಯಾನ ಮಾಡಲು ಮತ್ತು ಸೂರ್ಯೋದಯವನ್ನು ಆನಂದಿಸಲು ಪ್ರಾರಂಭಿಸಿದ್ದಾರೆ. ನೀವು ಅನುಭವಿಸುವ ತೃಪ್ತಿಯು ನೀವು ಕಳೆದುಕೊಳ್ಳುವ ಯಾವುದೇ ನಿದ್ರೆಗಿಂತ ಹೆಚ್ಚಾಗಿರುತ್ತದೆ. ಇದಕ್ಕೆ ಸಹಾಯವಾಗುವಂತೆ ರಾತ್ರಿಯಲ್ಲಿ ದೂರದರ್ಶನವನ್ನು ಆಫ್ ಮಾಡಿ ಒಂದೆರಡು ಗಂಟೆ ಮೊದಲು ನಿದ್ರಿಸಬಹುದು.

81

ಸಹಾಯ ಮಾಡುವಾಗ ಸಣ್ಣ ವಿಷಯಗಳತ್ತ ಗಮನ ಹರಿಸಿ

ಮದರ್ ತೆರೇಸಾ ಒಮ್ಮೆ ಹೇಳಿದ್ದರು, "ನಾವು ಈ ಭೂಮಿಯಲ್ಲಿ ದೊಡ್ಡ ಕೆಲಸಗಳನ್ನು ಮಾಡಲು ಸಾಧ್ಯವಿಲ್ಲ. ಅಗಾಧವಾದ ಪ್ರೀತಿಯಿಂದ ನಾವು ಸಣ್ಣ ಕೆಲಸಗಳನ್ನು ಮಾತ್ರ ಮಾಡಬಹುದು." ಕೆಲವು ಸಾರಿ ನಾವು ಮುಂದೊಮ್ಮೆ ಮಾಡಬಯಸುವ ನಮ್ಮ ದೊಡ್ಡ ಯೋಜನೆಗಳು ನಾವು ಈಗ ಮಾಡಬಹುದಾದ ಸಣ್ಣ-ಸಣ್ಣ ವಿಷಯಗಳಿಗೆ ಅಡ್ಡಿಯಾಗುತ್ತವೆ. ನನ್ನ ಒಬ್ಬ ಸ್ನೇಹಿತ ಒಮ್ಮೆ ಹೇಳಿದ, "ನಾನು ನನ್ನ ಜೀವನವನ್ನು ಸೇವೆಗೆ ಮೀಸಲಿಡಲು ಬಯಸುತ್ತೇನೆ ಆದರೆ ಸಧ್ಯಕ್ಕೆ ನನ್ನಿಂದ ಏನನ್ನೂಮಾಡಲು ಆಗುವುದಿಲ್ಲ. ಒಂದು ದಿನ ನಾನು ಯಶಸ್ವಿಯಾದಾಗ ಇತರರಿಗಾಗಿ ಬಹಳಷ್ಟು ಮಾಡುತ್ತೇನೆ." ಈ ಹೊತ್ತಿನಲ್ಲಿ, ಬೀದಿಗಳಲ್ಲಿ ಹಸಿದ ಜನರು, ಒಡನಾಟ ಬಯಸುವ ವೃದ್ಧರು, ಸಹಾಯದ ಅಗತ್ಯವಿರುವ ಮಕ್ಕಳ ತಾಯಂದಿರು, ಬೀದಿಗಳಲ್ಲಿ ಬಿದ್ದಿರುವ ಕಸದ ರಾಶಿ ಮತ್ತು ಹೀಗೆ ಮಾಡಬೇಕಾದ ಸಾವಿರಾರು ಕೆಲಸಗಳಿವೆ.

ಮದರ್ ತೆರೇಸಾ ಹೇಳಿದ್ದು ಸರಿ. ನಾವು ಜಗತ್ತನ್ನು ಬದಲಾಯಿಸಲು ಸಾಧ್ಯವಿಲ್ಲ, ಆದರೆ ಅದನ್ನು ಉತ್ತಮಗೊಳಿಸಲು ಅದನ್ನು ಬದಲಾಯಿಸಬೇಕಾಗಿಲ್ಲ. ಇಲ್ಲಿ ನಾವು ನಿಜವಾಗಿಯೂ ಮಾಡಬೇಕಾಗಿರುವುದೇನೆಂದರೆ ನಾವು ಈಗ ಮಾಡಬಹುದಾದ ಕರುಣೆಯಿಂದ ತುಂಬಿದ ಸಣ್ಣ-ಪುಟ್ಟ ಒಳ್ಳೆಯ ಕೆಲಸಗಳ ಮೇಲೆ ಗಮನಹರಿಸುವುದು. ಸೇವೆ ಮಾಡಲು ನನ್ನ ನೆಚ್ಚಿನ ಮಾರ್ಗವೆಂದರೆ ನನ್ನದೇ ಆದ ಸಹಾಯ ಪದ್ಧತಿಯನ್ನು ಬೆಳೆಸಿಕೊಳ್ಳುವುದು ಮತ್ತು ಸಣ್ಣ-ಸಣ್ಣ ಒಳ್ಳೆಯ ಕೆಲಸಗಳನ್ನು ಮಾಡುವುದು. ಇದು ನನಗೆ ಅಗಾಧವಾದ ತೃಪ್ತಿಯನ್ನು ಮತ್ತು ಮಾನಸಿಕ ಶಾಂತಿಯನ್ನು ನೀಡುತ್ತದೆ. ಸಾಮಾನ್ಯವಾಗಿ ತುಂಬಾ ಮೆಚ್ಚುಗೆ ಪಡೆದ ದಯಾಪೂರ್ಣ ಕಾರ್ಯಗಳು ದೊಡ್ಡ-ದೊಡ್ಡ ಸಂಸ್ಥೆಗಳಿಂದ ಬರುವ ಮಿಲಿಯನ್ ಡಾಲರ್ ಅನುದಾನಗಳಲ್ಲ, ಅದರ ಬದಲು ವೃದ್ಧಾಶ್ರಮದಲ್ಲಿ ಮಾಡಿದ ಒಂದು ಗಂಟೆಯ ಸ್ವಯಂಸೇವಕ ಕೆಲಸ ಅಥವಾ ಒಬ್ಬ ಬಡವ್ಯಕ್ತಿಗೆ ನೀಡಿದ ಐದು ಡಾಲರನ ಉಡುಗೊರೆಯಾಗಿರುತ್ತದೆ.

ನಮ್ಮ ಈ ಒಳ್ಳೆಯ ಕೆಲಸಗಳು ಒಟ್ಟಾರೆ ಕಾರ್ಯಯೋಜನೆಯಲ್ಲಿ ಎಷ್ಟು ಕಡಿಮೆ ವ್ಯತ್ಯಾಸವನ್ನುಂಟುಮಾಡುತ್ತವೆ ಎನ್ನುವುದನ್ನು ಗಮನಿಸಿದರೆ, ನಾವು ನಿರಾಶೆಗೊಳ್ಳುವುದು ಖಂಡಿತ ಮತ್ತು ಬಹುಶಃ ನಾವು ಈ ನಿರಾಶೆಯನ್ನೇ ಯಾವುದೇ ಒಳ್ಳೆಯ ಕೆಲಸ ಮಾಡದಿರಲು ಒಂದು ನೆಪವಾಗಿ ಬಳಸುತ್ತೇವೆ. ಆದರೆ, ಯಾರಿಗಾದರೂ ಏನನ್ನಾದರೂ ಮಾಡಲು ಕಾಳಜಿ ವಹಿಸಿದರೆ, ಈ ಜಗತ್ತಿಗೆ ಏನಾದರೂ ಒಳ್ಳೆಯದನ್ನು ನೀಡಿದ ಮತ್ತು ಅದನ್ನು ಒಂದಿಷ್ಟಾದರೂ ಉತ್ತಮಗೊಳಿಸಿದ ತೃಪ್ತಿ ನಮಗಿರುತ್ತದೆ.

82

ನೆನಪಿಡಿ - ನೂರು ವರ್ಷಗಳ ನಂತರ, ಎಲ್ಲರೂ ಹೊಸ ಜನರೇ

ನನ್ನ ಆತ್ಮೀಯ ಸ್ನೇಹಿತೆ ಪ್ಯಾಟಿ, ತನ್ನ ಮೆಚ್ಚಿನ ಲೇಖಕರಲ್ಲಿ ಒಬ್ಬರಿಂದ ಕಲಿತಿದ್ದ ಒಂದು ಮಹತ್ವದ ವಿಚಾರವನ್ನು ನನ್ನೊಂದಿಗೆ ಹಂಚಿಕೊಂಡಳು. ಅದು ನನ್ನ ಜೀವನಕ್ಕೆ ಹೊಸ ದೃಷ್ಟಿಕೋನವನ್ನು ನೀಡಿತು.

ನೂರು ವರ್ಷಗಳ ಕಾಲವು ದೀರ್ಘವಾಗಿಯೇ ತೋರಬಹುದು, ಆದರೆ ವಾಸ್ತವದಲ್ಲಿ ಅದು ಅಷ್ಟು ದೊಡ್ಡ ಅವಧಿಯಲ್ಲ. ಆದಾಗ್ಯೂ, ಒಂದು ನಿಜ ಮಾತ್ರ ಖಚಿತ — ನೂರು ವರ್ಷಗಳ ನಂತರ ನಾವ್ಯಾರೂ ಈ ಭೂಮಿಯಲ್ಲಿರುವುದಿಲ್ಲ. ಈ ಸತ್ಯವನ್ನು ಮನಸ್ಸಿನಲ್ಲಿ ಇಟ್ಟುಕೊಂಡಾಗ, ಜೀವನದಲ್ಲಿ ಎದುರಾಗುವ ಅಸಮಾಧಾನಗಳು, ಸಂಕಟಗಳು ಹಾಗೂ ಒತ್ತಡಗಳು ಅತೀ ಚಿಕ್ಕದಾಗಿ ತೋರುತ್ತವೆ.

ಯೋಚಿಸಿ ನೋಡಿ — ಇಂದು ನಿಮಗೆ ಟೈರ್ ಪಂಕ್ಚರ್ ಆಯಿತೆಂದರೆ, ನಿಮ್ಮ ಮನೆಯ ಬೀಗ ಕಳೆದು ಹೋಗಿ ನೀವು ಹೊರಗೆ ಉಳಿಯುವಂತೆ ಆದರೆ ನೂರು ವರ್ಷಗಳ ನಂತರ ಅದಕ್ಕೆ ಏನಾದರೂ ಅರ್ಥವಿದೆಯೇ? ಯಾರಾದರೂ ನಿಮ್ಮೊಂದಿಗೆ ಅಸೌಜನ್ಯವಾಗಿ ವರ್ತಿಸಿದರೂ, ಅಥವಾ ನೀವು ಇಡೀ ರಾತ್ರಿ ಕೆಲಸ ಮಾಡಬೇಕಾದರೂ, ನಿಮ್ಮ ಮನೆ ಸ್ವಚ್ಛವಾಗಿರದಿದ್ದರೂ, ಕಂಪ್ಯೂಟರ್ ಹಾಳಾದರೂ, ಪ್ರವಾಸಕ್ಕೆ ಹೋಗಲು ಅಥವಾ ಹೊಸ ಕಾರು ಕೊಂಡುಕೊಳ್ಳಲು, ದೊಡ್ಡ ಮನೆಯನ್ನು ಕೊಳ್ಳಲು ಸಾಧ್ಯವಾಗದಿದ್ದರೂ— ಇವೆಲ್ಲವನ್ನೂ ನೂರು ವರ್ಷದ ದೃಷ್ಟಿಕೋನದಲ್ಲಿ ನೋಡಿದಾಗ ಇವುಗಳಿಗೆ ಯಾವ ಮಹತ್ವವೂ ಇರುವುದಿಲ್ಲ.

ಇಂದು ಬೆಳಿಗ್ಗೆ ನಾನೇ ಒಂದು ಸಣ್ಣ ತೊಂದರೆಯನ್ನು ಎದುರಿಸಿದ್ದೆ. ಒಂದು ತಪ್ಪಿನಿಂದಾಗಿ ಒಂದೇ ಸಮಯಕ್ಕೆ ಇಬ್ಬರನ್ನು ಭೇಟಿಗೆ ಕರೆಯಲಾಗಿತ್ತು. ಅವರು ಇಬ್ಬರೂ ಒಟ್ಟಿಗೆ ಬಂದರು. ಒಂದು ಕ್ಷಣ ಮನಸ್ಸು ಒತ್ತಡಕ್ಕೆ ಒಳಗಾಗುವ ಹಂತಕ್ಕೆ ಬಂದಿತು. ಆದರೆ ತಕ್ಷಣ ಆ ಮಾತು ನೆನಪಾಯಿತು: 'ನೂರು ವರ್ಷಗಳ ನಂತರ ಯಾರಿಗೂ ಈ ವಿಷಯ ನೆನಪಿರುವುದಿಲ್ಲ, ಯಾರಿಗೂ ಇದರಿಂದ ವ್ಯತ್ಯಾಸವಾಗುವುದಿಲ್ಲ.' ಆ ಯೋಚನೆಯೊಂದಿಗೆ ನನ್ನ ಮನಸ್ಸು ಶಾಂತವಾಯಿತು. ನಾನು ತಪ್ಪಿಗೆ ಜವಾಬ್ದಾರಿ ತೆಗೆದುಕೊಂಡು ಕ್ಷಮೆ ಕೇಳಿದೆ. ಅವರಲ್ಲಿ ಒಬ್ಬರು ಮತ್ತೊಂದು ಸಮಯಕ್ಕೆ ಬರಲು ಸಮ್ಮತಿಸಿದರು. ಹೀಗೆ, ಅದು ನಿಜಕ್ಕೂ ಸಣ್ಣ ವಿಷಯವಾಗಿಯೇ ಉಳಿಯಿತು. ಆದರೆ ಈ ದೃಷ್ಟಿಕೋನ ಇದ್ದಿಲ್ಲದಿದರೆ ಇದು ದೊಡ್ಡ ವಿಷಯವಾಗಬಹುದಿತ್ತು.

83

ಹಗುರವಾಗಿರಿ

ಈ ದಿನಗಳಲ್ಲಿ, ನಮಗೆಲ್ಲರಿಗೂ ಗಂಭೀರರಾಗುವಂತಹ ಒಂದು ಅಭ್ಯಾಸ ರೂಢಿಯಾಗಿರುವಂತೆ ಕಾಣುತ್ತದೆ. ನನ್ನ ಹಿರಿಯ ಮಗಳು ನನಗೆ ಹಲವಾರು ಬಾರಿ ಹೇಳುವ ಮಾತೇನೆಂದರೆ — "ಅಪ್ಪಾ, ನೀನು ಮತ್ತೆ ಗಂಭೀರವಾಗಿ ಕಾಣುತ್ತಿದ್ದೀಯ!" ಗಂಭೀರವಾಗಿ ಕಾಣಬಾರದೆಂದು ಬಯಸುವವರೂ ಸಹ ತಿಳಿಯದೆ ಹೆಚ್ಚಾಗಿ ಗಂಭೀರರಾಗಿಬಿಡುತ್ತಾರೆ. ಜನರು ಸಾಮಾನ್ಯವಾಗಿ ಅತೀ ಚಿಕ್ಕ ಸಂಗತಿಗಳಿಂದ ಹತಾಶರಾಗುತ್ತಾರೆ — ಎಲ್ಲಾದರು ಹೋಗುವುದಕ್ಕೆ ಐದು ನಿಮಿಷ ತಡವಾದರೂ, ಯಾರಾದರೂ ಬರುವುದಕ್ಕೆ ಐದು ನಿಮಿಷ ತಡವಾದರೂ, ಟ್ರಾಫಿಕ್‌ನಲ್ಲಿ ಸಿಕ್ಕಿಕೊಂಡರೂ, ಯಾರಾದರೂ ನಮ್ಮತ್ತ ತಪ್ಪಾಗಿ ನೋಡಿದರೂ ಅಥವಾ ತಪ್ಪು ಮಾತು ಆಡಿದರೂ, ಬಿಲ್‌ಗಳನ್ನು ಪಾವತಿಸುವಾಗ, ಸಾಲಿನಲ್ಲಿ ನಿಲ್ಲುವಾಗ, ಅಡುಗೆ ಸ್ವಲ್ಪ ಸೀದು ಹೋದರೂ, ಸಣ್ಣ ತಪ್ಪು ನಡೆದರೂ - ಯಾವುದಾದರೂ ಆಗಲಿ, ನಾವು ತಾಳ್ಮೆಯನ್ನು ಕಳೆದುಕೊಳ್ಳುತ್ತೇವೆ.

ಅತಿಯಾದ ಒತ್ತಡದ/ಗಾಂಭಿರ್ಯತೆಗೆ ಮೂಲವೆಂದರೆ - ಜೀವನವು ನಮ್ಮ ನಿರೀಕ್ಷೆಗಳಿಗಿಂತ ಭಿನ್ನವಾಗಿರುವುದನ್ನು ನಾವು ಒಪ್ಪಿಕೊಳ್ಳಲು ಬಯಸುವುದಿಲ್ಲ, ನಮಗೆ ಬೇಕಾದಂತೆ ವಿಷಯಗಳು ನಡೆಯಬೇಕು ಎಂದು ಬಯಸುತ್ತೇವೆ. ಆದರೆ ಜೀವನ ಹಾಗೆಲ್ಲ ನಡೆಯುವುದಿಲ್ಲ. ಜೀವನ ತಾನು ಹೇಗೆ ಸಾಗಬೇಕೋ ಹಾಗೆಯೇ ಸಾಗುತ್ತದೆ. ಬೆಂಜಮಿನ್ ಫ್ರಾಂಕ್ಲಿನ್ ಹೇಳಿದಂತೆ: "ನಮ್ಮ ಸೀಮಿತ ದೃಷ್ಟಿಕೋನ, ನಮ್ಮ ಆಶೆಗಳು ಮತ್ತು ಭಯಗಳೇ ಜೀವನದ ಅಳತೆಯಾಗುತ್ತವೆ. ಪರಿಸ್ಥಿತಿಗಳು ನಮ್ಮ ಕಲ್ಪನೆಯೊಂದಿಗೆ ಹೊಂದಿಕೆಯಾಗದಾಗ ಅವು ನಮ್ಮ ತೊಂದರೆಗಳಾಗಿ ಪರಿಣಮಿಸುತ್ತವೆ." ನಾವು ಜೀವನವಿಡೀ ವಸ್ತುಗಳು, ಜನರು ಮತ್ತು ಘಟನೆಗಳು ನಮ್ಮ ಬಯಕೆಯಂತೆ ನಡೆಯಬೇಕು ಎಂದು ಬಯಸುತ್ತೇವೆ. ಆದರೆ ಅವು ಹಾಗೆ ನಡೆಯದಾಗ, ನಾವು ಹೋರಾಡುತ್ತೇವೆ, ಕಷ್ಟ ಅನುಭವಿಸುತ್ತೇವೆ.

ಅತಿಯಾದ ಗಂಭೀರತೆಯಿಂದ ಹೊರಬರುವ ಮೊದಲ ಹೆಜ್ಜೆ — ನಿಮಗೆ ಈ ಒಂದು ಸಮಸ್ಯೆಯಿದೆ ಎಂದು ಒಪ್ಪಿಕೊಳ್ಳುವುದು. ಸರಳ ಮತ್ತು ಸಹಜವಾಗಿ ಬದುಕಲು ನಿಮ್ಮಲ್ಲಿ ಬದಲಾವಣೆ ಬಯಸಲು ಕಲಿಯಬೇಕು. ಏಕೆಂದರೆ, ನಿಮ್ಮ ಒತ್ತಡಕ್ಕೆ ಕಾರಣವನ್ನು ನೀವೇ ನಿರ್ಮಿಸಿಕೊಂಡಿದ್ದೀರಿ ಎಂದು ಅರಿತುಕೊಳ್ಳಿ — ನಿಮ್ಮ ಜೀವನವನ್ನು ನೀವು ಹೇಗೆ ರೂಪಿಸಿಕೊಂಡಿದ್ದೀರಿ ಮತ್ತು ಅದಕ್ಕೆ ನೀವು ಹೇಗೆ ಪ್ರತಿಕ್ರಿಯಿಸುತ್ತೀರಿ ಎಂಬುದೇ ಅದಕ್ಕೆ ಕಾರಣ.

ಮುಂದಿನ ಹೆಜ್ಜೆ ಎಂದರೆ — ನಿಮ್ಮ ನಿರೀಕ್ಷೆಗಳು ಮತ್ತು ನಿಮ್ಮ ನಿರಾಶೆಗಳ ನಡುವಿನ ಸಂಬಂಧವನ್ನು ಅರ್ಥಮಾಡಿಕೊಳ್ಳುವುದು. ಯಾವುದಾದರೂ ವಿಷಯ ನಿಮ್ಮ ನಿರೀಕ್ಷೆಯಂತೆ ನಡೆಯದಾಗ, ನೀವು ಕೋಪಗೊಂಡು ನೋವು ಅನುಭವಿಸುತ್ತೀರಿ. ಆದರೆ,

ನಿರೀಕ್ಷೆಗಳನ್ನು ಬಿಟ್ಟುಕೊಟ್ಟು, ಜೀವನವನ್ನು ಅದು ಹೇಗಿದೆಯೋ ಹಾಗೆಯೇ ಸ್ವೀಕರಿಸುವಾಗ, ನೀವು ಸ್ವತಂತ್ರರಾಗುತ್ತೀರಿ. ಹಿಡಿದಿಟ್ಟುಕೊಳ್ಳುವುದು ಎಂದರೆ ಗಂಭೀರತೆ ಮತ್ತು ಒತ್ತಡ. ಬಿಟ್ಟು ಬಿಡುವುದು ಎಂದರೆ ಹಗುರತೆ.

ಪ್ರಯೋಗಾರ್ಥವಾಗಿ — ಒಂದು ದಿನವನ್ನು ಯಾವುದೇ ನಿರೀಕ್ಷೆಗಳಿಲ್ಲದೆ ಬದುಕಿ ನೋಡಿ. ಜನರು ಸ್ನೇಹಪರರಾಗಿರುತ್ತಾರೆ ಎಂದು ನಿರೀಕ್ಷಿಸಬೇಡಿ. ಅವರು ಹಾಗಿರದಿದ್ದರೆ, ನಿಮಗೆ ನಿರಾಶೆಯಾಗುವುದಿಲ್ಲ; ಅವರು ಸ್ನೇಹಪರರಾಗಿದ್ದರೆ, ನಿಮಗೆ ಸಂತೋಷವಾಗುತ್ತದೆ. ನಿಮ್ಮ ದಿನವು ಸಮಸ್ಯೆಗಳಿಲ್ಲದೆ ಸಾಗುತ್ತದೆ ಎಂದು ನಿರೀಕ್ಷಿಸಬೇಡಿ. ಸಮಸ್ಯೆಗಳು ಬಂದರೆ — ನಿಮ್ಮೊಳಗೆ, 'ಆಹ್, ಇನ್ನೊಂದು ದಾಟಬೇಕಾದ ಅಡೆತಡೆ ಎದುರಾಗಿದೆ' ಎಂದು ಹೇಳಿಕೊಳ್ಳಿ. ಈ ರೀತಿಯಾಗಿ ದಿನವನ್ನು ಎದುರಿಸಲು ಪ್ರಾರಂಭಿಸಿದರೆ, ಜೀವನ ಎಷ್ಟು ಸುಂದರವಾಗಿರಬಹುದು ಎಂಬುದನ್ನು ಗಮನಿಸುತ್ತೀರಿ. ಜೀವನದ ವಿರುದ್ಧ ಹೋರಾಡುವ ಬದಲು, ಜೀವನದ ಲಯದೊಂದಿಗೆ ನೃತ್ಯ ಮಾಡುತ್ತಿರುವಂತೆ ಭಾಸವಾಗುತ್ತದೆ. ಸ್ವಲ್ಪ ಅಭ್ಯಾಸ ಮಾಡಿದರೆ, ಬೇಗನೆ ನಿಮ್ಮ ಬದುಕು ಹಗುರವಾಗುತ್ತದೆ. ಮತ್ತು ನೀವು ಹಗುರವಾಗಿ ಬದುಕಿದಾಗ, ಜೀವನ ತುಂಬಾ ಮೋಜಿನದಾಗಿರುತ್ತದೆ.

84

ಒಂದು ಗಿಡವನ್ನು ನೆಟ್ಟು ಪೋಷಿಸಿ

ಮೊದಲ ನೋಟಕ್ಕೆ ಇದು ವಿಚಿತ್ರ ಸಲಹೆಯಂತೆ ಕಾಣಬಹುದು. ಒಂದು ಸಸ್ಯವನ್ನು ಪೋಷಿಸುವುದರಿಂದ ಏನು ಪ್ರಯೋಜನ?

ಮನಃಶಾಂತಿಯನ್ನು ಪಡೆಯಲು ಅಗತ್ಯವಾದದ್ದೆಂದರೆ ನಿರಪೇಕ್ಷವಾಗಿ ಪ್ರೀತಿಸುವುದನ್ನು ಕಲಿಯುವುದು, ಆಧ್ಯಾತ್ಮಿಕ ಜೀವನದ ಗುರಿಗಳಲ್ಲಿ ಒಂದಾಗಿದೆ. ಆದರೆ ಸಮಸ್ಯೆ ಏನೆಂದರೆ, ಒಬ್ಬ ವ್ಯಕ್ತಿಯನ್ನು — ಅವರು ಯಾರೇ ಆಗಿರಲಿ — ನಿರಪೇಕ್ಷವಾಗಿ ಪ್ರೀತಿಸುವುದು ಸುಲಭವಲ್ಲ. ನಾವು ಪ್ರೀತಿಸುವ ವ್ಯಕ್ತಿ, ಯಾವಾಗಲಾದರೂ ತಪ್ಪು ಮಾಡಬಹುದು, ನಮಗೆ ನೋವುಂಟುಮಾಡುವಂತೆ ಮಾತನಾಡಬಹುದು, ಅಥವಾ ನಮ್ಮ ನಿರೀಕ್ಷೆಯಂತೆ ನಡೆದುಕೊಳ್ಳಲಿಕ್ಕಿಲ್ಲ. ಆಗ ನಮಗೆ ಬೇಜಾರಾಗುತ್ತದೆ ಮತ್ತು ನಾವು ನಮ್ಮ ಪ್ರೀತಿಗೆ ಷರತ್ತುಗಳನ್ನು ವಿಧಿಸುತ್ತೇವೆ: 'ನಾನು ನಿನ್ನನ್ನು ಪ್ರೀತಿಸುತ್ತೇನೆ, ಆದರೆ ನೀನು ಬದಲಾಗಬೇಕು. ನೀನು ನಾನು ಬಯಸುವ ರೀತಿಯಲ್ಲಿ ನಡೆದುಕೊಳ್ಳಬೇಕು' ಎಂದು.

ಅನೇಕರು ತಮ್ಮ ಜೀವನದಲ್ಲಿ ಜನರಿಗಿಂತಲೂ ಸಾಕುಪ್ರಾಣಿಗಳನ್ನು ಹೆಚ್ಚು ಪ್ರೀತಿಸುತ್ತಾರೆ. ಆದರೆ ಸಾಕುಪ್ರಾಣಿಯನ್ನೂ ಸಹ ನಿರಪೇಕ್ಷವಾಗಿ ಪ್ರೀತಿಸುವುದು ಕಷ್ಟ. ಉದಾಹರಣೆಗೆ, ನಿಮ್ಮ ನಾಯಿಯು ಮಧ್ಯರಾತ್ರಿ ಏಕಾಏಕಿ ಬೊಗಳಿ ನಿದ್ರೆಯನ್ನು ಹಾಳುಮಾಡಿದರೆ ಅಥವಾ ನಿಮ್ಮ ಬೆಲೆಬಾಳುವ ಹಾಸಿಗೆಯನ್ನು ಹಾಳುಮಾಡಿದರೆ ಏನಾಗುತ್ತದೆ? ನೀವು ಅದನ್ನು ಅದೇ ರೀತಿ ಪ್ರೀತಿಸಬಲ್ಲಿರಾ? ನನ್ನ ಮಕ್ಕಳ ಬಳಿ ಒಂದು ಮೊಲ ಇದೆ. ಅದು ನಮ್ಮ ಅಂದದ ಕೆತ್ತನೆಯ ಮರದ ಬಾಗಿಲಿನಲ್ಲಿ ತೂತು ಮಾಡಿದಾಗಿಂದ, ಅದನ್ನು ಮೊದಲಿನಂತೆ ಪ್ರೀತಿಯಿಂದ ನೋಡುವುದು ನನಗೆ ಕಷ್ಟವಾಯಿತು!

ಆದರೆ ಒಂದು ಗಿಡಯನ್ನು ನಿಸ್ವಾರ್ಥವಾಗಿ ಪ್ರೀತಿಸುವುದು ಸುಲಭ. ಅದು ಹೇಗಿದೆಯೋ ಹಾಗೆಯೇ ಅದನ್ನು ಪ್ರೀತಿಸಲು ಸಾಧ್ಯ. ಆದ್ದರಿಂದ, ಒಂದು ಸಸ್ಯವನ್ನು ಪೋಷಿಸುವುದು ನಮಗೆ ನಿರಪೇಕ್ಷ ಪ್ರೀತಿಯನ್ನು ರೂಢಿಸಿಕೊಳ್ಳಲು ಒಳ್ಳೆಯ ಅವಕಾಶವಾಗಿದೆ.

ಬಹುತೇಕ ಪ್ರತಿಯೊಂದು ಆಧ್ಯಾತ್ಮಿಕ ಪರಂಪರೆಯೂ ನಿರಪೇಕ್ಷ ಪ್ರೀತಿಯನ್ನು ಏಕೆ ಪ್ರೋತ್ಸಾಹಿಸುತ್ತದೆ? ಏಕೆಂದರೆ ಪ್ರೀತಿಗೆ ಅದ್ಭುತವಾದ ಪರಿವರ್ತನಾ ಶಕ್ತಿ ಇದೆ. ನಿರಪೇಕ್ಷ ಪ್ರೀತಿ ಕೊಡುವವನಿಗೂ, ಸ್ವೀಕರಿಸುವವನಿಗೂ ಇಬ್ಬರಲ್ಲೂ ಶಾಂತಿಯ ಭಾವನೆಯನ್ನು ತುಂಬುತ್ತದೆ.

ಮನೆ ಒಳಗೆ ಅಥವಾ ಹೊರಗೆ ಒಂದು ಸಸಿಯನ್ನು ನೆಡಿ, ಅದು ನಿಮಗೆ ಪ್ರತಿದಿನ ಕಾಣುವಂತಿರಲಿ. ಅದನ್ನು ನಿಮ್ಮ ಮಗುವಿನಂತೆ ನೋಡಿಕೊಳ್ಳಿ, (ಸಸ್ಯವನ್ನು ನೋಡಿಕೊಳ್ಳುವುದು ಮಗುವನ್ನು ನೋಡಿಕೊಳ್ಳುವುದಕ್ಕಿಂತ ಸುಲಭ — ಇಲ್ಲಿ ನಿದ್ರಾಹೀನ ರಾತ್ರಿಗಳಿಲ್ಲ, ಡೈಪರ್

ಬದಲಿಸಬೇಕಿಲ್ಲ, ಅಳುವ ಶಬ್ದ ಇಲ್ಲ)

ನಿಮ್ಮ ಗಿಡದೊಂದಿಗೆ ಮಾತನಾಡಿ, ನೀವು ಅದನ್ನು ಎಷ್ಟರಮಟ್ಟಿಗೆ ಪ್ರೀತಿಸುತ್ತೀರಿ ಎಂದು ಹೇಳಿ. ಅದು ಹೂವು ಬಿಡಲಿ ಬಿಡದಿರಲಿ, ಅದು ಜೀವಿಸಲಿ ಜೀವಿಸದಿರಲಿ — ಅದನ್ನು ಪ್ರೀತಿಸಿ. ನೀವು ಅದಕ್ಕೆ ನಿಸ್ವಾರ್ಥ ಪ್ರೀತಿ ನೀಡಿದಾಗ ನಿಮಗೆ ಏನು ಅನುಭವವಾಗುತ್ತದೆ ಎಂಬುದನ್ನು ಗಮನಿಸಿ. ಈ ರೀತಿಯ ಪ್ರೀತಿಯಲ್ಲಿ ಕೋಪ, ಬೇಸರ, ಅಸಹನೆ ಇರುವುದಿಲ್ಲ ನೀವು ಪ್ರೀತಿಯ ವಾತಾವರಣದಲ್ಲೇ ಇರುತ್ತೀರಿ. ದಿನಕ್ಕೆ ಕನಿಷ್ಠ ಒಂದು ಸಲವಾದರೂ ನಿಮ್ಮ ಸಸ್ಯವನ್ನು ನೋಡಿದಾಗ ಈ ನಿಸ್ವಾರ್ಥ ಪ್ರೀತಿಯನ್ನು ರೂಢಿಸಿಕೊಳ್ಳಿ.

ಸ್ವಲ್ಪ ಸಮಯದ ನಂತರ, ನೀವು ನಿಮ್ಮ ಸಸ್ಯಕ್ಕೆ ನೀಡುವ ಈ ಪ್ರೀತಿಯನ್ನು ಇತರರತ್ತ ವಿಸ್ತರಿಸಲು ಸಾಧ್ಯವಾಗುತ್ತದೆ. ಪ್ರೀತಿಸುವುದರಿಂದ ಎಷ್ಟು ಸುಖದ ಭಾವನೆ ಉಂಟಾಗುತ್ತದೆ ಎಂಬುದನ್ನು ಗಮನಿಸಿ, ಅದೇ ರೀತಿಯ ಪ್ರೀತಿಯನ್ನು ನಿಮ್ಮ ಜೀವನದಲ್ಲಿರುವ ಜನರಿಗೂ ನೀಡಿ. ಅವರು ಬದಲಾಗಬೇಕೆಂದು ಬಯಸದೇ, ಅವರು ಹೇಗಿದ್ದಾರೋ ಹಾಗೆಯೇ ಅವರನ್ನು ಪ್ರೀತಿಸಲು ರೂಢಿಸಿಕೊಳ್ಳಿ. ನೀವು ನೆಟ್ಟ ಗಿಡವು ಒಬ್ಬ ಒಳ್ಳೆಯ ಗುರುವಾಗಬಹುದು — ಪ್ರೀತಿಯ ಶಕ್ತಿಯನ್ನು ತೋರಿಸುವ ಗುರು.

85

ಸಮಸ್ಯೆಗಳೊಂದಿಗೆ ನಿಮ್ಮ ಸಂಬಂಧವನ್ನು ಬದಲಿಸಿಕೊಳ್ಳಿ

ಅಡಚಣೆಗಳು ಮತ್ತು ಸಮಸ್ಯೆಗಳು ಜೀವನದ ಅಂಗವೇ ಸರಿ. ನಿಜವಾದ ಸಂತೋಷ ಎಂಬುದು ನಾವು ಎಲ್ಲಾ ಸಮಸ್ಯೆಗಳನ್ನು ದೂರ ಮಾಡಿದಾಗ ಬರುವುದಿಲ್ಲ. ಬದಲಾಗಿ, ನಾವು ಅವುಗಳ ಜೊತೆ ನಮ್ಮ ಸಂಬಂಧವನ್ನು ಬದಲಿಸಿದಾಗ ಬರುವುದು. ಅವುಗಳನ್ನು, ಜಾಗೃತಿಯತ್ತ ಕೊಂಡೊಯ್ಯುವ ಸಾಧ್ಯತೆಯಾಗಿ, ಸಹನೆಯನ್ನು ಕಲಿಯುವ ಅವಕಾಶ ಮತ್ತು ಜಾಗೃತಿಗೆ ದಾರಿಯೆಂದು ನೋಡಿದಾಗ ಮನಃಶಾಂತಿ ದೊರೆಯುತ್ತದೆ. ಬಹುಶಃ ನಮ್ಮ ಆಧ್ಯಾತ್ಮಿಕ ಜೀವನದ ಅತಿ ಮೂಲಭೂತ ನಿಯಮವೆಂದರೆ, ಸಮಸ್ಯೆಗಳು ನಮ್ಮ ಹೃದಯವನ್ನು ಮುಕ್ತಗೊಳಿಸುವ ಉತ್ತಮ ಜಾಗಗಳಾಗಿವೆ.

ಖಂಡಿತವಾಗಿ ಕೆಲವು ಸಮಸ್ಯೆಗಳನ್ನು ಪರಿಹರಿಸಲೇಬೇಕು. ಆದರೆ, ಅನೇಕ ಸಮಸ್ಯೆಗಳು ನಾವು ನಮ್ಮ ಜೀವನವು ಅದು ಇರುವ ರೀತಿಯಲ್ಲಿ ಸ್ವೀಕರಿಸದೇ, ಅದು ಬೇರೆ ರೀತಿಯಾಗಿ ಇರಬೇಕೆಂದು ಹೋರಾಡುವುದರಿಂದಲೇ ಉಂಟಾಗುತ್ತವೆ. ಜೀವನದಲ್ಲಿರುವ ಅನಿವಾರ್ಯ ವಿರೋಧಾಭಾಸಗಳನ್ನು — ನೋವು-ನಲಿವು, ಜಯ-ಅಪಜಯ, ಸುಖ-ದುಃಖ, ಜನನ-ಮರಣಗಳನ್ನು — ಅರ್ಥಮಾಡಿಕೊಂಡು ಸ್ವೀಕರಿಸಿದಾಗ ಮಾತ್ರ ಮನಃಶ್ಶಾಂತಿ ದೊರೆಯುತ್ತದೆ. ಸಮಸ್ಯೆಗಳು ನಮಗೆ ಉದಾರತೆ, ವಿನಯ ಮತ್ತು ಸಹನೆಯನ್ನು ಕಲಿಸುತ್ತವೆ.

ಬೌದ್ಧ ಪರಂಪರೆಯಲ್ಲಿ, ಕಷ್ಟಗಳನ್ನು ಜೀವನದ ಬೆಳವಣಿಗೆಗೆ ಮತ್ತು ಶಾಂತಿಗೆ ಅನಿವಾರ್ಯವೆಂದು ಪರಿಗಣಿಸಲಾಗಿದೆ. ಒಂದು ಟಿಬೆಟಿಯನ್ ಪ್ರಾರ್ಥನೆಯಲ್ಲಿ ಹೀಗೆ ಬೇಡಿಕೊಳ್ಳಲಾಗುತ್ತದೆ: 'ಈ ಪ್ರಯಾಣದಲ್ಲಿ ನನ್ನ ಹೃದಯ ನಿಜವಾಗಿ ಜಾಗೃತವಾಗಲು, ಮುಕ್ತಿಯ ಮತ್ತು ವಿಶ್ವಮಯ ಕರುಣೆಯನ್ನು ಪಡೆಯುವ ಗುರಿ ನೆರವೇರಲು, ನನಗೆ ಸೂಕ್ತವಾದ ಕಷ್ಟಗಳು ಮತ್ತು ನೋವುಗಳು ದೊರೆಯಲಿ.' ಅವರು ಹೇಳುವಂತೆ, ಜೀವನ ತುಂಬಾ ಸುಲಭವಾದಾಗ ನಿಜವಾದ ಬೆಳವಣಿಗೆಗೆ ಅವಕಾಶಗಳು ಕಡಿಮೆಯಾಗುತ್ತವೆ.

ನಾನು ನಿಮಗೆ ಸಮಸ್ಯೆಗಳನ್ನು ನೀವಾಗಿಯೇ ಹುಡುಕಿಕೊಂಡು ಹೋಗಿ ಎಂದು ಹೇಳುವುದಿಲ್ಲ. ಆದರೆ, ನೀವು ಸಮಸ್ಯೆಗಳಿಂದ ತಪ್ಪಿಸಿಕೊಳ್ಳುವುದನ್ನು ಕಡಿಮೆ ಮಾಡಿ, ಅವುಗಳನ್ನು ತೊಲಗಿಸಲು ಪ್ರಯತ್ನಿಸುವ ಬದಲು, ಸಮಸ್ಯೆಗಳು ಜೀವನದ ಅನಿವಾರ್ಯ, ಸಹಜ, ಹಾಗು ಮಹತ್ವದ ಭಾಗವೆಂದು ಒಪ್ಪಿಕೊಂಡರೆ — ಬೇಗನೆ ಜೀವನವು ಯುದ್ಧದಂತೆ ಅಲ್ಲ, ನೃತ್ಯದಂತೆ ಅನ್ನಿಸುವುದು. ಈ ಸ್ವೀಕಾರದ ತತ್ವವೇ 'ಹರಿವಿನ ಜೊತೆಗೆ ಸಾಗುವಿಕೆಯ' ಮೂಲವಾಗಿದೆ.

86

ಮುಂದಿನ ಬಾರಿ ನೀವು ಯಾರೊಂದಿಗಾದರೂ ವಾದಕ್ಕಿಳಿದರೆ, ನಿಮ್ಮನ್ನು ಸಮರ್ಥಿಸಿಕೊಳ್ಳುವ ಬದಲು, ಅವರ ದೃಷ್ಟಿಕೋನವನ್ನು ಅರ್ಥಮಾಡಿಕೊಳ್ಳಲು ಪ್ರಯತ್ನಿಸಿ

ಯಾವಾಗ ನಮಗೆ ಯಾರೊಂದಿಗಾದರೂ ಭಿನ್ನಾಭಿಪ್ರಾಯ ಬರುತ್ತದೆಯೋ, ಆ ವ್ಯಕ್ತಿಯೂ ಕೂಡ ತನ್ನ ಅಭಿಪ್ರಾಯದಲ್ಲಿ ನಮ್ಮಷ್ಟೇ ದೃಢವಾಗಿರುತ್ತಾನೆ ಎನ್ನುವುದು ಆಸಕ್ತಿದಾಯಕ ವಿಚಾರವಲ್ಲವೇ? ಆದರೆ ನಾವು ಯಾವಾಗಲೂ ನಮ್ಮದೇ ನಿಲುವನ್ನು ಸಮರ್ಥಿಸಿಕೊಳ್ಳುತ್ತೇವೆ. ನಮ್ಮ ಅಹಂಕಾರವೇ ನಮ್ಮನ್ನು ಹೊಸದನ್ನು ಕಲಿಯದಂತೆ ತಡೆಯುತ್ತದೆ. ಈ ಅಭ್ಯಾಸವೇ ನಮ್ಮೊಳಗೆ ಅನಗತ್ಯ ಒತ್ತಡವನ್ನು ಉಂಟುಮಾಡುತ್ತದೆ.

ಮೊದಲ ಬಾರಿಗೆ ನಾನು ಪ್ರಜ್ಞಾಪೂರ್ವಕವಾಗಿ 'ಮೊದಲು ಇನ್ನೊಬ್ಬರ ದೃಷ್ಟಿಕೋನವನ್ನು ಅರ್ಥಮಾಡಿಕೊಳ್ಳೋಣ' ಎಂದುಕೊಂಡಾಗ ಒಂದು ಅದ್ಭುತವಾದ ವಿಷಯ ಗೊತ್ತಾಯಿತು: ಇದರಿಂದ ನನಗೆ ಏನೂ ತೊಂದರೆಯಾಗಲಿಲ್ಲ, ಮತ್ತು ನಾನು ವಾದಿಸುತ್ತಿದ್ದ ವ್ಯಕ್ತಿಯೊಂದಿಗೆ ಇನ್ನೂ ಹತ್ತಿರವಾದೆ.

ಉದಾಹರಣೆಗೆ, ನಿಮ್ಮ ಸ್ನೇಹಿತನು, "ಉದಾರವಾದಿಗಳು (ಲಿಬರಲ್‌ರು) ಅಥವಾ ಸಂಪ್ರದಾಯವಾದಿಗಳು ನಮ್ಮ ಸಾಮಾಜಿಕ ಸಮಸ್ಯೆಗಳ ಮೂಲ ಕಾರಣ" ಎಂದು ಹೇಳಿದರೆ, ತಕ್ಷಣ ನಿಮ್ಮ ಅಭಿಪ್ರಾಯವನ್ನು ಸಮರ್ಥಿಸಿಕೊಳ್ಳುವ ಬದಲು (ಅದು ಏನೇ ಆಗಿರಲಿ), "ನೀವು ಹೀಗೆ ಯೋಚಿಸುವುದಕ್ಕೆ ಕಾರಣವೇನು?" ಎಂದು ಕೇಳಿ. ಇದನ್ನು ನೀವು ಯಾವುದೇ ಗುಪ್ತ ಉದ್ದೇಶದಿಂದ ಅಥವಾ ನಿಮ್ಮನ್ನು ಸಮರ್ಥಿಸಿಕೊಳ್ಳಲು ಸಿದ್ಧತೆ ಮಾಡುವುದಕ್ಕಾಗಿ ಕೇಳಬೇಡಿ — ಕೇವಲ ಹೊಸ ದೃಷ್ಟಿಕೋನವನ್ನು ತಿಳಿದುಕೊಳ್ಳಲು ಮಾತ್ರ ಕೇಳಿ. ಅವನನ್ನು ತಿದ್ದಲು ಅಥವಾ ಅವನದು ತಪ್ಪು ಎಂದು ತೋರಿಸಲು ಯತ್ನಿಸಬೇಡಿ. ಅವನಿಗೆ ತಾನು ಸರಿ ಎನ್ನುವ ತೃಪ್ತಿ ದೊರಕಲಿ. ಒಳ್ಳೆಯ ಶ್ರೋತರಾಗುವ/ಕೇಳುಗರಾಗುವ ಅಭ್ಯಾಸ ಬೆಳೆಸಿಕೊಳ್ಳಿ.

ಸಾಮಾನ್ಯವಾಗಿ ಎಲ್ಲರೂ ನಂಬುವಂತೆ, ಈ ಮನೋಭಾವದಿಂದ ನೀವು ದುರ್ಬಲರಾಗುವುದಿಲ್ಲ. ಇದರರ್ಥ, ನಿಮ್ಮ ನಂಬಿಕೆಗಳಲ್ಲಿ ನಿಮಗೆ ಆಸಕ್ತಿ ಇಲ್ಲ ಎನ್ನುವುದಲ್ಲ, ಅಥವಾ ನಿಮ್ಮದು ತಪ್ಪೆಂದು ಒಪ್ಪಿಕೊಂಡಿದ್ದೀರಿ ಎಂಬುದೂ ಅಲ್ಲ. ನೀವು ಮಾಡುತ್ತಿರುವುದು ಇನ್ನೊಬ್ಬರ ದೃಷ್ಟಿಕೋನವನ್ನು ಅರ್ಥಮಾಡಿಕೊಳ್ಳುವ ಪ್ರಯತ್ನವಷ್ಟೇ. ಹಠಮಾರಿತನದಿಂದ ನಿಮ್ಮನ್ನು ಸಾಬೀತುಪಡಿಸಿಕೊಳ್ಳಲು ಬಹಳ ಶಕ್ತಿಯನ್ನು ವ್ಯಯಿಸಬೇಕಾಗುತ್ತದೆ. ಆದರೆ ಇನ್ನೊಬ್ಬರನ್ನು ಸರಿ ಎಂದು ಒಪ್ಪಿಕೊಳ್ಳುವುದಕ್ಕೆ ಹೆಚ್ಚಿನ ಶಕ್ತಿ ಬೇಕಾಗುವುದಿಲ್ಲ. ವಾಸ್ತವವಾಗಿ, ಅದು ನಿಮಗೆ ಹೆಚ್ಚಿನ ಶಕ್ತಿಯನ್ನು ನೀಡುತ್ತದೆ.

ಇನ್ನೊಬ್ಬರ ದೃಷ್ಟಿಕೋನಗಳನ್ನು ನೀವು ಅರ್ಥಮಾಡಿಕೊಳ್ಳಲು ಪ್ರಾರಂಭಿಸಿದಾಗ, ಹಲವಾರು ಅದ್ಭುತ ಸಂಗತಿಗಳು ಸಂಭವಿಸುತ್ತವೆ. ಮೊದಲನೆಯದಾಗಿ, ನೀವು ಹೊಸದಾಗಿ ಏನನ್ನಾದರೂ ಕಲಿಯತೊಡಗುತ್ತೀರಿ. ನಿಮ್ಮ ದೃಷ್ಟಿಕೋನ ವಿಸ್ತಾರವಾಗುತ್ತದೆ. ಎರಡನೆಯದಾಗಿ,

ನೀವು ಮಾತನಾಡುತ್ತಿರುವ ವ್ಯಕ್ತಿಗೆ ನೀವು ಅವರ ಮಾತನ್ನು ಕೇಳಿಸಿಕೊಳ್ಳುತ್ತಿದ್ದೀರಿ ಎಂಬ ಭಾವನೆ ಬರುತ್ತದೆ. ನೀವು ಅವರ ಮಾತನ್ನು ನಡುವೆ ತುಂಡರಿಸಿ ವಾದಕ್ಕಿಳಿಯುವುದನ್ನು ನಿಲ್ಲಿಸಿದ ನಂತರ ಅವರು ನಿಮ್ಮನ್ನು ಹೆಚ್ಚು ಗೌರವಿಸತೊಡಗುತ್ತಾರೆ. ನೀವು ವಾದಕ್ಕಿಳಿದರೆ ಅವರು ತಮ್ಮ ಮಾತನ್ನು ಇನ್ನಷ್ಟು ದೃಢವಾಗಿ ಮತ್ತು ರಕ್ಷಣಾತ್ಮಕವಾಗಿ ಸಮರ್ಥಿಸಿಕೊಳ್ಳುತ್ತಾರೆ. ನೀವು ಮೃದುವಾದರೆ ಅವರ ನಡವಳಿಕೆಯೂ ಮೃದುವಾಗುತ್ತದೆ. ಅದು ತಕ್ಷಣವಾಗದಿರಬಹುದು, ಆದರೆ ಸಮಯದೊಂದಿಗೆ ಆಗುತ್ತದೆ.

ನೀವು ಅರ್ಥಮಾಡಿಕೊಳ್ಳಲು ಮುಂದಾದರೆ ಆ ವ್ಯಕ್ತಿಯ ಮೇಲಿನ ಪ್ರೀತಿ ಮತ್ತು ಗೌರವವನ್ನು, 'ನಾನೇ ಸರಿ ಆಗಿರಬೇಕು' ಎನ್ನುವ ಅಗತ್ಯಕ್ಕಿಂತ ಮೇಲಿಟ್ಟಿದ್ದೀರಿ ಎಂದರ್ಥ. ಇದು ನಿಸ್ವಾರ್ಥ ಪ್ರೀತಿಯ ಒಂದು ರೂಪವಾಗಿದೆ. ಇದರ ಒಂದು ಉಪಯೋಗವೆಂದರೆ ಕೆಲವೊಮ್ಮೆ ಅವರೂ ನಿಮ್ಮ ದೃಷ್ಟಿಕೋನವನ್ನು ಅರ್ಥಮಾಡಿಕೊಳ್ಳಲು ಪ್ರಯತ್ನಿಸಬಹುದು. ಆದರೆ ಅವರು ನಿಮ್ಮ ಮಾತನ್ನು ಕೇಳುತ್ತಾರೆ ಎಂಬುದಕ್ಕೆ ಯಾವ ಖಾತ್ರಿಯೂ ಇಲ್ಲ. ಆದರೆ ಒಂದು ಮಾತ್ರ ಖಾತ್ರಿಯಾಗಿರುತ್ತದೆ: ಅದೇನೆಂದರೆ ನೀವು ಅವರ ಮಾತನ್ನು ಕೇಳದಿದ್ದರೆ, ಅವರು ನಿಮ್ಮ ಮಾತನ್ನು ಎಂದಿಗೂ ಕೇಳುವುದಿಲ್ಲ. ನೀವು ಮೊದಲಿಗರಾಗಿ ಅವರ ಮಾತನ್ನು ಕೇಳಿದಾಗ, ಹಠಮಾರಿತನದ ಈ ಸರಪಳಿಯನ್ನು ತಡೆದು ನಿಲ್ಲಿಸುವಿರಿ.

87

‘ಅರ್ಥಪೂರ್ಣ ಸಾಧನೆ’ ಎನ್ನುವುದನ್ನು ಮರು ವ್ಯಾಖ್ಯಾನಿಸೋಣ

ಅನೇಕ ಬಾರಿ ನಾವು ‘ಸಾಧನೆ’ ಎಂಬ ಪ್ರವಾಹದಲ್ಲಿ ತೇಲಿಹೋಗುತ್ತೇವೆ. ಜೀವನಪೂರ್ತಿ ನಾವು ಸಾಧನೆಗಳನ್ನು ಮಾಡುವುದರಲ್ಲಿ, ಪ್ರಶಂಸೆಯನ್ನು ಗಳಿಸುವುದರಲ್ಲಿ, ಗುರುತಿಸಿಕೊಂಡು ಮೆಚ್ಚುಗೆಯನ್ನು ಪಡೆಯುವುದರಲ್ಲಿ – ಇದರಲ್ಲಿ ತಲ್ಲೀನರಾಗುತ್ತಾ, ನಿಜವಾದ ಅರ್ಥಪೂರ್ಣತೆ ಎಂಬುದನ್ನು ಮರೆತುಬಿಡುತ್ತೇವೆ.

ನೀವು ಸಾಮಾನ್ಯ ವ್ಯಕ್ತಿಯನ್ನು ಕೇಳಿದರೆ – “ಒಂದು ಅರ್ಥಪೂರ್ಣ ಸಾಧನೆ ಎಂದರೇನು?” – ಅವನ ಉತ್ತರ ಹೀಗಿರುತ್ತದೆ: “ಒಂದು ದೊಡ್ಡದಾದ ಗುರಿಯನ್ನು ಸಾಧಿಸುವುದು,” “ಬಹಳಷ್ಟು ಹಣ ಗಳಿಸುವುದು,” “ಒಂದು ಆಟದಲ್ಲಿ ಗೆಲ್ಲುವುದು,” “ಹುದ್ದೆಯಲ್ಲಿ ಬಡ್ತಿ ಪಡೆಯುವುದು,” “ಅತ್ಯುತ್ತಮನಾಗುವುದು,” ಅಥವಾ “ಪ್ರಶಂಸೆ ಪಡೆಯುವುದು” ಇತ್ಯಾದಿ. ಯಾವಾಗಲೂ ಜೀವನದ ಬಾಹ್ಯ ಅಂಶಗಳ ಮೇಲೆಯೇ ಒತ್ತು ಕೊಡಲಾಗುತ್ತದೆ – ಅಂದರೆ ನಮ್ಮೊಳಗಿನದನ್ನು ಬಿಟ್ಟು ಹೊರಗಿನದು. ನಿಜಕ್ಕೂ, ಇಂತಹ ಸಾಧನೆಗಳಲ್ಲಿ ತಪ್ಪೇನೂ ಇಲ್ಲ – ಅವು ನಮ್ಮ ಪರಿಸ್ಥಿತಿಗಳನ್ನು ಸುಧಾರಿಸಲು ಸಹಾಯ ಮಾಡುತ್ತವೆ. ಆದರೆ ನಿಮ್ಮ ಮುಖ್ಯವಾದ ಗುರಿ ಸಂತೋಷ ಮತ್ತು ಆತ್ಮಶಾಂತಿ ಆಗಿದ್ದರೆ, ಇವು ಅಷ್ಟೊಂದು ಮುಖ್ಯವಾಗುವುದಿಲ್ಲ. ಸ್ಥಳೀಯ ಪತ್ರಿಕೆಯಲ್ಲಿ ನಿಮ್ಮ ಫೋಟೋ ಬರುವುದು ಒಳ್ಳೆಯ ಅನುಭವವೇ ಸರಿ, ಆದರೆ ಅದಕ್ಕಿಂತ ಮಹತ್ವಪೂರ್ಣ ಸಂಗತಿ ಎಂದರೆ ಸಂಕಷ್ಟದ ಸಮಯದಲ್ಲಿ ನೀವು ನಿಮ್ಮ ಸಮತೋಲನವನ್ನು ಕಾಪಾಡಿಕೊಳ್ಳಬಲ್ಲಿರಿ ಎಂಬುದು. ಬಹಳಷ್ಟು ಜನರು ಪತ್ರಿಕೆಯಲ್ಲಿ ಬಂದಿರುವ ಫೋಟೋವನ್ನು ಸಾಧನೆ ಎಂದು ಪರಿಗಣಿಸುತ್ತಾರೆ, ಆದರೆ ‘ಸಮತೋಲನವನ್ನು ಕಾಪಾಡಿಕೊಳುವುದನ್ನು’ ಸಾಧನೆ ಎಂದು ಪರಿಗಣಿಸುವುದಿಲ್ಲ. ಹೀಗಾಗಿ ಇಲ್ಲಿ ಒಂದು ಪ್ರಶ್ನೆ ಉದಯಿಸುತ್ತದೆ: ನಮ್ಮ ಆದ್ಯತೆಗಳು ಏನು?

ನಾವು ಶಾಂತವಾಗಿಯೂ ಸ್ನೇಹಪರವಾಗಿಯೂ ಇರುವುದೇ ನಿಮ್ಮ ಪ್ರಮುಖ ಗುರಿಯಾಗಿದ್ದರೆ, ದಯೆ ಮತ್ತು ಸಂತೋಷದಂತಹ ಮೌಲ್ಯಗಳನ್ನು ಬೆಳೆಸಿಕೊಳ್ಳುವುದನ್ನು ನಾವು ಹೊಸದಾಗಿ ‘ಅರ್ಥಪೂರ್ಣ ಸಾಧನೆ’ ಎಂದು ಮರುವ್ಯಾಖ್ಯಾನ ಮಾಡಬಹುದಲ್ಲವೇ?

ನನ್ನ ನಂಬಿಕೆಯಂತೆ, ನನ್ನ ಅತ್ಯಂತ ಅರ್ಥಪೂರ್ಣ ಸಾಧನೆ ನನ್ನೊಳಗಿಂದಲೇ ಬರುವಂಥದ್ದು: ನಾನು ನನ್ನ ಬಗ್ಗೆ ಮತ್ತು ಇತರರ ಬಗ್ಗೆ ಕರುಣೆಯಿಂದ ವರ್ತಿಸಿದ್ದೇನಾ? ನಾನು ಕಷ್ಟಕರ ಪರಿಸ್ಥಿತಿಗೆ ಅಗತ್ಯಕ್ಕಿಂತ ಹೆಚ್ಚಾಗಿ ಪ್ರತಿಕ್ರಿಯಿಸಿದೆನಾ ಅಥವಾ ಶಾಂತವಾಗಿಯೇ ಇದ್ದೇನಾ? ನಾನು ಸಂತೋಷವಾಗಿದ್ದೇನಾ? ನಾನು ಕೋಪವನ್ನು ವ್ಯಕ್ತಪಡಿಸಿದೆನಾ ಅಥವಾ ಹೋಗಲಿ ಬಿಡು ಎಂದು ಬಿಟ್ಟು ಬಿಟ್ಟೆನಾ? ನಾನು ಹಠಮಾರಿಯಾಗಿದ್ದೇನಾ? ನಾನು ಕ್ಷಮಿಸಿದೆನಾ? ಇಂತಹ ಪ್ರಶ್ನೆಗಳೇ ನಮ್ಮ ಯಶಸ್ಸಿನ ನಿಜವಾದ ಅಳತೆಗೋಲು ಏನೆಂದು ನೆನಪಿಸುತ್ತವೆ. ನಿಜವಾದ ಅಳತೆಗೋಲು ನಾವು ಮಾಡಿದ ಕೆಲಸಗಳಲ್ಲ, ಬದಲಿಗೆ ನಾವು

ಯಾರು ಮತ್ತು ನಮ್ಮ ಹೃದಯದಲ್ಲಿ ಎಷ್ಟು ಪ್ರೀತಿ ಇದೆ ಎನ್ನುವುದಾಗಿದೆ.

ಹೀಗಾಗಿ ಬಾಹ್ಯ ಸಾಧನೆಗಳಲ್ಲಿ ಮಾತ್ರ ಮುಳುಗಿ ಹೋಗುವುದರ ಬದಲು, ನಿಜವಾಗಿಯೂ ಮಹತ್ವವಿರುವ ವಿಷಯಗಳಿಗೆ ಒತ್ತು ಕೊಡಲು ಪ್ರಯತ್ನಿಸಿ. ನೀವು 'ಅರ್ಥಪೂರ್ಣ ಸಾಧನೆ'ಗಳನ್ನು ಮರು ವ್ಯಾಖ್ಯಾನಿಸಿದಾಗ, ಅದು ನಿಮ್ಮ ಜೀವನದ ನಿಜವಾದ ದಾರಿಯಲ್ಲಿ ಸಾಗಲು ಸಹಾಯಕವಾಗುತ್ತದೆ.

88

ನಿಮ್ಮ ಭಾವನೆಗಳನ್ನು ಆಲಿಸಿ (ಅವು ನಿಮಗೆ ಏನನ್ನೋ ಹೇಳಲು ಪ್ರಯತ್ನಿಸುತ್ತಿವೆ)

ಜೀವನದಲ್ಲಿ ಯಾವಾಗಲೂ ನಿಮ್ಮನ್ನು ಮುನ್ನಡೆಸುವಂತಹ ಸಮರ್ಥವಾದ ಮಾರ್ಗದರ್ಶನ ವ್ಯವಸ್ಥೆ ನಿಮ್ಮಲ್ಲಿದೆ. ಈ ವ್ಯವಸ್ಥೆ ಸಂಪೂರ್ಣವಾಗಿ ನಿಮ್ಮ ಭಾವನೆಗಳಿಂದ ನಿರ್ಮಿತವಾಗಿದ್ದು, ನೀವು ತಪ್ಪುದಾರಿಯಲ್ಲಿ ನಡೆದು ದುಃಖ ಹಾಗೂ ಘರ್ಷಣೆಯ ಕಡೆಗೆ ಹೋಗುತ್ತಿದ್ದೀರಾ ಅಥವಾ ಸರಿಯಾದ ದಾರಿಯಲ್ಲಿದ್ದು ಮನಃಶಾಂತಿಯ ಕಡೆಗೆ ಸಾಗುತ್ತಿದ್ದೀರಾ ಎಂಬುದನ್ನು ನಿಮಗೆ ತಿಳಿಸುತ್ತದೆ. ನಿಮ್ಮ ಭಾವನೆಗಳು ಒಂದು ಹವಾಮಾನ ಮಾಪಕದಂತೆ ಕೆಲಸ ಮಾಡುತ್ತವೆ – ನಿಮ್ಮ ಒಳಗಿನ ವಾತಾವರಣವನ್ನು ತೋರಿಸುತ್ತವೆ.

ನೀವು ಯೋಚನೆಗಳಲ್ಲಿ ಅತಿಯಾಗಿ ಮುಳುಗದೇ, ವಿಷಯಗಳನ್ನು ಅತಿಯಾಗಿ ಗಂಭೀರವಾಗಿ ತೆಗೆದುಕೊಳ್ಳದೇ ಇದ್ದಾಗ, ನಿಮ್ಮ ಭಾವನೆಗಳು ಸಹ ಸಕಾರಾತ್ಮಕವಾಗಿರುತ್ತವೆ. ಅವು ನೀವು ಚಿಂತನೆಗಳನ್ನು ನಿಮಗೆ ಉಪಯೋಗವಾಗುವ ರೀತಿಯಲ್ಲಿ ಬಳಸುತ್ತಿದ್ದೀರಿ ಎಂಬುದನ್ನು ದೃಢಪಡಿಸುತ್ತದೆ. ಅಲ್ಲಿ ಯಾವುದೇ ಮಾನಸಿಕ ಬದಲಾವಣೆಯ ಅಗತ್ಯವಿಲ್ಲ.

ಆದರೆ, ಜೀವನದ ಅನುಭವ ಸುಖಕರವಾಗಿರದೇ – ನೀವು ಕೋಪಗೊಂಡಿದ್ದಾಗ, ಅಸಮಾಧಾನಗೊಂಡಿದ್ದಾಗ, ಖಿನ್ನತೆಯಿಂದ ಬಳಲುತ್ತಿದ್ದಾಗ, ಒತ್ತಡ ಅನುಭವಿಸುತ್ತಿದ್ದಾಗ, ಬೇಸರಗೊಂಡಿದ್ದಾಗ ಹೀಗೆ – ನಿಮ್ಮ ಭಾವನೆಗಳ ಎಚ್ಚರಿಕೆ ವ್ಯವಸ್ಥೆಯು ಕೆಂಪು ನಿಶಾನೆಯಂತೆ ಎಚ್ಚರಿಸುತ್ತದೆ. ಇದು ನಿಮಗೆ, 'ನೀವು ದಾರಿತಪ್ಪಿದ್ದೀರಿ, ಯೋಚನೆಗೆ ಸ್ವಲ್ಪ ವಿಶ್ರಾಂತಿ ಕೊಡಬೇಕಾದ ಸಮಯ ಬಂದಿದೆ, ನೀವು ದೃಷ್ಟಿಕೋನವನ್ನು ಕಳೆದುಕೊಂಡಿದ್ದೀರಿ' ಎಂದು ತಿಳಿಸುತ್ತದೆ: ಈಗ ಮಾನಸಿಕ ಬದಲಾವಣೆ ಮಾಡಬೇಕಾದ ಅಗತ್ಯವಿದೆ. ನಿಮ್ಮ ನಕಾರಾತ್ಮಕ ಭಾವನೆಗಳನ್ನು, ಕಾರಿನ ಡ್ಯಾಶ್‌ಬೋರ್ಡ್‌ನ ಎಚ್ಚರಿಕೆ ದೀಪಗಳಂತೆ ಪರಿಗಣಿಸಬಹುದು. ಅವು ಹೊಳೆಯಲು ಪ್ರಾರಂಭಿಸಿದಾಗ, ಅದು 'ಸ್ವಲ್ಪ ನಿಧಾನವಾಗಿ ಹೋಗಿ' ಎಂಬ ಸಂದೇಶವಾಗಿರುತ್ತದೆ.

ಸಾಮಾನ್ಯ ನಂಬಿಕೆಗೆ ವ್ಯತಿರಿಕ್ತವಾಗಿ, ನಕಾರಾತ್ಮಕ ಭಾವನೆಗಳನ್ನು ಅಧ್ಯಯನ ಮಾಡುವುದು ಅಥವಾ ವಿಶ್ಲೇಷಿಸುವ ಅಗತ್ಯವಿಲ್ಲ. ಅವುಗಳನ್ನು ಹೆಚ್ಚು ವಿಶ್ಲೇಷಿಸಿದರೆ, ಇನ್ನಷ್ಟು ನಕಾರಾತ್ಮಕ ಭಾವನೆಗಳು ಉಂಟಾಗುತ್ತವೆ, ನೀವು ಅವುಗಳಲ್ಲೇ ಸಿಕ್ಕಿಹಾಕಿಕೊಳ್ಳುತ್ತೀರಿ.

ಮುಂದಿನ ಬಾರಿ ನೀವು ಕೆಟ್ಟ ಮನಸ್ಥಿತಿಯಲ್ಲಿ ಇದ್ದರೆ, ಹಾಗೇಕೆ ಭಾಸವಾಗುತ್ತಿದೆ ಎಂದು ಹೆಚ್ಚು ಚಿಂತಿಸಿ ವಿಶ್ಲೇಷಣೆಯಲ್ಲಿ ಸಿಕ್ಕಿಹಾಕಿಕೊಳ್ಳುವ ಬದಲು, ಆ ಭಾವನೆಗಳನ್ನೇ ಮಾರ್ಗದರ್ಶಕದಂತೆ ಬಳಸಿ ಸರಿಯಾದ ಶಾಂತಿಪೂರ್ಣ ಮಾರ್ಗದತ್ತ ಹಿಂದಿರುಗಲು ಪ್ರಯತ್ನಿಸಿ. 'ನಕಾರಾತ್ಮಕ ಭಾವನೆಗಳೇ ಇಲ್ಲ' ಎಂದು ನಾಟಕ ಮಾಡುವ ಅಗತ್ಯವಿಲ್ಲ, ಬದಲಾಗಿ ಅವು 'ಜೀವನವನ್ನು ನೀವು ತುಂಬಾ ಗಂಭೀರವಾಗಿ ತೆಗೆದುಕೊಳ್ಳುತ್ತಿದ್ದೀರಿ,

ಸಣ್ಣ ವಿಷಯಗಳ ಬಗ್ಗೆ ಚಿಂತಿಸುತ್ತಿದ್ದೀರಿ. ಆದ್ದರಿಂದ ನೀವು ಕೋಪ, ಒತ್ತಡ ಅಥವಾ ಖಿನ್ನತೆಯಿಂದ ಬಳಲುತ್ತಿದ್ದೀರಿ' ಎಂದು ನೆನಪಿಸುತ್ತಿವೆ ಎಂದು ಗಮನಿಸಿ. ಜೀವನದೊಂದಿಗೆ ಹೋರಾಡುವುದನ್ನು ಬಿಟ್ಟು, ಸ್ವಲ್ಪ ಹಿಂದೆ ಸರಿದು, ಆಳವಾಗಿ ಉಸಿರೆಳೆದು, ನಿರಾಳವಾಗಿರಿ. ನೆನಪಿಡಿ ಜೀವನವೇನು ಆಪತ್ತಿನ ಪರಿಸ್ಥಿತಿ ಅಲ್ಲ, ನೀವಾಗಿಯೇ ಅದನ್ನು ಹಾಗೆ ಮಾಡಿಕೊಳ್ಳುವವರೆಗೂ.

89

ಯಾರಾದರೂ ನಿಮ್ಮೆಡೆಗೆ ಚೆಂಡನ್ನು ಎಸೆದರೆ, ಅದನ್ನು ಹಿಡಿಯಲೇಬೇಕೆಂದೇನೂ ಇಲ್ಲ

ನನ್ನ ಆತ್ಮೀಯ ಸ್ನೇಹಿತ ಬೆಂಜಮಿನ್ ಶೀಲ್ಡ್ ನನಗೆ ಈ ಅಮೂಲ್ಯ ಪಾಠವನ್ನು ಕಲಿಸಿದರು. ಬಹಳಷ್ಟು ಸಾರಿ ನಮ್ಮೊಳಗಿನ ಹೋರಾಟಗಳು ನಾವು ಇತರರ ಸಮಸ್ಯೆಗಳಲ್ಲಿ ಸಿಕ್ಕಿಬಿದ್ದುದರಿಂದಲೇ ಬರುತ್ತವೆ. ಯಾರಾದರೂ ತಮ್ಮ ಸಮಸ್ಯೆಯನ್ನು ನಿಮ್ಮತ್ತ ಎಸೆಯುತ್ತಾರೆ, ನೀವು ಅದನ್ನು ಹಿಡಿದು ಅದಕ್ಕೆ ಪ್ರತಿಕ್ರಿಯಿಸಲೇಬೇಕು ಎಂದುಕೊಳ್ಳುತ್ತೀರಿ.

ಉದಾಹರಣೆಗೆ, ನೀವು ತುಂಬಾ ಬ್ಯುಸಿಯಾಗಿದ್ದೀರಿ ಎಂದುಕೊಳ್ಳಿ. ಅಷ್ಟರಲ್ಲಿ ಒಬ್ಬ ಸ್ನೇಹಿತ ಆತಂಕದಿಂದ ಕರೆಮಾಡಿ, "ನಾನು ಅಮ್ಮನಿಂದ ತುಂಬಾ ಕಂಗೆಟ್ಟಿದ್ದೇನೆ, ನಾನು ಏನು ಮಾಡಲಿ?" ಎಂದು ಕೇಳುತ್ತಾರೆ. "ಕ್ಷಮಿಸಿ, ನನಗೆ ಏನು ಸಲಹೆ ನೀಡಬೇಕೆಂದು ಗೊತ್ತಾಗುತ್ತಿಲ್ಲ" ಎಂದು ಹೇಳುವ ಬದಲು, ನೀವಾಗಿಯೇ ಅವರು ಎಸೆದ ಚೆಂಡನ್ನು ಹಿಡಿದು, ಸಮಸ್ಯೆಯನ್ನು ಪರಿಹರಿಸಲು ಪ್ರಯತ್ನಿಸುತ್ತೀರಿ. ನಂತರ, ನೀವು ನಿಮ್ಮ ಕೆಲಸವನ್ನು ಸಮಯಕ್ಕೆ ಸರಿಯಾಗಿ ಮುಗಿಸಲಿಲ್ಲವೆಂಬ ಒತ್ತಡಕ್ಕೊಳಗಾಗುತ್ತೀರಿ. ಹೀಗೆ, ಗೊತ್ತಿಲ್ಲದೆಯೇ ನಿಮ್ಮ ಜೀವನದ ನಾಟಕಗಳಲ್ಲಿ ನೀವು ಸ್ವತಃ ಸಿಕ್ಕಿಬೀಳುತ್ತೀರಿ.

ಪ್ರತಿ ಬಾರಿ ಚೆಂಡನ್ನು ಹಿಡಿಯಲೇಬೇಕೆಂಬ ಅನಿವಾರ್ಯತೆ ಇಲ್ಲ ಎಂಬುದನ್ನು ನೆನಪಿನಲ್ಲಿಡಿ, ಇದು ನಿಮ್ಮ ಜೀವನದಲ್ಲಿನ ಒತ್ತಡವನ್ನು ಕಡಿಮೆ ಮಾಡುವ ಪರಿಣಾಮಕಾರಿಯಾದ ವಿಧಾನ. ನಿಮ್ಮ ಸ್ನೇಹಿತ ಕರೆ ಮಾಡಿದಾಗ, ನೀವು ಚೆಂಡನ್ನು ಬಿಟ್ಟುಬಿಡಬಹುದು. ಅಂದರೆ ಅವರು ನಿಮ್ಮನ್ನು ತಮ್ಮ ಸಮಸ್ಯೆಯ ಒಳಗೆಳೆಯಲು ಯತ್ನಿಸುತ್ತಿದ್ದರೂ, ನೀವು ಪಾಲ್ಗೊಳ್ಳಬೇಕೆಂಬ ಅಗತ್ಯವಿಲ್ಲ. ನೀವು ಸಿಕ್ಕಿಬೀಳದಿದ್ದರೆ, ಅವರು ಬಹುಶಃ ಇನ್ನೊಬ್ಬರಿಗೆ ಕರೆ ಮಾಡಿ ಅವರೇನಾದರೂ ಇದರಲ್ಲಿ ಪಾಲ್ಗೊಳ್ಳುವರೋ ಎಂದು ಪ್ರಯತ್ನಿಸುತ್ತಾರೆ.

ಇದರರ್ಥ, ನೀವು ಎಂದಿಗೂ ಚೆಂಡನ್ನು ಹಿಡಿಯಬಾರದೆಂಬುದಲ್ಲ- ಆದರೆ ಅದು ನಿಮ್ಮ ಆಯ್ಕೆಯಾಗಿರಬೇಕು ಅಷ್ಟೆ. ಹಾಗಾದರೆ, ನಿಮಗೆ ನಿಮ್ಮ ಸ್ನೇಹಿತನ ಬಗ್ಗೆ ಕಾಳಜಿ ಇಲ್ಲ, ಅಥವಾ ನೀವು ನಿರ್ದಯರಾಗಿದ್ದೀರಿ ಅಥವಾ ನೀವು ಬೇರೆಯವರಿಗೆ ನೆರವಾಗದವರು ಎಂದರ್ಥವಲ್ಲ. ಶಾಂತವಾದ ಮನೋಭಾವ ಬೆಳೆಸಿಕೊಳ್ಳಲು ನಮ್ಮ ಮಿತಿಗಳನ್ನು ತಿಳಿದುಕೊಳ್ಳುವುದು, ಮತ್ತು ಈ ಪ್ರಕ್ರಿಯೆಯಲ್ಲಿ ನಮ್ಮ ಪಾತ್ರ ಎಷ್ಟಿದೆಯೋ ಅಷ್ಟರ ಜವಾಬ್ದಾರಿಯನ್ನು ತೆಗೆದುಕೊಳ್ಳುವುದು ಅಗತ್ಯ.

ಪ್ರತಿದಿನ ನಮ್ಮತ್ತ ತುಂಬಾ ಚೆಂಡುಗಳು ಎಸೆಯಲ್ಪಡುತ್ತವೆ – ನಾವು ಕೆಲಸ ಮಾಡುವ ಜಾಗದಲ್ಲಿ, ನಮ್ಮ ಮಕ್ಕಳಿಂದ, ಸ್ನೇಹಿತರಿಂದ, ನೆರೆಹೊರೆಯವರಿಂದ, ವ್ಯಾಪಾರಿಗಳಿಂದ, ಅಪರಿಚಿತರಿಂದಲೂ ಸಹ ನಾವು ಅನೇಕ ಚೆಂಡುಗಳನ್ನು ಎದುರಿಸುತ್ತೇವೆ. ನಾನು ಎಲ್ಲ ಚೆಂಡುಗಳನ್ನೂ ಹಿಡಿದಿದ್ದರೆ ಖಂಡಿತವಾಗಿ ಹುಚ್ಚನಾಗುತ್ತಿದ್ದೆ — ಹಾಗೆಯೇ ನೀವು ಕೂಡ!

ಮುಖ್ಯವಾದುದೇನೆಂದರೆ, ನಾವು ಯಾವಾಗ ಚೆಂಡು ಹಿಡಿಯಬೇಕೆಂದು ಅರಿತುಕೊಳ್ಳುವುದು. ಹೀಗೆ ಮಾಡಿದಾಗ ನಾವು ಬಲಿಪಶುವಾದ, ಅಸಮಾಧಾನಗೊಂಡ, ಅಥವಾ ಒತ್ತಡಕ್ಕೆ ಒಳಗಾದ ಭಾವನೆ ಬರುವುದಿಲ್ಲ.

ಉದಾಹರಣೆಗೆ, ನೀವು ಕೆಲಸದಲ್ಲಿ ತೊಡಗಿಸಿಕೊಂಡಿದ್ದಾಗ ಕರೆ ಸ್ವೀಕರಿಸುವುದೂ ಸಹ ಚೆಂಡು ಹಿಡಿದಂತೆಯೇ ಆಗುತ್ತದೆ. ಕರೆ ಸ್ವೀಕರಿಸುವ ಮೂಲಕ, ಆ ಕ್ಷಣದಲ್ಲಿ ನಿಮ್ಮ ಬಳಿ ಸಮಯ, ಶಕ್ತಿ, ಅಥವಾ ಮನಸ್ಥಿತಿ ಇಲ್ಲದಿದ್ದರೂ, ನೀವು ಸಂಭಾಷಣೆಯಲ್ಲಿ ನೀವಾಗಿಯೇ ಪಾಲ್ಗೊಳ್ಳಲು ಸಿದ್ಧರಿದ್ದೀರಿ ಎಂದರ್ಥ. ಸುಮ್ಮನೇ ಫೋನ್ ಎತ್ತದೇ ಇದ್ದರೆ, ನಿಮ್ಮ ಮನಃಶಾಂತಿಯನ್ನು ಉಳಿಸಿಕೊಳ್ಳುತ್ತೀರಿ. ಇದೇ ತತ್ವವನ್ನು ಅವಮಾನ ಅಥವಾ ಟೀಕೆ ಎದುರಿಸುವ ಸಂದರ್ಭದಲ್ಲೂ ಬಳಸಬಹುದು. ಯಾರಾದರೂ ನಿಮ್ಮತ್ತ ಒಂದು ಅಭಿಪ್ರಾಯ ಅಥವಾ ಟೀಕೆಯನ್ನು ಎಸೆದಾಗಲೂ, ಅದನ್ನು ಹಿಡಿದುಕೊಂಡು ನೋವಿನಿಂದ ಪ್ರತಿಕ್ರಿಯಿಸಬಹುದು, ಅಥವಾ ಅದನ್ನು ಬಿಟ್ಟು ನಿಮ್ಮ ದಿನವನ್ನು ಮುಂದುವರಿಸಬಹುದು.

'ಯಾರಾದರೂ ಚೆಂಡು ಎಸೆದರೆ ಅದನ್ನು ಹಿಡಿಯಲೇಬೇಕೆಂದಿಲ್ಲ' ಎನ್ನುವ ಕಲ್ಪನೆ ಒಂದು ಶಕ್ತಿಯುತ ಸಾಧನ. ನೀವೆಲ್ಲರೂ ಇದನ್ನು ಪ್ರಯೋಗಿಸಿ ನೋಡಿ. ನೀವು ಯೋಚಿಸಿದ್ದಕ್ಕಿಂತ ಹೆಚ್ಚಿನ ಚೆಂಡುಗಳನ್ನು ನೀವು ಹಿಡಿಯುತ್ತಿದ್ದೀರಿ ಎಂಬುದನ್ನು ಕಂಡುಕೊಳ್ಳುವಿರಿ.

90

ಮತ್ತೊಂದು ಸರಿದು ಹೋಗುವ ದೃಶ್ಯವಷ್ಟೇ

ಇತ್ತೀಚೆಗಷ್ಟೇ ನಾನು ನನ್ನ ಜೀವನದಲ್ಲಿ ಈ ತಂತ್ರವನ್ನು ಅಳವಡಿಸಿಕೊಂಡಿದ್ದೇನೆ. ಇದು – ಒಳ್ಳೆಯದಾಗಲಿ ಕೆಟ್ಟದಾಗಲಿ, ಸುಖವಾಗಲಿ ದುಃಖವಾಗಲಿ, ಮೆಚ್ಚುಗೆಯಾಗಲಿ ಟೀಕೆಯಾಗಲಿ, ಸಾಧನೆಗಳಾಗಲಿ ತಪ್ಪುಗಳಾಗಲಿ, ಕೀರ್ತಿಯಾಗಲಿ ಅಪಕೀರ್ತಿಯಾಗಲಿ— ಎಲ್ಲವೂ ಬಂದು ಹೋಗುತ್ತವೆ ಎಂದು ಸೂಕ್ಷ್ಮವಾದ ರೀತಿಯಲ್ಲಿ ನೆನಪಿಸುತ್ತದೆ. ಪ್ರತಿಯೊಂದಕ್ಕೂ ಒಂದು ಆರಂಭ ಮತ್ತು ಒಂದು ಅಂತ್ಯ ಇದೆ, ಅದು ಹಾಗೆಯೇ ಇರಬೇಕಾದುದು ನಿಶ್ಚಿತವೂ ಸಹ.

ಪ್ರತಿಯೊಂದು ಅನುಭವವೂ ಎಲ್ಲೋ ಒಂದು ಕಡೆ ಅಂತ್ಯಗೊಳ್ಳುತ್ತದೆ. ನಿಮ್ಮ ಪ್ರತಿಯೊಂದು ಆಲೋಚನೆಯೂ ಕೂಡ ಆರಂಭವಾಗುತ್ತದೆ ಮತ್ತು ಅಂತ್ಯವಾಗುತ್ತದೆ. ಪ್ರತಿಯೊಂದು ಭಾವನೆ ಮತ್ತು ಮನೋಭಾವವನ್ನು ಇನ್ನೊಂದು ಭಾವನೆ ಮತ್ತು ಇನ್ನೊಂದು ಮನೋಭಾವವು ಆವರಿಸಿಕೊಳ್ಳುತ್ತದೆ. ನೀವು ಸಂತೋಷ, ದುಃಖ, ಅಸೂಯೆ, ಖಿನ್ನತೆ, ಕೋಪ, ಪ್ರೀತಿ, ನಾಚಿಕೆ, ಹೆಮ್ಮೆ ಹೀಗೆ ಬೇರೆ ಬೇರೆ ಅನೇಕ ಮಾನವೀಯ ಭಾವನೆಗಳನ್ನು ಅನುಭವಿಸಿದ್ದೀರಲ್ಲವೇ? ಅವೆಲ್ಲವೂ ಎಲ್ಲಿ ಹೋದವು? ಇದರ ಸರಿಯಾದ ಉತ್ತರ ಯಾರಿಗೂ ಗೊತ್ತಿಲ್ಲ. ನಮಗೆ ಗೊತ್ತಿರುವುದೆಂದರೆ, ಎಲ್ಲವೂ ಕೊನೆಯಲ್ಲಿ ಶೂನ್ಯದಲ್ಲಿ ಲೀನವಾಗುತ್ತದೆ. ಈ ಸತ್ಯವನ್ನು ಜೀವನದಲ್ಲಿ ಸ್ವೀಕರಿಸಿದರೆ ನೀವು ಎಲ್ಲದರಿಂದಲೂ ಬಿಡುಗಡೆ ಹೊಂದುವ ದಾರಿಯಲ್ಲಿದ್ದೀರಿ ಎಂದರ್ಥ.

ನಮ್ಮ ನಿರಾಶೆಗಳು ಮುಖ್ಯವಾಗಿ ಎರಡು ರೀತಿಯಲ್ಲಿ ಬರುತ್ತವೆ. ನಾವು ಸುಖವನ್ನು ಅನುಭವಿಸುತ್ತಿರುವಾಗ ಅದು ಸದಾಕಾಲ ಇರಲಿ ಎಂದು ಬಯಸುತ್ತೇವೆ. ಆದರೆ ಅದು ಎಂದಿಗೂ ಆಗುವುದಿಲ್ಲ. ನಾವು ದುಃಖವನ್ನು ಅನುಭವಿಸುತ್ತಿರುವಾಗ ಅದು ತಕ್ಷಣವೇ ಮಾಯವಾಗಲಿ ಎಂದು ಬಯಸುತ್ತೇವೆ. ಆದರೆ ಸಾಮಾನ್ಯವಾಗಿ ಅದು ಕೂಡ ತಕ್ಷಣ ಮಾಯವಾಗುವುದಿಲ್ಲ. ದುಃಖ ಎನ್ನುವುದು, ಸಹಜ ಅನುಭವವೆಂಬ ಪ್ರವಾಹದ ವಿರುದ್ಧ ಹೋರಾಡುವುದರಿಂದಲೇ ಉಂಟಾಗುತ್ತದೆ.

ಜೀವನವೆಂದರೆ ಒಂದರ ನಂತರ ಮತ್ತೊಂದು, ನಿರಂತರವಾಗಿ ಸಾಗುತ್ತಿರುವ ಕ್ಷಣಗಳ ಸರಮಾಲೆ ಎಂಬ ತಿಳುವಳಿಕೆಯೊಂದಿಗೆ ಬದುಕುವುದರಲ್ಲಿ ಜಾಣತನವಿದೆ. ಒಂದು ಕ್ಷಣ ಬಂದುಹೋದ ಮೇಲೆ ಮತ್ತೊಂದು ಕ್ಷಣ ಬರುವುದು ಸಹಜ. ನಾವು ಆನಂದದ ಕ್ಷಣದಲ್ಲಿ ಇರುವಾಗ, ಅದು ನಮಗೆ ಸಂತೋಷ ತಂದುಕೊಡುತ್ತದಾದರೂ, ಅದು ಶಾಶ್ವತವಲ್ಲ, ಅದರ ಹಿಂದೆ ಮತ್ತೊಂದು ಬೇರೆ ರೀತಿಯ ಕ್ಷಣ ಬಂದು ಅದನ್ನು ಬದಲಿಸುತ್ತದೆ ಎಂಬ ಅರಿವು ಇರಲಿ. ಆ ಬದಲಾವಣೆಯನ್ನು ಒಪ್ಪಿಕೊಂಡರೆ, ಕ್ಷಣ ಬದಲಾಗಿದ್ದರೂ ಸಹ ಮನಃಶಾಂತಿಯನ್ನು ಅನುಭವಿಸಬಹುದು. ಹಾಗೆಯೇ ನಾವು ನೋವು ಅಥವಾ

ಅಸಮಾಧಾನವನ್ನು ಅನುಭವಿಸುತ್ತಿದ್ದರೆ, 'ಈ ಸಮಯವೂ ಸಹ ಕಳೆದು ಹೋಗುತ್ತದೆ' ಎಂದು ತಿಳಿದಿರಲಿ. ಈ ಅರಿವನ್ನು ಹೊಂದಿರುವುದು ಸಂಕಷ್ಟಗಳ ನಡುವೆ ಸಹ ಜೀವನವನ್ನು ಸರಿಯಾದ ದೃಷ್ಟಿಕೋನದಿಂದ ನೋಡುವ ಅದ್ಭುತ ಮಾರ್ಗವಾಗಿದೆ. ಇದು ಯಾವಾಗಲೂ ಸುಲಭವಲ್ಲ, ಆದರೆ ತುಂಬಾ ಸಂದರ್ಭಗಳಲ್ಲಿ ಇದು ನಮಗೆ ಪ್ರಯೋಜನಕಾರಿಯಾಗುತ್ತದೆ.

91

ನಿಮ್ಮ ಜೀವನವನ್ನು ಪ್ರೀತಿಯಿಂದ ತುಂಬಿಸಿಕೊಳ್ಳಿ

ಪ್ರೀತಿ ತುಂಬಿದ ಜೀವನವನ್ನು ಬಯಸದವರು ಬಹುಶಃ ಯಾರೂ ಇರಲಿಕ್ಕಿಲ್ಲ. ಇದನ್ನು ಸಾಧಿಸಬೇಕೆಂದರೆ ಪ್ರಯತ್ನ ನಮ್ಮೊಳಗಿಂದಲೇ ಆರಂಭವಾಗಬೇಕು. ನಮಗೆ ಬೇಕಾದ ಪ್ರೀತಿಯನ್ನು ಇತರರಿಂದ ನಿರೀಕ್ಷಿಸುವ ಬದಲು, ಸ್ವತಃ ನಮ್ಮಲ್ಲಿಯೇ ಪ್ರೀತಿಯ ದೃಷ್ಟಿ ಮತ್ತು ಮೂಲ ಇರಬೇಕು. ನಮ್ಮೊಳಗಿನ ಕರುಣೆ ಮತ್ತು ಸ್ನೇಹಭಾವವನ್ನು ಜಾಗೃತಗೊಳಿಸಿಕೊಳ್ಳಬೇಕು ಹಾಗೂ ಇದರಿಂದ ನಾವು ಇತರರಿಗೆ ಮಾದರಿಯಾಗಬೇಕು.

'ಎರಡು ಬಿಂದುಗಳ ನಡುವಿನ ಅತೀ ಚಿಕ್ಕ ಅಂತರವೇ ಉದ್ದೇಶ' ಎಂದು ಹೇಳಲಾಗಿದೆ. ಇದು ಪ್ರೀತಿಯಿಂದ ತುಂಬಿದ ಜೀವನಕ್ಕೂ ಕೂಡ ಅನ್ವಯಿಸುತ್ತದೆ. ಪ್ರೀತಿಯಿಂದ ತುಂಬಿದ ಜೀವನದ ಆರಂಭಬಿಂದು ಮತ್ತು ಆಧಾರವೇ ನಾವು ಪ್ರೀತಿಯ ಮೂಲವಾಗಬೇಕೆಂಬ ಬಯಕೆ ಮತ್ತು ಸಂಕಲ್ಪ. ನಮ್ಮ ಮನೋಭಾವ, ನಮ್ಮ ಆಯ್ಕೆಗಳು, ನಾವು ಮಾಡಿದ ಒಳ್ಳೆಯ ಕೆಲಸಗಳು ಮತ್ತು ಇತರರತ್ತ ನಾವೇ ಮೊದಲು ಚಾಚುವ ಸಹಾಯ ಹಸ್ತ – ಇವೆಲ್ಲವೂ ನಮ್ಮನ್ನು ಆ ಗುರಿಯ ಕಡೆಗೆ ಕರೆದೊಯ್ಯುತ್ತವೆ.

ಮುಂದಿನ ಸಲ ನಿಮ್ಮ ಜೀವನದಲ್ಲಿ ಪ್ರೀತಿಯ ಕೊರತೆಯಿದೆ ಅಥವಾ ಜಗತ್ತಿನಲ್ಲಿ ಪ್ರೀತಿ ಕಡಿಮೆ ಇದೆ ಎಂದು ನೀವು ಬೇಸರಗೊಂಡರೆ, ಒಂದು ಸಣ್ಣ ಪ್ರಯೋಗ ಮಾಡಿ ನೋಡಿ. ಕೆಲವು ನಿಮಿಷಗಳ ಕಾಲ ಜಗತ್ತನ್ನೂ, ಇತರರನ್ನೂ ಮರೆತುಬಿಡಿ. ಬದಲಾಗಿ ನಿಮ್ಮ ಸ್ವಂತ ಹೃದಯವನ್ನು ಅವಲೋಕಿಸಿ. ನೀವು ಅಗಾಧವಾದ ಪ್ರೀತಿಯ ಮೂಲವಾಗಬಹುದೇ? ನಿಮ್ಮ ಮತ್ತು ಇತರರ ಬಗ್ಗೆ ಪ್ರೇಮಮಯಿ ಭಾವದಿಂದ ಯೋಚಿಸಬಹುದೇ? ಆ ಪ್ರೀತಿಯ ಚಿಂತನೆಯನ್ನು ಇಡೀ ಜಗತ್ತಿಗೆ – ನೀವು ಪ್ರೀತಿಗೆ ಅರ್ಹರಲ್ಲವೆಂದು ಭಾವಿಸುವವರತ್ತಲೂ ಸಹ – ಹರಡಬಹುದೇ? ಎಂದು ಯೋಚಿಸಿ.

ಅಗಾಧವಾದ ಪ್ರೀತಿಯ ಸಾಧ್ಯತೆಯತ್ತ ನಿಮ್ಮ ಹೃದಯವನ್ನು ತೆರೆದಿಡುವುದರಿಂದ, ನಿಮ್ಮನ್ನೇ ಸ್ವತಃ ಪ್ರೀತಿಯನ್ನು ನೀಡುವ ಮೂಲವೆಂದು (ಪ್ರೀತಿಯನ್ನು ಪಡೆಯಲು ಬಯಸುವ ಬದಲು) ತಿಳಿದುಕೊಳ್ಳುವುದರಿಂದ ಮತ್ತು ಅದನ್ನೇ ಪ್ರಮುಖ ಗುರಿಯನ್ನಾಗಿಸುವುದರಿಂದ, ನೀವು ಬಯಸಿದ ಪ್ರೀತಿಯನ್ನು ಪಡೆಯುವತ್ತ ಒಂದು ಮುಖ್ಯವಾದ ಹೆಜ್ಜೆ ಇಡುವಿರಿ. ಈ ನಿಟ್ಟಿನಲ್ಲಿ ನೀವು ಒಂದು ಅದ್ಭುತವಾದ ಸತ್ಯವನ್ನೂ ಅರಿಯುತ್ತೀರಿ – ನೀವು ಎಷ್ಟು ಹೆಚ್ಚು ಪ್ರೀತಿಯನ್ನು ಕೊಡುತ್ತೀರೋ, ಅಷ್ಟು ಹೆಚ್ಚು ಪ್ರೀತಿ ನಿಮಗೆ ಮರಳಿ ಸಿಗುತ್ತದೆ. ನೀವು ಪ್ರೇಮಮಯಿ ವ್ಯಕ್ತಿಯಾಗುವುದಕ್ಕೆ ಹೆಚ್ಚು ಒತ್ತು ನೀಡಿದಾಗ – ಇದು ನಿಮ್ಮ ನಿಯಂತ್ರಣದಲ್ಲಿರುವ ವಿಷಯ– ಇತರರಿಂದ ಪ್ರೀತಿಯನ್ನು ಪಡೆಯುವುದಕ್ಕೆ ಹೆಚ್ಚಿನ ಮಹತ್ವ ನೀಡುವುದಿಲ್ಲ, ಹಾಗೂ ಅದು ನಿಮ್ಮ ನಿಯಂತ್ರಣದಲ್ಲೂ ಇಲ್ಲ, ನಿಮ್ಮ ಜೀವನದಲ್ಲಿ ಹೇರಳವಾದ ಪ್ರೀತಿಯಿದೆ ಎಂದು ತುಂಬಾ ಬೇಗ ನಿಮಗೆ ಅರ್ಥವಾಗುತ್ತದೆ. ಜಗತ್ತಿನ ಅತಿದೊಡ್ಡ ರಹಸ್ಯವೇ ಇದು: ಪ್ರೀತಿಯೇ ಸ್ವತಃ ಒಂದು ಬಹುಮಾನ.

92

ನಿಮ್ಮ ಆಲೋಚನೆಗಳ ಶಕ್ತಿಯನ್ನು ಅರಿತುಕೊಳ್ಳಿ

ನೀವು ಕೇವಲ ಒಂದು ಮಾನಸಿಕ ಆಯಾಮದ ಬಗ್ಗೆ ಮಾತ್ರ ತಿಳಿದುಕೊಳ್ಳಲು ಬಯಸಿದರೆ, ಅದರಲ್ಲಿ ಅತ್ಯಂತ ಮುಖ್ಯವಾಗಿ ನಿಮ್ಮ ಆಲೋಚನೆಗಳು ಮತ್ತು ಭಾವನೆಗಳ ನಡುವಿನ ಸಂಬಂಧವನ್ನು ತಿಳಿಯಬೇಕು.

ಇಲ್ಲಿ ತುಂಬಾ ಮುಖ್ಯವಾಗಿ ಅರಿತುಕೊಳ್ಳುವುದೇನೆಂದರೆ ನೀವು ಸದಾ ಆಲೋಚಿಸುತ್ತಲೇ ಇರುತ್ತೀರಿ ಎನ್ನುವುದನ್ನು. ಆದರೆ ಅದು ನಿಮಗೆ ಆಗಲೇ ಗೊತ್ತಿರುವ ವಿಚಾರವಲ್ಲವೇ ಎನ್ನುವ ಭ್ರಮೆಗೆ ಒಳಗಾಗಬೇಡಿ. ಉದಾಹರಣೆಗೆ ಒಂದು ಕ್ಷಣ ನಿಮ್ಮ ಉಸಿರಾಟದ ಬಗ್ಗೆ ಯೋಚಿಸಿ. ಈ ವಾಕ್ಯವನ್ನು ಓದುವ ತನಕ, ನೀವು ಉಸಿರಾಟದ ಬಗ್ಗೆ ಯೋಚಿಸುತ್ತಿರಲಿಲ್ಲ ಅಲ್ಲವೇ? ನಿಜಕ್ಕೂ, ಉಸಿರುಗಟ್ಟದ ಹೊರತು ಅದರತ್ತ ನಮ್ಮ ಗಮನ ಹೋಗುವುದೇ ಇಲ್ಲ ಅಲ್ಲವೇ!

ಆಲೋಚನೆಗಳೂ ಕೂಡ ಇದೇ ರೀತಿಯಲ್ಲಿರುತ್ತವೆ. ನೀವು ಯಾವಾಗಲೂ ಆಲೋಚಿಸುತ್ತಿರುವುದರಿಂದ ಅದರ ಬಗ್ಗೆ ಮರೆತೇಬಿಡುವುದು ಸುಲಭ, ಹಾಗಾಗಿ ಅವು ನಿಮಗೆ ಕಂಡುಬರುವುದಿಲ್ಲ. ಆದರೆ ಇದು ಉಸಿರಾಟದಂತಲ್ಲ, ನೀವು ನಿರಂತರವಾಗಿ ಆಲೋಚಿಸುತ್ತಿದ್ದೀರಿ ಎಂಬುದನ್ನು ಮರೆತರೆ ನಿಮ್ಮ ಜೀವನದಲ್ಲಿ ಗಂಭೀರ ಸಮಸ್ಯೆಗಳು ಉದ್ಭವಿಸಬಹುದು — ಉದಾಹರಣೆಗೆ ಕೋಪ, ಅಂತರ್ದ್ವಂದ್ವ, ಒತ್ತಡ ಇತ್ಯಾದಿ. ಇದಕ್ಕೆ ಕಾರಣವೆಂದರೆ ನಿಮ್ಮ ಪ್ರತಿಯೊಂದು ಆಲೋಚನೆಯೂ ನಿಮ್ಮಲ್ಲಿ ಭಾವನೆಯಾಗಿ ಹಿಂತಿರುಗುತ್ತದೆ. ಆಲೋಚನೆ ಮತ್ತು ಭಾವನೆಗಳ ನಡುವೆ ನೇರವಾದ ಸಂಬಂಧವಿದೆ.

ಕೋಪದ ಆಲೋಚನೆಯಿಲ್ಲದೇ ಕೋಪಗೊಳ್ಳಲು ಪ್ರಯತ್ನಿಸಿ ನೋಡಿ. ಒತ್ತಡದ ಆಲೋಚನೆಗಳಲ್ಲದೇ ಒತ್ತಡವನ್ನು ಅನುಭವಿಸಿ ನೋಡಿ. ದುಃಖದ ಆಲೋಚನೆಗಳಿಲ್ಲದೆ ದುಃಖಪಡಿ, ಅಸೂಯೆಯ ಆಲೋಚನೆಗಳಿಲ್ಲದೆ ಅಸೂಯೆಯನ್ನು ಅನುಭವಿಸಿ. ಸಾಧ್ಯವೇ ಇಲ್ಲ. ಏಕೆಂದರೆ ಪ್ರತಿಯೊಂದು ಭಾವನೆಗೂ ಅದರ ಹಿಂದೆ ಒಂದು ಆಲೋಚನೆಯಿರಬೇಕು.

ದುಃಖ ಎಂಬುದು ತಾನೇ ತಾನಾಗಿ ಹುಟ್ಟಿಬಿಡುವುದಿಲ್ಲ. ಅದು ಜೀವನದ ಬಗ್ಗೆ ನಿಮಗಿರುವ ನಕಾರಾತ್ಮಕ ಆಲೋಚನೆಗಳೊಂದಿಗೆ ಬರುವ ಭಾವನೆ. ಅದಿಲ್ಲದೇ ದುಃಖ, ಒತ್ತಡ, ಅಸೂಯೆ ಯಾವುದೂ ಇರಲು ಸಾಧ್ಯವಿಲ್ಲ. ನಕಾರಾತ್ಮಕ ಭಾವನೆಗಳು ನೆಲೆ ನಿಲ್ಲುವುದೇ ನಿಮ್ಮ ಸ್ವಂತ ಆಲೋಚನೆಗಳಿಂದ. ಮುಂದಿನ ಸಾರಿ ನೀವು ದುಃಖದಲ್ಲಿದಾಗ ನಿಮ್ಮ ಆಲೋಚನೆಗಳನ್ನು ಗಮನಿಸಿ ಅವು ನಕಾರಾತ್ಮಕವಾಗಿರುತ್ತವೆ. ಆಗ 'ನಿಮ್ಮ ಜೀವನವು ನಕಾರಾತ್ಮಕವಾಗಿಲ್ಲ, ನಿಮ್ಮ ಆಲೋಚನೆಗಳಷ್ಟೇ ನಕಾರಾತ್ಮಕವಾಗಿವೆ' ಎಂದು ನೆನಪಿಸಿಕೊಳ್ಳಿ. ಈ ಚಿಕ್ಕ ವಿಷಯವನ್ನು ಅರ್ಥಮಾಡಿಕೊಂಡರೆ ಸಾಕು ಇದು ಸಂತೋಷದ ಮಾರ್ಗಕ್ಕೆ

ಹಿಂತಿರುಗುವತ್ತ ಮೊದಲ ಹೆಜ್ಜೆಯಾಗುತ್ತದೆ. ಇದಕ್ಕೆ ಅಭ್ಯಾಸ ಬೇಕು, ಆದರೆ ಒಂದು ಹಂತದ ನಂತರ ನೀವು ಹಾರಾಡುವ ನೊಣಗಳನ್ನು ಓಡಿಸುವಷ್ಟು ಸರಳವಾಗಿ ನಕಾರಾತ್ಮಕ ಆಲೋಚನೆಗಳನ್ನು ಓಡಿಸಿ ಹರ್ಷದಿಂದ ನಿಮ್ಮ ದಿನವನ್ನು ಆನಂದಿಸುವಿರಿ.

93

'ಹೆಚ್ಚೇ ಒಳ್ಳೆಯದು' (more is better) ಎಂಬ ಆಲೋಚನೆಯನ್ನು ತೊರೆದುಬಿಡಿ

ನಾವು ಮಾನವ ಇತಿಹಾಸವು ಇದುವರೆಗೆ ಕಂಡ ಅತ್ಯಂತ ಸಮೃದ್ಧವಾದ ಸಂಸ್ಕೃತಿಯಲ್ಲಿ ಬದುಕುತ್ತಿದ್ದೇವೆ. ಅಮೆರಿಕಾದಲ್ಲಿ ಜಗತ್ತಿನ ಜನಸಂಖ್ಯೆಯ ಕೇವಲ ಆರು ಶೇಕಡಾದಷ್ಟು ಜನರಿದ್ದರೂ, ಜಗತ್ತಿನ ನೈಸರ್ಗಿಕ ಸಂಪನ್ಮೂಲಗಳ ಅರ್ಧಕ್ಕಿಂತಲೂ ಹೆಚ್ಚು ಇಲ್ಲಿ ಬಳಕೆಯಾಗುತ್ತದೆ ಎಂದು ಅಂದಾಜಿಸಲಾಗಿದೆ. ನಿಜಕ್ಕೂ 'ಹೆಚ್ಚೇ ಒಳ್ಳೆಯದು' ಎನ್ನುವುದೇ ಸತ್ಯವಾಗಿದ್ದರೆ, ನಾವು ಇಲ್ಲಿಯವರೆಗಿನ ಅತ್ಯಂತ ಸಂತೋಷವಾಗಿರುವ ಮತ್ತು ಸಂತೃಪ್ತವಾದ ಸಮಾಜವಾಗಿರಬೇಕಿತ್ತು. ಆದರೆ ನಾವು ಅದಕ್ಕೆ ಹತ್ತಿರದಲ್ಲಿಯೂ ಇಲ್ಲ. ವಾಸ್ತವವಾಗಿ ನಾವು ಅತ್ಯಂತ ಅಸಮಾಧಾನಕರ ಸಂಸ್ಕೃತಿ ಒಂದರಲ್ಲಿ ಬದುಕುತ್ತಿದ್ದೇವೆ.

ಬಹಳಷ್ಟು ವಸ್ತುಗಳನ್ನು ಹೊಂದಿರುವುದೇ ತಪ್ಪು, ಕೆಟ್ಟದ್ದು ಅಥವಾ ಹಾನಿಕಾರಕ ಎಂದಲ್ಲ. ಆದರೆ ನಿರಂತರವಾಗಿ 'ಇನ್ನೂ ಹೆಚ್ಚು ಬೇಕು, ಇನ್ನೂ ಹೆಚ್ಚು ಬೇಕು' ಎಂಬ ಹಂಬಲವೇ ಅತೃಪ್ತಿಯ ಮೂಲ. ನೀವು 'ಹೆಚ್ಚೇ ಒಳ್ಳೆಯದು' ಎಂದು ನಂಬುತ್ತಿದ್ದರೆ ನೀವು ಯಾವತ್ತಿಗೂ ತೃಪ್ತರಾಗುವುದಿಲ್ಲ.

ನಮಗೆ ಏನಾದರೂ ಸಿಕ್ಕ ತಕ್ಷಣ ಅಥವಾ ಸಾಧಿಸಿದ ತಕ್ಷಣವೇ ನಾವು ಮುಂದಿನ ವಸ್ತುವಿನತ್ತ ಓಡುತ್ತೇವೆ. ಇದರಿಂದಲೇ ನಮ್ಮ ಜೀವನದ ಬಗ್ಗೆ ಮೆಚ್ಚುಗೆ, ನಮಗೆ ಸಿಕ್ಕ ಕೊಡುಗೆಗಳ ಅರಿವೂ ನಮಗೆ ಇಲ್ಲವಾಗುತ್ತದೆ. ಉದಾಹರಣೆಗೆ, ನನಗೆ ಗೊತ್ತಿರುವ ಒಬ್ಬ ವ್ಯಕ್ತಿ ಒಮ್ಮೆ ಒಂದು ಒಳ್ಳೆಯ ಬಡಾವಣೆಯಲ್ಲಿ ಒಂದು ಸುಂದರವಾದ ಮನೆಯೊಂದನ್ನು ಖರೀದಿಸಿದರು. ಅವರು ಸಂತೋಷಪಟ್ಟದ್ದು ಕೇವಲ ಒಂದು ದಿನ ಮಾತ್ರ. ಆ ಮನೆಗೆ ಹೋದ ಮರುದಿನವೇ ಅವರ ಆನಂದ ಕಳೆದುಹೋಯಿತು. ತಕ್ಷಣವೇ, ಅವರು ಇನ್ನೂ ದೊಡ್ಡ, ಇನ್ನೂ ಸುಂದರವಾದ ಮನೆ ಖರೀದಿಸಬೇಕಾಗಿತ್ತೇ ಎಂದು ಅಸಮಾಧಾನ ಪಟ್ಟರು. 'ಹೆಚ್ಚೇ ಒಳ್ಳೆಯದು' ಎನ್ನುವ ಆಲೋಚನೆಯು ಅವರು ತಮ್ಮ ಹೊಸ ಮನೆಯನ್ನು ಒಂದು ದಿನವೂ ಆನಂದಿಸಲು ಅವಕಾಶ ನೀಡಲಿಲ್ಲ. ದುಃಖಕರ ಸಂಗತಿಯೇನೆಂದರೆ ಅವರು ಮಾತ್ರ ಅಲ್ಲ. ನಾವೆಲ್ಲರೂ ಹೆಚ್ಚು ಕಡಿಮೆ ಅಂಥವರೇ ಆಗಿದ್ದೇವೆ, ಬೇರೆ ಬೇರೆ ರೀತಿಯಲ್ಲಿ ಹೀಗೇ ನಡೆದುಕೊಳ್ಳುತ್ತೇವೆ. ಇದು ಎಷ್ಟರ ಮಟ್ಟಿಗೆ ಹೋಗಿದೆ ಎಂದರೆ, 1989ರಲ್ಲಿ ದಲೈ ಲಾಮಾಗೆ ಶಾಂತಿಯ ನೊಬೆಲ್ ಪ್ರಶಸ್ತಿ ದೊರೆತಾಗ, ಪತ್ರಕರ್ತನೊಬ್ಬ ಕೇಳಿದ ಮೊದಲ ಪ್ರಶ್ನೆ "ಇದಾದಮೇಲೆ ಮುಂದೇನು?" ಎಂಬುದಾಗಿತ್ತು. ಏನನ್ನೇ ಮಾಡಿದರೂ—ಮನೆ ಅಥವಾ ಕಾರು ಖರೀದಿಸಿದರೂ, ಒಳ್ಳೆಯ ಊಟ ಮಾಡಿದರೂ, ಸಂಗಾತಿಯನ್ನು ಕಂಡುಕೊಂಡರೂ, ಬಟ್ಟೆಗಳನ್ನು ಖರೀದಿಸಿದರೂ, ಇಲ್ಲವೇ ಪ್ರತಿಷ್ಠಿತ ಗೌರವವನ್ನು ಪಡೆದರೂ—ಅದು ಎಂದಿಗೂ ಸಾಕಾಗುವುದಿಲ್ಲ ಎಂದು ತೋರುತ್ತದೆ.

ಈ ಅತೃಪ್ತಿಯ ದುರಾಸೆಯ ಪ್ರವೃತ್ತಿಯನ್ನು ಜಯಿಸುವ ಸುಲಭವಾದ ಮಾರ್ಗವೆಂದರೆ,

'ಹೆಚ್ಚು ಎಂದರೆ ಒಳ್ಳೆಯದು' ಎಂಬ ನಂಬಿಕೆಯನ್ನು ಬದಲಿಸಿಕೊಳ್ಳುವುದು. ಸಮಸ್ಯೆಯು ನಿಮ್ಮ ಬಳಿ ಯಾವುದು ಇಲ್ಲ ಎನ್ನುವುದರಲ್ಲಿ ಇಲ್ಲ, ಆದರೆ ಇನ್ನೂ ಹೆಚ್ಚು ಬೇಕು ಎಂಬ ಹಂಬಲದಲ್ಲಿದೆ. ಸಂತೃಪ್ತರಾಗುವುದೆಂದರೆ ನಿಮ್ಮ ಬಳಿ ಇರುವುದಕ್ಕಿಂತ ಹೆಚ್ಚಿನದನ್ನು ಬಯಸುತ್ತಿಲ್ಲ ಅಥವಾ ಬಯಸಬಾರದು ಎಂಬುದಲ್ಲ; ಬದಲಿಗೆ ನಿಮ್ಮ ಸಂತೋಷವು ಅದರ ಮೇಲೆ ಅವಲಂಬಿತವಾಗಿರಬಾರದು ಎನ್ನುವುದಷ್ಟೇ. ನೀವು ಏನು ಬಯಸುತ್ತೀರಿ ಎಂಬುದರ ಮೇಲೆ ಹೆಚ್ಚು ಗಮನ ಕೊಡದೇ, ಪ್ರಸಕ್ತ ಕ್ಷಣದತ್ತ ಗಮನ ಹರಿಸುವ ಮೂಲಕ, ನಿಮ್ಮಲ್ಲಿ ಏನಿದೆಯೋ ಅದರಲ್ಲಿಯೇ ಸಂತೋಷವಾಗಿರಲು ಕಲಿಯಬಹುದು.

'ಇದು ಇದ್ದಿದ್ದರೆ ಜೀವನ ಉತ್ತಮವಾಗುತ್ತಿತ್ತು' ಎಂಬ ಆಲೋಚನೆ ಬಂದಾಗ, ಸೌಮ್ಯವಾಗಿ ಒಮ್ಮೆ ನೆನಪಿಸಿಕೊಳ್ಳಿ: ನೀವು ಅದನ್ನು ಪಡೆದರೂ, ತೃಪ್ತಿಯು ಹೆಚ್ಚಾಗುವುದಿಲ್ಲ. ಏಕೆಂದರೆ ಈಗ ಇನ್ನೂ ಹೆಚ್ಚು ಬೇಕೆಂದು ಬಯಸುವ ಮನಸ್ಸೇ, ಅದಾದಮೇಲೆ ಮತ್ತೆ ಇನ್ನಷ್ಟು ಬೇಕೆಂದು ಬಯಸುತ್ತದೆ.

ಈಗಾಗಲೇ ನೀವು ಯಾವ ಕೃಪೆಗಳನ್ನು ಆನಂದಿಸುತ್ತಿರುವಿರೋ ಅವುಗಳ ಬಗ್ಗೆ ಮೆಚ್ಚಿಗೆ ತೋರುವ ಹೊಸ ಅಭ್ಯಾಸವನ್ನು ಬೆಳೆಸಿಕೊಳ್ಳಿ. ನಿಮ್ಮ ಜೀವನವನ್ನು ಮೊದಲ ಬಾರಿಗೆ ನೋಡುತ್ತಿರುವಂತೆ ಹೊಸ ದೃಷ್ಟಿಯಿಂದ ನೋಡಿರಿ. ಈ ಹೊಸ ಅರಿವನ್ನು ಬೆಳೆಸಿಕೊಂಡಂತೆ, ಹೊಸ ವಸ್ತುಗಳು ಅಥವಾ ಹೊಸ ಸಾಧನೆಗಳು ನಿಮ್ಮ ಜೀವನದಲ್ಲಿ ಬರುತ್ತಿದ್ದಂತೆ ಅವುಗಳ ಬಗ್ಗೆ ನಿಮ್ಮ ಮೆಚ್ಚುಗೆಯೂ ಹೆಚ್ಚುತ್ತದೆ.

ನಿಮ್ಮ ಬಳಿ ಇರುವುದು ಮತ್ತು ನೀವು ಬಯಸುವುದು ಇವೆರಡರ ನಡುವಿನ ಅಂತರವೇ ಸಂತೋಷವನ್ನು ಅಳೆಯುವ ಉತ್ತಮ ಮಾನದಂಡ. ನೀವು ಜೀವನವನ್ನು ಇನ್ನಷ್ಟು ಬಯಸುತ್ತಾ, ಸಂತೋಷವನ್ನು ಬೆನ್ನಟ್ಟುತ್ತಾ ಕಳೆಯಬಹುದು – ಅಥವಾ ಪ್ರಜ್ಞಾಪೂರ್ವಕವಾಗಿ, ನಿಮ್ಮ ಬಳಿ ಇರುವುದೇ ಸಾಕು ಎಂದು ನಿರ್ಧರಿಸಬಹುದು. ಎರಡನೆಯ ದಾರಿಯು ಅದೆಷ್ಟೋ ಸುಲಭ ಮತ್ತು ತುಂಬಾ ತೃಪ್ತಿದಾಯಕ ಅಲ್ಲವೇ?

94

'ನಿಜವಾಗಿಯೂ ಮುಖ್ಯವಾದುದು ಯಾವುದು?' ಎಂದು ನಿಮ್ಮನ್ನು ನೀವು ಕೇಳಿಕೊಳ್ಳಿರಿ

ಅನೇಕ ಬಾರಿ ಗೊಂದಲ, ಜವಾಬ್ದಾರಿಗಳು ಮತ್ತು ಜೀವನದ ಗುರಿಗಳ ನಡುವೆ ನಾವು ಸುಲಭವಾಗಿ ಕಳೆದುಹೋಗುತ್ತೇವೆ. ಹೀಗೆ ಒತ್ತಡಕ್ಕೆ ಒಳಗಾಗಿ, ಮನಸ್ಸಿಗೆ ಹತ್ತಿರವಾದ ಮತ್ತು ಅತ್ಯಂತ ಮುಖ್ಯವಾದ ಸಂಗತಿಗಳನ್ನು ಮರೆತು ಬಿಡುವುದು, ಮುಂದೂಡುವುದು ಸಹ ರೂಢಿಯಾಗಿಬಿಡುತ್ತದೆ. ಇಂತಹ ಸಂದರ್ಭಗಳಲ್ಲಿ ನನಗೆ ಸಹಾಯಕವಾದುದೆಂದರೆ —"ನಿಜವಾಗಿಯೂ ಮುಖ್ಯವಾದುದು ಏನು?" ಎಂದು ನನ್ನನ್ನೇ ಕೇಳಿಕೊಳ್ಳುವುದು.

ಪ್ರತಿ ಬೆಳಗಿನ ದಿನಚರಿಯ ಭಾಗದಂತೆ ನನ್ನನ್ನು ನಾನು ಈ ಪ್ರಶ್ನೆಯನ್ನು ಕೇಳಿಕೊಳ್ಳುತ್ತೇನೆ. ಇದರಿಂದ ನನಗೆ ನನ್ನ ಆದ್ಯತೆಗಳನ್ನು ನಿಗದಿಪಡಿಸಿಕೊಳ್ಳಲು ಸಹಾಯವಾಗುತ್ತದೆ. ಅನೇಕ ಜವಾಬ್ದಾರಿಗಳ ನಡುವೆಯೂ ನನ್ನ ಜೀವನದಲ್ಲಿ ಯಾವುದು ಮುಖ್ಯವಾಗಿರಬೇಕು ಮತ್ತು ನನ್ನ ಶಕ್ತಿ ಯಾವ ದಿಕ್ಕಿನಲ್ಲಿ ಹರಿಯಬೇಕು ಎಂಬುದರ ಬಗ್ಗೆ ನಾನು ಆಯ್ಕೆ ಮಾಡಿಕೊಳ್ಳಬಹುದೆಂಬುದು ನನಗೆ ನೆನಪಾಗುತ್ತದೆ. ಹೀಗೆ ನಾನು ನನ್ನ ಪತ್ನಿ, ಮಕ್ಕಳು, ಬರವಣಿಗೆ ಹಾಗೂ ನನ್ನದೇ ಅಂತರಂಗಕ್ಕೆ ಸಮಯ ನೀಡಲು ಸಾಧ್ಯವಾಗುತ್ತದೆ.

ಇದು ತುಂಬಾ ಸರಳವಾಗಿ ಕಾಣಬಹುದು, ಆದರೆ ಈ ತಂತ್ರವು ನಾನು ಸರಿಯಾದ ಹಾದಿಯಲ್ಲಿ ಇರಲು ತುಂಬ ಸಹಾಯಕವಾಗಿದೆ. 'ನಿಜವಾಗಿಯೂ ಮುಖ್ಯವಾದುದು ಯಾವುದು?' ಎಂದು ನೆನಪಿಸಿಕೊಂಡಾಗ, ನಾನು ಹೆಚ್ಚು ಪ್ರಸ್ತುತ ಕ್ಷಣದಲ್ಲೇ ಇರುತ್ತೇನೆ, ಇದರಿಂದ ಆತುರ ಕಡಿಮೆ ಆಗುತ್ತದೆ ಹಾಗೂ 'ನಾನೇ ಸರಿ ಆಗಿರಬೇಕು' ಎಂಬ ಹಂಬಲ ಕಡಿಮೆಯಾಗುತ್ತದೆ. ಆದರೆ, ಯಾವುದು ಮುಖ್ಯವಾದದ್ದು ಎಂಬುದನ್ನು ಮರೆತರೆ, ನನ್ನ ಆದ್ಯತೆಗಳು ತಕ್ಷಣವೇ ಕಣ್ಮರೆಯಾಗುತ್ತವೆ. ಮತ್ತೆ ನಾನು ನನ್ನ ಕಾರ್ಯವ್ಯಸ್ತತೆಯಲ್ಲೇ ಕಳೆದುಹೋಗುತ್ತೇನೆ — ಆತುರದಲ್ಲಿ ಹೊರಡುವುದು, ರಾತ್ರಿ ತಡವಾಗುವವರೆಗೂ ಕೆಲಸ ಮಾಡುವುದು, ಸಹನೆಯನ್ನು ಕಳೆದುಕೊಳ್ಳುವುದು, ವ್ಯಾಯಾಮ ಮಾಡುವುದನ್ನು ತಪ್ಪಿಸುವುದು ಮತ್ತು ನನ್ನ ಜೀವನದ ಗುರಿಗಳಿಗೆ ವ್ಯತಿರಿಕ್ತವಾಗಿರುವ ಅನೇಕ ಕೆಲಸಗಳನ್ನು ಮಾಡುವುದು ಇತ್ಯಾದಿ.

ನಿಯಮಿತವಾಗಿ ನಿಮ್ಮನ್ನು ನೀವು – 'ನಿಜವಾಗಿಯೂ ಮುಖ್ಯವಾದುದು ಯಾವುದು?' ಎಂದು ಕೇಳಿಕೊಳ್ಳುತ್ತಿದ್ದರೆ, ನೀವು ಮಾಡುವ ಕೆಲವು ಆಯ್ಕೆಗಳು ನಿಮ್ಮದೇ ಗುರಿಗಳಿಗೆ ವಿರುದ್ಧವಾಗಿವೆ ಎಂಬುದನ್ನು ಕಂಡುಕೊಳ್ಳಬಹುದು. ಈ ತಂತ್ರವು ನಿಮ್ಮ ಕೆಲಸಗಳನ್ನು ನಿಮ್ಮ ಗುರಿಗಳೊಂದಿಗೆ ಹೊಂದಿಸಲು, ಇನ್ನಷ್ಟು ಪ್ರಜ್ಞಾಪೂರ್ವಕ ಮತ್ತು ಸ್ನೇಹಪೂರ್ಣ ನಿರ್ಧಾರಗಳನ್ನು ತೆಗೆದುಕೊಳ್ಳಲು ಪ್ರೇರೇಪಿಸುತ್ತದೆ.

95

ನಿಮ್ಮ ಹೃದಯದ ಮಾತು ಕೇಳಿ

ಬಹುಶಃ ಹಿಂದೆ ಅನೇಕ ಬಾರಿ 'ಹಾಗೆ ಮಾಡಬೇಕೆಂದು ನನಗೆ ಗೊತ್ತಿತ್ತು' ಎಂದು ನಿಮಗೆ ನೀವೇ ಹೇಳಿಕೊಂಡಿದ್ದೀರಿ. ಎಷ್ಟು ಬಾರಿ ನಿಮಗೆ ಅಂತರಂಗದಲ್ಲಿ ಸ್ಪಷ್ಟವಾಗಿ ಗೊತ್ತಿದ್ದರೂ ಅದನ್ನು ಮತ್ತೆ ಮತ್ತೆ ಯೋಚಿಸಿ ಕೈ ಬಿಡುತ್ತೀರಿ?

ನಿಮ್ಮ ಅಂತಃಪ್ರಜ್ಞೆಯನ್ನು ನಂಬುವುದು ಎಂದರೆ ನಿಮ್ಮೊಳಗೆ ಏಳುವ ಆ ಸ್ವರವನ್ನು ಆಲಿಸುವುದು, ಅದಕ್ಕೆ –ನೀವೇನು ಮಾಡಬೇಕು, ಯಾವ ಕ್ರಮ ಕೈಗೊಳ್ಳಬೇಕು, ಮಾಡಬೇಕಾದ ಬದಲಾವಣೆಗಳು ಏನು ಎಂಬುದು ಈಗಾಗಲೇ ತಿಳಿದಿರುತ್ತದೆ.

ಆದರೆ ನಮ್ಮಲ್ಲಿ ಅನೇಕರು ಆ ಅಂತಃಪ್ರಜ್ಞೆಯ ಮಾತನ್ನು ಕೇಳುವುದೇ ಇಲ್ಲ. ಏಕೆಂದರೆ ಆಳವಾಗಿ ಯೋಚನೆ ಮಾಡದೇ ನಿಜವಾದ ಉತ್ತರ ಸಿಗಲಾರದು ಅಥವಾ ಉತ್ತರಗಳು ಇಷ್ಟು ಸುಲಭವಾಗಿರಲಾರವು ಎನ್ನುವ ಭಯ ನಮ್ಮಲ್ಲಿ ಇರುತ್ತದೆ. ಆಗ ನಮಗೆ ನಾವೇ 'ಇದು ಸರಿಯಾಗಿರಲಾರದು' ಅಥವಾ 'ನಾನು ಅದನ್ನು ಮಾಡಲು ಸಾಧ್ಯವಿಲ್ಲ' ಅಂದುಕೊಳ್ಳುತ್ತೇವೆ. ಹೀಗೆ ಯೋಚನೆಯು ಮನಸ್ಸನ್ನು ಪ್ರವೇಶಿಸಿದ ಕೂಡಲೇ, ನಾವು ನಮ್ಮ ಅಂತರಂಗದ ಧ್ವನಿಯನ್ನು ನಂಬುವುದನ್ನು ಬಿಟ್ಟುಬಿಡುತ್ತೇವೆ. ಕೊನೆಗೆ ನಮ್ಮದೇ ಮಿತಿಗಳನ್ನು ಸಮರ್ಥಿಸಿಕೊಂಡು ಅವನ್ನೇ ನಮ್ಮ ಜೀವನದ ಮಿತಿಗಳಾಗಿ ಮಾಡಿಕೊಂಡುಬಿಡುತ್ತೇವೆ.

ನಿಮ್ಮ ಅಂತಃಪ್ರಜ್ಞೆಯು ತಪ್ಪು ಉತ್ತರಗಳನ್ನು ಕೊಡುತ್ತದೆ ಎಂಬ ಭಯವನ್ನು ಜಯಿಸಿದರೆ, ಅದನ್ನು ನಂಬಲು ಕಲಿತರೆ, ನಿಮ್ಮ ಜೀವನ ಅದ್ಭುತವಾದ ಸಾಹಸಯಾತ್ರೆಯಾಗಿ ಪರಿಣಮಿಸುತ್ತದೆ. ಅಂತರಂಗವನ್ನು ನಂಬುವುದು ಎಂದರೆ ಸಂತೋಷ ಮತ್ತು ವಿವೇಕದ ದಾರಿಯಲ್ಲಿ ಇರುವ ಎಲ್ಲ ಅಡೆತಡೆಗಳನ್ನು ತೆಗೆದುಹಾಕಿದಂತೆ. ಅದು ನಿಮ್ಮ ದೃಷ್ಟಿ ಮತ್ತು ಹೃದಯವನ್ನು ಜ್ಞಾನ ಮತ್ತು ಅನುಗ್ರಹದ ಮೂಲದ ಕಡೆಗೆ ಕೊಂಡೊಯ್ಯುವ ಮಾರ್ಗವಾಗಿದೆ.

ನಿಮಗೆ ನಿಮ್ಮ ಅಂತರಂಗದ ಧ್ವನಿಯನ್ನು ಕೇಳುವ ಅಭ್ಯಾಸವಿರದಿದ್ದರೆ, ಸ್ವಲ್ಪ ಹೊತ್ತು ಶಾಂತವಾಗಿ ಏಕಾಂತದಲ್ಲಿ ಕುಳಿತು ಮನಸ್ಸನ್ನು ಶಾಂತಗೊಳಿಸಿ ನಂತರ ಆಲಿಸಿ. ಇದಕ್ಕಾಗಿ ಸ್ವಲ್ಪ ಸ್ಮಯವನ್ನು ಮೀಸಲಿಡಿ. ಮನಸ್ಸಿನಲ್ಲಿ ಬರುವ ಹಳೆಯ ಆತ್ಮನಿಂದನೆಯ ಯೋಚನೆಗಳನ್ನು ಕಡೆಗಣಿಸಿ. ಬದಲಿಗೆ ಶಾಂತವಾಗಿ ಬರುವ ಯೋಚನೆಗಳತ್ತ ಗಮನ ಹರಿಸಿ. ಅಸಾಮಾನ್ಯವಾದ ಆದರೆ ಪ್ರೀತಿಯಿಂದ ತುಂಬಿದ ಯೋಚನೆಗಳು ನಿಮ್ಮ ಮನಸ್ಸಿಗೆ ಬಂದರೆ ಅವುಗಳತ್ತ ಗಮನ ಕೊಡಿ ಮತ್ತು ಅವಕ್ಕೆ ಅನುಗುಣವಾಗಿ ನಡೆಯಿರಿ. ಉದಾಹರಣೆಗೆ, ಯಾರದಾದರೂ ನೆನಪಾಗಿ 'ಅವರಿಗೆ ಪತ್ರ ಬರೆ ಅಥವಾ ಕರೆ ಮಾಡು' ಎಂಬ ಸಂದೇಶ ಬಂದರೆ, ಅದನ್ನು ಮಾಡಿಬಿಡಿ. ನಿಮ್ಮ ಅಂತರಂಗವು 'ಸ್ವಲ್ಪ ನಿಧಾನಿಸು' ಅಥವಾ 'ಸ್ವಲ್ಪ ಸಮಯ ನಿನಗಾಗಿಯೇ ಮೀಸಲಿಡು' ಎನ್ನುತ್ತದೆಂದರೆ, ಸಾಧ್ಯವಾದಷ್ಟು ಅದನ್ನು ಅನುಸರಿಸಿ. ನಿಮ್ಮ ಹೃದಯ 'ನಿನ್ನ ಇಂತಿಂತಹ ಅಭ್ಯಾಸದತ್ತ ಗಮನ ಹರಿಸಬೇಕು' ಎಂದು ಹೇಳುತ್ತಿದ್ದರೆ, ಅದಕ್ಕೆ ಗಮನಕೊಡಿ. ನಿಮ್ಮ

ಅಂತರಂಗವು ನೀಡುವ ಸಂದೇಶಗಳಿಗೆ ಸ್ಪಂದಿಸಿ ಕ್ರಮ ಕೈಗೊಂಡರೆ, ಪ್ರೀತಿಯಿಂದ ತುಂಬಿದ ಸಕಾರಾತ್ಮಕ ಅನುಭವಗಳನ್ನು ಕಾಣತೊಡಗುವಿರಿ. ಇಂದಿನಿಂದ ನಿಮ್ಮ ಅಂತರಂಗವನ್ನು ನಂಬಲು ಪ್ರಾರಂಭಿಸಿ — ನಿಮ್ಮ ಜೀವನದಲ್ಲಿ ಅಸಾಧಾರಣ ಬದಲಾವಣೆಯನ್ನು ಕಾಣುವಿರಿ.

96

'ಏನಿದೆಯೋ' ಅದನ್ನು ಸ್ವೀಕರಿಸಿ

ಅನೇಕ ತತ್ವಗಳ ಅತ್ಯಂತ ಮೂಲಭೂತವಾದ ಆಧ್ಯಾತ್ಮಿಕ ನಿಯಮಗಳಲ್ಲಿ ಒಂದೆಂದರೆ — ಜೀವನವನ್ನು ನಾವು ಬಯಸಿದ ರೀತಿಯಲ್ಲಿಯೇ ಇರಬೇಕು ಎಂದು ಒತ್ತಾಯಿಸದೇ, ಅದು ಹೇಗಿದೆಯೋ ಹಾಗೆಯೇ ಸ್ವೀಕರಿಸುವುದು, ನಮ್ಮ ಹೃದಯವನ್ನು ಅದಕ್ಕೆ ತೆರೆದುಕೊಳ್ಳುವುದು. ಏಕೆಂದರೆ ನಮ್ಮ ಬಹುತೇಕ ಅಂತರಂಗದ ಹೋರಾಟವು ಜೀವನವನ್ನು ನಿಯಂತ್ರಿಸಲು ಬಯಸುವುದು, ಅದು ಇರುವುದಕ್ಕಿಂತ ಬೇರೆ ರೀತಿಯಾಗಿರಬೇಕೆಂದು ಬಯಸುವುದರಿಂದಲೇ ಉಂಟಾಗುತ್ತದೆ. ಆದರೆ ಜೀವನವು ಯಾವಾಗಲೂ ನಾವು ಅಂದುಕೊಂಡ ಹಾಗೆ ಇರುವುದಿಲ್ಲ, ತುಂಬಾ ಕಡಿಮೆ ಸಂದರ್ಭಗಳಲ್ಲೇ ನಮ್ಮ ಇಷ್ಟದಂತೆ ಸಾಗುತ್ತದೆ; ಸಾಮಾನ್ಯವಾಗಿ ಅದು ನಮ್ಮ ನಿರೀಕ್ಷೆಯಂತಿರದು. ಅದು ತಾನು ಇರುವಂತೆಯೇ ಇರುತ್ತದೆ. ಈ ಸತ್ಯವನ್ನು ಒಪ್ಪಿಕೊಂಡಷ್ಟೂ ನಮ್ಮ ಮನಸ್ಸಿಗೆ ಶಾಂತಿ ದೊರೆಯುತ್ತದೆ.

ಜೀವನ ಹೇಗಿರಬೇಕು ಎಂದು ಪೂರ್ವನಿಗದಿತವಾಗಿ ತೀರ್ಮಾನಿಸಿಕೊಂಡರೆ, ಅದರಿಂದ ಪ್ರಸ್ತುತ ಕ್ಷಣವನ್ನು ಆನಂದಿಸುವುದಕ್ಕೂ, ಅದರಿಂದ ಕಲಿಯುವುದಕ್ಕೂ ಅಡ್ಡಿಯಾಗುತ್ತದೆ. ಇದರಿಂದ ನಾವು ಈಗ ಅನುಭವಿಸುತ್ತಿರುವುದನ್ನು ಗೌರವಿಸುವುದಕ್ಕೂ ವಿಫಲರಾಗುತ್ತೇವೆ; ಆದರೆ ಇದೇ ನಮ್ಮ ಆಧ್ಯಾತ್ಮಿಕ ಜಾಗೃತಿಗೆ ಒಂದು ಅವಕಾಶವಾಗಿರಬಹುದಲ್ಲವೇ?

ಮಗುವಿನ ದೂರುಗಳಿಗೆ ಅಥವಾ ಜೀವನ ಸಂಗಾತಿಯ ಅಸಮಾಧಾನಗಳಿಗೆ ಪ್ರತಿಕ್ರಿಯಿಸುವುದರ ಬದಲು, ತೆರೆದ ಹೃದಯದಿಂದ ಆ ಕ್ಷಣವನ್ನು ಹೇಗಿದೆಯೋ ಹಾಗೆಯೇ ಸ್ವೀಕರಿಸಲು ಪ್ರಯತ್ನಿಸಿ. ಅವರು ನಿಮ್ಮ ಇಚ್ಛೆಯಂತೆ ನಡೆಯದಿದ್ದರೂ ಅದನ್ನು ಒಪ್ಪಿಕೊಳ್ಳಿ.

ನೀವು ಬಹಳ ಶ್ರಮಪಟ್ಟಿರುವ ಒಂದು ಯೋಜನೆ ತಿರಸ್ಕೃತವಾದರೂ ಅಥವಾ ಅಂಗೀಕೃತವಾಗದಿದ್ದರೂ, ಸೋತುಹೋದೆನೆಂದು ಭಾವಿಸುವ ಬದಲು, 'ಅಹ್, ಸಿಗಲಿಲ್ಲವೇ! ಮುಂದಿನ ಸಲ ಪಡೆದುಕೊಳ್ಳುತ್ತೇನೆ' ಎಂದು ನಿಮ್ಮೊಳಗೆ ಹೇಳಿಕೊಳ್ಳಿ. ಆಳವಾದ ಉಸಿರೆಳೆದು ಸಹಜ ಭಾವದಿಂದ ಪ್ರತಿಕ್ರಿಯಿಸಿ.

ಈ ರೀತಿಯಾಗಿ ನೀವು ಹೃದಯವನ್ನು ಮುಕ್ತಗೊಳಿಸಿಕೊಳ್ಳುವುದು ದೂರು, ಅಸಮಾಧಾನ, ಅಥವಾ ವಿಫಲತೆಯನ್ನು ಇಷ್ಟಪಡುತ್ತಿದ್ದೀರಿ ಎಂದು ನಟಿಸಲು ಅಲ್ಲ, ಬದಲಾಗಿ, ಅವುಗಳನ್ನು ದಾಟಿ ಸಾಗಲು. ಜೀವನವು ನಿಮ್ಮ ಯೋಜನೆಯಂತೆ ನಡೆಯದಿದ್ದರೂ ಅದನ್ನು ಒಪ್ಪಿಕೊಳ್ಳುವುದಕ್ಕಾಗಿ ನೀವು ದೈನಂದಿನ ಜೀವನದ ಕಷ್ಟಗಳ ಮಧ್ಯೆಯೇ ತೆರೆದ ಹೃದಯದಿಂದ ಬದುಕಲು ಕಲಿತರೆ, ನಿಮಗೆ ತೊಂದರೆ ನೀಡುತ್ತಿದ್ದ ಬಹಳಷ್ಟು ವಿಚಾರಗಳು ಇನ್ನು ಮುಂದೆ ತೊಂದರೆ ಕೊಡುವುದೇ ಇಲ್ಲ. ನಿಮ್ಮ ದೃಷ್ಟಿಕೋನವು ಆಳಗೊಳ್ಳುತ್ತದೆ.

ನಿಮ್ಮ ಸಂಘರ್ಷಗಳ ವಿರುದ್ಧವೇ ಹೋರಾಡಿದರೆ, ಜೀವನವು ಒಂದು ಕಾಳಗದಂತೆಯೇ

ಆಗುತ್ತದೆ. ನೀವು ಹೆಚ್ಚು ಕಡಿಮೆ ಪಿಂಗ್-ಪಾಂಗ್ ಆಟದಲ್ಲಿನ ಚೆಂಡಿನಂತಾಗುವಿರಿ. ಆದರೆ ನೀವು ಆ ಕ್ಷಣಕ್ಕೆ ಸಮರ್ಪಿತರಾಗಿ, ಅದು ಹೇಗಿದೆಯೋ ಹಾಗೆಯೇ ಸ್ವೀಕರಿಸಿ, ಅದನ್ನು ಉತ್ತಮ ಎಂದುಕೊಂಡಾಗ, ಬಹಳಷ್ಟು ಶಾಂತಿಯನ್ನು ಅನುಭವಿಸುವಿರಿ. ಈ ತಂತ್ರವನ್ನು ನೀವು ಎದುರಿಸುವ ಸಣ್ಣ-ಸಣ್ಣ ಸವಾಲುಗಳಲ್ಲಿ ಪ್ರಯೋಗಿಸಿ. ನಂತರ ಅದನ್ನು ನಿಧಾನವಾಗಿ ದೊಡ್ಡ ವಿಷಯಗಳಿಗೂ ವಿಸ್ತರಿಸಲು ಸಾಧ್ಯವಾಗುತ್ತದೆ. ನಿಜಕ್ಕೂ ಇದು ಬದುಕುವ ಶಕ್ತಿಯುತವಾದ ವಿಧಾನವಾಗಿದೆ.

97

ಬೇರೆಯವರ ವಿಷಯದಲ್ಲಿ ಮೂಗು ತೂರಿಸಬೇಡಿ ನಿಮ್ಮದೆಷ್ಟಿದೆಯೋ ಅಷ್ಟನ್ನು ಮಾತ್ರ ನೋಡಿಕೊಳ್ಳಿ

ನಮ್ಮ ಸ್ವಂತ ಮಾನಸಿಕ ಪ್ರವೃತ್ತಿಗಳು, ಸಮಸ್ಯೆಗಳು, ಜೀವನದ ಸಮಸ್ಯೆಗಳು, ರೂಢಿಗಳು, ವಿರೋಧಾಭಾಸಗಳು ಮತ್ತು ಜೀವನದ ಸಂಕೀರ್ಣತೆಗಳನ್ನು ನಿಭಾಯಿಸುತ್ತಲೇ ಶಾಂತಿಯುತ ಜೀವನ ಕಟ್ಟಿಕೊಳ್ಳುವುದು ಸಾಕಷ್ಟು ಕಷ್ಟ. ಇಂತಹದ್ದರಲ್ಲಿ ಇತರರ ಸಮಸ್ಯೆಗಳಲ್ಲಿ ತಲೆ ಹಾಕಲೇಬೇಕೆಂದು ಬಲವಂತವಾಗಿ ಅನ್ನಿಸಿದಾಗ, ಶಾಂತಿಯುತ ಜೀವನವನ್ನು ನಡೆಸುವ ನಮ್ಮ ಗುರಿಯೇ ಅಸಾಧ್ಯವಾಗಿಬಿಡುತ್ತದೆ.

ಎಷ್ಟು ಬಾರಿ ನೀವು ನಿಮ್ಮೊಳಗೆ, 'ಅವಳ ಜಾಗದಲ್ಲಿ ನಾನು ಇದ್ದರೆ ಹೀಗೆ ಮಾಡುತ್ತಿರಲಿಲ್ಲ' ಅಥವಾ 'ಅವನು ಹೀಗೆ ಮಾಡಿದ್ದಾನೆಂಬುದನ್ನೇ ನಂಬಲಾಗುತ್ತಿಲ್ಲ', ಅಥವಾ 'ಅವಳು ಏನನ್ನು ಯೋಚಿಸುತ್ತಿದ್ದಾಳೆ?' ಎಂದುಕೊಂಡಿದ್ದೀರಿ? ನೀವು ನಿಯಂತ್ರಿಸಲು ಸಾಧ್ಯವಿಲ್ಲದ, ಸಹಾಯ ಮಾಡಲು ಸಾಧ್ಯವಿಲ್ಲದ, ಇನ್ನೂ ಮುಖ್ಯವಾಗಿ ನಿಮಗೆ ಸಂಬಂಧವೇ ಪಡದ ವಿಷಯಗಳಿಂದ ಎಷ್ಟು ಬಾರಿ ಬೇಸರಗೊಂಡಿದ್ದೀರಿ, ಕೋಪಗೊಂಡಿದ್ದೀರಿ, ಅಸಮಾಧಾನಗೊಂಡಿದ್ದೀರಿ?

ಇದರರ್ಥ ಎಂದಿಗೂ 'ಇತರರಿಗೆ ಸಹಾಯ ಮಾಡಬೇಡಿ' ಎನ್ನುವುದಲ್ಲ. ಬದಲಾಗಿ, ಯಾವಾಗ ಸಹಾಯ ಮಾಡಬೇಕು, ಯಾವಾಗ ದೂರ ನಿಲ್ಲಬೇಕು ಎಂಬುದನ್ನು ತಿಳಿದುಕೊಳ್ಳುವುದು ಮುಖ್ಯ ಎನ್ನುವುದಷ್ಟೇ. ನಾನು ಮೊದಲೆಲ್ಲ ಸಹಾಯ ಕೇಳದಿದ್ದರೂ ಸಹ ಇತರರ ಸಮಸ್ಯೆಗಳನ್ನು ಪರಿಹರಿಸಲು ಮುಂದಾಗುತ್ತಿದ್ದೆ. ಆದರೆ ನನ್ನ ಪ್ರಯತ್ನಗಳು ವ್ಯರ್ಥವಾದವು. ಅಷ್ಟೇ ಅಲ್ಲ, ಅವು ಮೆಚ್ಚುಗೆಯನ್ನೂ ಪಡೆಯಲಿಲ್ಲ. ಕೆಲವೊಮ್ಮೆಯಂತೂ ತಿರಸ್ಕಾರಕ್ಕೂ ಸಹ ಗುರಿಯಾದವು. ಇತರರ ವಿಷಯಗಳಲ್ಲಿ ಅತಿಯಾಗಿ ತಲೆ ಹಾಕುವ ಸ್ವಭಾವದಿಂದ ಹೊರಬಂದ ನಂತರ, ನನ್ನ ಜೀವನ ತುಂಬ ಸರಳವಾಗಿದೆ. ಈಗ ನನಗೆ ಸಂಬಂಧಪಡದ ಕಡೆ ತಲೆಹಾಕದ ಕಾರಣ, ನಿಜವಾಗಿಯೂ ಯಾರಾದರೂ ಕೇಳಿದಾಗ ಅಥವಾ ಸಹಾಯ ಅಗತ್ಯವಿರುವಾಗ ನೆರವಾಗಲು ನನ್ನ ಬಳಿ ಹೆಚ್ಚಿನ ಸಮಯ ಇದೆ.

'ನಿಮ್ಮ ಕೆಲಸವನ್ನಷ್ಟೇ ನೀವು ನೋಡಿಕೊಳ್ಳುವುದು' ಎಂದರೆ – ಇತರರಿಗೆ ಸಹಾಯ ಮಾಡಲು ಅತಿಯಾಗಿ ಓಡುವ ಪ್ರಲೋಭನೆಯಿಂದ ಹೊರಬರುವುದು ಮಾತ್ರವಲ್ಲ, ಇತರರನ್ನು ಕದ್ದಾಲಿಸುವುದು, ಗಾಸಿಪ್ ಮಾಡುವುದು, ಜನರ ಬೆನ್ನ ಹಿಂದೆ ಮಾತನಾಡುವುದು, ಅವರನ್ನು ವಿಮರ್ಶಿಸುವುದು ಅಥವಾ ಅವರ ಜೀವನವನ್ನು ನಾವೇ ಊಹಿಸುವುದು ಇವೆಲ್ಲವೂ ಅದರಲ್ಲಿ ಸೇರಿವೆ. ನಾವು ಇತರರ ದೋಷಗಳ ಕಡೆ ಗಮನ ಹರಿಸುತ್ತೇವೆ, ಏಕೆಂದರೆ, ನಮ್ಮ ಸ್ವಂತ ದೋಷಗಳನ್ನು ನೋಡಲು ನಾವು ಇಷ್ಟಪಡುವುದೇ ಇಲ್ಲ.

ನೀವು ನಿಜಕ್ಕೂ ನಿಮ್ಮದಲ್ಲದ ವಿಷಯದಲ್ಲಿ ತೊಡಗಿಕೊಂಡಿರುವುದನ್ನು ಗಮನಿಸಿ,

ಕೂಡಲೇ, ಅದರಿಂದ ಹಿಂದೆ ಸರಿಯುವ ವಿನಯ ಮತ್ತು ತಿಳುವಳಿಕೆ ನಿಮಗಿದ್ದರೆ ಅಭಿನಂದನೆಗಳು. ಹೀಗೆ ಮಾಡಿದರೆ ನಿಮ್ಮ ಉಳಿದ ಶಕ್ತಿಯನ್ನು, ನಿಜವಾಗಿಯೂ ನಿಮಗೆ ಅಗತ್ಯವಿರುವ ಮತ್ತು ಉಪಯುಕ್ತವಾದ ಕೆಲಸಗಳಿಗೆ ಬಳಸಿಕೊಳ್ಳಬಹುದು.

98

ಸಾಧಾರಣದಲ್ಲಿ ಅಸಾಧಾರಣವನ್ನು ಹುಡುಕಿ

ನಾನು ಇಬ್ಬರು ಕಾರ್ಮಿಕರ ಕಥೆ ಕೇಳಿದ್ದೇನೆ. ಅವರು ಕೂಲಿ ಕಾರ್ಮಿಕರು. ಒಬ್ಬ ವರದಿಗಾರನು ಅವರನ್ನು ಭೇಟಿಯಾಗಿ ಮೊದಲ ಕಾರ್ಮಿಕನನ್ನು ಕೇಳಿದ: "ನೀನು ಏನು ಮಾಡುತ್ತಿದ್ದೀಯ?" ಎಂದು. ಅವನ ಉತ್ತರದಲ್ಲಿ ಅಸಮಾಧಾನ ತುಂಬಿತ್ತು — "ನಾನು ಮೂಲತಃ ಒಬ್ಬ ಗುಲಾಮನಂತೆ ಬದುಕುತ್ತಿದ್ದೇನೆ. ನನಗೆ ತುಂಬಾ ಕಡಿಮೆ ಸಂಬಳ ಸಿಗುತ್ತದೆ. ಇಡೀ ದಿನ ವ್ಯರ್ಥವೇ, ಇಟ್ಟಿಗೆಗಳನ್ನು ಒಂದರ ಮೇಲೊಂದು ಇಡುವುದಷ್ಟೇ ನನ್ನ ಕೆಲಸ."

ಅದೇ ಪ್ರಶ್ನೆಯನ್ನು ಎರಡನೇ ಕಾರ್ಮಿಕನನ್ನೂ ಕೇಳಲಾಯಿತು. ಅವನ ಉತ್ತರವು ಸಂಪೂರ್ಣವಾಗಿ ಭಿನ್ನವಾಗಿತ್ತು: "ನಾನು ಜಗತ್ತಿನ ಅತ್ಯಂತ ಭಾಗ್ಯಶಾಲಿ ವ್ಯಕ್ತಿ. ನಾನು ವಾಸ್ತುಶಿಲ್ಪದ ಒಂದು ಪ್ರಮುಖ ಮತ್ತು ಸುಂದರ ಭಾಗವನ್ನು ನಿರ್ಮಿಸುತ್ತಿದ್ದೇನೆ. ಇದೇ ಸಾಧಾರಣ ಇಟ್ಟಿಗೆಗಳಿಂದ ಒಂದು ಅದ್ಭುತ ಕೃತಿ ಸಿದ್ಧವಾಗಲಿದೆ" ಎಂದನು.

ಇಬ್ಬರೂ ಸರಿಯಾಗಿಯೇ ಹೇಳಿದ್ದರು.

ಸತ್ಯ ಏನೆಂದರೆ — ಜೀವನದಲ್ಲಿ ನಾವು ಏನು ನೋಡಲು ಬಯಸುತ್ತೇವೋ ಅದನ್ನೇ ಕಾಣುತ್ತೇವೆ. ಕೆಟ್ಟದನ್ನು ಹುಡುಕಲು ಹೊರಟರೆ ಅದು ಸಾಕಷ್ಟಿದೆ. ಇತರರಲ್ಲಿ, ನಿಮ್ಮ ಉದ್ಯೋಗದಲ್ಲಿ ಅಥವಾ ಈ ಜಗತ್ತಿನಲ್ಲಿ ದೋಷಗಳನ್ನು ಹುಡುಕಲು ಹೊರಟರೆ ನಿಮಗೆ ಖಂಡಿತವಾಗಿಯೂ ಸಾಕಷ್ಟು ಸಿಗುತ್ತವೆ. ಆದರೆ ಇದಕ್ಕೆ ವ್ಯತಿರಿಕ್ತವಾದದ್ದೂ ಸತ್ಯವೇ. ನೀವು ಸಾಧಾರಣದಲ್ಲಿ ಅಸಾಧಾರಣವನ್ನು ಹುಡುಕಲು ಪ್ರಾರಂಭಿಸಿದರೆ, ನಿಮ್ಮ ದೃಷ್ಟಿ ಅದನ್ನು ನೋಡಲು ತರಬೇತುಗೊಳ್ಳುತ್ತದೆ. ಆ ಕಾರ್ಮಿಕನಿಗೆ ಇಟ್ಟಿಗೆಗಳಲ್ಲಿ ದೇವಾಲಯಗಳು ಕಾಣಿಸುತ್ತವೆ. ಇಲ್ಲಿ ಪ್ರಶ್ನೆ ಏನೆಂದರೆ – ನಿಮಗೂ ಅದೇ ಕಾಣುತ್ತದೆಯೇ? ನಮ್ಮ ಜಗತ್ತಿನಲ್ಲಿ ಅಡಗಿರುವ ಅದ್ಭುತ ಸಮನ್ವಯತೆಯನ್ನು, ಬ್ರಹ್ಮಾಂಡದ ನಿಖರವಾದ ಕಾರ್ಯವಿಧಾನದಲ್ಲಿ ಅಡಗಿರುವ ಪರಿಪೂರ್ಣತೆಯನ್ನು, ಪ್ರಕೃತಿಯ ಅಸಾಮಾನ್ಯ ಸೌಂದರ್ಯವನ್ನು, ಮಾನವ ಜೀವನವೆಂಬ ಅದ್ಭುತ ಚಮತ್ಕಾರವನ್ನು, ನೋಡಲು ನಿಮಗೆ ಸಾಧ್ಯವಾಗುತ್ತದೆಯೇ? ನನ್ನ ಪ್ರಕಾರ ನೀವು ಆ ಉದ್ದೇಶವನ್ನು ಇಟ್ಟುಕೊಂಡರೆ ನಿಮಗದು ಸಾಧ್ಯವಾಗುತ್ತದೆ. ಈ ಜಗತ್ತಿನಲ್ಲಿ ಆಶ್ಚರ್ಯಪಡುವುದಕ್ಕೆ, ಕೃತಜ್ಞರಾಗುವುದಕ್ಕೆ ತುಂಬಾ ವಿಷಯಗಳಿವೆ. ಈ ಜೀವನ ಎಷ್ಟೊಂದು ಅಮೂಲ್ಯ, ಎಷ್ಟು ಅಸಾಧಾರಣ! ಎಂಬ ಈ ಸತ್ಯದ ಮೇಲೆ ನಿಮ್ಮ ಗಮನ ಕೇಂದ್ರೀಕರಿಸಿದರೆ, ನಿಮ್ಮ ಜೀವನದ ಸಣ್ಣ-ಸಣ್ಣ ಹಾಗೂ ಸಾಧಾರಣ ವಿಷಯಗಳೂ ಸಹ ಹೊಸ ಅರ್ಥವನ್ನು ಪಡೆಯುತ್ತವೆ.

99

ನಿಮ್ಮ ಅಂತರಂಗಕ್ಕಾಗಿ ಸಮಯವನ್ನು ಮೀಸಲಿಡಿ

ಹಣಕಾಸಿನ ಯೋಜನೆಯಲ್ಲಿ ಒಂದು ವಿಶ್ವವ್ಯಾಪಕವಾಗಿ ಅಂಗೀಕರಿಸಲ್ಪಟ್ಟ ತತ್ವವಿದೆ – 'ಮೊದಲು ನಿಮಗೆ ನೀವೇ ಕೊಟ್ಟುಕೊಳ್ಳಿ'. ಅಂದರೆ, ಬೇರೆ ಎಲ್ಲ ಬಿಲ್ಲುಗಳನ್ನು ಕಟ್ಟುವ ಮೊದಲು ನಿಮ್ಮ ಉಳಿತಾಯವನ್ನು ಮಾಡಿ. ಈ ಆರ್ಥಿಕ ಜ್ಞಾನದ ಹಿಂದಿರುವ ತರ್ಕವೆಂದರೆ – ಎಲ್ಲರಿಗೂ ಹಣ ಕೊಟ್ಟ ನಂತರ ಉಳಿದ ಹಣದಿಂದ ಉಳಿತಾಯ ಮಾಡೋಣ ಎಂದುಕೊಂಡರೆ, ನಿಮ್ಮ ಪಾಲಿಗೆ ಏನೂ ಉಳಿಯುವುದಿಲ್ಲ! ಅದರ ಪರಿಣಾಮ, ಉಳಿತಾಯ ಮಾಡುವ ಯೋಜನೆಯನ್ನು ನೀವು ಮತ್ತೆ ಮತ್ತೆ ಮುಂದೂಡುತ್ತ ಹೋಗುವಿರಿ. ಕೊನೆಯಲ್ಲಿ ಅದಕ್ಕೆ ತುಂಬಾ ತಡವಾಗಿ ಹೋಗುತ್ತದೆ. ಆದರೆ ಆಶ್ಚರ್ಯವೆಂದರೆ, ನೀವು ಮೊದಲು ನಿಮಗೆ ಕೊಟ್ಟುಕೊಳ್ಳಲು ಆರಂಭಿಸಿದರೆ, ಹೇಗೋ ಆಶ್ಚರ್ಯವೆಂಬಂತೆ ಉಳಿದವರಿಗೆ ಕೊಡಬೇಕಾದಷ್ಟು ಹಣ ಸಂಪತ್ತು ಉಳಿದೇ ಬಿಡುತ್ತದೆ.

ಇದೇ ತತ್ವವನ್ನು ನಿಮ್ಮ ಆಧ್ಯಾತ್ಮಿಕ ಅಭ್ಯಾಸಗಳಲ್ಲಿಯೂ ಅನ್ವಯಿಸುವುದು ಅತ್ಯಗತ್ಯವಾಗಿದೆ. ಎಲ್ಲಾ ಕೆಲಸ, ಹೊಣೆಗಾರಿಕೆ, ಹಾಗೂ ಚಟುವಟಿಕೆಗಳು ಮುಗಿದ ನಂತರವೇ ಆರಂಭಿಸೋಣ ಎಂದುಕೊಂಡರೆ, ಖಂಡಿತವಾಗಿ ಅದೆಂದಿಗೂ ಆಗುವುದೇ ಇಲ್ಲ.

ನಾನು ಕಂಡುಕೊಂಡಿರುವುದೇನೆಂದರೆ ನಿಮಗಾಗಿ ಸಮಯವನ್ನು ಮೀಸಲಿಡಲು ಖಚಿತವಾದ ಮಾರ್ಗವೆಂದರೆ ಪ್ರತಿ ದಿನ ಸ್ವಲ್ಪ ಸಮಯವನ್ನು ನಿಗದಿಪಡಿಸಿ, ಅದನ್ನು ಗಂಭೀರವಾಗಿ ನಿಯೋಜನೆಯಂತೆ ಪರಿಗಣಿಸುವುದು. ಉದಾಹರಣೆಗೆ, ನೀವು ಬೇಗ ಏಳುವವರಾದರೆ ಎದ್ದು, ಓದು, ಪ್ರಾರ್ಥನೆ, ಧ್ಯಾನ, ಯೋಗ, ವ್ಯಾಯಾಮ ಅಥವಾ ಮನಸ್ಸಿಗೆ ಇಷ್ಟವಾದ ಚಟುವಟಿಕೆಗಳಿಗೆ ಒಂದು ಗಂಟೆಯನ್ನು ಮೀಸಲಿಡಬಹುದು. ಆ ಸಮಯವನ್ನು ಹೇಗೆ ಬಳಸಬೇಕೆಂಬ ತೀರ್ಮಾನ ನಿಮ್ಮದೇ. ಇಲ್ಲಿ ಮುಖ್ಯವಾದದ್ದೆಂದರೆ ಆ ಸಮಯವನ್ನು ನಿಗದಿಪಡಿಸಿ, ಅದನ್ನು ಕಟ್ಟುನಿಟ್ಟಾಗಿ ಪಾಲಿಸುವುದು.

ನನ್ನೊಬ್ಬ ಗ್ರಾಹಕಿ ಇದಕ್ಕಾಗಿ ಮಗುವನ್ನು ನೋಡಿಕೊಳ್ಳಲು ದಾದಿಯನ್ನು ನಿಯೋಜಿಸಿದ್ದಳು. ಇದರಿಂದಾಗಿ ಅವಳಿಗೆ ತನಗಿಷ್ಟವಾದ ಕೆಲಸಗಳನ್ನು ಮಾಡಲು ಸಮಯ ಸಿಗುತ್ತಿತ್ತು. ಇಂದು, ಒಂದು ವರ್ಷದ ನಂತರ, ಆಕೆಯ ಪ್ರಯತ್ನಗಳು ಅಪಾರ ಫಲ ನೀಡಿವೆ. ಅವಳು ಈಗ ತನ್ನ ಜೀವನದಲ್ಲಿ ಎಂದಿಗೂ ಊಹಿಸದಷ್ಟು ಸಂತೋಷವಾಗಿದ್ದಾಳೆ. ಈ ಹಿಂದೆ, ಸ್ವತಃ ತನಗಾಗಿಯೇ ಇಂತಹ ಗುಣಮಟ್ಟದ ಸಮಯಕ್ಕಾಗಿ ದಾದಿಯನ್ನು ನೇಮಿಸಿಕೊಳ್ಳಲು ಸಾಧ್ಯವಿಲ್ಲವೆಂದುಕೊಂಡಿದ್ದಳು. ಆದರೆ ಈಗ ಅದು ಅವಳಿಗೆ ಸಹಜವೆನ್ನಿಸುತ್ತದೆ. ನೀವೂ ಕೂಡ ಹೀಗೆ ಮನಸ್ಸು ಮಾಡಿದರೆ, ಖಂಡಿತವಾಗಿ ನಿಮಗಿಷ್ಟವಾದ ಸಮಯವನ್ನು ಪಡೆಯಬಹುದು.

100

ಈ ದಿನವನ್ನು ಕೊನೆಯ ದಿನವೆಂದುಕೊಂಡು ಬದುಕಿರಿ!

ನೀವು ಯಾವಾಗ ಸಾಯಲಿದ್ದೀರಿ? ಐವತ್ತು ವರ್ಷಗಳಲ್ಲಿ? ಇಪ್ಪತ್ತು? ಹತ್ತು? ಐದು ವರ್ಷಗಳಲ್ಲಿ? ಅಥವಾ ಇಂದು? ನಾನು ಕೇಳಿದಾಗ, ಯಾರಿಗೂ ಹೇಳಲಾಗಲಿಲ್ಲ. ಕೆಲಸದಿಂದ ಮನೆಗೆ ಹೋಗುತ್ತಿದ್ದಾಗ ಕಾರು ಅಪಘಾತದಲ್ಲಿ ವ್ಯಕ್ತಿ ಮೃತಪಟ್ಟ ಬಗ್ಗೆ ಸುದ್ದಿ ಕೇಳುತ್ತಿರುವಾಗ, ಕೆಲವೊಮ್ಮೆ ಯೋಚಿಸುತ್ತೇನೆ ಅವನು ತನ್ನ ಕುಟುಂಬಕ್ಕೆ ತಾನು ಅವರನ್ನು ಎಷ್ಟು ಪ್ರೀತಿಸುತ್ತಾನೆ ಎಂದು ಹೇಳಲು ಮರೆಯಲಿಲ್ಲ ತಾನೇ? ಅವನು ಚೆನ್ನಾಗಿ ಬದುಕಿದ್ದನಾ? ಅವನು ಮನಃಸ್ಫೂರ್ತಿಯಾಗಿ ಪ್ರೀತಿಸಿದ್ದನಾ? ಬಹುಶಃ ಒಂದೇ ಒಂದು ಖಚಿತವಾದ ವಿಷಯವೆಂದರೆ – ಅವನ 'ಪೆಟ್ಟಿಗೆಯಲ್ಲಿ'ಯಲ್ಲಿ ಇನ್ನೂ ಮುಗಿಯದ ಕೆಲಸಗಳ ಪಟ್ಟಿಯೇ ಇತ್ತು.

ಸತ್ಯವೆಂದರೆ, ನಾವು ಎಷ್ಟು ಕಾಲ ಬದುಕಲಿದ್ದೇವೆ ಎಂಬುದು ಯಾರಿಗೂ ಗೊತ್ತಿಲ್ಲ. ದುಃಖದ ಸಂಗತಿಯೇನೆಂದರೆ, ನಾವು ಎಂದೆಂದಿಗೂ ಬದುಕುವಂತೆ ವರ್ತಿಸುತ್ತೇವೆ. ನಾವು ನಿಜವಾಗಿಯೂ ಮಾಡಬಯಸಿದ ಕೆಲಸಗಳನ್ನು ಮುಂದೂಡುತ್ತಾ ಹೋಗುತ್ತೇವೆ — ಪ್ರೀತಿಪಾತ್ರರಿಗೆ ನಮ್ಮ ಪ್ರೀತಿಯನ್ನು ವ್ಯಕ್ತ ಪಡಿಸುವುದು, ಒಳ್ಳೆಯ ಸ್ನೇಹಿತರನ್ನು ಭೇಟಿ ಮಾಡುವುದು, ಸ್ವತಃ ನಮ್ಮೊಂದಿಗೆ ಸ್ವಲ್ಪ ಸಮಯ ಕಳೆಯುವುದು, ಮ್ಯಾರಥಾನ್‌ನಲ್ಲಿ ಭಾಗವಹಿಸುವುದು, ಮನಸ್ಫೂರ್ತಿಯಾದ ಪತ್ರ ಬರೆಯುವುದು, ಮಗಳೊಂದಿಗೆ ಮೀನು ಹಿಡಿಯಲು ಹೋಗುವುದು, ಧ್ಯಾನ ಮಾಡುವುದು, ಉತ್ತಮ ಕೇಳುಗರಾಗುವುದು– ಹೀಗೆ ಅನೇಕ ಕಾರ್ಯಗಳನ್ನು ಮಾಡುವುದಿಲ್ಲ. ಬದಲಿಗೆ ಅವುಗಳನ್ನು ಮಾಡದಿರುವುದಕ್ಕೆ ಕಾರಣಗಳನ್ನು ಹುಡುಕುತ್ತಾ ಕಾಲ ಕಳೆಯುತ್ತೇವೆ. ಅರ್ಥವಿಲ್ಲದ ಕೆಲಸಗಳಿಗೆ ನಮ್ಮ ಸಮಯ ಮತ್ತು ಶಕ್ತಿಯನ್ನು ವ್ಯರ್ಥ ಮಾಡುತ್ತೇವೆ. ನಮ್ಮ ಮಿತಿಗಳನ್ನು ನಾವೇ ಸಮರ್ಥಿಸಿಕೊಳ್ಳುತ್ತೇವೆ, ಕೊನೆಗೆ ಅವೇ ನಮ್ಮ ನಿಜವಾದ ಮಿತಿಗಳಾಗಿಬಿಡುತ್ತವೆ.

ಆದ್ದರಿಂದ ಈ ಪುಸ್ತಕದ ಕೊನೆಯಲ್ಲಿ ನಾನು ಹೇಳಲು ಬಯಸುವುದೇನೆಂದರೆ: ಪ್ರತಿ ದಿನವನ್ನೂ ಇದು ನಿಮ್ಮ ಬದುಕಿನ ಕೊನೆಯ ದಿನವೆಂದುಕೊಂಡು ಬದುಕಿರಿ. ಇದರ ಅರ್ಥ, ಜವಾಬ್ದಾರಿಗಳನ್ನು ಮರೆತು ನಿರ್ಲಕ್ಷ್ಯದಿಂದ ವರ್ತಿಸಬೇಕೆಂದಲ್ಲ; ಬದಲಾಗಿ, ಜೀವನ ಎಷ್ಟು ಅಮೂಲ್ಯವಾದದ್ದು ಎಂದು ಪ್ರತಿದಿನ ನೆನಪಿಸಿಕೊಳ್ಳಬೇಕೆಂಬುದಷ್ಟೇ. ನನ್ನೊಬ್ಬ ಸ್ನೇಹಿತನು ಹೇಳಿದ ಮಾತು ನನಗೆ ಸದಾ ನೆನಪಾಗುತ್ತದೆ: "ಜೀವನ ಎಷ್ಟು ಮುಖ್ಯವಾದುದೆಂದರೆ, ಅದನ್ನು ಅತಿಯಾಗಿ ಗಂಭೀರವಾಗಿ ತೆಗೆದುಕೊಳ್ಳಬಾರದು." ಅವನು ಹೇಳಿದ್ದು ಸಂಪೂರ್ಣವಾಗಿ ಸರಿಯಾದುದೆಂದು ಹತ್ತು ವರ್ಷಗಳ ನಂತರ ನನಗೆ ಗೊತ್ತಾಯಿತು.

ಈ ಪುಸ್ತಕವು ನಿಮಗೆ ಸಹಾಯಕವಾಗಿದೆ ಎಂದು ಭಾವಿಸುತ್ತೇನೆ, ಮುಂದೆಯೂ

ಸಹ ಸಹಾಯಕವಾಗಲಿ ಎಂದು ನಾನು ಹಾರೈಸುತ್ತೇನೆ. ದಯವಿಟ್ಟು ಒಂದು ಮೂಲಭೂತ ತತ್ವವನ್ನು ಮರೆಯಬೇಡಿ — 'ಸಣ್ಣ-ಪುಟ್ಟ ವಿಷಯಗಳ ಬಗ್ಗೆ ಚಿಂತಿಸದಿರಿ.'

ಈ ಪುಸ್ತಕವನ್ನು ಕೊನೆಗೊಳಿಸುತ್ತಾ, ನಾನು ಹೃದಯಪೂರ್ವಕವಾಗಿ ನಿಮಗೆ ಶುಭಕೋರುತ್ತೇನೆ.

ನಿಮ್ಮನ್ನು ನೀವೇ ಗೌರವಿಸಿಕೊಳ್ಳಿ.

ಈ ಪುಸ್ತಕವನ್ನು ಓದಿದ ನಂತರ ನೀವು ನಿಮ್ಮ ಅಭಿಪ್ರಾಯಗಳನ್ನು books.feedback@tejgyan.org ನಲ್ಲಿ ಪೋಸ್ಟ್ ಮಾಡಬಹುದು

ವಾವ್ (WOW) ಪ್ರಕಾಶನದ ಇತರ ಕನ್ನಡ ಪುಸ್ತಕಗಳು

೧. ಇಕಿಗಾಯ್
೨. ಇಕಿಗಾಯ್ ಪಯಣ
೩. ಬದುಕಿನ ಅರ್ಥದ ಹುಡುಕಾಟದಲ್ಲಿ ಮನುಷ್ಯ
೪. ವಿಚಾರ ನಿಯಮ – ದಿ ಪಾವರ್ ಆಫ್ ಹ್ಯಾಪ್ಪಿ ಥಾಟ್ಸ್
೫. ಸ್ವಸಂವಾದ–ಒಂದು ಜಾದು
೬. ಸ್ವಯಂ ಜೊತೆ ಸಮರ – ಹರ್ಕ್ಯುಲಿಸ್‌ನ ಆಂತರಿಕ ಶೋಧ
೭. ಸಂಪೂರ್ಣ ಲಕ್ಷ್ಯ – ಸಂಪೂರ್ಣ ವಿಕಾಸವನ್ನು ಹೇಗೆ ಕೈಗೊಳ್ಳುವುದು
೮. ಸ್ವೀಕಾರದ ಜಾದು – ತ್ವರಿತ ಆನಂದವನ್ನು ಪಡೆಯುವುದು ಹೇಗೆ
೯. ಮೃತ್ಯು ನಂತರದ ಜೀವನ – ಮಹಾಜೀವನ
೧೦. ಜಾಗೃತಿ ಮೂಡಿಸುವ ಉತ್ತರಗಳು
೧೧. ಆಲಸ್ಯದಿಂದ ಮುಕ್ತಿಗೆ ೧೪ ಹೆಜ್ಜೆಗಳು
೧೨. ಕ್ಷಮೆಯ ಜಾದು
೧೩. ಅಭ್ಯಾಸ ಬಲ
೧೪. ದ ಮ್ಯಾಜಿಕ್ ಆಫ್ ಗಾಡ್ ಬ್ಲೆಸ್ ಯು
೧೫. ಭಾವನೆಗಳ ಮೇಲೆ ವಿಜಯ– ಭಾವನಾತ್ಮಕ ಪರಿಪಕ್ವತೆಯನ್ನು ಬೆಳೆಸಿಕೊಳ್ಳುವುದು ಹೀಗೆ.
೧೬. ಇಚಿಗೊ ಇಚಿಯೆ– ಪ್ರತಿಯೊಂದು ಕ್ಷಣವನ್ನು ಜೀವಂತವಾಗಿಸುವ ಜಪಾನಿಯರ ಕಲೆ
೧೭. ವಾಬಿ ಸಾಬಿ – ಅಪರಿಪೂರ್ಣತೆಯಲ್ಲಿನ ವಿವೇಕ
೧೮. ಕಾನ್ಸಂಟ್ರೇಶನ್ – ಏಕಾಗ್ರ ಮನಸ್ಸಿನ ಚಮತ್ಕಾರ
೧೯. ಜನ್ಮಜನ್ಮಾಂತರದ ಪಾಠಗಳು ಮತ್ತು ಸ್ಮೃತಿಗಳ ಉಪಚಾರ
೨೦. ಇಕಿಗಾಯ್ ಹದಿಹರೆಯದವರಿಗಾಗಿ
೨೧. ಡೀಪ್ ವರ್ಕ್
೨೨. ವಿಶ್ವಾಸ ನಿಯಮ
೨೩. ಇಚ್ಛಾಶಕ್ತಿ
೨೪. ಪ್ರೇಮಾಂಜಲಿ

ತೇಜಜ್ಞಾನ ಫೌಂಡೇಷನ್ – ಮುಖ್ಯ ಶಾಖೆಗಳು

ಪುಣೆ (ರೆಜಿಸ್ಟರ್ಡ್ ಆಫೀಸ್): ವಿಕ್ರಾಂತ ಕಾಂಪ್ಲೆಕ್ಸ್, ತಪೋವನ ಮಂದಿರದ ಹತ್ತಿರ, ಪಿಂಪರಿ, ಪುಣೆ–411017. ದೂರವಾಣಿ–020–27411240, 27412576

ಮನನ ಆಶ್ರಮ: ಸರ್ವೆ ನಂ.43, ಸನಸ್ ನಗರ, ನಾಂದೋಶಿ ಹಳ್ಳಿ, ಕಿರ್ಕಿಟವಾಡಿ ತಿರುವು, ತಾಲೂಕ–ಹವೇಲಿ, ಜಿಲ್ಲೆ–ಪುಣೆ–411024. ದೂರವಾಣಿ: 09921008060

ಮಹಾಆಸಮಾನಿ ಪರಮ ಜ್ಞಾನ

ಶಿಬಿರದ ಪರಿಚಯ ಮತ್ತು ಲಾಭಗಳು(ನಿವಾಸಿ)

Self Development to Self Realization
Towards Self Stabilization

ನೀವು ಉಚ್ಚತಮ ಆನಂದವನ್ನು ಪಡೆಯಬಯಸುವಿರೆ? ಯಾವುದೇ ಕಾರಣದ ಮೇಲೆ ಅವಲಂಬಿತವಾಗಿರದ, ಸಮಯದೊಂದಿಗೆ ಹೆಚ್ಚುತ್ತಲೇ ಹೋಗುವ ಆ ಆನಂದ, ಅದು ನಿಮ್ಮದಾಗಬೇಕೆ? ನೀವು ಇದೇ ಜೀವನದಲ್ಲಿ ಪ್ರೇಮ, ವಿಶ್ವಾಸ, ಶಾಂತಿ, ಸಮೃದ್ಧಿ ಪರಮ ಸಂತುಷ್ಟಿ ಪಡೆಯಬಯಸುವಿರೆ? ನೀವು ಶಾರೀರಿಕ, ಮಾನಸಿಕ, ಆರ್ಥಿಕ, ಸಾಮಾಜಿಕ ಹಾಗು ಆದ–ಾತ್ಮಿಕ ಸ್ತರಗಳಲ್ಲಿ ಸಫಲರಾಗಬೇಕೆನ್ನುವಿರೆ? ನೀವು 'ನಾನು ಯಾರು' ಈ ಪ್ರಶ್ನೆಯ ಉತ್ತರವನ್ನು ಅನುಭವದಿಂದ ಪಡೆಯಬಯಸುವಿರೆ?

ಒಂದುವೇಳೆ ನಿಮ್ಮಲ್ಲಿ ಈ ಎಲ್ಲ ಪ್ರಶ್ನೆಗಳ ಉತ್ತರವನ್ನು ಪಡೆಯುವ ಮತ್ತು 'ಅಂತಿಮ ಸತ್ಯ'ವನ್ನು ಪಡೆಯಬೇಕೆಂಬ ತೀವ್ರ ಹಂಬಲವಿದ್ದರೆ ತೇಜಜ್ಞಾನ ಫೌಂಡೇಶನ್ ಮುಖಾಂತರ ಆಯೋಜಿಸಲಾದ 'ಮಹಾಆಸಮಾನಿ ಶಿಬಿರ್'ನಲ್ಲಿ ನಿಮಗೆ ಸ್ವಾಗತವಿದೆ. ಈ ಶಿಬಿರ ಪೂರ್ಣತಃ ಸರಶ್ರೀಯವರ ಶಿಕ್ಷಣವನ್ನು ಆಧರಿಸಿದೆ.

ಮಹಾಆಸಮಾನಿ ಪರಮಜ್ಞಾನ ಶಿಬಿರದ ಉದ್ದೇಶ:

ಈ ಶಿಬಿರಿನ ಉದ್ದೇಶವೇನೆಂದರೆ, 'ವಿಶ್ವದ ಪ್ರತಿಯೊಬ್ಬ ಮನುಷ್ಯ ನಾನು ಯಾರು? ಈ ಪ್ರಶ್ನೆಯ ಉತ್ತರವನ್ನು ಅರಿತು ಸರ್ವೋಚ್ಚ ಆನಂದದಲ್ಲಿ ಸ್ಥಾಪಿತವಾಗಲಿ ಎಂದು. ಅವನಿಗೆ ಪ್ರತಿಕ್ಷಣ ವರ್ತಮಾನದಲ್ಲಿ ಇರುವ ಕಲೆಯನ್ನು ತಿಳಿಹೇಳುವ ಜ್ಞಾನವು ಲಭಿಸಲಿ. ಭೂತಕಾಲದ ಭಾರ ಹಾಗೂ ಭವಿಷ್ಯದ ಚಿಂತೆ ಇವೆರಡರಿಂದಲೂ ಅವನು ಮುಕ್ತಿಯನ್ನು ಪಡೆಯಲಿ. ಪ್ರತಿಯೊಬ್ಬ ಮನುಷ್ಯನ ಜೀವನದಲ್ಲಿ ಸ್ಥಿರವಾದ ಖುಷಿ, ಸರಿಯಾದ ತಿಳುವಳಿಕೆ ಮತ್ತು ಸಮಸ್ಯೆಗಳನ್ನು ಕರಗಿಸುವ/ವಿಲೀನಗೊಳಿಸುವ ಕಲೆಯು ಬರಲಿ. ಮನುಷ್ಯ ಜೀವನದ ಉದ್ದೇಶ ಪೂರ್ಣಗೊಳ್ಳಲಿ. ನಾನು ಯಾರು? ನಾನು ಇಲ್ಲಿ ಏಕಿದ್ದೇನೆ? ಮೋಕ್ಷವೆಂದರೇನು? ಮೋಕ್ಷವು ಇದೇ ಜನ್ಮದಲ್ಲಿ ಪ್ರಾಪ್ತವಾಗಬಹುದೇ? ಈ ಪ್ರಶ್ನೆಗಳು ನಿಮ್ಮಲ್ಲಿದ್ದರೆ ಬನ್ನಿ ಮಹಾಆಸಮಾನಿ ಪರಮಜ್ಞಾನ ಶಿಬಿರ ಇದರ ಉತ್ತರವಾಗಿದೆ.

www.ingramcontent.com/pod-product-compliance
Lightning Source LLC
Chambersburg PA
CBHW031325230926
51848CB00001B/102
* 9 7 8 9 3 4 7 0 8 7 4 4 8 *